VÉN MỞ CHÂN LÝ THIÊNG LIÊNG

Qua Con Đường Pháp Thời Luân Kim Cương

Cốt lõi sâu xa nhất của tất cả giáo lý của Đức Phật, cùng với sự giải thích bổ sung về các phương pháp đi vào con đường uyên thâm của Sáu Kim Cương Du già Kalachakra.

བདེ་གཤེགས་སྙིང་པོའི་འཇུག་ངོགས་རྩོགས་ལྡན་གསར་པའི་བྱུང་ཆོར

ༀ༎ །རབ་ལམ་རྗེ་རྣམ་འབྱོར་དྲུག་ལ་འཇུག་ཚུལ་འཕྲོས་དོན་དང་བཅས་པ་ཀུན་འདུས་རྒྱ་བསྐུན་ཡང་སྐྱང་༎

— QUYỂN MỘT —
NGOẠI THỰC TƯỚNG

Bởi Shar Khentrul Jamphel Lodro
པར་མཁན་སྤྲུལ་རིན་པོ་ཆེ་འཇམ་དཔལ་བློ་གྲོས

Người dịch:
Đỗ Đình Đồng

Dzokden

Tác giả: Shar Khentrul Jamphel Lodro
Phiên dịch viên tiếng Việt: Đỗ Đình Đồng

Ấn bản đầu tiên
ISBN (Paperback): 978-1-958229-77-4
ISBN (ePub): 978-1-958229-78-1

Xuất bản bởi:
DZOKDEN
Tác phẩm này được thực hiện bởi Dzokden, một tổ chức phi lợi nhuận được điều hành hoàn toàn bởi các tình nguyện viên. Tổ chức này được dành riêng để truyền bá quan điểm phi giáo phái về tất cả các truyền thống tâm linh của thế giới và giảng dạy Phật giáo theo cách hoàn toàn xác thực, đồng thời thực tế và dễ tiếp cận với văn hóa phương Tây. Nó đặc biệt dành riêng cho việc truyền bá truyền thống Jonang, một viên ngọc quý hiếm từ một vùng xa xôi của Tây Tạng nhằm bảo tồn những giáo lý quý giá của Kalachakra.

Để biết thêm thông tin về các hoạt động theo lịch trình hoặc các tài liệu có sẵn, hoặc nếu bạn muốn quyên góp, vui lòng liên hệ:

Dzokden
3436 Divisadero Street
San Francisco, CA 94123
USA
www.dzokden.org
office@dzokden.org

Nội Dung

Ghi chú của người dịch   VII

Cảm Tạ   IX

Dẫn Nhập   XI

PHẦN I: TẠO SỰ THANH TỊNH CHO TƯ DUY

1   Hiểu Tâm   3

2   Những Tâm Thức Tiêu Cực   25

3   Thiền Định   53

4   Các Giai Đoạn Thiền Định   83

PHẦN II: TƯ DUY VỀ HIỆN TRẠNG CỦA BẠN

5   Thực Hành Pháp Như Thế Nào   109

6   Nhân Quả và Nghiệp Báo   131

7   Bản Tính Đau Khổ Của Tồn Sinh Luân Hồi   171

8   Cơ Hội Quí Do Kiếp Người Cống Hiến   221

9   Tư Duy Về Chết Và Vô Thường   247

PHẦN III: PHÁT TRIỂN NIỀM TIN NƠI PHẬT PHÁP

10   Chọn Con Đường Tâm Linh   275

11   Dẫn Nhập Vào Phật Giáo   299

12   Thừa Nền Tảng (Căn Bản)   335

13   Đại Thừa   365

14   Kim Cương Thừa   399

PHỤ LỤC

Năm Mươi Mốt Tâm Sở Pháp   439

Thuật Ngữ   451

Về Tác Giả   489

Lời hồi hướng của
Ngài Shar Khentrul Jamphel Lodrö Rinpoché
đến dịch giả Đỗ Đình Đồng

Chúng tôi xin trân trọng tri ân và hồi hướng công đức đến Cư sĩ Đỗ Đình Đồng Pháp danh Chân Trí, người đã dịch tác phẩm *"Vén Mở Chân Lý Thiêng Liêng qua Con Đường Pháp thời Luân Kim Cương"* (*Unveiling Your Sacred Truth through the Kalachakra Path*). Sự cống hiến và đóng góp tích cực trong việc hoằng dương chính pháp này, thể nhập khắp tất cả mười phương ba đời chư Phật, Bồ tát để tích lũy thành tựu hai Bồ đề Tư lương Phúc đức, Trí tuệ và hồi hướng công đức đến pháp giới chúng sinh trong ba đời.

Chúng tôi, Tăng đoàn Phật giáo Dzokden cầu nguyện cho Cư sĩ Đỗ Đình Đồng Pháp danh Chân Trí sớm nhập vào cõi Shambhala, sau đó trong một kiếp duy nhất từ cõi Shambhala đắc thành Phật quả. Công việc dịch thuật Phật điển của ông sẽ góp phần vào sự hưng thịnh của Thời đại Hoàng kim trên hành tinh này vì sự lợi lạc cho nhân loại.

Shar Khentrul Jamphel Lodrö Rinpoche đã viết bức thư này tại Học viện Phật giáo Tây Tạng Rimé, Australia vào ngày thứ 7 của ngày Saka Dawa (Phật đản), năm Tân Sửu (PL. 2565–2021).

Ghi chú của người dịch

Bản dịch tiếng Việt *"Vén Mở Chân Lý Thiêng Liêng qua Con Đường Pháp thời Luân Kim Cương"* được chúng tôi thực hiện từ nguyên tác tiếng Anh *"Unveiling Your Sacred Truth through the Kalachakra Path"* của Ngài Khentrul Rinpoche, theo sự đề nghị của bạn tôi, Ông Nguyễn Đình Hoạch – Người liên kết làm việc với nhà Xuất Bản Tôn Giáo, Hà Nội, Việt Nam để ấn tống cuốn sách này. Mục đích của chúng tôi muốn giúp các Phật tử Việt Nam nghiên cứu, tu học Phật giáo Tây Tạng theo truyền thống Jonang Pháp Thời Luân Kim Cương do Ngài Khentrul Rinpoche giảng dạy theo lập trường bất bộ phái.

Chúng tôi cố gắng giúp độc giả vượt qua cản trở của ngôn ngữ để tiếp cận các giáo lý Phật pháp trong cuốn sách này một cách tốt nhất.

Nguyện mọi sự cát tường, và tất cả hành giả chóng đạt giác ngộ viên mãn vì tất cả chúng sinh.

Levittown, Hè năm 2020
Người dịch

Cảm Tạ

Nhân danh Viện Phật Học bất Bộ Phái Tây Tạng (VPHBBPTT), tôi cảm ơn những người đã làm cho quyển sách này trở thành hiện thực. Trước tiên xin cảm ơn Ngài Khentrul Rinphoche và giáo lý về Thời Luân Kim Cương thừa. Tôi vô cùng biết ơn cơ duyên để tôi có thể tiếp cận các giáo lý của Ngài và tham gia vào việc chuyển ngữ cuốn sách này.

Chúng tôi xin cảm ơn các thành viên của ban biên tập đã cần mẫn làm việc suốt năm qua để chuẩn bị cho ấn bản cuối cùng này. Chúng tôi chân thành cảm ơn những nỗ lực của các Cư sĩ Vanessa Mason, Holly Reilly, và Val Mason. Chúng tôi xin cảm ơn sự ủng hộ và phản hồi từ cộng đồng VPHBBPTT, đặc biệt là Cư sĩ Julie O'Donnell với những nỗ lực không mệt mỏi để tạo điều kiện cho chúng tôi làm làm tốt công tác chuyển ngữ này. Chúng tôi xin cảm ơn Edward Henning vì sự rộng lượng chia sẻ tài liệu về Pháp Thời Luân Kim Cương.

Chúng tôi đã nỗ lực hết sức để tái tạo tôn ý của Ngài Khentrul Rinpoche về những giáo lý được trình bày trong cuốn sách này. Như vậy cũng có nghĩa là tôi xin lỗi vì bất cứ sai sót nào nếu có do chúng tôi đã sơ xuất vì khả năng có giới hạn của mình. Chúng tôi biết ơn bất cứ phản hồi nào từ phía các bạn để cuốn sách được tốt hơn.

Nguyện vọng chân thành của chúng tôi là quyển sách này cung cấp cho bạn đọc kiến thức về Mật Pháp Thời Luân Kim Cương. Nguyện nó đem lại lợi ích cho đời bạn và nguyện nó trở thành nguyên nhân cho bạn và tất cả chúng sinh đạt được chân hạnh phúc lâu dài và tự tại với đau khổ.

Nguyện nó trở thành nhân cho Rinpoche được sống lâu và khỏe mạnh, nguyện cho thị kiến của Ngài về sự hưng thịnh của dòng Pháp Jonang được chứng thực và nguyện thời đại hoàng kim của Shambhala được hiển hiện.

Joe Flumerfelt
Belgrave, Australia
Tháng Mười 2015

Phật Thích Ca Mâu Ni

Dẫn Nhập

Vén Mở Chân Lý Thiêng Liêng của Bạn (Unveiling Your Sacred Truth) được viết để xiển dương con đường tâm linh của các hành giả tu Phật. Tại cuốn sách này, tôi cố gắng trình bày những giáo lý cốt yếu của Phật giáo theo cách có thể tiếp cận được mà không làm mất tinh hoa trí tuệ thời xưa của Đức Phật. Tôi hy vọng rằng cuốn sách Vén Mở Chân Lý Thiêng Liêng sẽ giúp bạn có thể sống một cách có mục đích và bi mẫn.

Khi bạn có được quyển sách này, bạn không chỉ đơn giản đọc những lời của tác giả mà còn kết nối với trí tuệ của đức Phật để biết được các hành giả tu tập trong quá khứ và hiện tại đã tự chứng ngộ Phật pháp. Các bậc Tổ sư Phật giáo sau này, trong quá trình phát triển bởi những sự chứng ngộ khác nhau của họ mà hình thành các bộ phái khác nhau, có phương pháp tu học và cách giải thích khác nhau về giáo lý.

Các giáo lý của đức Phật đã dạy cho mỗi người trải nghiệm nỗi khổ niềm đau theo những cách khác nhau. Từ việc nghiên cứu những giáo lý này mà chúng ta có thể tìm được những phương pháp tu tập phù hợp giúp làm bớt đi những căng thẳng, làm cho cuộc sống có nhiều ý nghĩa hơn. Chúng ta có thể nhận ra tiềm năng của chính mình, tìm thấy nhân của hạnh phúc chân thật, lâu dài của mình và những người khác.

Các giáo lý về Pháp Thời Luân Kim Cương (Kalachakra Tantra) là phương tiện thiện xảo để nhận ra tiềm năng phi thường, giác ngộ trong một kiếp duy nhất. Khi đa số người ta liên hệ các giáo lý này với những phương pháp tu tập Mật giáo cao cấp, Pháp Thời Luân Kim Cương là một hệ thống hoàn bị thích hợp cho hành giả ở tất cả các giai đoạn phát triển tâm linh của họ.

KHÁI QUÁT PHÁP THỜI LUÂN KIM CƯƠNG

Pháp Thời Luân Kim Cương (Kalachakra) có nghĩa là *bánh xe* (luân: chakra) *thời gian* (thời: kala). Đó là một hệ thống tu tập từ thời Đức Phật Thích Ca Mâu Ni và được truyền qua thời gian trong một dòng truyền không gián đoạn đến ngày nay. Hệ thống Pháp Thời Luân Kim Cương trợ giúp hành giả trải nghiệm cuộc sống bình an và hòa hợp trong đời sống cá nhân và quan hệ với người khác.

Pháp Thời Luân Kim Cương là pháp tu cung cấp những giáo lý toàn diện để hỗ trợ các hành giả ở những giai đoạn khác nhau trong quá trình phát triển tâm linh của họ. Trong một khuôn khổ nhất định, chúng ta tìm thấy sự phong phú của trí tuệ liên quan đến phương pháp tiếp cận trực tiếp.

Cuốn sách *Vén Mở Chân Lý Thiêng Liêng Của Bạn* trình bày *Con Đường Pháp Thời Luân Kim Cương* từng bước hướng dẫn bạn qua nhiều mức độ trải nghiệm cuộc sống. Tôi đã chia con đường này ra thành ba quyển, mỗi quyển tập trung vào một tầng đặc biệt của thực tướng, di chuyển theo kiểu

đường thẳng từ thô đến vi tế. Vì vậy, nó là tài liệu nghiên cứu phát triển những nền tảng cần thiết cho mỗi pháp tu tiếp theo.

Quyển Một:
Ngoại Thực Tướng

Chúng ta bắt đầu nghiên cứu những đặc tính của của thế giới trong sự phát triển của trí tuệ để thấy cuộc sống có ý nghĩa và thăng bằng hơn. Ở giai đoạn này, sự nghiên cứu tập trung ở trên các chiến lược thực dụng, là phương pháp tiếp cận theo kinh nghiệm để hiểu Ngoại thực tướng.

Tập sách này giới thiệu nhiều nội dung yêu cầu bạn tư duy về bản tính của vũ trụ, là cơ sở để hiểu thế giới quan Phật giáo, là nền tảng cho một hệ thống Thiền quán. Mỗi cá nhân tự mình cảm nhận lợi ích mà nó đem lại.

Nếu có thắc mắc, thay vì bác bỏ hoàn toàn các thắc mắc ấy, bạn hãy để sang một bên để tập trung vào những bài luyện tập, theo thời gian, bạn sẽ thấy rằng hiểu biết của bạn thay đổi và bạn sẽ có cái nhìn mới về sự vật. Theo cách này, trình độ cá nhân của bạn sẽ phát triển theo cách tự nhiên và có tổ chức.

Quyển sách này được chia thành ba phần, mỗi phần trình bày một giai đoạn của cuộc hành trình tâm linh của bạn. Tôi đề nghị bạn đọc thứ tự từng quyển. Hãy bắt đầu tập trung vào phần một, đọc suốt từ đầu đến cuối. Sau đó, đọc lại một lần nữa, và giành nhiều thời gian để làm quen với các bài luyện tập. Hãy tiếp tục cách này cho đến khi bạn cảm thấy mình nắm vững tài liệu và cảm thấy sẵn sàng tiến tới phần kế tiếp của cuốn sách.

Phần Một – Tạo thanh tịnh trong Tư Duy

Đối với nhiều người, lý do chính để chọn cuốn sách này là mong muốn vượt qua chướng ngại mà họ đối mặt trong đời sống hàng ngày. Ở phương Tây, chúng ta phát triển mạnh mẽ về vật chất thì lại thiếu khả năng đối phó với những thách thức mà cuộc sống tạo ra. Như đang chết đuối giữa đại dương, cố gắng vật lộn để giữ cho cái đầu nổi trên mặt nước, trong tình trạng như thế, chúng ta có rất ít cơ hội để sử dụng các trải nghiệm của mình theo cách có hiệu quả ý nghĩa nhất. Vì thế, bước đầu tiên phải tìm thấy sự ổn định trong đời sống và tạo một khoảng trống cho những chọn lựa đưa chúng ta đến hạnh phúc, bình an và hòa hợp.

Chúng ta có thể làm điều này qua cách dùng hai phương pháp căn bản: *Tâm lý học Phật giáo* và tu tập *Thiền định*. Hai phương pháp này kết hợp với nhau, cung cấp cách nhìn phong phú để ta có thể quán sát trải nghiệm của mình, nhận diện các vấn đề và phát triển những chiến lược theo cách thức tốt nhất có thể có được.

Khi tâm trở nên ổn định hơn, chúng ta có nhiều khả năng ứng xử hơn với những thăng trầm của cuộc đời. Dường như tự mình đã vượt lên khỏi mặt nước trên một cái bè cứu sinh, cuối cùng lấy lại hơi thở và nghỉ ngơi thấy mình có nhiều thời gian hơn để tư duy về những gì thực sự quan trọng.

Phần Hai – Tư Duy về Hiện tiền

Bước kế tiếp trong cuộc hành trình của chúng ta là dùng điểm lợi thế mới để có cái nhìn sâu sắc và vững chắc về bản tính của thực tại cuộc sống. Chúng ta thường bỏ qua việc dừng lại và xem điều gì đang thực sự diễn ra, nhận thức về điều gì là quan trọng và điều gì không quan trọng, sai lệch. Chúng ta trở nên bối rối, tiêu phí thời gian quí báu để suy nghĩ về những điều mà không thể mang đến cho chúng ta hạnh phúc chân thật lâu dài.

Qua sự phân tích có hệ thống về bốn đề mục được biết như là *Bốn Tín Quyết của Khước Từ,* chúng ta học biết làm thế nào để những hành động cá nhân đóng vai trò trực tiếp trong sự kéo dài những tình thế không hài lòng. Bằng cách mở rộng phạm vi hiểu biết của mình, chúng ta thấy những lựa chọn trong hiện tại sẽ định hình trong tương lai.

Từ hiểu biết này, chúng ta phát triển ý thức trách nhiệm với cuộc sống như thế nào và tận dụng cơ hội tốt nhất khi nó xuất hiện.

Trên căn bản của ba phép quán này, có thể thấy những ưu tiên bắt đầu thay đổi, những gì chúng ta từng cho là nguồn hạnh phúc thực sự, thực tế lại là nguyên nhân của đau khổ. Nhận ra điều này, chúng ta tập trung toàn lực vào việc tìm ra các phương pháp hữu hiệu có khả năng sinh ra các kết quả đang tìm kiếm. Ở điểm này có thể phát triển lòng mong muốn gắn kết chặt chẽ hơn vào việc thực hành một con đường tâm linh. Chúng ta có thể so sánh quá trình này với việc nhìn về phía chân trời, thấy một hòn đảo ở đằng xa và đẩy chiếc bè đời đưa chúng ta hướng về nơi an toàn.

Phần Ba – Phát Triển Niềm Tin vào Chính Pháp

Với mong muốn tiếp thu các phương tiện thiện xảo để đem lại sự thay đổi. Mỗi cá nhân cần có điều kiện hoàn hảo nhất để làm việc. Vì thế, chúng ta cần tìm một nhóm các phương pháp đặc biệt thích hợp với từng cá nhân. Giống như một người bị bệnh, cần phải tìm phương thuốc hữu hiệu chữa được chứng bệnh cụ thể của mình.

Trải qua hàng ngàn năm của lịch sử loài người, nhiều truyền thống trí tuệ đã xuất hiện, mỗi truyền thống cung cấp một phạm vi rộng các giáo lý và phương pháp có thể dùng đem lại ý nghĩa và mục đích to lớn cho đời sống con người. Điều quan trọng là cần xác lập một ý thức rộng rãi về những truyền thống khác nhau để chúng ta có thể phát triển niềm tin nơi con đường chúng ta chọn.

Con đường Pháp Thời Luân Kim Cương trình bày trong cuốn sách này phát xuất từ Truyền Thống Jonang của Phật giáoTây Tạng. Để hiểu truyền thống này liên hệ với những hình thái Phật giáo khác như thế nào, chúng ta sẽ xem kỹ hơn *những giáo lý cốt yếu của đức Phật và những giải thích dị biệt phát sinh từ những giáo lý đó* đó. Nó sẽ cung cấp cho chúng ta lý thuyết chung để hiểu những pháp môn tu tập được miêu tả trong các tập tiếp theo. Ở cuối tập sách này, sẽ có những điều bạn cần biết bạn có tiếp tục con đường này hay không để quyết định ở giai đoạn kế tiếp, những thách thức sẽ xuất hiện khi bạn đang cố gắng tạo nên những thói quen tốt, bạn sẽ cần có niềm tin nơi bạn đang làm. Với một số người, niềm tin đó sẽ phát sinh rất nhanh, trong khi những người khác, có thể mất một thời gian dài. Dù trong trường hợp nào và bao lâu, miễn là bạn còn thành thực với chính mình và với người khác, thì bạn có thể tự tin rằng mình đang đi đúng hướng.

Quyển Hai:
Nội Thực Tướng

Bằng cách tập trung bên ngoài, chúng ta có thể phát triển các chiến lược để đối phó với bất cứ điều gì xảy ra trong đời sống của chúng ta.

Chúng ta có thể tìm cách áp dụng trí tuệ của mình để hành động một cách tốt nhất khi đối mặt với nghịch cảnh. Nhưng dù cho chiến lược có hiệu quả đến đâu, nó cũng không thể tạo ra sự chuyển hóa lâu dài có khả năng phá vỡ chu kỳ đau khổ, mở cánh cửa đến hạnh phúc chân thật. Vì thế chúng ta phải quay vào bên trong nhìn trực tiếp vào tâm của mình và bắt đầu trải nghiệm tiềm năng tự nhiên của nó.

Trong tập sách thứ hai, chúng ta khám phá thực tướng của sự vật, hiện tượng bên trong của thế giới. Trong khi tiếp tục làm việc với những khái niệm có tính cách lý thuyết, chúng ta cần gia tăng kinh nghiệm trực tiếp. Chỉ hiểu một cách đơn giản cái gì đang xảy ra thì không đủ, chúng ta cần trải nghiệm những khái niệm ấy. Đó là sự chuyển hóa những hiểu biết thành kinh nghiệm mà chúng ta có thể vận dụng nó vào đời sống. Quá trình chuyển hóa này là thực hành những pháp tu khác nhau được biết như là *Các Pháp Tu Pháp Thời Luân Kim Cương Sơ Bộ* (ngöndro).

Quyển Ba:
Thực Tướng Giác Ngộ

Qua nội thực tướng của mình, chúng ta tinh luyện một cách chậm rãi khả năng phân biệt các hiện tướng bất tịnh của nội thực tướng và các hiện tướng tịnh của thực tướng giác ngộ. Giống như lau sạch những thấu kính của một kính viễn vọng, khi chúng ta đã lau sạch những ám chướng thô khỏi tâm mình, chúng ta có thể thoáng thấy chân tính của mình. Trong khi chân tính này chưa thị hiện đầy đủ, cái thoáng thấy đầu tiên đó cung cấp cho chúng ta cái căn bản để làm việc, cái nền tảng để phát triển.

Trong hai quyển sách trước, chúng ta đã làm việc với các giáo lý chung cho tất cả các truyền thống Phật giáo Tây Tạng. Trong tập sách cuối cùng này, chúng ta tập trung vào các pháp tu độc nhất mà chúng đặc biệt được trình bày trong quyển Mật điển Pháp Thời Luân Kim Cương (*Kalachakra Tantra*). Với hành giả sẵn sàng hiến mình cho đạo, những phương pháp thâm huyền này cung cấp mọi thứ cần thiết để đạt giác ngộ chỉ trong một đời.

Sau đây là lời khuyên tổng quát áp dụng cho bất cứ một hình thức nào của sự học Pháp, dù là đọc một quyển sách hay lắng nghe một giáo lý.

THÁI ĐỘ HỌC PHÁP ĐÚNG ĐẮN

Khi nghiên cứu giáo lý Phật giáo cần có một thái độ nghiêm túc để tiếp thu những giáo lý tối hậu đưa đến sự bình an và hạnh phúc. Trau dồi một cái tâm trong sáng và tỉnh thức là một thiện xảo cần thời gian để phát triển và bạn cần có nhiều nỗ lực để vượt qua những chướng ngại có thể xảy ra. Một giáo lý làm nổi bật những khó khăn này ví như *Ba Khuyết Điểm của Cái Nồi*:

1. Chúng ta không nên giống như **cái nồi lật úp** chất lỏng đang chảy ra, tâm bị phân tán và khép kín đến nỗi các giáo lý không thể thâm nhập. Hãy lắng nghe với cái tâm mở rộng, cái tâm sẵn sàng.

2. Chúng ta cũng không nên giống như **cái nồi có lỗ thủng**. Dù có đổ chất lỏng vào nhiều thế nào, nó đều chảy ra và những gì chúng ta học đều không còn.

3. Cuối cùng, đừng là **cái nồi có chứa độc**. Hãy tránh trở thành con mồi cho những thành kiến và những định kiến. Điều này làm cho

bạn hiểu sai những gì bạn nghe và vận dụng Pháp thành cái mà nó không phải như vậy, giống như đổ đề hồ vào chất độc.

Khi bạn đọc qua mỗi chương, hãy cố gắng giữ thái độ cởi mở, chấp nhận đầy dấn thân trong tài liệu và không có những thành kiến hay thái độ phê phán. Thỉnh thoảng hãy kiểm tra để xem phẩm chất chú ý mà bạn đang đưa vào sự đọc của mình. Hãy tự nhắc mình về giáo lý đơn giản này bất cứ khi nào bạn cần sự hứng khởi để cải thiện phương pháp học của mình.

Dừng Lại Để Tư Duy

Trong cuốn sách này tôi lồng ghép những bài luyện tập khác nhau, bạn có thể dùng chúng như là phương tiện để tư duy về tài liệu mà bạn đang học. Điều quan trọng là chúng ta không cho phép chính mình trở thành bị lý thuyết tràn ngập. Ngừng đọc trong những thời gian ngắn bằng tư duy cá nhân có thể cung cấp cho bạn những tuệ kiến giá trị về tài liệu liên quan đến trải nghiệm cá nhân của bạn.

Một số mục không có bài luyện tập thì cũng là kỹ năng tốt để chọn các đoạn của bản văn, đọc nó vài lần và chắc chắn bạn thực sự hiểu. Hãy đặt sách xuống và hình dung những giáo lý này quan hệ với đời sống của bạn như thế nào. Hãy rút ra các kinh nghiệm riêng của bạn minh họa những nguyên lý khác nhau ấy.

Một thói quen tốt khác để phát triển là viết ra những câu hỏi xuất hiện trong khi đọc. Hãy để một quyển sổ ghi chép gần bên và khi nào có câu hỏi thì ghi lại. Khi bạn đọc xong một đoạn hãy kiểm tra xem đã có câu trả lời hay chưa. Nếu các câu hỏi vẫn còn đó, thì hãy đem thảo luận với thầy hay các bạn khác khi có cơ hội.

Hoan hỉ trong hành trình

Cuối cùng, động cơ của bạn dù là gì, tôi tin tưởng rằng trí tuệ phi thời gian của Phật pháp có khả năng đưa bạn đến một mức độ ích lợi nào đó nếu bạn có thể duy trì một tâm hồn cởi mở.

Hãy nhớ rằng đây là cuộc hành trình khám phá, một quá trình chuyển hóa. Những khái niệm và các pháp tu sẽ mất thời gian để phát triển trong tâm bạn và vì thế quan trọng là kiên nhẫn với chính mình. Hãy làm việc theo ý kiến riêng của bạn với số lượng thời gian cần thiết. Sau khi đọc một vài chương, hãy tự kiểm tra sự hiểu của bạn có thay đổi không. Thường bạn có thể thấy rằng những giáo lý sau sẽ làm rõ thêm các giáo lý trước và gợi ra ý nghĩa sâu xa hơn.

Hãy có cảm thức hoan hỉ khi có cơ hội quí báu này, hãy nghĩ về nó như là một cuộc thám hiểm và vui chơi trong những thách thức mà cuốn sách đưa ra. Trong Phật giáo chúng ta nói về trồng hạt cho sự chứng ngộ vị lai, có nghĩa là bất cứ sự bối rối nào chúng ta đối mặt ở đây và bây giờ cũng là căn bản cho sự hiểu biết vị lai xuất hiện.

"Trong tâm người mới bắt đầu có nhiều khả thể,
nhưng trong tâm của nhà chuyên môn thì có ít."

– Shunryu Suzuki –

PHẦN MỘT

Tạo Sự Thanh Tịnh
Cho Tư Duy

Hiểu Tâm

Hãy nghĩ về sự khởi đầu ngày của bạn, về giây phút đầu tiên nhất mà bạn có thể nhớ được. Ở đây bạn đang ngủ, có lẽ ở giữa giấc mộng, và rồi bỗng nhiên bạn thức giấc. Đôi khi, rất rõ ràng, không một nghi ngờ nào trong tâm, bạn nhất định biết mình thức giấc. Mặt trời đang chiếu sáng qua cửa sổ và thế giới mộng của bạn không còn ở đó nữa. Những lúc khác, mặc dù đó có thể là một chút bối rối và bạn không chắc chắn về sự vật, có thể bạn còn đang mộng, có thể bạn tỉnh thức; nó không hoàn toàn rõ ràng.

Cuối cùng bạn đã tỉnh ngủ hoàn toàn, bước ra khỏi giường, một ngày mới của bạn bắt đầu. Đa số chúng ta đều có thời khóa buổi sáng mà khi làm hết ngày này sang ngày khác. Một thói quen chúng ta đã hình thành qua nhiều năm, đôi khi có thể cảm thấy như chúng ta ở trên máy lái tự động và thường không biết một cách có ý thức ngay cả về mình đang làm gì. Có một kinh nghiệm khi đang tắm. Âm thanh của những cái vòi đang xoay, nước chảy, tiếng tí tách của những giọt nước đập vào da và cảnh hơi mù phủ lên những mảng kính thủy tinh. Trong từng phút giây chúng ta cảm nhận một dòng tin tức không ngừng; cảnh, âm thanh, mùi, vị, và cảm xúc tất cả kết hợp thành một giác thức phong phú.

Nó không chỉ là thói quen, trong khi bạn xoa xà bông gội đầu lên tóc, những ý nghĩ về ngày bắt đầu nổi bọt lên. Có lẽ hôm nay là ngày đặc biệt quan trọng, giống như ngày đầu nhận công việc mới. Bạn nghĩ về những người cùng làm mới hay người chủ mới của bạn. Có thể nó là sự băn khoăn. Bạn có thể nghĩ đến cái khó sẽ đến với bạn lúc này. Tất cả những ý nghĩ, những cảm giác và những ký ức này là kỹ năng về kinh nghiệm của bạn.

Trong Phật giáo, dòng kinh nghiệm tương tục này được biết như là "tâm". Giống như cái gương, tâm phản chiếu bất cứ cái gì hiện trước nó. Tâm không phải là những phân tử H_2O của những giọt nước, nó là kinh nghiệm chủ quan của bạn về những giọt nước đập vào da bạn. Nó không phải là những làn sóng ánh sáng đi vào mắt bạn, nó cũng không phải là nhãn áp đi xuống thần kinh mắt. Nó cũng không phải mạng lưới thần kinh tế bào kích hoạt trong giác mạc của bạn. Nó là cái gì, là kinh nghiệm của lần tắm nóng, có xà bông, với mặt trời chảy vào qua cửa sổ.

Giữa thân và tâm, cái nào quan trọng hơn: thế giới vật lý khách quan của sự vật "ngoài kia" hay thế giới kinh nghiệm chủ quan về sự vật "trong này"? Trong xã hội tây phương thế giới vật chất là quan trọng nhất. Có quan niệm rằng tất cả những vấn đề đều có thể sửa chữa được nếu vận dụng thế giới vật lý của chúng ta đúng cách.

Nghiêm túc phân tích sẽ thấy rằng có nhiều cái không ăn khớp. Nhiều người xinh đẹp có đủ mọi thứ mà họ từng mong muốn song họ lại rất khốn khổ. Có thể họ sống trong ngôi nhà xa hoa nhất song họ luôn chán chường và không thỏa mãn. Bên cạnh đó, một số khác sống trong điều kiện thiếu thốn cơ cực nhưng vẫn bằng lòng và hạnh phúc. Dù họ không sở hữu một tài sản nào ngoài y phục trên người, nhưng họ vẫn thỏa mãn và đầy hoan hỉ.

Được cho lựa chọn, bạn thích cái nào hơn: một đời sống đầy hạnh phúc hay một đời sống đầy ưu phiền? Tôi nghĩ tất cả chúng ta đều đồng ý rằng chúng ta thích đời sống hạnh phúc hơn. Dù những điều kiện bên ngoài có thể như thế nào, nếu chúng ta cảm thấy hạnh phúc, thì nó sẽ là tất cả. Bằng cách nhận ra hạnh phúc trong tâm, sẽ thấy tâm là hiện tượng quan trọng nhất để chúng ta tìm hiểu.

Trên thực tế, văn hóa tây phương không có điều kiện nghiên cứu về Tâm. Các truyền thống trí tuệ như Phật giáo đã để nhiều thời gian trong việc phát triển *một khoa học nghiêm túc về tâm*. Trong chương thứ nhất này, chúng ta nhìn vào những đặc tính khác nhau của tâm như môn *Tâm lý học Phật giáo* để vượt qua nhiều trở ngại mà chúng ta đối mặt trong đời sống.

TÂM LÀ GÌ?

Để nghiên cứu Tâm là gì chúng ta sẽ cần làm rõ một vài quan niệm sai lầm chung rất phổ biến trong xã hội. Quan niệm sai lầm lớn nhất rằng Tâm *là* bộ óc, cho rằng Tâm là một thực thể vật lý, là biểu hiện rõ ràng của khối vật chất. Giả định, các nhà khoa học sàng lọc các tế bào thần kinh và các lớp thần kinh của bộ não để tìm hiểu tâm phát sinh từ bộ óc như thế nào. Cho đến bây giờ các nghiên cứu đó vẫn không thành công.

Có thể nhận diện là có sự *tương quan* rất gần giữa sự hoạt động của dòng điện sinh học bên trong bộ não và những kinh nghiệm tương ứng trong tâm. Điều này gợi ý rằng có hai loại hiện tượng khác nhau nhưng có liên hệ ảnh hưởng nhau.

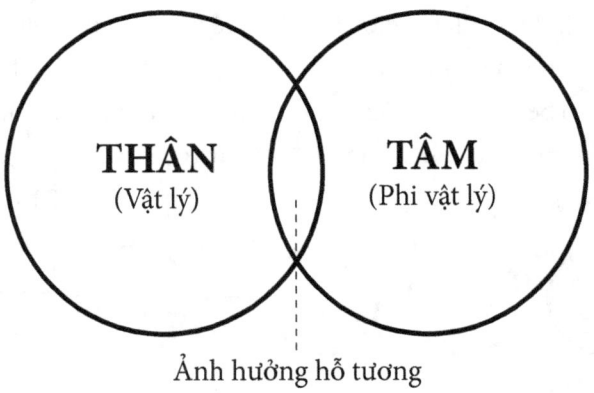

Ảnh hưởng hỗ tương

Hình 1-1 Sự quan hệ giữa thân và tâm.

Theo tâm lý học Phật giáo, Tâm trong bản chất là phi vật lý. Điều này có nghĩa là nó không phải được làm ra bằng những phân tử, cũng không hiện hữu ở một địa điểm đặc biệt trong không gian và thời gian. Nó được đặc trưng như là Thanh tịnh và Trí tuệ. Thanh tịnh là khả năng căn bản để tâm khởi lên ngoại tướng, trong khi Trí tuệ là khả năng của tâm ý thức về những ngoại tướng đó.

Hoạt động bên trong bộ não ảnh hưởng các ngoại tướng phát sinh trong tâm, không thể nói rằng bộ não với tâm là một. Những ý nghĩ và ý kiến phát sinh trong tâm, có khả năng ảnh hưởng sự hoạt động ví như như điện trong bộ não điều khiển tế bào thần kinh mới hay có thể kết nối những hành xử vật lý đặc biệt. Nó là một đường phố hai chiều của ảnh hưởng tương hỗ, chúng ta cùng làm một thí nghiệm: hãy dừng đọc tập sách này trong một giây, hãy giơ cánh tay phải của bạn lên và lại hạ nó xuống. Hãy nhìn những gì đang xảy ra trong sự hoạt động dường như đơn giản này. Những độ dài khác nhau của làn sóng ánh sáng bung ra khỏi trang sách đập vào mắt bạn và biến thành mạch điện. Những mạch này đi vào các tế bào thần kinh khác nhau điều khiển hoạt động của bộ óc làm cho các chữ xuất hiện trong tâm. Nó sẽ tạo ra một mẫu những tế bào thần kinh để kích hoạt mạch điện đi qua hệ thần kinh vào cánh tay, khiến cho các bắp thịt co lại. Rồi cánh tay giơ lên, ký ức về ý nghĩa của những gì đã đọc, kết nối thành phản ứng dây chuyền để cánh tay hạ xuống. Tất cả những tương tác nhỏ bé này giữa thân và tâm đang xảy ra trong khoảng thời gian rất ngắn đến mức cảm nhận chúng xảy ngay tức khắc.

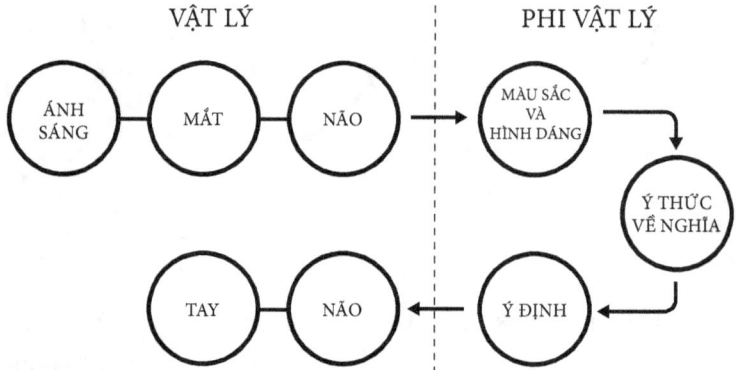

Hình 1-2: Minh họa đơn giản về Thân và Tâm ảnh hưởng lẫn nhau như thế nào.

Mỗi quan hệ giữa bộ óc và tâm chỉ là một phần khả năng của Tâm. Nếu ví tâm giống như không gian và bộ não như là một hệ thống mặt trời duy nhất trong không gian đó. Chiêm nghiệm một hệ thống mặt trời có thể đưa chúng ta đến cảm giác kinh ngạc bởi kích thước và nguồn gốc của không gian. Trong sự phối hợp của sự vật, nó chỉ là một hệ thống trong một thiên hà, trong một vũ trụ, không gian đồng thời ở khắp mọi nơi trong thiên nhiên. Dù bất cứ cái gì xuất hiện trong không gian này, nó cũng không bao giờ thay đổi, song không có không gian thì không vật gì có thể xuất hiện.

Tâm là phi vật lý vì vậy các phương pháp vật lý không thể khám phá được tâm mặc dù mọi sự vật, hiện tượng có thể khám phá qua bằng cách nghiên cứu bản chất vật lý. Đây là một quan niệm sai lầm. Trong khi máy móc có thể khám phá sự dao động của năng lực vi tế hay sự thay đổi trong các trường lượng tử, chúng sẽ không bao giờ có khả năng khám phá những hiện tướng xuất hiện trong tâm những ảnh hưởng tương hỗ của các hiện tượng phi vật chất trong thế giới vật lý đưa đến kết luận rằng khả năng khám phá các hiện tượng phi vật lý là một hiện tượng phi vật chất khác, trong trường hợp này chính là Tâm.

Nhận ra điều này, các thiền giả yoga và các triết gia vĩ đại như Siddhartha Gautama (tên của đức Phật lịch sử). Người sáng lập đạo Phật đã nỗ lực quan sát nội tâm. Qua sự gắn kết với những tâm thuật này, họ đã phát hiện được rằng tâm có thể huấn luyện và tạo điều kiện để có những phẩm tính đặc biệt, Tâm có thể chuyển hóa theo cách liên hệ với thế giới bên trong.

Cùng với sự phát triển của khoa học và kỹ thuật dễ dàng thấy rằng kiến thức của chúng ta về thế giới cũng tăng thêm đáng kể bởi cống hiến thời gian và nỗ lực khai mở những bí mật của vũ trụ. Các thiền gia đã cống hiến cả cuộc đời họ để khám phá chân tính của tâm, Họ đã từ bỏ tất cả những tiện nghi và khoái lạc thế gian, cũng như sự quan tâm về danh vọng để khám phá bản tính ẩn tế này và để hiểu tất cả những hiện tượng liên quan đến tâm. Sau đây là một vài khám phá mà những bậc thầy đã làm.

SỰ TƯƠNG TỤC CỦA TÂM

Một trong những quan sát đầu tiên do các bậc thầy thực hiện là một vật không tự nhiên sinh ra, cũng không tự nhiên mất đi. Theo định luật bảo toàn năng lượng: Năng lượng không tự nhiên sinh ra, cũng không tự nhiên mất đi, nó chỉ chỉ biến hóa từ dạng này sang dạng khác. Cũng như vậy, quá trình vận động của tâm là một sự tương tục, mỗi giây phút khởi lên giây phút kế tiếp, giây phút kế tiếp khởi lên giây phút kế tiếp nữa và cứ như thế tiếp tục. Trong bất cứ giây phút nào, đều có một giây phút trực tiếp đi trước nó hành tác cho giây phút kế tiếp xuất hiện. Điều này có nghĩa là không thể tìm thấy sự bắt đầu của tâm. Giây phút đầu tiên xuất hiện cũng là cơ sở cho giây phút kế tiếp. Trải nghiệm nào xuất hiện sẽ tùy thuộc vào các duyên trong hiện tại, giây phút kế tiếp sẽ không giống y như giây phút trước cho dù nó vẫn là Tâm. Quá trình vận động của Tâm không có sự kết thúc.

VẬT LÝ

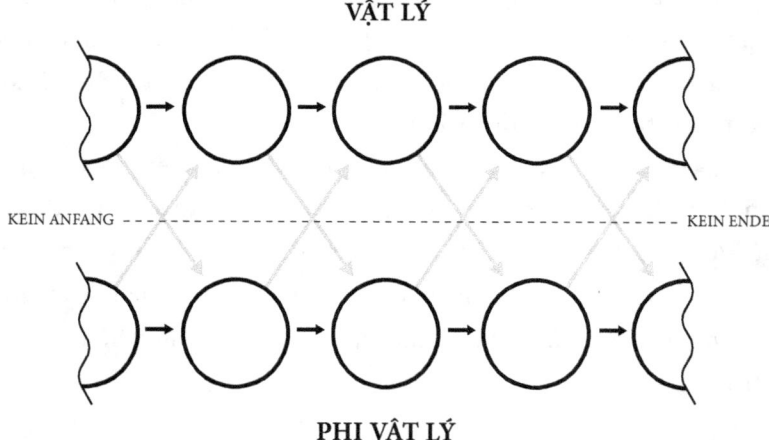

PHI VẬT LÝ

Hình 1-3: Chuỗi liên tục không có chấm dứt của những thay đổi.

Sẽ không bao giờ có một khoảnh khắc mà một vật trở thành không vật, có thể nói rằng Tâm không có khởi đầu và chấm dứt trong biến hóa.

Quá trình này gọi là *Ngoại Pháp Thời Luân Kim Cương* (Kalachakra). "Luân" (bánh xe), quá trình không có sự chấm dứt của ý thức từ giây phút này đến giây phút khác; Một chu kỳ không đầu, không giữa và không cuối. Trong khi "thời" (thời gian) chỉ sự di động và thay đổi liên tục; những hiện tướng thay đổi liên tục trong tâm, xuất phát từ sự tương hỗ giữa các hiện tượng vật lý và phi vật lý.

Điều này rất quan trọng giúp chúng ta nhận ra sự kết nối giữa các kinh nghiệm quá khứ, hiện tại và vị lai. Những trải nghiệm ưa thích gọi là hạnh phúc, những trải nghiệm không thích gọi là đau khổ. Việc phân tích những điều kiện nào khởi lên hạnh phúc và những điều kiện nào khởi lên đau khổ bằng cách sửa đổi cách hành xử một cách thích hợp. Việc luyện tâm là một quá trình có chủ ý và liên tục.

Bài luyện tập 1.1 – Bước Lùi Qua Thời Gian

- *Hãy ngồi yên lặng với lưng thẳng, theo một tâm thái thư giãn.*

- *Hãy quan sát nơi bạn đang ở. Bạn đến đây bằng cách nào? Động cơ nào dẫn bạn đến giây phút này? Khi bạn nhận diện những hành động khác nhau, hãy quan sát những ý nghĩ là nguyên nhân cho những hành động đó. Hãy chậm rãi tái tạo nguyên nhân của các hành động từ giây phút bạn thức dậy vào buổi sáng.*

- *Bây giờ hãy quan sát tuần vừa qua. Hãy chọn một vài giây phút đã tạo cho bạn một ấn tượng đặc biệt. Hãy nghĩ đến những trải nghiệm tinh thần và những hành động thể xác bạn đã tham gia. Hãy tiếp tục quan sát, tựa như bạn đang theo một đường vạch của những mẩu bánh mì.*

- *Hãy nhìn lùi xa hơn nữa, quan sát những nguyên nhân chính đã xảy ra qua trong năm vừa qua. Hãy quan sát từng nguyên nhân đã đóng góp như thế nào vào giây phút hiện tại mà bạn đang trải nghiệm.*

- *Bây giờ hãy nhìn lại suốt cuộc đời bạn và nhận diện những giây phút khác nhau mà bạn cảm thấy có ý nghĩa đối với một người như bạn. Hãy quan sát xem những giây phút này ảnh hưởng như thế nào đến các quyết định của bạn.*

- *Hãy đi sâu vào chi tiết theo khả năng của bạn trong thời gian tùy thích. Khi bạn mệt vì suy nghĩ, hãy nghỉ một lúc.*

TÍNH VI TẾ CỦA TÂM

Các hành giả Thiền quán thấy rằng Tâm có nhiều lớp vi tế. Mỗi lớp lại có những lớp nhỏ hơn ở bên trong, tạo thành một cấu hình chi tiết, rõ ràng. Khi Tâm được huấn luyện đầy đủ, nó sẽ có khả năng phân biệt các các lớp vi tế chi tiết này.

Sự vi tế trong thế giới vật lý cũng vậy, ở tầng thô có các chất cứng, lỏng, và khí. Đây là vật chất mà mọi người có thể nhìn thấy. Các định luật vật lý cho biết quy luật về sự tương tác của vật chất. Ở mức vi tế hơn là nguyên tử (atom) với các cấu tạo hạt vật chất khác nhau (ê-lec-trôn, nơ-trôn, prô-tôn, v.v…). Các quy luật vận hành ở tầng vi tế sẽ tác động vào vật chất nhiều hơn ở tầng thô. Ví dụ ứng dụng điện trong công nghệ. Vi tế hơn nữa là tầng phân tử lượng tử. Ở tầng này, các định luật vật lý cổ điển đổ vỡ, mọi vật vận hành theo chiều hướng rất khác. Các nhà khoa học đang khám phá, đã có những kết quả đáng kể.

Áp dụng ba tầng vật lý trên Tâm cũng có ba tầng vi tế như sau:

1. **Tâm thô:** Về mặt vật lý thì Tâm gắn liền với não. Nó là mức độ trình hiện của Tâm qua các thức khác nhau. Lúc này Tâm đồng nhất với "bản ngã" và kéo dài trong một đời người. Đây là suy nghĩ hợp lý và trực giác ở mức độ tinh tế của tâm thô.

2. **Tâm vi tế:** Nó là tế bào thân của tâm. Nó hoàn toàn không có cấu hình cụ thể. Ở giai đoạn này nó không là Tâm con người nói chung, mà chỉ là Tâm từng cá nhân. Tâm vi tế này có khả năng khởi lên một trình tự vô tận của các kiếp sống, mỗi kiếp là một cấu hình duy nhất của Tâm, ví dụ: kiếp người hay súc sinh. Nó giống

như thay đổi từ dạng chất lỏng sang đóng đá của nước. Tâm đã được huấn luyện qua tu tập thiền định thường ở trạng thái không cấu hình vi tế.

3. **Tâm rất vi tế:** Là Tâm Tịnh Quang, cũng được biết như là Phật tính hay Tính Quang Minh. Nó không có hình thức vật chất cũng không phải của chung con người hay chuỗi liên tục của một cá nhân, phạm trù này rất siêu việt. Tâm rất vi tế chỉ có thể khám phá một cách đầy đủ bằng chính tâm ấy, qua sự tập trung tu tập thiền định. Các pháp tu tiên tiến trong Mật điển Phật giáo cho phép con người trải nghiệm mức độ rất vi tế này của tâm.

Mức độ	Vật lý	Phi vật lý
Thô	Nguyên tử và phân tử: Đặc, Lỏng, và Khí	Sáu thức: thấy, nghe, ngửi, nếm, xúc, ý (ý nghĩ, ký ức, cảm xúc)
Vi tế	Phân tử nguyên tử phụ: Prô-tôn, Nơ-trôn, Ê-lec-trôn	Dòng tâm không cấu hình
Rất vi tế	Phân tử lượng tử: Lép-tôn, Quác-kơ, Bô-sôn	Tâm Tịnh Quang (thức thanh tịnh hay tính phật)

Bảng 1-1: Các tầng vi tế của thân và tâm.

Như vậy, Tâm là một sự tương tục vô tận, Tâm là thiện hữu từ trước đến đời này và sẽ tái tục ở đời sau, từ khi sinh ra đến khi chết, chúng ta đang trải nghiệm một cấu hình đặc biệt duy nhất của tâm thô trong một kiếp người, sau khi chết, tâm thô sẽ tan rã còn lại là tâm vi tế. Từ tâm vi tế một tâm thô mới xuất hiện. Chúng ta gọi quá trình này là *sự đầu thai.*

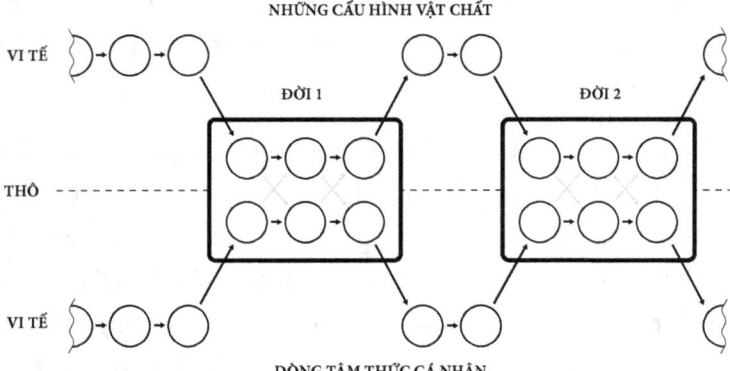

Hình 1-4: Sự hình thành và phân tán của các đời qua thời gian.

Một hành giả thiền định chứng ngộ cao có khả năng kiểm soát tâm vi tế, họ có thể chọn một hình tướng Tâm thô đời tiếp theo. Việc duy trì sự liên tục tu tập qua các đời, tạo nên sự làm chủ Tâm, hành giả có khả năng tiến vào các tầng vi tế hơn của Tâm. Bởi vì họ không quên tất cả "nghiên cứu" của mình nên họ có thể tiếp cận những cấp độ trải nghiệm tinh thần ngày càng vi tế hơn.

Một số người cho rằng Tâm hiện hữu tách rời với sự hiện hữu vật chất, có thể thực hành thiền quán hoặc dùng khoa học để nghiên cứu Tâm. Những khám phá khoa học đã chứng minh rằng Tâm chỉ có thể khám phá từ chính nó.

MÔ HÌNH CỦA TÂM

Từng bước chúng ta đang xây dựng một mô hình để tìm hiểu Tâm làm việc như thế nào. Mô hình càng chi tiết thì càng có nhiều thông tin để lựa chọn. Tâm không thể nghiên cứu qua tiếp xúc, qua thực tiễn cuộc sống, chúng ta sẽ khảo sát về Tâm trong quá trình nhận diện nguồn gốc của khổ và các phương pháp để vượt qua sự khổ đó.

Trong Phật giáo, có nhiều cách phân loại tâm khác nhau. Chúng ta có thể coi Tâm là một thực thể duy nhất, hoặc có thể chia nó thành những thành phần khác nhau. Việc phân loại sẽ làm nổi bật những khía cạnh khác nhau của Tâm. Những cách phân loại này sẽ cho chúng ta một bức tranh đầy đủ hơn về những gì đang diễn ra.

Sau đây chúng ta sẽ tìm hiểu một số cách phân loại Tâm ở tầng thô và vi tế. Vì tầng rất vi tế chỉ có thể vào được đối với những hành giả yoga cao cấp nên sẽ không đề cập tại đây.

Các Tâm Chính yếu và Thứ yếu

Tâm phân thành hai loại: Tâm chính yếu và Tâm thứ yếu

1. **Tâm chính yếu:** Tâm chính yếu là trải nghiệm của chúng ta về nhận thức, là *thứ* chúng ta ý thức được. Có nhiều loại tâm chính yếu, mỗi loại nhận diện bằng những đối tượng khác nhau. Ví dụ, nhãn thức nhận thức hình dáng và sắc tướng của một tâm chính yếu. Tâm ở tầng thức thô chủ yếu là nhận thức vật chất trong thiên nhiên, ở tầng vi tế tập trung vào trải nghiệm chủ quan đối với một tác nhân hay của một người quan sát.

2. **Tâm thứ yếu:** Tâm thứ yếu tập trung vào một đối tượng để nhận thức được nó. Nó thiên về *cách* chúng ta nhận thức được điều gì đó. Có nhiều loại tâm thứ yếu khác nhau, mỗi loại được xác định bằng quan hệ được tạo ra giữa một chủ thể nhận thức và một khách thể được nhận thức. Thí dụ: Tâm thứ yếu của "chú ý" là gắn kết với một khía cạnh đặc biệt của khách thể đang xuất hiện. Không nên hiểu việc dùng các từ "chính yếu" và "thứ yếu" trong quan hệ thời gian. Thay vì, chúng là những đặc tính đồng xuất hiện của tâm, xảy ra một cách đồng thời. Chữ chủ yếu ở đây là bản tính nền tảng của các Tâm này. Nếu không có sự nhận thức về chủ thể và khách thể thì sẽ không tạo thành các quan hệ.

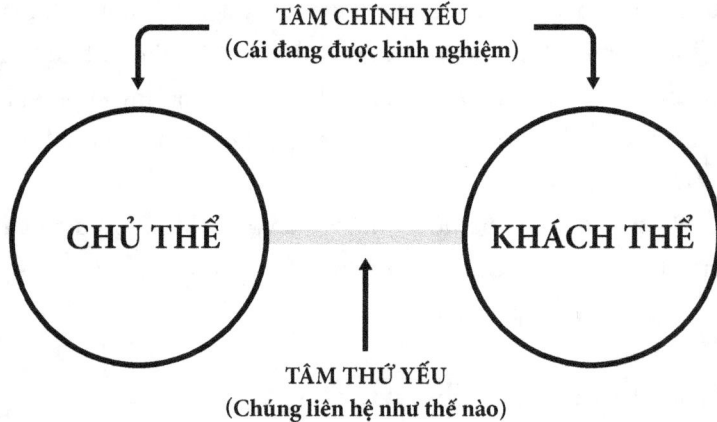

Hình 1-5: Cách các tâm chính và thứ yếu thiết lập cái thấy nhị nguyên.

Hai cách phân loại này cho phép quan sát Tâm ở các khía cạnh khác nhau. Tâm chính yếu cho biết ý nghĩa của các thành phần cơ bản, quyết định. Tâm thứ yếu cho phép hiểu những cách khác nhau của từng thành phần và mối liên hệ giữa chúng với nhau. Từ đó, chúng ta có khả năng nhận diện các mối quan hệ hòa hợp và các mối quan hệ không hòa hợp.

Tám loại Thức

Nghiên cứu các loại Tâm chính yếu ở các tầng thô và vi tế. Tâm là sự kết hợp từ nhiều loại Tâm khác nhau, ở các tầng mức khác nhau. Trong trường hợp này, Tâm mà chúng ta đang nghiên cứu đó là *thức*. Thức là bất cứ ý thức nào bị mối quan hệ nhị nguyên giữa chủ thể và khách thể chi phối. Sự tương tục của một thức là *dòng tâm*. Nếu một người có một quan điểm độc nhất, thì dòng tâm của họ cũng là độc nhất. Nếu chúng ta nhìn vào dòng tâm của riêng mình có hai phạm trù chính của thức là Giác thức và Tâm thức.

Giác Thức

Giác thức hay thức của giác quan là bất cứ một thức nào có quan hệ trực tiếp vào một giác quan vật lý. Ví dụ, nhãn thức quan sát ánh sáng phát ra từ một đối tượng và tiếp xúc với mắt. Thông tin được truyền vào một mẫu động điện mà đến phiên nó sẽ cho thấy màu sắc và hình dáng.

Hình 1-6: Các thành phần của giác thức.

Có năm loại giác thức:

Vật thể	Căn	Thức	Kinh nghiệm
Sóng ánh sáng	Mắt	Thấy	Màu sắc, hình dáng
Rung động	Tai	Nghe	Nghe điệu, giọng nói
Thành phần hóa chất	Mũi	Ngửi	Mùi
Thành phần hóa chất	Lưỡi	Nếm	Vị
Cấu hình vật chất	Thân	Xúc	Cảm giác cứng, lỏng, nóng, cử động

Bảng 1-2: Năm loại giác thức.

Các tướng của Thức được thấy trực tiếp nơi Tâm, nghĩa là khi các duyên cùng đến với nhau, kinh nghiệm sẽ phát sinh. Về bản chất chúng không phải khái niệm. Chúng là những tướng cực kỳ thô của Tâm khi chúng hiện diện trong dòng tương tục của các giác quan. Nếu lấy đi giác quan, thức tương ứng sẽ ngừng xuất hiện trong Tâm.

Qua thời gian, khi các giác quan của chúng ta bị hỏng, các phẩm tính tương ứng của các giác thức cũng hư hỏng theo. Sự thấy trở thành mờ, sự nghe sẽ bị nghẹt, vị giác sẽ bị nhạt đi. Việc này có thể điều chỉnh bằng công nghệ (đeo kính, vật trợ thính), hay qua phẫu thuật điều chỉnh giác quan (cắt bỏ vảy cá ở mắt chẳng hạn). Sự thật, giác thức không tiêu biểu cho thực tướng biểu thị. Đôi khi chúng ta chỉ có được một phần hoặc một sai lệch của nó.

Tâm Thức

Khi Tâm không bị bất cứ giác quan nào chi phối, đó là Tâm thức. Không giống như năm loại giác thức, Tâm thức có khả năng ý thức các sự vật hiện tượng. Ví dụ, khi ta nhìn một bông hoa, nhãn thức giống như tấm gương phản chiếu các chi tiết như màu sắc, hình dáng, Tâm thức hiểu về bông hoa đang phản chiếu trong gương. Như vậy, Nhãn thức thấy đối tượng, nhưng Tâm thức *biết* đối tượng. Ý thức phát sinh các khái niệm về các hiện tượng mà một giác thức nhận biết. Tâm thức có ba loại:

1. **Tâm Thức thô:** Đây là Tâm hợp lý. Nó được tạo thành bằng ý nghĩ, tâm ảnh và cảm giác chủ quan (như cảm xúc). Đây là trải nghiệm mà đa số chúng ta kết hợp với chữ "Tâm". Nó rất tùy thuộc vào điều kiện của bộ não. Nếu não bị tổn thương, tâm thức thô sẽ bị giới hạn, các "ký ức" của Tâm thức thô sẽ tạo ra Tâm ảnh ghi lại những kinh nghiệm quá khứ.

2. **Tâm Thức Mê hoặc:** Loại thức này là sự ngộ nhận về thực tướng mà chúng ta có trong quan hệ với cảm thức về ngã. Nó cung cấp nền tảng căn bản cho sự phát triển của toàn bộ tâm thức gọi là "phiền não". Một vài thức là phiền não thô, những phiền não khác thì vi tế hơn. Những hiểu biết méo mó về thực tướng sẽ tạo cho chúng ta những trải nghiệm đau khổ. Tâm Thức mê hoặc có thể rất khó phát hiện bởi vì nó làm tăng nhanh những khái niệm phát sinh trong tâm thức thô, thường rất khó nhận diện những quan niệm sai lầm này. Qua tu tập thiền định, sẽ có đủ tĩnh lặng để

nhận diện Tâm thức mê hoặc. Có bốn quan niệm sai lầm về Tâm Thức mê hoặc.

Thứ nhất là tin vào một cái ngã thực sự hiện hữu. Đây là sự tin quyết rằng bản ngã hiện hữu như là một thực thể gọi là "ngã".

Thứ hai là tin rằng bản ngã này có những thuộc tính hiện hữu theo cách đặc biệt, tạo điều kiện cho ngã ấy luôn tồn tại. Thứ ba là sự tin quyết rằng cái "tôi" này quan trọng hơn bất cứ ai khác gọi là ngã mạn. Cuối cùng là sự vô minh vì tin rằng ngã này luôn hiện hữu, độc lập như tên gọi Tâm thức mê hoặc. Quá trình loại bỏ tâm thức mê hoặc chính là loại bỏ bốn quan niệm sai lầm như trên đã làm cho Tâm phiền não phát sinh. Như ly nước bẩn, bản tính thanh tịnh luôn bị những khái niệm mê lầm này ám chướng.

3. **Tâm Thức nền tảng:** Hình thức vi tế của Tâm thức được biết như là Tâm Thức căn bản (còn gọi là thức A-lại-da hay thức hàm tàng). Nó là căn bản của toàn bộ Thức, chúng ta nhận thức về những trải nghiệm thế giới, môi trường, những đối tượng xung quanh và ngay cả thân của chúng ta xuất hiện như thế nào. Đây là nền tảng của Tâm, là nơi tàng trữ các loại Thức khác. Những thói quen của chúng ta tàng chứa trong Thức này được tái tục qua các đời được xem là vô ký vì không còn khái niệm tốt hay xấu nữa. Khi chúng ta ý thức được rằng đang ý thức về Thức mê hoặc thì đã nhầm tưởng về "bản ngã" đã được Tâm thức ghi nhận với những đặc tính khác nhau.

Tâm Thức căn bản có thể ví với độ sâu nhất trong những độ sâu của đại dương. Những xúc động và ý nghĩ của chúng ta là những làn sóng náo động trên bề mặt của đại dương, chúng không làm sao động nước sâu ở dưới. Khi chúng ta ở trạng thái vô thức sẽ thấy mình ở trong trạng thái nhập định sâu, tất cả những thức khác hòa tan trở về với Thức căn bản này. Mọi vật thấm nhập vào những chuỗi liên tục không bao giờ chấm dứt. Khi Tâm thức mê hoặc bị loại bỏ, Thức căn bản sẽ xuất hiện trong Thể thanh tịnh.

Bài Luyện tập 1.2 – Nhận diện Tâm thức thô

- *Hãy ngồi yên lặng một vài phút để tâm yên tĩnh.*
- *Với mắt mở, hãy nhìn quanh chậm chậm. Hãy trở nên ý thức về những màu sắc và hình dáng mà bạn có thể thấy được qua mắt. Hãy nhắm mắt một chút và xem những màu sắc và hình dáng đó thay đổi thế nào.*
- *Hãy mở mắt và quan sát các hiện tượng xuất hiện một lần nữa như thế nào. Đây là nhãn thức của bạn.*
- *Với mắt nhắm, hãy trở nên ý thức bất cứ âm thanh gì bây giờ đang xuất hiện. Hãy có một cảm giác đối với những phẩm tính của âm thanh và chúng thay đổi như thế nào qua thời gian. Hãy quan sát các âm thanh dồn dập lên nhau, mỗi cái đóng góp vào trải nghiệm như thế nào. Đây là Nhĩ thức.*
- *Hãy ngửi những mùi thơm khác nhau một lúc. Có lẽ hãy chọn một vài thức ăn và trở nên ý thức về các mùi khác nhau khi chúng thoảng đi qua mũi bạn. Đây là Tỉ thức.*
- *Cũng vậy, hãy cố gắng nếm những thức ăn khác nhau. Hãy xem bạn có thể phân biệt được những thành phần khác nhau của những gì bạn đang nếm hay không. Hãy quan sát cái vị ấy xuất hiện như thế nào khi thức ăn chạm lưỡi bạn, vị của nó còn đọng lại như thế nào sau khi thức ăn đã bị nuốt và rồi cuối cùng nó tan biến như thế nào qua thời gian. Đây là Thiệt thức.*
- *Hãy dùng bàn tay chạm một vật để cảm nhận vật ấy. Hãy hớp một ngụm nước và giữ nó trong miệng để cảm nhận về chất lỏng đó. Bây giờ hãy quan sát thân của bạn, vùng nào cảm giác nóng hay lạnh. Vùng nào hoạt động nhiều hơn. Hãy ý thức về hơi thở*

của bạn khi thở ra hay hít vào, ngực hay bụng bạn sẽ thót vào hay phồng ra. Cuối cùng, hãy tìm bất cứ vùng nào trong thân bạn nơi không có một cảm giác đặc biệt nào xuất hiện. Hãy cố gắng có được cảm giác về hư không. Đây là Thân thức.

- *Hãy để Tâm yên tĩnh để tưởng tượng bạn đang ngồi trong một cánh đồng cỏ đẹp giữa mùa xuân. Ở cạnh đồng cỏ là khu rừng đầy cây cao. Cành lá xum xuê tỏa ra mọi phía tạo thành một bóng mát che kín mặt đất. Bầu trời trong và mặt trời đang chiếu sáng. Bạn có thể cảm thấy hơi ấm của nó trên làn da mình. Xa xa là một cái hồ nhỏ. Bạn có thể thấy những gợn sóng lăn tăn của cá đang bơi dưới mặt nước. Hãy cố gắng cảm thấy thực sự như là bạn có mặt trong cảnh này. Đây là Tâm thức thô.*

Chúng ta có thể nhận diện tám phân loại của Thức. Trong tám Thức này, sáu Thức được xem là thô theo bản tính: Năm loại Giác thức và Tâm thức thô. Thức mê hoặc là một hỗn hợp của cả các Tâm thô và vi tế, trong khi Thức căn bản được xem là vi tế.

Vi tế	Loại	Thức
Thô	Giác quan	1. Nhãn thức
		2. Nhĩ thức
		3. Tỷ thức
		4. Thiệt thức
		5. Thân thức
	Tâm	6. Tâm thức thô
Thô và vi tế		7. Tâm thức mê hoặc
Vi Tế		8. Tâm thức căn bản

Bảng 1-3: Tóm lược "Tám Hình thức của Thức".

Tâm thức xuất hiện như thế nào

Chúng ta dùng *Ngũ Uẩn* để hiểu những chức năng khác nhau của Thức, quá trình Tâm thức phát sinh như sau:

1. **Sắc:** Chúng ta bắt đầu với những hiện tướng xuất hiện trong Giác thức hay Tâm thức gọi là *sắc*. Giả định tất cả các căn của chúng ta đang vận hành bình thường, chúng ta sẽ nhận được sáu dòng thông tin tương ứng với sáu giác quan (năm vật lý và một tâm trí). Những sắc này là đối tượng của Tâm chúng ta. Vì quá trình này xảy ra tức thời nên chúng ta nhận thức đồng thời với thời điểm ngay trước đó của Tâm thức.

2. **Thọ:** Tâm thức hiện tại có thể ý thức về một dòng tin tức ở nhiều thời điểm. Chúng ta có thể thọ nhận cảm giác của những sự vật như cảnh và âm thanh xảy ra một cách đồng thời, thực tế đây là một ảo ảnh được hiển hiện trong âm thức của chúng ta với tốc độ rất nhanh. Khi Tâm ý thức được hiện tướng, nó để lại ấn tượng của mình trên Tâm thức ấy, ấn tượng này gọi là *Thọ*. Chức năng chính của thọ là tạo tâm ảnh có thể kết nối với Tâm thức.

3. **Tưởng:** Trên căn bản của những đặc tính của tâm ảnh này, Tâm sẽ tạo ra một phản ứng sơ khởi. Phản ứng này là quan hệ căn bản nhất giữa khách thể được nhận thức (tâm ảnh) và chủ thể nhận thức (ý thức về ảnh đó). Nó sinh ra khi tâm ảnh kích hoạt cho những tập khí của thói quen chứa trong thức căn bản và biểu hiện gắn kết hay không gắn kết với khách thể.

4. **Hành:** Một khi sự kết nối sơ khởi được hình thành giữa chủ thể và khách thể, thì toàn bộ các mối liên hệ sẽ phát sinh. Chúng ta có thể nghĩ về thức căn bản giống như một mạng lưới liên kết lớn. Khi một khuynh hướng được kích hoạt, thì nó làm cho những khuynh hướng khác kích hoạt theo, giống như những gợn sóng lăn tăn sinh

ra trên mặt nước khi ném một cục đá xuống ao. Những khuynh hướng này hiển hiện như một tầm rộng những thiết kế có tính khái niệm hình thành hay tạo điều kiện cho loại quan hệ mà bạn đang phát triển với khách thể ấy. Như vậy, Hành là khi Tâm tạo điều kiện để Tưởng khởi phát một cách đầy đủ từ toàn diện đến chi tiết.

5. **Thức:** Là kết quả phát sinh tùy theo quá trình Thọ nhận và Tưởng của Tâm thức. Nếu quá trình thọ và tưởng dựa trên những quan niệm sai lầm bị lừa dối, thì việc giải thích kinh nghiệm sẽ không phù hợp với thực tại. Sự ngộ nhận này sẽ làm cho đau khổ phát sinh dẫn đến các thọ cảm không thích thú. Nếu sự việc phù hợp với thực tế, thì sẽ làm cho Thức về hạnh phúc nảy sinh.

Để hiểu quá trình này, chúng ta có thể quan sát thí dụ sau:

Hãy tưởng tượng bạn đang ngồi ở một nhà hàng. Bạn vừa mới ăn xong và đang chờ món tráng miệng, tưởng tượng sẽ có một miếng bánh sô-cô-la lớn dễ thương. Người phục vụ đến gần bàn và đặt món tráng miệng xuống, đó là một lát bánh chanh. Bạn vô cùng phẫn nộ, nhìn lên người bồi bàn một cách bực tức và nói: "Bánh sô-cô-la của tôi đâu?".

Cái gì đang xảy ra trong Tâm? Trước tiên, chúng ta hãy bắt đầu với Sắc. Nhãn thức của bạn quan sát một hình tròn màu trắng và một hình tam giác màu nâu nhạt, nó trông giống như một viên tròn màu vàng nhạt. Tâm thức của bạn nhặt lấy những màu và hình dáng này và tạo thành một tâm ảnh trong Tâm. Bạn bất chợt ghét bánh chanh và phản ứng khởi đầu của bạn khi thấy Sắc này là ghê tởm. Và bây giờ hành bắt đầu vào. Đây không phải là bánh sô-cô-la. Đây là bánh chanh. Tôi ghét bánh chanh. Tôi muốn sô-cô-la, Tôi không muốn bánh chanh. Tại sao bánh chanh này lại ở đây? Tại sao người này lại mang cái vật khủng khiếp này cho tôi? Tại sao những điều xấu này luôn luôn xảy ra với tôi? v.v... và v.v...

Khi chúng ta dấy lên các câu hỏi về các sự việc đó ấy, chúng ta tạo ra cái vòng hồi đáp. Cảm giác "giận dữ" của chúng ta sẽ tăng thêm khi ta tăng thêm nóng giận. Cuối cùng, nó mạnh đến nỗi chúng ta cảm thấy phải làm cái gì đó. Trong trường hợp lát bánh chanh, bạn trở nên giận dữ và lên tiếng sỉ vả người phục vụ.

Sự vật không phải luôn luôn được khuếch đại như tôi đang nói ở đây. Đôi khi phản ứng của chúng ta rất vi tế và những lớp phủ khái niệm cũng vi tế như vậy. Những lúc khác, chúng có thể tệ hơn nhiều. Hãy nghĩ đến cảnh giận dữ khi lái xe trên đường đang bị ùn tắc làm thí dụ. Qua các thí dụ trên, chúng ta có thể thấy được cách suy nghĩ về toàn bộ các trải nghiệm của chúng ta.

TÓM TẮT CHƯƠNG MỘT

- Tâm là nguồn của hạnh phúc vì thế nó là hiện tượng quan trọng nhất chúng ta cần hiểu.

- Tâm không là não. Tâm là hiện tượng phi vật chất có những khía cạnh thô giống với não và những khía cạnh vi tế thì không giống.

- Tâm là sự tương tục vĩnh viễn của kinh nghiệm không có khởi đầu và không có kết thúc.

- Giây phút hiện tại của Tâm là kết quả của những giây phút trước của Tâm, trong khi những giây phút vị lai là những kết quả của hiện tại. Điều này có nghĩa là bằng cách huấn luyện tâm trong hiện tại, chúng ta có thể định dạng cho những kinh nghiệm sẽ phát sinh trong tương lai.

- Tâm vận hành ở những tầng vi tế khác nhau: Thô, vi tế, và rất vi tế.

- Tâm có thể chia thành Tâm chính yếu và Tâm thứ yếu, mà Tâm chính yếu có thể dùng miêu tả cái gì đang xảy ra với tâm và Tâm thứ yếu dùng miêu tả chúng ta liên hệ với hiện tướng như thế nào.

- Có tám Tâm chính yếu: Năm loại Giác thức và ba loại Tâm thức.

- Chúng ta có thể hiểu tâm thức phát sinh như thế nào thông qua năm uẩn: Sắc, Thọ, Tưởng, Hành và Thức.

Bồ tát Văn Thù Sư Lợi, vị Bồ tát của Trí tuệ

Những Tâm Thức Tiêu Cực

Ở chương trước, đã trình bày các trạng thái Tâm hạnh phúc hay đau khổ. Những điều kiện bên ngoài và hoàn cảnh xung quanh đời sống hàng ngày chỉ là những điều kiện xúc tác, để đạt được một đời sống tích cực hơn chúng ta cần hiểu Tâm làm việc như thế nào.

Hãy hồi tưởng về những khi chúng ta cảm thấy xao xuyến, giận dữ hay buồn bã. Các trạng thái của Tâm khác nhau cho biết Thức phát sinh như thế nào, nguyên nhân nào tạo ra các trạng thái không mong muốn của Tâm. Để nghiên cứu các nguyên nhân đó (để biết cách chữa trị chúng) cần một mô hình chi tiết như sau:

NĂM MƯƠI MỐT TÂM SỞ PHÁP

Mỗi Tâm pháp là một liên hệ giữa Tâm với một đối tượng. Những thành phần khác nhau có ảnh hưởng khác nhau tại thời điểm mà Tâm thức của một người đang trải nghiệm giống như những thành phần khác nhau kết hợp lại tạo nên một tách trà. Tùy vào số lượng của các thành phần, chật lượng của tách trà sẽ khác nhau.

Trong phần tiếp theo, chúng tôi sẽ giới thiệu một cách tổng quát về sáu phạm trù của Tâm Sở pháp được triết học Phật giáo công nhận. Để được ngắn gọn, tôi sẽ không đi vào chi tiết của tất cả các Tâm Sở pháp. Để hiểu rõ hơn xin tham khảo phần phụ lục ở cuối sách này.

1. Những Tâm Sở Pháp Hiện tiền

Nhóm thứ nhất gồm các Tâm Sở pháp – những thành phần nền tảng nhất của nhận thức, chúng xuất hiện trong mọi khoảnh khắc đơn lẻ của Giác thức và Tâm thức, chúng được nhận biết là *hiện tiền*. Những pháp này đa số là nhận thức trực tiếp, là điều kiện cho Tâm nhận thức xuất hiện. Có năm *Tâm Sở Pháp Hiện tiền*:

1. **Cảm giác:** Cảm giác là kết nối với sáu Thức. Khi Giác thức nhận biết về một khách thể qua một giác quan, thì một cảm giác xuất hiện. Nó không chỉ là tình cảm thô mà mọi người nhận biết mà còn là cảm giác vi tế thấm nhập vào nhận thức. Phẩm tính này của cảm giác có trong mọi tâm trạng và bao gồm tất cả những liên kết trực tiếp với khách thể, dù chúng thích thú, không thích thú hay trung tính, xảy ra trong một sát na (đơn vị ngắn nhất của thời gian). Bất cứ thức nào xuất hiện trong mọi thời điểm cũng chứa một cảm giác.

2. **Phân biệt:** Phân biệt là khi Thức nhận biết một đặc tính riêng của một khách thể hay một nét đặc trưng riêng của khách thể và gán cho nó nghĩa qui ước. Nó dán nhãn hiệu hay đặt tên cho khách thể để phân biệt một vật với vật khác. Ví dụ, phân biệt ánh sáng với bóng tối, hay phân biệt cái bàn với đồ vật khác không cần lời nói. Tất cả điều này đang xảy ra một cách đồng thời và liên tục với mọi sự vật chúng ta quan sát. Nếu không phân biệt, Tâm không thể kết nối với khách thể, với đối tượng và những quá trình của tâm.

3. **Ý định (hay Ý chí):** Là cách tâm gắn kết với khách thể, với mục đích có ý thức hướng dẫn hành động. Không có ý định, tâm không thể hướng sự chú ý của nó đến một khách thể. Toàn bộ sự hoạt động của tâm có ý định.

4. **Tiếp xúc:** Là cách chúng ta kết nối với một đối tượng. Nó xảy ra khi gặp nhau của ba pháp: thời điểm trước của thức (là bất cứ loại thức nào) đối tượng và giác quan. Không có tiếp xúc, tâm không thể gặp được đối tượng và thiết lập quan hệ hay tình cảm với nó. Nó phân biệt rằng đối tượng của nhận thức là thích thú, không thích thú hay trung tính, cung cấp nền tảng cho kinh nghiệm nó với cảm giác hạnh phúc, không hạnh phúc hay thản nhiên.

5. **Chú ý (và Gắn kết của Tâm):** Sự gắn kết của tâm là sự thấm nhập của thức vào một đối tượng qua chú ý ở một mức độ nào đó. Bất cứ loại thức nào, dù nó xuất hiện ngắn ngủi, cũng luôn luôn gắn kết với một đối tượng đặc biệt. Chú ý hiện diện ở mọi giây phân ly đối với tất cả chúng sinh, không có nó, tâm không thể còn cố định với một đối tượng, được bất cứ thức nào trong sáu thức kinh nghiệm, kết quả mất đi toàn bộ sự ổn định.

Nếu bất cứ pháp nào trong các tâm pháp này vắng mặt, thì mối quan hệ giữa chủ thể và khách thể không thể thiết lập được. Chừng nào tất cả năm pháp đều hoạt động (dù mạnh đến đâu), bạn rất ít có căn bản nhất cho sự kết nối có thể ủng hộ những pháp khác của tâm xuất hiện. Bằng cách làm gia tăng sức mạnh những pháp hiện tiền của tâm này, bạn có thể làm mạnh thêm sự kết nối chúng tạo ra. Sự kết nối càng mạnh thì thông tin mà Tâm nhận được càng nhiều nên nhận thức về thực tướng sẽ càng chính xác.

Bài Luyện tập 2.1 – Thiết Lập Sự Kết Nối

- *Hãy ngồi yên lặng chốc lát để tâm yên tĩnh.*
- *Hãy chọn một hình thức đặc biệt của thức để tập trung. Đây có thể là một trong năm Giác thức hay Tâm thức. Hãy cố gắng nhận diện một trải nghiệm đặc biệt dùng làm chủ đề phân tích của bạn.*

- *Hãy xem xét chủ đề bạn đã chọn. Có thể nó là hiện tưởng thị giác của một đóa hoa, hay một cái tách. Bất cứ là hiện tượng gì, hãy thiết lập trong tâm bạn kịch bản trong đó chủ đề ấy xuất hiện với tâm bạn. Hãy chú ý cái gì đang thực tế hiện ra. Hiện tưởng này là cảm giác.*

- *Các chi tiết của cảm giác này là gì? Những đặc tính của nó là gì? Hãy có được một cảm tưởng thế nào về cái tâm biệt lập vàtách rời cảm giác ấy với hậu trường. Cảm giác này xuất hiện trước bạn rõ ràng như thế nào. Sự tách rời này của đối tượng là sự phân biệt.*

- *Tâm của bạn tập trung ở chỗ nào? Nó bị khóa lại nơi cảm giác hay cảm giác nhiều ở ngoại biên? Tính trực tiếp của tâm là ý định.*

- *Bây giờ hãy xem xét, cảm giác này xuất hiện trong tâm bạn như thế nào? Tôi đang nhận thức nó qua giác quan nào? Hãy đưa đến tâm ba điều kiện: đối tượng, giác quan và thức. Hãy nhận diện một trong ba điều kiện này. Ví dụ, những làn sóng ánh sáng có thể là đối tượng, mắt là giác quan, và khi chúng gặp nhau, một nhãn thức về hoa xuất hiện. Sự cùng nhau đến này của ba điều kiện là tiếp xúc.*

- *Cuối cùng, sự gắn kết với cảm giác này của bạn mạnh như thế nào? Bạn có hoàn toàn thâm nhập nơi cảm giác hay nó chỉ chiếm cứ một phần tâm của bạn? Sức mạnh tập trung này là sự chú ý.*

2. Pháp Quyết Định Đối Tượng

Các pháp hiện tiền của Tâm có khả năng thiết lập sự kết nối với các hiện tưởng của sáu thức. Nhóm kế của các Tâm Sở pháp cho phép Tâm biết cái gì đang xảy ra. Tri kiến này khẳng định đối tượng: cái này không phải là cái kia. Tổng cộng, có năm *Tâm Sở pháp Quyết định Đối tượng*:

1. **Nguyện vọng:** Là ham muốn hay ý định đạt được một vật, không quan tâm nó có đáng hay không, là cái tâm thích một vật và muốn

biết nó một cách đầy đủ. Nguyện vọng là ước muốn thực hành, là chỗ dựa cho sự nỗ lực và tinh tấn phát sinh.

2. **Tín (sự Tín quyết):** Tín là sự xác quyết vững chắc rằng một khách thể hay chủ thể là có thực; tin là sự xác quyết cái này và không phải là cái kia; là sự tin tưởng có bằng chứng hiển nhiên rằng nó là đúng, bằng kinh nghiệm, lý luận hay viện dẫn kinh điển. Người ta cũng có thể giả định hay tin "một cách mù quáng" không có bằng chứng. Trong từng trường hợp niềm tin phát sinh trong mối quan hệ trực tiếp với khách thể hay chủ thể.

3. **Niệm:** Niệm có thể xem như là một loại "keo của tâm" nó giữ một đối tượng ở tiêu điểm, rõ ràng trong tâm, giống như nhìn một hình ảnh trong cuộc đàm thoại. Niệm có thể trong thời kỳ dài hay ngắn, đối tượng có thể trong thời điểm hiện tại. Niệm đạt được bằng rèn luyện và mục đích của đối tượng cần ghi nhớ.

4. **Định:** Định có nghĩa là tập trung tâm hướng vào một đối tượng hay một đề mục có suy xét, duy nhất, không có bất cứ sự phân tán nào. Đây là trạng thái tập trung không phân tán, giống như xe sợi chỉ đến điểm tốt để xỏ qua lỗ kim khâu.

5. **Tuệ:** Tuệ là thuốc trị độc của nghi. Nó là mức độ cao của nhận thức đối tượng, biết thực tướng của một đối tượng bất chấp nó là gì. Hiểu rằng toàn bộ sự hiện hữu theo qui ước là vô thường trên bình diện vi tế là một thí dụ về tuệ. Tuệ chân thực luôn luôn đưa đến bình an và tĩnh lặng, nó dạy chúng ta rằng mọi sự vật tương tùy và tự nhiên, nó cho chúng ta tuệ kiến về cái gì là tốt nhất cho mình và người khác, khác với kiến thức có hại, đưa đến đau khổ như chế tạo vũ khí. Dĩ nhiên kiến thức tự nó không có hại, nhưng nó không có căn cứ trong tuệ chân chính.

Khi những Tâm Sở pháp này mạnh thì sự khẳng định của nhận thức cũng mạnh. Với độ khẳng định lớn, bạn sẽ hành động hiệu quả hơn hợp với tình thế hơn. Nếu những pháp này yếu thì không nhận định đúng thực tế đang xảy ra, rất dễ mắc sai lầm.

Bài Luyện tập 2.2 – Nhận biết Đối Tượng

- *Hãy ngồi yên lặng một vài phút để tâm yên tĩnh.*
- *Hãy chọn một hình thức của thức để tập trung vào đó. Đây có thể là một trong năm thức hay tâm thức. Hãy cố gắng nhận diện một kinh nghiệm đặc biệt dùng làm đối tượng phân tích.*
- *Bạn thấy thích đối tượng ấy như thế nào? Hãy có cảm giác đối tượng ấy hấp dẫn sự chú ý của bạn bao nhiêu? Sự ham muốn gắn kết với đối tượng này là nguyện vọng.*
- *Tâm của bạn bám vào đối tượng ấy kiên định như thế nào? Bạn có tin quyết rằng bạn quả thực đang kinh nghiệm đối tượng ấy theo cách hiện thực hay có nghi ngờ gì? Cái gì bạn đang trải nghiệm nó có phải là một ảo ảnh không? Sự chắc chắn rằng đối tượng đó như nó có là niềm tin.*
- *Sự nhận biết đối tượng ấy của bạn vững chắc như thế nào? Có phải bạn đang có được sự gắn kết tạm thời, hay là tâm có thể ngồi với đối tượng ấy trong một độ thời gian nào đó? Sự kiên định của Tâm nắm giữ đối tượng một cách liên tục là niệm.*
- *Tâm của bạn tập trung như thế nào? Nó nắm giữ đối tượng ấy một cách qui nhất hay nó bị nhiều đối tượng khác nhau phân tán? Bạn có thấm nhập đối tượng ấy hay sự chú ý của bạn bị phân chia? Khả năng tập trung một cách qui nhất là định.*
- *Bạn có biết đang nhận thức cái gì không? Nó là một cái bàn, một cái ghế, một âm thanh, một ý nghĩ? Nó là cái gì? Khả năng phân biệt những đặc tính khác nhau chúng là tuệ.*

3. Những Phiền Não của Tâm

Các Pháp Hiện tiền và Quyết Định Đối Tượng của Tâm không dễ dàng cho chúng ta quán sát, nó cũng không phải là nền tảng để hình thành các khái niệm của Tâm. Các nhóm Tâm Sở pháp còn lại cho phép Tâm liên hệ với một đối tượng.

Bất cứ pháp nào của Tâm khiến nó trở nên kích động đều là phiền não. Chúng là ô nhiễm và phiền não, chúng là những xúc động có thể khiến chúng ta mất bình tĩnh, mất sự tự kiểm soát và khiến chúng ta có những quyết định không khéo léo. Đem đau khổ đến cho mình và người khác, phiền não giống như bụi bẩn che dấu những phẩm tính tốt bên trong của chúng ta.

Phiền não có quan hệ đặc biệt với những đối tượng không phù hợp với thực tướng. Chúng can dự vào việc làm sai lệch thực tướng. Vì lý do này chúng được xem là *Thức Mê hoặc*. Những phiền não bắt nguồn từ tâm gồm sáu *Phiền não gốc từ Tâm* như sau:

1. **Chấp trước:** Bám vào những phẩm tính tích cực của đối tượng được nhận thức.

2. **Ác cảm:** Bám vào những phẩm tính tiêu cực của đối tượng được nhận thức.

3. **Vô minh:** Không biết khía cạnh đặc biệt của thực tướng.

4. **Ngộ nhận:** Chủ động tin vào một quan niệm sai lầm.

5. **Kiêu mạn:** Tin rằng những phẩm tính riêng của một người thượng đẳng hơn những phẩm tính ấy của người khác.

6. **Phiền nghi:** Không có lòng tin vào những điều chân thực.

Chi tiết về ảnh hưởng của phiền não gây ra đau khổ sẽ trình bày chi tiết ở cuối chương này.

4. Những Phiền Não Chuyển Biến Từ Tâm

Trong sáu phiền não gốc, Ba thứ chấp trước, ác cảm, và vô minh có sức mạnh một cách đặc biệt. Ba thứ này gọi là Ba Độc (Tam độc) vì chúng liên đới với những tâm thái tiêu cực. Tổng cộng có hai mươi phiền não phát sinh từ tâm, mỗi nhóm được thành lập bởi những phiền não gốc mà chúng có liên hệ nhiều nhất.

Phiền não gốc	Tâm pháp
Ác cảm	1. Phẫn nộ (Giận)
	2. Oán hận (Hờn)
	3. Tật (Tật đố/Ganh ghét)
	4. Hại (Tổn hại)
Chấp trước	5. Xan (Bủn xỉn)
	6. Kiêu (Kiêu căng)
	7. Cuống (Dối)
Ác cảm và Chấp trước	8. Ganh ghét
Vô minh	9. Phú (Che giấu)
	10. Giải đãi (Lười biếng)
	11. Hôn trầm
	12. Trạo cử
	13. Xiểm (Bợ đỡ, nịnh nọt)
	14. Bất tín
Chấp trước và Vô minh	15. Thất niệm
	16. Phóng dật Chấp trước

Phiền não gốc	Tâm pháp
Ác cảm, Vô minh	17. Vô tàm
	18. Vô quý
	19. Bất chính tri
	20. Tán loạn

Bảng 2-1: Hai mươi Phiền não Phát sinh.

5. Các Pháp Đức Hạnh của Tâm

Không giống các phiền não, các pháp đức hạnh được xem là xuất phát từ sự hiểu chính xác về thực tướng. Bởi vì không có sai lệch nên nó được sử dụng như là phương thuốc giải độc cho các tâm thái phiền não, chúng có khuynh hướng ảnh hưởng làm cho tâm được bình yên, hòa hợp. Mười một *Pháp* Đức hạnh của Tâm là:

1. Tin
2. Tàm (biết xấu hổ)
3. Quý
4. Không tham
5. Không sân
6. Không si
7. Tinh tấn
8. Khinh An
9. Không phóng dật
10. Hành Xả
11. Không làm hại

6. Các Pháp Biến Đổi của Tâm

Nhóm tâm sở cuối cùng có khả năng là trạng thái tâm thiện lành hoặc phiền não. Bởi vì chúng có bản chất trung tính nên chúng sẽ mang "hương vị" chung của các yếu tố tinh thần khác hiện có. Bốn *Pháp Biến đổi Tâm* gồm:

1. Tĩnh lặng
2. Biết hối tiếc
3. Thiền (Thiền chỉ, Thiền quán)
4. Tinh tấn

Trong các pháp này, hai phạm trù đầu là thông tin bạn có thể nhận thức. Các phạm trù thứ ba và thứ tư là những giải thích về những sai lệch của thực tướng, do đó cần phải loại bỏ, phạm trù thứ năm cần được trau dồi. Phạm trù thứ sáu cần được phát triển một cách khéo léo trong sự kết nối với Tâm thiện.

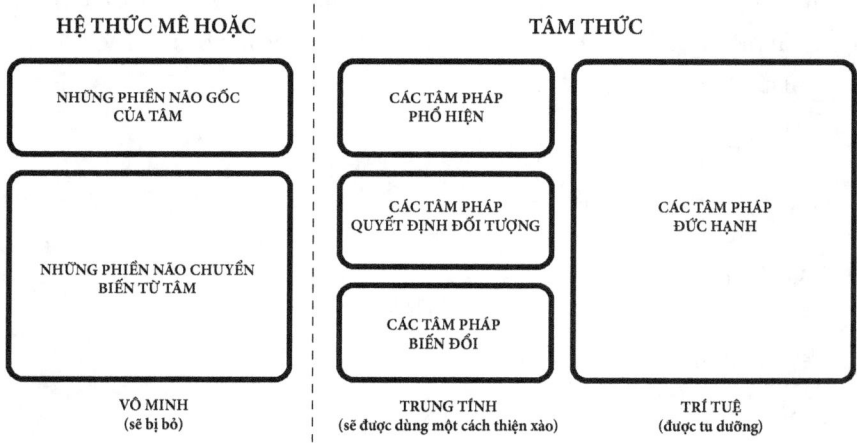

Hình 2-1: Tổng quan "Năm Mươi Mốt Tâm Pháp".

THIẾT LẬP NHẬN THỨC ĐÚNG

Với mô hình Tâm trình bày trên, có thể thấy những trải nghiệm của chúng ta không phải lúc nào cũng phù hợp với thực tại. Những sự sai lệch được nhận biết qua các giác quan vật lý, qua sự thiên lệch của thức mê lầm hoặc kết hợp cả hai. Nói một cách đơn giản, tâm của chúng ta nhận thức sự vật không đúng như thật, còn tâm giác ngộ nhìn sự vật đúng. Vì lý do này, chúng ta có thể nhận biết rõ ràng những trải nghiệm của chúng ta có phù hợp với thực tướng hay không, tầm quan trọng của các trải nghiệm này thế nào.

Cách nhận diện các hiện tượng khác nhau của Thực tướng:

1. **Hiện tiền:** Những hiện tượng hiển nhiên có thể nhận thức dễ dàng bằng năm giác thức vật lý hoặc bằng tâm thức của chúng ta. Thí dụ cái ghế, cảm xúc, ký ức hay con voi. Đây là những hiện tượng mà bất cứ người nào cũng có thể trải nghiệm.

2. **Ẩn tế:** Là hiện tượng bị che khuất không trực tiếp nhận thức được. Thí dụ: sự vận động vô thường vi tế của cơ thể của chúng ta. Chúng ta đang thay đổi rất nhiều trong từng giây phút, các tế bào phân chia và tái sinh, quá trình này bị che giấu trước nhãn thức. Để khám phá sự vận động này, cần dùng công nghệ hiện đại để sự thấy biết được rõ ràng. Các pháp tu thiền định để cải thiện phẩm tính của tâm chúng ta, cũng vậy, có thể thấy rằng một hiện tượng ẩn tế không phải là nó không có, nó chỉ ẩn tế trong khi những điều kiện cần thiết để nhận biết chưa theo kịp.

3. **Rất ẩn tế:** Là hiện tượng rất phức tạp đến độ chúng ta không thể nhận biết nó bằng các tâm thô hay vi tế. Thí dụ: các nhân và duyên đã đến với nhau tạo thành những mẫu hình đặc biệt của lông con công. Hay tương tự, hiểu tất cả các nguyên nhân quyết định hạnh phúc hay đau khổ nhất thời của một cá nhân.

Chúng ta có thể khẳng định một nhận thức khi biết chính xác các thuộc tính của nó. Để phát triển kiến thức có giá trị của các loại hiện tượng kể trên, chúng ta cần dựa vào những nhận thức sau đây.

Nhận Thức Trực Tiếp

Nhận thức trực tiếp là nắm bắt sự xuất hiện của một vật trước Tâm, là sự tiếp nhận của Giác thức hay Tâm thức một cách chân thực. Thí dụ: khả năng biết một bông hoa bằng cách ngửi mùi nó. Nhìn chung, Tâm chỉ có thể nhận thức trực tiếp thông qua các Giác thức hay Tâm thức thô. Những hình thức vi tế hơn của tâm được nhận thức trực tiếp khả hữu, trừ phi Tâm đã trải qua tu tập thiền định, chúng xảy ra rất nhanh đến độ chúng ta không ý thức được về chúng.

Cũng như thiền định có thể cải thiện khả năng nhận thức hiện tượng một cách trực tiếp hơn, các công nghệ vật lý cũng có thể giúp mở rộng khả năng Giác thức của chúng ta. Trong khoa học có thể dùng các thiết bị công nghệ hiện đại để nhận biết những hiện tượng ngoài phạm vi khả năng bình thường của con người. Một kính viễn vọng khổng lồ cho phép chúng ta quan sát các thiên hà cách xa hàng tỷ năm ánh sáng, hay trình tự đơn giản của thời gian trôi qua máy chụp ảnh có thể cho thấy sự chuyển động của cây cỏ hay băng hà.

Trong các cách để nhận thức thì nhận thức trực tiếp là chắc chắn nhất, nó có rất ít sai lệch hay trùng nhau giữa tâm của bạn và hiện tượng đang được quan sát. May mắn là tất cả các hiện tượng đều có tiềm năng có thể nhận biết được một cách trực tiếp, ngay cả những hiện tượng ẩn tế hay rất ẩn tế. Khi tâm được huấn luyện đúng và tất cả những sai lệch được loại bỏ thì không còn bất cứ rào cản nào đối với những gì chúng ta có thể biết được.

Lý Luận Hợp Lý

Khi bạn không thể quan sát trực tiếp một hiện tượng, thì bạn cần tìm cách nhận biết nó một cách gián tiếp. Chúng ta làm như vậy bằng cách dựng lên một Bảng các tiêu chuẩn để đánh giá cho từng hiện tượng đã có sẵn. Trên cơ sở của bảng đánh giá này có thể suy xét một cách hợp lý các hiện tượng, giúp bạn mở rộng kiến thức của mình.

Hãy lấy thí dụ lửa chẳng hạn. Lửa là một hiện tượng hiển nhiên, và vì thế chúng ta có thể biết nó qua kinh nghiệm trực tiếp. Từ kinh nghiệm đó, chúng ta có thể qui những đặc tính khác nhau cho nó, như khi cháy, nó sinh ra khói. Trên căn bản của mô hình rất đơn giản này, chúng ta có thể suy ra rằng bất cứ khi nào thấy có khói, ắt là có lửa. Bằng cách này, dù cho chúng ta không thể nhận thức trực tiếp lửa, vẫn có thể biết nó một cách gián tiếp qua nhận thức trực tiếp từ dấu hiệu khói bay lên trời.

Khoa học dùng lý luận hợp lý để biết một cách gián tiếp các hiện tượng trong phạm vi khác nhau. Hãy xem làm sao chúng ta biết được nguồn gốc của vũ trụ. Không một người nào từng du hành trở về đúng lúc chứng kiến vụ nổ big bang. Thay vì, các nhà khoa học đã phát triển các mô hình toán học cho phép họ tìm ra nguyên nhân của những quan sát mà họ đã thực hiện.

Để lý luận có khả năng thuyết phục tâm, cần phải có niềm tin vào logic của những lý luận đã được xác quyết. Niềm tin sẽ được xác quyết khi các chỉ tiêu trong Bảng đánh giá được chứng thực là đúng khi quan sát trực tiếp các sự vật hiện tượng; hãy vận dụng các thí nghiệm khoa học đã có kết quả tốt để chứng minh. Ví dụ, nhà khoa học đầu tiên thiết lập một giả thiết, một tiên đoán cho một kết quả nào đó đặt căn bản trên một mô hình có sẵn, Rồi một thí nghiệm được thực hiện sau những quan sát trực tiếp. Những quan sát này được so sánh với giả thiết để xem nó có phù hợp với mô hình đó hay không. Với mỗi sự quan sát phù hợp, niềm tin quyết của chúng ta rằng một mô hình tiêu biểu chính xác thực tại càng tăng trưởng.

Trong Phật giáo cũng chủ trương đúng như vậy. Mô hình về Tâm là kết quả của các thống kê từ những hành giả thực hành thiền quán miên mật. Họ đã có kết nối chặt chẽ với Tâm khi quan sát trực tiếp nhiều hiện tượng là ẩn tế đối với mọi người nhưng lại là hiển nhiên đối với họ. Những quan sát này tạo ra các phương pháp khả hữu dùng cho những người còn chưa tu tập tinh tấn, để biết những khía cạnh của tâm một cách không trực tiếp, các hành giả thực hành thiền quán cần tham khảo các phương pháp sau:

Tin vào thẩm quyền

Rất ít người đã thấy hạt vi lượng (quark), đối với đại đa số chúng ta, các phân tử lượng tử là hiện tượng rất ẩn tế. Chúng ta không có bất cứ một Giác thức nào để nhận biết chúng là gì và chúng hiện hữu như thế nào. Trong khi các nhà toán học đã miêu tả rất cụ thể lượng tử vận hành như thế nào, các mô hình này được các nhà toán học trình bày một cách cực kỳ phức tạp, không thể giải đoán được đối với cái Tâm không tu luyện. Cách duy nhất chúng có thể biết chúng là qua sự chứng thực của những người hiểu các mô hình ấy hoặc đã thực hành thí nghiệm những mô hình đó.

Chúng ta gọi những người này là "Thẩm quyền". Thẩm quyền là người mà chúng ta tin là có kiến thức về một hiện tượng cụ thể. Chúng ta đặt niềm tin vào những người này vì các lý do:

1. **Kinh nghiệm:** Khi chúng ta biết kết quả công việc mà một người đã trải qua hoặc đặt sự tin tưởng vào trình độ chuyên môn của họ trong lĩnh vực đã được công nhận, niềm tin vào kinh nghiệm của người đó cả về lý thuyết và thực hành. Cũng như sự tin tưởng bạn có được khi đi khám bệnh tại một bác sĩ đã lành nghề và một bác sĩ vừa mới tốt nghiệp.

2. **Tính nhất quán:** Khi chứng kiến một Thẩm quyền đúng về các vấn đề đã được công nhận, chúng ta sẽ tin tưởng vào những chủ đề đó. Thí dụ: chúng ta đặt niềm tin vào các nhà khoa học vì những đóng góp của họ làm cho cuộc sống tốt hơn, cũng vì thế chúng ta tin theo "những phát minh khoa học" của họ cho dù chúng ta không hiểu biết các vấn đề khoa học đó.

3. **Động cơ:** Mức độ tin tưởng mà chúng ta đặt vào một người cũng tùy thuộc vào động cơ, lý do người này chia sẻ thông tin. Nếu người đó đáng tin và thực sự muốn giúp đỡ thì chúng ta dễ chấp nhận những gì họ nói. Nếu nhận thấy sự thành thật và kiến thức

củahọ dùng để lừa thì chúng ta sẽ không đặt niềm tin vào lời khuyên, ý kiến của họ nữa. Thí dụ hai người giới thiệu một loại thuốc đặc biệt cho bạn dùng. Một bên có một đại diện của một công ty dược phẩm muốn bán cho bạn sản phẩm. Bên kia, có một người bạn là nhà hóa sinh xác quyết rằng thuốc này có thể giúp bạn. Bạn tin người nào hơn?

Trong các nghiên cứu về Phật giáo, có nhiều hiện tượng mà chúng ta không thể trực tiếp trải nghiệm, số khác có thể trải nghiệm một cách gián tiếp qua lý luận khi chúng ta tin tưởng ở mô hình đang được giới thiệu là cơ sở để tin cậy.

Mức độ tin tưởng vào những phẩm tính của Đức Phật lịch sử (nguồn của những mô hình này), chúng ta có thể biết đây là nguồn tài liệu có giá trị.

Thứ nhất, tất cả những tuệ kiến mà Đức Phật có được là do thực hành miên mật như là một hành giả thiền quán. Ngài đã phát triển các duyên từ những trải nghiệm trong hơn sáu năm tu khổ hạnh và hơn bốn thập niên thuyết pháp về những tuệ kiến đó. Từ đó, các giáo lý của Ngài đã được hàng triệu hành giả tu tập tin theo, đến nay đã hơn hai ngàn năm, các giáo lý này vẫn hữu hiệu và có kết quả đã được xác thực. Động cơ tối hậu của Đức Phật là lòng bi mẫn vô thượng, mỗi lời ngài thuyết giảng đều làm vơi đi đau khổ của chúng sinh. Vì thế Đức Phật được xem như là thẩm quyền chân thực và đáng tin cậy.

Đức Phật dạy không tin vào niềm tin mù quáng. Ngài khuyến khích các đệ tử thực hành giáo lý của Ngài để có lợi lạc từ công đức do họ tạo ra. Một cách tổng quát nên giữ tâm mở rộng đối với những ý kiến mới; hãy coi "Thẩm quyền" như là "những kết luận đúng về sự vật hiện tượng". Cùng thời gian, chúng ta sẽ có trải nghiệm riêng, sẽ có niềm tin nhiều hơn vào các giáo pháp và tuệ kiến của Đức Phật.

Hiện tượng	Loại nhận thức	Quan hệ	Độ chắc chắn
Hiển nhiên	Nhận thức trực tiếp	Trực tiếp	Mạnh nhất
Ẩn khuất	Lý luận hợp lý	Gián tiếp (qua mô hình khái niệm)	Trung bình
Rất ẩn khuất	Tin thẩm quyền	Gián tiếp (qua niềm tin)	Yếu nhất

Bảng 2-2: Những cách biết thực tướng.

KIỂM SOÁT NHỮNG CẢM XÚC TIÊU CỰC

Nghiên cứu tâm lý học Phật giáo, có thể nhận diện những cơ chế cốt yếu để kinh nghiệm phát sinh. Thiết lập một sự hiểu biết về mặt lý thuyết các loại kinh nghiệm đã có và cách sâu chuỗi các kinh nghiệm đó với nhau. Bây giờ là lúc đưa lý thuyết vào thực hành. Chúng ta cần học cách áp dụng các ý kiến này vào đời sống để giúp cải thiện chất lượng sống. Để làm điều này, nghiên cứu sáu phiền não gốc, nhận diện các phương pháp để giảm thiểu các cảm xúc tiêu cực là cần thiết.

Phương pháp tiếp cận tổng quát ở đây là phát triển thiện nghiệp, hướng chúng hành tác như những phương thuốc trị độc cho những phiền não ấy. Sự tu tập trực chỉ:

1. Hãy nhận diện những phiền não nào xuất hiện trong kinh nghiệm của bạn.

2. Hãy áp dụng các phương thuốc trị độc cho những phiền não này trong quá trình tu tập.

Như vậy, chúng ta đã giảm thiểu có hiệu quả các bất lợi đối với các tâm phiền não. Nếu kiên định thực hành, phiền não sẽ giảm thiểu nhiều đến mức nó không còn có khả năng ảnh hưởng đến chúng ta. Điều này sẽ mang đến sự tin tưởng vào kết quả thực hành, giúp chúng ta an lạc trong đời sống.

Sáu Phiền Não Gốc và các Phương pháp đối trị

Khi tu tập bạn cần xác định phiền não của mình là gì và những phương thuốc giải độc nào có thể hóa giải ảnh hưởng của chúng.

Chấp trước

Chấp trước xuất hiện khi chúng ta bảo thủ hay cố bám víu vào một đối tượng đã quá thân thiết. Đối tượng có thể là một người, một tình cảm, một sở hữu vật chất đặc biệt, cũng có thể là một ý kiến. Chấp trước khiến chúng ta phóng đại hoặc tự trói buộc mình vào một vài phẩm tính nào đó của đối tượng. Điều này tạo ra một cảm giác mạnh về sự ham muốn sở hữu đối tượng hoặc muốn buông bỏ nó ngay lập tức. Bản tính của chấp trước thu hẹp lĩnh vực tập trung sẽ làm cho hành giả trở nên mù quáng nên dễ để lại hậu quả cho chính mình và những người xung quanh.

Chấp trước phát sinh phiền não, nó tạo ra các ảo tưởng mà đối tượng ấy không có. Chúng ta thấy đối tượng như là một nguồn hạnh phúc chân thật và đau khổ khi niềm tin này được chứng minh là sai. Chẳng hạn, những gì mà chúng ta thường cho là "tình yêu lãng mạn". Khi một người lần đầu yêu một người nào đó, họ có thể chỉ thấy những phẩm tính tích cực nơi đối tác, thấy đối tác là hoàn hảo và tin rằng cách họ cảm thấy cảm nhận là đúng. Khởi đầu họ không thể rời nhau nhưng qua thời gian, người ấy bắt đầu thấy những có bất ổn nhỏ. Ban đầu chúng không có ý nghĩa bởi vì chấp trước vẫn còn rất mạnh. Cuối cùng, những bất ổn bắt đầu trở nên lớn hơn và thế giới ảo tưởng mà người này đã dựng lên sụp đổ. Nếu người ấy có thể phát triển một viễn cảnh hiện thực hơn về đối tác của mình, thì có cơ hội cho mối quan hệ kéo dài lâu hơn. Nếu người ấy bám vào ảo tưởng và tạo ra mong muốn không thể có được thì sự đổ vỡ hầu như chắc chắn.

Phương thuốc trị độc chấp trước là nghiên cứu nghiêm túc đối tượng mà bạn đang bám chấp thay vì là tăng thêm ảo tưởng. Đừng chờ cho bọt bóng bùng vỡ mà hãy xem bản tính vô thường của đối tượng và sự thay đổi qua thời gian. Hãy tưởng tượng đối tượng trong những hoàn cảnh khác nhau và nhận biết nó như nó đang có. Thí dụ tình yêu lãng mạn, để xây dựng một mối quan hệ lành mạnh hơn và cân bằng hơn với đối tác của bạn, hãy tư duy về những phẩm tính tiêu cực của họ trong khi tự nhắc nhở mình rằng những bất ổn, không hoàn hảo của họ chỉ là một phần phẩm tính mà bạn rất yêu. Tóm lại, hãy cố gắng phát triển một sự hiểu biết rộng hơn về đối tượng của sự chấp trước để nhận biết nhiều hơn những đặc tính của nó, kể cả những cái mà bạn đang chấp vào.

Bài Luyện tập 2.3 – Định vị bản thân

- *Hãy ngồi yên lặng một vài phút để tâm yên tĩnh.*
- *Hãy nhận diện một vật thể mà bạn cảm thấy rất gắn bó. Nó phải là một vật mà bạn thấy rất khó cách ly.*
- *Bây giờ hãy đem đến cho tâm những phẩm tính khác nhau của vật này. Hãy bắt đầu với mọi điều mà bạn yêu thích. Điều này khiến cho sự chấp trước của bạn thị hiện. Hãy nhận diện nó cảm thấy thế nào.*
- *Bây giờ hãy xem những phẩm tính đó của vật mà bạn nghĩ là không vĩ đại lắm. Hãy nghĩ về những bất ổn khác nhau mà nó có, hay những cách khác nhau mà nó có thể tốt hơn. Sau khi suy nghĩ về các lỗi của vật này, hãy để ý bây giờ bạn cảm thấy thế nào về nó.*
- *Hãy từ từ để có được một cảm giác về sự cân bằng giữa những phẩm tính lôi cuốn bạn và những phẩm tính mà bạn cảm thấy không hài lòng. Hãy xem toàn thể vật ấy, không phải chỉ một khía cạnh. Hãy nhìn xem vật này thay đổi như thế nào qua thời gian.*
- *Hãy giải tỏa tất cả những ý nghĩ, và chỉ đơn giản yên nghỉ trong một vài phút.*

Ác cảm

Giận dữ, sợ hãi, phẫn uất, hận thù là những biểu hiện của ác cảm. Bạn có thể coi ác cảm như là sự đối nghịch của chấp trước. Thay vì nắm giữ những phẩm tính đáng ham muốn của một sự vật, chúng ta lại nắm giữ những cái không đáng ham muốn. Cũng như với chấp trước, chúng ta dựng lên một ảo tưởng, lần này chúng ta cố gắng tự thuyết phục mình vật ấy đáng kinh hãi như thế nào. Bản tính của ác cảm là từ chối đối tượng và muốn tránh nó.

Khi một người nào đó làm ta phẫn uất, nói một điều gì đó khiến tình cảm của chúng ta đau đớn. Phản ứng đau của Tâm khi chính nó kể câu chuyện về người đó: "Tại sao anh ta ác với tôi như thế? Tôi đã làm gì anh ta? Anh ta là một người ích kỷ và lãnh cảm. Tôi ước gì có ai làm anh ta đau như anh ta làm tôi đau. Anh ta không đáng có hạnh phúc". Giận dữ và oán ghét dựng lên rất nhanh trong tâm cho đến khi chúng ta biến người kia thành quỷ. Đôi khi nó có thể vượt khỏi tầm tay, chúng ta có thể nắm giữ sự thù oán hàng nhiều năm và tất cả thời gian đó rất thảm thương.

Đây là điều đáng buồn về ác cảm. Người duy nhất bị nó làm hại chính là người mang nó trong tâm. Chừng nào chúng ta còn để ác cảm ngự trị trong đời mình, chừng ấy chúng ta không thể có cảm giác bình yên. Phương thuốc trị độc đối với ác cảm là kết nối hoặc sự gần gũi nhiều hơn với đối tượng của ác cảm. Nếu đây là một người, chúng ta có thể nghĩ về làm sao họ giống như chúng ta, muốn hạnh phúc và tự tại với đau khổ. Lý do họ chửi mắng là bởi vì họ lầm lẫn và đang bị phiền não ngự trị. Vì thế chúng ta có thể khởi Tâm bi mẫn hướng đến họ. Thay vì từ chối họ, chúng ta mong muốn rằng họ sẽ được hạnh phúc và an vui hơn nếu họ có thể ngừng làm người khác đau đớn.

Dĩ nhiên sẽ có những người nào đó mà chúng ta thấy rất khó thông cảm, bi mẫn. Chúng ta cảm thấy rằng cách hành xử của họ rất khủng khiếp (như kẻ giết người hàng loạt) mà họ không xứng đáng với lòng bi mẫn của chúng ta. Có bi tâm với một người nào đó không có nghĩa là bạn bỏ qua cách hành xử của họ. Nó có nghĩa là bạn nhận biết rằng họ bị bệnh và đau khổ. Bạn cố gắng phát triển tình cảm chân thành rằng họ có thể không có bệnh, bởi vì chỉ khi ấy họ sẽ ngừng làm những chuyện khủng khiếp. Khi làm việc với những người có ác cảm, chúng ta cần kiên nhẫn theo khả năng của mình. Chúng ta thích nghi với những phiền toái nhỏ, để xây dựng lòng bi mẫn của mình và biết sống với những người mà chúng ta cho rằng họ đã làm hại mình và người khác.

Bài Luyện tập 2.4 – Luyện Tâm Từ bi đối với Ác cảm

- *Hãy ngồi yên lặng vài phút để tâm yên tĩnh.*
- *Hãy đem đến cho tâm một tình thế mà bạn cảm thấy có người làm phiền hay chọc giận bạn. Hãy tái tạo màn kịch ấy trong tâm bạn, thêm vào nhiều chi tiết tùy sức mình như thế, kinh nghiệm ấy sống động trong tâm bạn. Không bị tràn ngập, hãy cho ác cảm xuất hiện và quan sát nó cảm thấy thế nào.*
- *Bây giờ hãy đem sự tập trung của bạn đến với người này. Tại sao bạn nghĩ họ làm những gì họ đã làm? Họ có tin những gì đang xảy ra? Bạn có tin những gì đang xảy ra?*
- *Hãy cố gắng để có cảm giác một tâm thái mà người này đã sở hữu. Bạn có thể nhận diện sự có mặt của bất cứ phiền não nào không? Nếu có, thì cái nào? Làm sao những phiền não ấy làm động cơ cho những hành động mở đầu cho tình cảm của bạn?*
- *Bây giờ hãy tưởng tượng kịch bản giống như vậy nếu người này không có những phiền não đó. Bạn có nghĩ họ sẽ hành động cùng cách? Làm sao kịch bản này diễn ra khác biệt?*
- *Nhận biết ảnh hưởng méo mó mà những phiền não ấy đã có với người này, nuôi dưỡng lòng ham muốn cho người này thoát khỏi những tâm thái tiêu cực đó.*
- *Hãy để tâm bạn yên nghỉ vài phút.*

Vô minh (về Chân lý)

Có hai loại vô minh mà chúng ta cần xem xét; vô minh về chân lý và tà kiến. Vô minh về chân lý là "không biết" về thực tướng hiện hữu như thế nào. Bởi vì chúng ta không có tri kiến về hiện tượng nên không thể hiểu cái gì đang xảy ra vì thế chúng ta lựa chọn không khôn ngoan. Một thí dụ về điều này là sự vô minh về luật nhân quả. Đa số không ý thức về loại hành động nào đưa đến loại kết quả nào, vì sai lầm trong ứng xử nên đã đem lại cái đối nghịch với những gì mà chúng ta đang tìm cầu.

Phương thuốc trị độc cho loại vô minh này là tự làm quen với các giáo lý qua nghiên cứu và tư duy. Ngay bây giờ, bạn đang làm điều ấy. Tại chương này, bạn đã học về bản tính của tâm. Hy vọng kiến thức bạn đã có sẽ giúp bạn trải nghiệm nhiều hơn.

Bài Luyện tập 2.5 – Nhận diện Vô minh

* *Hãy ngồi yên lặng vài phút để tâm yên tĩnh.*

* *Hãy xem tình thế hiện tại của bạn. Bạn hiện đang sống trong loại môi trường nào? Bạn đang tham dự những loại hoạt động nào? Bạn đang gặp những loại người nào?*

* *Trong ngữ cảnh này, bạn đối diện với những loại vấn đề gì? Hãy nhận diện một số thí dụ về những điều bạn nghĩ có thể cải thiện được trong đời sống của bạn? Hãy xem tất cả những hy vọng và giấc mơ của bạn, và những gì bạn cảm thấy bạn cần có thể khiến chúng xảy ra.*

* *Hãy xem làm thế nào bạn có thể học được nhiều hơn về các đề mục này. Bạn có thể học một lớp hay mua một quyển sách không? Bạn có biết bất cứ người nào có thể nói về những đề mục này? Hãy nghĩ về những nguồn tin tức khác nhau mà bạn có cách vào, và phát triển quyết định nghiên cứu thêm nữa.*

Tà kiến

Dạng thứ hai của vô minh là tà kiến. Với loại vô minh này, chúng ta không những không biết thực tướng như thực (vô minh về chân lý) mà còn tin nó hiện hữu theo cách sai, là một ngộ nhận về thực tướng, lầm lẫn trong văn hóa hay sự giải thích sai trong trải nghiệm của chúng ta.

Hai dạng rất thông thường của tà kiến là khẳng quyết quá nhiều sự hiện hữu cho sự vật (như thuyết thường hằng) hay quá ít (như thuyết đoạn diệt). Cả hai dạng tà kiến này xuất phát từ hiểu sai về thực tướng. Khi chúng ta dùng những giả định sai lệch, những khái niệm cũng sai lệch theo. Điều này đưa chúng ta đến giải thích sai nghiêm trọng, ngăn chúng ta không đến được chân lý. Nó là sự ảnh hưởng tiêu cực để cho rất nhiều phiền não khác phát sinh.

Phương thuốc đối trị với tà kiến là tiếp nhận các lý luận hợp lý, các kinh nghiệm trực quan thuyết phục. Vì tà kiến là sự cấu nhiễm của Tâm nên nó không thể tồn tại trong chân lý thực tại. Khi chúng ta nghiên cứu sự vật hiện hữu một cách chu đáo, toàn diện tà kiến sẽ được làm sáng tỏ, nó không thể đứng vững với sự phân tích đúng đắn.

Bài Luyện tập 2.6 – Đối trị Tà kiến

- *Hãy ngồi yên lặng vài phút để tâm yên tĩnh.*

- *Hãy đem đến tâm một ý kiến mà bạn chắc rằng nó không hiện hữu. Hãy tưởng tượng một người nào đó sẽ đến gần bạn và bắt đầu nói chuyện về ý kiến này. Có thể đó là ý kiến cho rằng tâm chúng ta là sự tương tục thường hằng đầu thai hết đời này sang đời khác. Có thể nó là ý kiến cho rằng tất cả mọi hiện tượng vốn là vật chất trong bản chất. Hãy cố gắng nhận diện phản ứng khởi đầu của bạn hoặc là bạn tin hay không tin ý kiến mà bạn đã chọn.*

- *Bây giờ hãy xem những lý do vì sao bạn không tin ý kiến này. Hãy nhận diện tất cả những tranh luận tại sao hiện tượng này một cách đơn giản chỉ có thể hay không thể hiện hữu.*

- *Rồi thay đổi vị trí và cố gắng tưởng tượng rằng bạn đang bảo vệ ý kiến ấy. Bạn sẽ đáp mỗi tranh luận như thế nào? Bạn có thể nghĩ những lý do gì vì sao người nào đó nên tin ý kiến này?*

- *Trong hai bên (người thách thức và người bảo vệ), bạn nghĩ những điểm nào có sức mạnh lớn hơn? Quá trình phân tích tăng cường niềm tin của bạn hay làm nó yếu đi? Nếu bạn tinchắc rằng vật gì đó không hiện hữu, bây giờ bạn có thể nuôi dưỡng ý nghĩ rằng nó có thể khả hữu chăng? Hãy cố gắng để có được một cảm giác theo chiều hướng mà tâm bạn đang di chuyển.*

- *Hãy để tâm bạn yên nghỉ vài phút.*

Kiêu mạn

Kiêu mạn là phiền não của Tâm thị hiện như đang bảo vệ bản ngã. Mỗi người có những phẩm tính nhất định đồng nhất với bản ngã riêng của mình. Qua thời gian, chúng ta đi đến chỗ nắm giữ chặt những phẩm tính này, xem chúng tốt hơn những phẩm tính kia. Bản tính của kiêu mạn là biệt lập, tự tách rời với những gì xung quanh nó.

Khi kiêu mạn phát triển đến độ nào đó đối với một người có thể là có lợi. Khi bạn thiết lập một thái độ coi thường hay không kính trọng đối với người khác thì nó có thể đưa đến bất lợi vì quá cao ngạo, lúc này, người ta ngừng giao tiếp những người khác, tự đóng kín mình lại và bị tổn thương.

Phương thuốc giải độc cho kiêu mạn là phát triển sự khiêm tốn nhiều hơn. Chúng ta có thể làm điều này bằng cách coi những chủ đề rất phức tạp như thể ta không biết gì. Mục đích ở đây là nhận biết những giới hạn của riêng bạn. Trong khi cần học hỏi từ người khác, bạn lại nghĩ rằng mình đã biết mọi thứ.

Một kỹ thuật hữu dụng khác là nương tựa vào người khác. Qua nhận biết từ những người khác, bạn biết thẩm định sự có mặt của kiêu mạn trong đời sống của mình. Điều này tăng cường cảm giác tương kết và những trợ giúp từ xung quanh để hóa giải kiêu mạn.

Bài Luyện tập 2.7 – Biết Ơn Những Người Giúp Bạn

- *Hãy ngồi yên lặng vài phút để tâm yên tĩnh.*
- *Hãy đưa đến tâm tất cả những phẩm tính tốt nhất của bạn như là một con người. Hãy nghĩ mọi thứ khiến bạn thực sự đặc biệt và độc nhất vô nhị. Bạn tốt hơn những người khác theo cách nào? Hãy cho phép một cảm giác kiêu mạn phát sinh. Cảm thấy nó thế nào?*
- *Bây giờ hãy xem tất cả các điểm yếu của bạn. Hãy xem những lĩnh vực đời sống của bạn mà bạn đặc biệt không có kỹ năng. Hãy nghĩ tấm gương của những người rất giỏi những điều mà bạn không giỏi. Hãy nuôi dưỡng lòng biết ơn vì những phẩm tính của họ. Nó cảm thấy như thế nào?*
- *Khi nhìn lại, hãy nghĩ làm sao bạn có được những phẩm tính mà bạn rất kiêu mạn về chúng. Những phẩm tính này chỉ tự nhiên hiển hiện hay chúng phát triển qua thời gian? Bạn đã dựa vào ai giúp bạn phát triển chúng? Hãy nghĩ đến vai trò của cha mẹ, thầy giáo của bạn đã ủng hộ bạn trong cuộc hành trình. Hãy nghĩ đến tất cả những người đã làm nó khả hữu cho bạn có được những kinh nghiệm đòi hỏi bạn phải học. Hãy tưởng tượng đời bạn sẽ thế nào nếu họ không giúp đỡ khi bạn cần nó? Hãy cho phép tình cảm biết ơn đối với những người này phát sinh.*
- *Khi sự tập trung của bạn đổi từ bạn qua người khác, hãy để ý xem cảm giác kiêu mạn ấy có còn mạnh hay không.*
- *Hãy để tâm bạn yên nghỉ vài phút.*

Nghi ngờ

Người ta thường không xem Nghi ngờ là một phiền não nghiêm trọng, trên thực tế nó là một tâm thái rất tiêu cực của Tâm trí. Để đạt được bất cứ điều gì cũng phải tin quyết rằng chúng ta có thể thành tựu được mục đích. Thực hiện những hành động với do dự và nghi ngờ làm chúng yếu đi và đưa chúng ta đến chỗ từ bỏ giữa chừng. Nếu không bao giờ gắn kết đầy đủ với những hoạt động thì chúng ta không bao giờ có thể gặt hái những lợi ích mà những thành quả đã cống hiến. Nó là loại nghi chúng ta phải ý thức.

Giả sử bạn thích học cách thiền định. Bạn bắt đầu đi đến một lớp thiền định nơi bạn học nhiều kỹ thuật khác nhau. Bạn muốn biết cảm giác thực hành thiền định là như thế nào nhưng bạn lại không muốn bỏ thời gian để thực hành. Có rất nhiều điều cần làm nhưng bạn không có khả năng và không muốn bỏ thời gian bởi vì bạn thiếu lòng tin vào những gì bạn đang làm, bạn chỉ thỉnh thoảng thực hành. Kết quả sự tu tập không có động lực nên kết quả làm bạn mất hết thích thú và đi thử việc khác.

Đây là hoài nghi tác động. Nó hút năng lực hành động của bạn và khiến bạn luôn nhảy từ việc này sang việc khác. Không có lòng tin về một hướng. Bạn thường xuyên thay đổi nên không bao giờ làm xong việc gì. Phương thuốc trị độc cho thái độ mơ hồ này là dùng thời gian phát triển niềm tin vào các công việc bạn đang làm. Bạn có thể xem những lợi ích khác nhau của một hành động sẽ đem lại lợi ích cho bạn. Khi bạn hoàn thành hoạt động, nó thêm năng lực, quyết tâm của bạn và sức mạnh không chùn bước đối mặt với những nghi ngờ. Thay vì bỏ một hướng hành động xứng đáng, bạn học kiên trì đối mặt với những khó khăn và hoàn tất những gì bạn khởi đầu.

Bài Luyện tập 2.8 – Tăng cường niềm tin

- *Hãy ngồi yên lặng vài phút để tâm yên tĩnh.*

- *Hãy chọn một nguyện vọng cá nhân mà bạn có cho chính bạn; một điều mà bạn luôn luôn muốn làm, nhưng chưa bao giờ thực sự bắt tay vào làm. Có lẽ bạn thích phát triển một sự tu tập thiền định đều đặn hay bạn thích giảm thiểu khuynh hướng tức giận. Thích hơn, nó là một việc bạn sẽ cần một thời gian để hoàn thành; một việc đòi hỏi sự nỗ lực đáng kể về phần bạn.*

- *Hãy đem đến cho tâm tất cả những lợi ích bạn sẽ nhận được bằng cách thực hiện nguyện vọng này. Hãy nhận diện những lý do tại sao hoạt động này sẽ là một điều tốt để bạn làm. Nó sẽ giúp bạn như thế nào trong đời sống?*

- *Bây giờ hãy xem tất cả những gì giữ bạn lại phía sau không để bạn theo đuổi nguyện vọng của mình. Bạn sẽ đối diện với những vấn đề gì? Không làm gì sẽ thay đổi tình thế hiện tại của bạn như thế nào?*

- *Hãy tưởng tượng đời bạn sau khi hoàn thành nguyện vọng này.*

- *Hãy tưởng tượng kiến thức bạn sẽ có được. Hãy tưởng tượng khả năng bạn sẽ phát triển. Hãy thở sự sống vào thị kiến này nhiều như bạn có thể làm và nuôi dưỡng ước mong thấy tương lai tiềm năng này trở thành hiện thực.*

- *Hãy để tâm bạn yên nghỉ vài phút.*

Thiền định theo thời khóa bình thường sẽ giảm bớt những tâm thái phiền não. Vì chúng ta rất quen thuộc với những Tâm Sở pháp này nên cần một thời gian để thực hành. Nếu bạn kiên nhẫn trước sau như một chắc chắn bạn sẽ thấy kết quả.

Phiền não	Phương thuốc đối trị
Chấp trước	Quán các lỗi hay bản tính vô thường của đối tượng Ác cảm
Ác cảm	Quán từ và bi
Vô minh	Nghiên cứu và tư duy các giáo lý
Tà kiến	Thách thức những cái thấy của mình qua lý luận hợp lý và thiền định về bản tính của thực tại.
Kiêu (mạn)	Tu dưỡng khiêm tốn và ý thức về sự tương tùy
Nghi	Phát triển niềm tin và sự sùng mộ

Bảng 2-3: Tóm lược các phiền não gốc và các phương thuốc đối trị.

TÓM TẮT CHƯƠNG HAI

- Các Tâm Sở pháp là những Tâm thứ yếu miêu tả mối quan hệ giữa một cặp chủ thể và khách thể có sẵn.

- Có năm loại Tâm Sở pháp: Pháp hiện tiền của tâm, pháp quyết định đối tượng của Tâm, phiền não gốc của Tâm, phiền não chuyển biến của Tâm, pháp đức hạnh của Tâm, và pháp biến đổi của Tâm.

- Chúng ta cần dựa vào những nhận thức có giá trị để đưa ra những quyết định trước những tình thế phát sinh trong quá trình trải nghiệm.

- Có ba loại hiện tượng chủ yếu: Hiển nhiên, ẩn tế, và rất ẩn tế.

- Có ba hình thức tương ứng của nhận thức: Nhận thức trực tiếp, lý luận hợp lý, và tin vào thẩm quyền. Chúng ta có thể biết những hiện tượng Hiển nhiên qua kinh nghiệm trực tiếp; biết những hiện tượng Ẩn tế một cách gián tiếp qua Lý luận hợp lý; biết các hiện tượng Rất ẩn tế một cách gián tiếp qua Niềm tin của chúng ta nơi các nguồn có Thẩm quyền.

- Để làm việc với những phiền não đầu tiên bạn phải có khả năng nhận diện khi có phiền não xuất hiện. Bạn cũng có thể xem lại kinh nghiệm của bạn để nhận diện các mẫu và rút ra tuệ kiến. Một khi bạn đã nhận diện được vấn đề, bạn cần có thời gian ra chiêm nghiệm các phương thuốc đối trị những phiền não đó. Bạn càng quen với những phương thuốc đối trị này, phiền não càng trở nên ít tác động hơn.

- Có sáu phiền não gốc: Chấp trước, ác cảm, vô minh, tà kiến, kiêu mạn, và nghi ngờ.

Thiền Định

Tâm lý học Phật giáo nghiên cứu việc đưa ý thức liên hệ với Tâm. Tuy nhiên, nó bị giới hạn ở chỗ các tuệ kiến liên hệ trực tiếp với phẩm chất của tâm mà chúng hiện có. Nếu tâm bị trì trệ, phân tán hay bị bất cứ kiểm soát cảm xúc nào, thì chất lượng thông tin thu thập được sẽ là nông cạn nhất. Để vào được tầng mức hiểu biết sâu hơn, chúng ta cần học những phương pháp mới để giúp tâm có phương tiện để phân tích hiệu quả hơn.

Thiền định có thể dùng để tịnh hóa và tinh luyện tâm chúng ta. Ở một tầng mức, Thiền định làm cho cuộc sống cân bằng, tĩnh lặng và bình an hơn, ở một tầng mức sâu hơn, nó có thể giúp chúng ta phát triển cái Tâm mạnh mẽ và tập trung cao độ. Theo quan điểm Phật giáo, khi hai khía cạnh này kết hợp với nhau, tâm từ bi sẽ được giải phóng khỏi chấp trước nhữnglợi ích thế gian, chúng có tiềm năng đưa chúng ta đến việc khám phá bản tính giác ngộ của mình.

Thông qua thiền định sẽ nhận biết được bản chất của Tâm phi vật chất. Vì tâm thức không bị thân thể giới hạn như những loại giác thức khác, nó có tiềm năng sẽ được tinh luyện đến độ vô hạn vi tế. Vì lý do này, tu tập thiền định có khả năng đưa đến những kết quả thực sự phi thường.

THIỀN ĐỊNH LÀ GÌ?

Vài thập kỷ gần đây, Thiền định từng bước đã phổ biến trên toàn thế giới, nhiều người biết lợi ích của nó có lợi cho sức khỏe và giảm thiểu căng thẳng. Ý nghĩa của thiền định thường bị hiểu lầm, bị giới hạn và đơn giản hóa. Thiền định đơn giản chỉ là ngồi xuống thư giãn. Thiền định giống như một đại dương mênh mông, bao bọc một kho tàng những kỹ năng và phương pháp khác nhau.

Theo quan điểm Phật giáo, Thiền định là nền tảng kỹ thuật tốt nhất để nghiên cứu *Khoa học về Tâm thức*. Nó là cái kính hiển vi điện tử cho phép các hành giả thiền quán nhìn sâu bên trong Tâm của riêng họ và thu thập những tuệ kiến về bản tính của thực tướng. Cũng như một nhà khoa học có thể quan sát thế giới của mình qua những kỹ thuật riêng, các hành giả thiền quán có thể dùng những phương pháp thiền định khác nhau, cho dù tu tập thiền định theo phương pháp nào, với mục đích gì thì Thiền định luôn quan sát trực tiếp quá trình khám phá tự ngã của từng cá nhân.

Chữ Tây Tạng thiền định là *gom*, có hai nghĩa là "sự quen thuộc", là quá trình "trở nên quen thuộc". Nó có nghĩa là học nhận biết và trở nên quen thuộc với Chân tính qua kinh nghiệm của bạn. Nói một cách đơn giản hơn, đó là hiểu chính mình thông qua Tâm. Khi tu tập thiền định, bạn trở nên quen thuộc với cảm giác chân thật rằng bạn là ai, làm cho cái thấy của bạn vững chắc hơn. Từ lý trí, cái thấy trở thành một phần của thực tại làm cho trí tuệ phát triển và làm tâm từ bi sâu sắc hơn.

Ở tầng mức căn bản, chúng ta có thể nghĩ thiền định như là một phương tiện để vun bồi hạnh phúc của Tâm và để đạt sự cân bằng trong đời sống. Thí dụ, sự căng thẳng mà chúng ta thường có phát sinh từ ảnh hưởng của văn hóa và những tư tưởng không lành mạnh. Tâm thức khiến cho năng lực bị khóa lại ở những phần khác nhau trên thân thể, sinh ra thấy không dễ chịu và thoải mái. Qua thiền định có thể làm tĩnh lặng những ý nghĩ lan man và khám phá sự cân bằng, từ đó thích nghi với ngoại cảnh. Sự cân bằng này đem lại cho thân chúng ta thấy thoải mái hơn, nó tiếp tục giải tỏa năng lực bị hạn chế làm cho tâm trong sáng hơn để cho sự căng thẳng trở nên thăng bằng, các hành động trở nên nhiều hiệu quả.

Tuy Thiền định làm giảm bớt sự căng thẳng, rất hữu ích trong cuộc sống thường nhật, nhưng cần nhớ rằng đó không phải là mục đích chính của thiền định. Theo quan điểm Phật giáo, mục tiêu của Thiền định là vượt qua những hời hợt về cực lạc và dùng thiền định để chuyển hóa hoàn toàn cách chúng ta trải nghiệm hàng ngày. Như vậy, thiền định không phải là chạy trốn sự thô bạo của thực tại, là sự kết nối toàn diện với các sự vật hiện tượng trong đời sống.

CÁC LOẠI THIỀN ĐỊNH

Trên phạm vi rộng thiền định có hai loại như sau:

1. **Thiền Chỉ (Shamatha: Placement Meditation):** Đây là những kỹ thuật để huấn luyện Tâm một cách chuyên sâu và linh hoạt. Yếu tính của những pháp tu này là huấn luyện Tâm chú ý toàn diện đến một đối tượng mà thiền giả đã chọn. Đối tượng được lựa chọn có thể thay đổi qua những kỹ thuật thiền định khác nhau. Hình thức thiền định để huấn luyện Tâm này có thể so sánh giống như tia laser dùng để quan sát một cách chính xác các quá trình chuyển hóa đang diễn ra trong Tâm.

    Shamatha (nghĩa đen là "tĩnh trú") được dùng để miêu tả kết quả của kỹ thuật Thiền Chỉ. Khi một thiền giả tinh tấn trong pháp tu này, Tâm thô của người ấy trở nên tĩnh lặng, biểu lộ sự gia tăng các tầng vi tế của tâm. Giống như người thợ lặn sâu dưới mặt nước, anh ta có thể đứng yên và bất động ở độ sâu trong lòng đại dương. Những gì chúng ta gọi là "đạt Shamatha", là thiền giả đã an trú ý thức của mình ở Thức căn bản. Cảnh giới này có đặc trưng là Cực lạc, tĩnh chỉ và cực kỳ sinh động.

2. **Thiền Quán (Vipashyana: Insight Meditation):** Thiền Quán là kỹ thuật phát triển sự quán bản tính của hiện tượng có sẵn. Chúng ta có thể nghĩ đến thiền Chỉ (Shamatha) như là một kính hiển vi đầy năng lực và thiền Quán (Vipashyana) như là những thí nghiệm mà bạn làm với kính hiển vi đó. Yếu tính của hình thức thiền định này là nó phân tích những đặc tính của một hiện tượng qua sự quan sát

trực tiếp hiện tượng đó. Chúng ta có thể mở rộng hình thức này bao gồm sự quan sát gián tiếp hiện tượng qua lý luận khái niệm, cho nên cũng có thể gọi thiền Quán là "Thiền phân tích".

Lấy một ngọn nến đang thắp để so sánh thì Thiền Shamatha giống như ngọn lửa ổn định, trong khi Thiền Vipashyana giống như cả một vùng sáng. Để thấy một bức tranh rõ ràng, bạn cần một ngọn lửa vừa ổn định vừa sáng. Tương tự, để khám phá chân tính, bạn cần cái Tâm vừa ổn định vừa sáng. Điều này không có nghĩa là Thiền Shamatha và Thiền Vipashyana là hoàn toàn tách rời. Nhiều Thiền giả so sánh hai phương pháp này với hai đầu của một cây gậy, hay hai bên của một bàn tay. Tâm bạn càng tĩnh và qui nhất, bạn càng có khả năng phát triển Thiền quán. Bạn càng phát triển Thiền quán, tâm bạn càng dễ tập trung và bình tĩnh. Để triệt tiêu hoàn toàn những cảm xúc tiêu cực và tâm thái bất lợi, cần kết hợp cả hai hình thức Thiền. Điều này được biết như là *sự hợp nhất của Shamatha (thiền Chỉ) và Vipashyana (thiền Quán)*.

CẤU TRÚC CỦA PHÁP TU THIỀN ĐỊNH

Cho dù bạn đang thực hành kỹ thuật Thiền nào, tất cả pháp tu thiền định đều cùng có một cấu trúc tương tự:

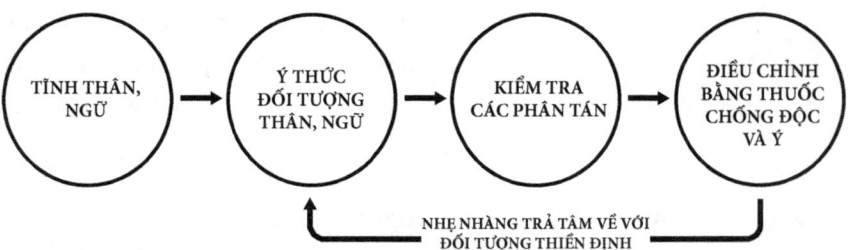

Hình 3-1: Cấu trúc cho một thời khóa thiền định kiểu mẫu.

Hãy quan sát một đối tượng đơn giản như hơi thở hoặc đối tượng phức tạp hơn như là một tâm ảnh có nhiều chi tiết. Bất cứ đối tượng nào chúng ta đều dùng hai phương pháp tu tập phẩm tính của tâm như sau:

1. **Chính Niệm:** Là khả năng ghi nhớ những việc định làm. Khi Chính niệm, chúng ta hoàn toàn gắn kết với đối tượng. Chính Niệm là ngược lại với phân tán. Nó là chất keo kết nối ta với một đối tượng.

2. **Quán chiếu:** Là khả năng kiểm soát những hiện tượng đang xảy ra trong tâm. Nó giống như một nhân viên an ninh có thể "kiểm tra" và bảo đảm rằng chúng ta không bị kích động hay bị nhấn chìm vào sự phóng dật. Quán chiếu cho phép chúng ta kiểm soát phẩm tính của Tâm. Nó gắn kết với Chính niệm để đưa sự chú ý của chúng ta về với đối tượng.

Khi hai căn này phát triển, tâm trở nên tinh tấn. Phẩm tính đặc trưng của tâm thái này là:

1. **Buông thả:** Trong thiền định, những căng thẳng do thói quen thân được buông xả, cơ thể của của chúng ta ở trong một cảm giác cực lạc và thoải mái. Phẩm tính này là nền tảng để chúng ta tự duy trì quá trình thiền định bao lâu tùy ý.

2. **Định tĩnh:** Trong quá trình lặp đi lặp lại của niệm, Tâm trở nên thấm nhập trong đối tượng được chọn. Đây giống như đạt được cảnh giới "tĩnh lặng", trong đó bạn hoàn toàn tập trung vào cái gì bạn đang làm không có sự phân tán nào.

3. **Thấu rõ:** Trong quá trình Thiền quán, chúng ta có thể ý thức rất rõ ràng những gì đang xảy ra trong tâm. Ý thức này cho phép chúng ta càng lúc càng hiểu biết nhiều khía cạnh của đối tượng, ví như xem vô tuyến truyền hình có độ phân giải cao (HD TV).

Ba phẩm tính này giống như rễ, thân, và tàng của một cái cây. Khi sự tu tập của chúng ta tăng trưởng, rễ thư giãn đâm sâu hơn, thân ổn định trở nên mạnh hơn, và tàng sinh động đạt cao hơn.

NHỮNG LỢI ÍCH CỦA THIỀN ĐỊNH

Chìa khóa mở cửa Thiền định là phát triển sự liên tục tu tập cho phép bạn xây dựng những phẩm tính này qua thời gian. Một trong những thách thức lớn nhất cho một Thiền giả mới bắt đầu là duy trì Giới luật cần thiết để phát triển sự liên tục này. Một khi chúng ta chần chừ, không còn muốn tu tập thì có thể trợ giúp bằng cách tư duy về những lợi ích khác nhau do thiền định mang lại cho đời sống chúng ta:

1. **Nâng cao nhận thức:** Tu tập Thiền định giúp chúng ta nhận biết những gì đang xảy ra trong Tâm của mình tốt hơn, chúng ta có thể biết được cách tiếp cận đời sống theo cách thức bình tĩnh hơn và rõ ràng hơn, giúp bạn cảm nhận hiện tại và làm nền cho sự kết nối với kinh nghiệm của bạn. Thay vì bị những xúc cảm và ý nghĩ cá nhân ngự trị, bạn có thể học gắn kết đầy đủ hơn với đời sống mà không mất mục tiêu của mình.

2. **Nắm bắt cơ hội:** Sau một thời gian tu tập thiền định, bạn sẽ nhận thấy có khoảng trống để tư duy và nảy ra các quyết định tốt. Khi đó bạn trở nên có ít phản ứng hơn đối với những sự kiện bên ngoài, bạn trở nên có khả năng hiểu những tình thế khác nhau phát sinh như thế nào. Tuệ kiến này cho bạn cơ hội chọn cách đáp ứng tốt nhất. Bằng cách này bạn có thể đưa trí tuệ, kiên nhẫn, và từ ái nhiều hơn vào các mối quan hệ của bạn.

3. **Cải Thiện Sức Khỏe:** Tâm và thân gắn kết không thể tách rời. Khi tâm bị tổn thương sẽ làm cho cơ thể phát sinh bệnh tật. Qua thiền định bạn có thể phát triển những kỹ năng để đối phó với sự tổn

thương này như: khôi phục trí nhớ, tăng hiệu quả của các chức năng não bộ, cải thiện giấc ngủ, thư giãn, giảm bớt lo âu, phiền muộn và trong một số trường hợp giảm thiểu các bệnh mãn tính. Thiền định là nguồn dược liệu có hiệu quả đối với sức khỏe của những người tu tập như: làm giảm huyết áp và nhịp tim, tăng cường các chức năng miễn dịch và đem lại nhiều lợi ích để chữa các bệnh như đau tim, tiểu đường, và ngay cả ung thư. Kết quả nghiên cứu của các nhà khoa học chứng minh có mối tương quan giữa thiền định với sức khỏe và nhiều lợi ích khác.

4. **Tạo ra Giác Ngộ Khả Đắc:** Đối với các hành giả Phật giáo, tu tập thiền định mở ra cánh cửa giác ngộ. Nó cho phép tâm quan sát một cách sắc bén bản tính của thực tại. Qua thiền định, chúng ta có thể thăm dò tầng rất vi tế của tâm và mở khóa cho tiềm năng vĩ đại nhất của chúng ta.

Với bất cứ động cơ nào, nếu bạn thực hành Thiền định với lòng chân thành thì chắc chắn bạn sẽ nhận nhiều lợi ích của sự chuyển hóa do tu tập thiền định mới có.

BẮT ĐẦU TU TẬP THIỀN ĐỊNH

Chúng ta đã được giới thiệu một cách tổng quát về Thiền định là gì, có thể biết cần những gì để phát triển sự tu tập thiền định cá nhân. Khi mới bắt đầu cần loại bỏ qua những điều phức tạp. Thiền định thực tế là một quá trình rất đơn giản. Điều cốt yếu là bạn cần nỗ lực hết sức để đạt lợi ích của quá trình này.

Bắt đầu chúng ta cần tạo ra định thời gian trong thời khóa biểu để tự làm quen với những kỹ thuật này. Chúng ta thường nghĩ là không có thì giờ, song điều này là không đúng. Nhiều người tiêu phí thời gian cho những hoạt động không đem lại lợi ích, ý nghĩa nào, thậm chí còn làm tăng thêm đau khổ. Vì thế khi nói không thể thiền định, chúng ta cần thành thật nhìn vào các thói quen hàng ngày của mình.

Bài Luyện tập 3.1 – Sắp xếp thời gian

- *Hãy ngồi yên lặng một vài phút để tâm yên tĩnh.*
- *Hãy xem thủ tục hàng ngày của bạn. Hãy bắt đầu từ khi bạn thức dậy, cho đến khi bạn đi ngủ. Hãy cảm giác xem nơi bạn đang tiêu dùng thì giờ. Những ưu tiên của bạn là gì?*
- *Bây giờ hãy xem những lợi ích mà bạn rút ra từ những hoạt động đó. Chẳng hạn, kết quả xem TV trong hai tiếng đồng hồ là gì? Chúng ta không cần phải phán xét về những hoạt động này, chỉ đơn giản nhận diện những gì bạn có được từ đó.*
- *Bạn có thể thấy được bất cứ cơ hội nào trong thời biểu của bạn chừng mười, mười lăm hay ba mươi phút thời gian, mà bạn có thể dùng một mình và dâng hiến cho việc phát triển tâm mình không? Nếu không, có những thói quen nào bạn có mà bạn có thể thu nhỏ lại để tạo chỗ trống trong thời biểu của bạn không? Ví dụ, chuyện gì xảy ra nếu bạn thức dậy mười lăm phút sớm hơn thường lệ? Bạn có sẵn sàng mất mười lăm phút nằm mộng để phát triển mức cân bằng lớn hơn trong đời bạn không? Hãy xem những thay đổi khác mà bạn có thể tạo ra trong thủ tục của bạn sẽ đem lại cho bạn nhiều cơ hội tu tập hơn.*

Chọn Đối Tượng Thiền Định

Khi chúng ta đã sắp xếp được thời gian cho sự tu tập thiền định, bước tiếp theo là chọn đối tượng và phương pháp thích hợp. Thực tế có rất nhiều đối tượng thiền định, những người có cá tính và nhân cách khác nhau.

Sự lựa chọn của bạn có thể là kinh nghiệm hay cảm tính của bạn, cũng có thể do quý thầy hướng dẫn cho bạn. Mỗi đối tượng được chọn để giúp bạn khắc phục một điểm yếu hoặc điểm mạnh của bạn. Thí dụ, nếu bạn có tính hay cáu giận thì từ ái có thể là đối tượng thích hợp vì nó là phương thuốc trị độc nóng giận của bạn. Nếu nhân cách của bạn có định hướng về tình cảm hơn, bạn có thể lấy lòng sùng mộ một bức ảnh của một vị Phật làm đối tượng. Tương tự, đối với những người thích suy nghĩ nhiều thì có thể thực hành thiền định phân tích.

Nếu mục đích của bạn là đạt sự tập trung qui nhất, khi sự tập trung của bạn bắt đầu tiến bộ, bạn có thể chọn thay đổi tiêu điểm của bạn đến những đối tượng vi tế hơn. Lúc khởi đầu một đối tượng di động ví dụ như là bước chậm hay hơi thở có thể là thích hợp, nhưng sau đó, tốt hơn là nên tập trung vào một đối tượng ổn định, không di động như một thánh tượng hay sự quán tưởng của tâm. Hãy luôn nhớ rằng để đạt đến những tâm cảnh vi tế cần làm việc trực tiếp với tâm thức.

Theo truyền thống, đối tượng thiền định có thể chia thành tám loại:

1. **Thiền Định Quán niệm Hơi Thở:** Nếu tâm của bạn bị phiền não vì suy nghĩ quá nhiều (rất thường xảy ra với những kiểu sống bận rộn, căng thẳng) tập trung vào hơi thở tự nhiên có thể là cách hữu hiệu để thư giãn thân và tâm. Nó bao gồm cả thở tự phát và thở có kiểm soát. Cách dùng hơi thở làm đối tượng thiền định được miêu tả trong chương sau.

2. **Quán Tưởng Tâm:** Những người thuộc những tôn giáo khác nhau có thể quán tưởng đến hình ảnh đức tin của mình như chúa Jesus, đức mẹ Đồng Trinh Maria hay một vị Phật. Đối tượng quán tưởng cũng có thể là một vật gì đó đơn giản như một cây nến hay một bông hoa.

3. **Thiền Định Chân Ngôn:** Phù hợp với những người theo pháp môn trì chú, đây là sự lặp đi lặp lại một âm thanh hay một nhóm âm tiết. Bạn có thể lựa chọn những câu chú khác nhau tùy theo tính cách cá nhân bạn. Bản kê dưới đây cho một vài thí dụ cụ thể:

Phật	Chân ngôn	Đạt được
Văn Thù Sư Lợi	OM AH RA PA TSA NA DHI	Tuệ
Quan Thế âm	OM MANI PADME HUNG	Bi
Kim Cương Thủ	HUNG VAJRA PHET	Uy lực và từ bi
Dược Sư	TAYATA OM BEKANZE BEKANZE MAHA BEKANZE RADZA SAMUD-GATE SVAHA	Chữa lành
Tara Lực	OM TARE TUTARE TURE SVAHA	Sức mạnh vượt qua chướng ngại

Bảng 3-1: Các chân ngôn thông dụng của Phật giáo.

4. **Thiền Hành:** Thiền Hành là thực tập thiền trong khi bách bộ hay yoga là một cách tập trung có hiệu quả khác để thư giãn và nhiếp tâm. Trong thiền hành, bạn có thể tập trung một cách có chủ ý vào mỗi cử động của mỗi bàn chân, đồng thời kết hợp chúng với hơi thở; khi hít vào, hãy ý thức bàn chân trái, khi thở ra, hãy ý thức bàn chân phải. Bạn có thể kết hợp bước đi chậm với một chân ngôn như *"bud-dho"* thường được dùng trong truyền thống Thái Lan. Với mỗi bước đi bạn tụng thầm một âm tiết.

5. **Thiền Luân xa (Chakras):** Là một loại phương pháp thiền định được dùng trong các tu tập chuyên sâu của Phật giáo Tây Tạng. Những người mới bắt đầu Thực hành pháp tu, khi chưa có nền tảng vững chắc sẽ giống như xây một ngôi nhà mà không có móng nên không chắc đưa đến nhiều lợi ích. Nhiều trường phái yoga phi Phật giáo có những phương pháp uy lực để kích hoạt các luân xa (chakras) đem lại hiệu quả rất tốt cho một số người.

6. **Thiền Trí tuệ (Jhana):** Khi một thiền giả đã đạt được cảnh giới thiền Shamatha, họ có thể tiếp tục qua một quá trình những trạng thái thấm nhập tinh tấn, vi tế hơn như là Jñanas (Trí tuệ).

Bạn có thể học nhiều hơn về những kỹ thuật này trong quyển *"An Authentic Guide to Meditation"* [Hướng Dẫn Thiền Định Chính Tông].

7. **Thiền Định Phân Tích:** Có thể dùng quá trình suy nghĩ như một đối tượng thiền định. Trong pháp tu này thiền giả chọn một để mục để tư duy như là vô thường, từ ái hay nghiệp, chẳng hạn. Cách thực hành là duy trì một dòng tư tưởng mà không bị mất vì phân tán. Chúng ta sẽ xét hình thức thiền định này chi tiết hơn trong các chương kế tiếp.

8. **Thiền Định Tỉnh Thức:** Loại thiền định này lấy chính tâm làm đối tượng. Có thể thực hành nó một cách khách quan bằng cách tập trung vào khoảng trống của tâm và các nội dung khác nhau của tâm đó (như là ý nghĩ, tình cảm, v.v...), hay có thể tập trung vào ý thức. Trong cả hai cách tiếp cận này, bạn đang phát triển một Tâm đang bị phân tán và không có nắm bắt.

Năm phạm trù đầu dứt khoát nhấn mạnh sự phát triển của sự tập trung qui nhất, trong khi ba phạm trù cuối tập trung vào phát triển tuệ kiến. Nói như vậy có nghĩa là, mỗi phạm trù đều có tiềm năng phát triển cả sự tập trung lẫn tuệ kiến.

Nhấn mạnh chính	Đối tượng	Loại nhân cách
Tập trung	Hơi thở	Nghiêng về quá suy nghĩ
	Quán tưởng tâm	Sùng mộ
	Niệm chú	Trực giác
	Di động	Bất an
	Xa-luân	Tâm tập trung

Nhấn mạnh chính	Đối tượng	Loại nhân cách
Tuệ kiến	Thâm nhập tâm	Hành giả tiên tiến
	Phân tích	Nhà tư tưởng
	Ý thức	Thư giãn

Bảng 3-2: Các loại đối tượng thiền định.

Tạo Môi Trường Đúng cho Thiền Định

Để một hạt giống mọc lên thành cái cây, cần những điều kiện nhất định, như là đất có phân bón, ánh sáng mặt trời và mưa. Tương tự, để huấn luyện tâm trong thiền định, chúng ta cần các duyên bên ngoài và bên trong. Sau đây là những duyên chính cần biết để đạt lợi ích trong quá trình tu tập của bạn.

Địa điểm đúng

Cần chuẩn bị một địa điểm thuận lợi cho tu tập thiền định, tốt nhất là nơi yên tĩnh, sạch sẽ, không lộn xộn và không có sự làm gián đoạn hay phân tán. Ví dụ, một môi trường rừng núi bình yên có thể giúp bạn yên tĩnh và tập trung; một không gian trống trải rộng lớn là nơi phù hợp để trau dồi tuệ kiến. Một môi trường ồn ào hay chứa nhiều sự phân tán có thể là chướng ngại cho người mới bắt đầu. Tuy nhiên, nếu bạn đã tu tập thiền định tốt bất chấp những thách thức như thế sẽ làm cho việc Thiền định thành tựu hơn.

Tư thế đúng

Tư thế thiền định có ảnh hưởng rất lớn đến tâm thái của chúng ta. Vì thế, tư thế của thân được thực hành đúng là rất quan trọng để có một cái tâm vững chắc. Chừng nào chúng ta còn là những chúng sinh thì còn cần thiện xảo trong cách dùng thân của mình. Một thiền giả được ví như một hành khách muốn qua đại dương, thì thân giống như con thuyền, khi chúng ta đã đến bờ kia, con thuyền không còn cần nữa.

Trong khi thiền định tư thế giúp chúng ta thư giãn và dễ chịu để duy trì một trạng thái vừa cảnh giác vừa ý thức. Tư thế chúng ta chọn đúng sẽ tạo ra khả năng giữ tĩnh lặng cho một thời gian thiền định dài. Vì thế, cần giành thời gian để điều chỉnh tư thế ngồi thiền cho đúng. Những tư thế sau đây có thể dùng cho cả những thời khóa thiền định chính thức hay không chính thức.

1. **Ngồi:** Khi ngồi, bạn nên dùng một cái ghế có lót miếng đệm mỏng, lưng ghế thẳng đứng, một cái ghế đầu để ngồi thiền hay một cái bồ đoàn trên sàn nhà. Hai bàn tay để yên cùng nhau hoặc trên lòng hay trên đùi, trong khi lưng thẳng đứng như mũi tên và cằm hơi kéo vào trong.

2. **Nằm:** Nếu tâm bạn xao động (trạo cử), bạn cũng có thể nằm bằng lưng với các cánh tay dọc theo bên hông và lòng bàn tay để mở, mặc dù nên tránh tư thế này nếu tâm bạn bị hôn trầm. Để hỗ trợ cho tâm trong sáng hơn, bạn có thể nằm bằng hông phải với bàn tay phải bên dưới mặt, hai chân cùng nhau với hai đầu gối hơi cong và cánh tay trái đặt xuống bên trái thân bạn.

3. **Đi và đứng:** Hãy chắc chắn có được tư thế thẳng đứng nhưng thư giãn với hai cánh tay buông tự nhiên phía trước thân bạn. Bạn nên giữ bàn tay phải trong bàn tay trái, hay bạn có thể xen kết các ngón tay lại với nhau nếu bạn thấy khó làm như vậy.

Tư thế bảy điểm của Phật Đại Nhật

Đối với thiền định Phật giáo, một tư thế đã được chứng minh là đặc biệt hiệu quả giúp thiền giả kiểm soát luồng năng lực trong thân để đạt được những cảnh giới định cao hơn.

7. MẮT MỞ MỘT NỬA
6. MIỆNG VÀ MẶT THƯ GIÃN
5. ĐẦU THẲNG|T
4. VAI NGANG ĐỀU

3. LƯNG THẲNG

2. CÁC BÀN TAY ĐỂ YÊN

1. XẾP CHÂN CHÉO

Hình 3-2: Bảy điểm chính cho tư thế thiền định vững chắc.

Tư thế như sau:

1. **Chân (xếp chéo):** Hai chân nên xếp chéo theo tư thế kim cương (vajra), với bàn chân trái để trên đùi phải và bàn chân phải để trênđùi trái. Nếu tư thế này quá khó, thì bất cứ tư thế chân xếp chéo nào khác cũng được. Tư thế Thiền sẽ đạt độ ổn định hơn nếu hai mông đưa lên theo tư thế hông nghiêng về phía trước. Vì thân chúng ta rất nhạy cảm với môi trường nên ngồi trên nền đất có thể kết nối bạn với trái đất phía dưới chân bạn, đây là tư thế tiếp nhận năng lượng của trái đất. Tư thế chân xếp chéo sẽ tạo ra sự cân bằng vật lý tuyệt hảo và sự hợp nhất của phương pháp và trí tuệ.

   Tư thế ngồi thích hợp sẽ tạo cảm giác dễ chịu. Tư thế ngồi tốt sẽ góp phần quan trọng cho thiền định hiệu quả, ngồi một cách dễ chịu là khi bạn ít bị phân tán khi thực hành thiền định, sẽ thấy thân được thư giãn hơn. Vì thế bạn có thể chọn ngồi trên một chiếc ghế với hai chân thư giãn, hai đầu gối ở thế góc vuông và hai mông đặt thăng bằng trên ghế, nhớ giữ lưng thẳng.

66

2. **Tay (đặt trong lòng):** Các bàn tay nằm yên nhẹ nhàng trong lòng, với bàn tay phải nằm đặt trên bàn tay trái, các lòng bàn tay ngửa lên. Đối với các thiền giả nữ đặt bàn tay trái lên trên bàn tay phải sẽ có hiệu quả hơn. Đầu các ngón tay cái chạm vào nhau, cả hai bàn tay ở vị trí dưới rốn một chút. Vị thể của hai bàn tay biểu thị sự hợp nhất của phương pháp và trí tuệ trong sự tu tập của bạn. Bạn sẽ cảm thấy một cảm giác thư giãn từ hai vai đến hai cổ tay và xuống đến hai bàn tay, cho phép giải phóng bất cứ sự căng thẳng nào ở thân trên của bạn.

3. **Lưng (xương sống thẳng):** Thân nên được giữ thẳng đứng như một mũi tên hay một chồng xu vàng đặt xu này trên xu kia. Nên giữ cẩn thận không nghiêng qua các bên, sau hay trước. Một cái lưng thẳng giúp tâm bạn tỉnh thức nên sẽ có kết quả phi thường trên các luồng nội khí, là những di chuyển vi tế của năng lực tuần hoàn trong thân và tâm. Những luồng khí này liên hệ với hơi thở và trong các pháp tu tiên tiến nào đó, có thể dùng với kết quả to lớn. Một khi bạn đã ổn định trong vị thế, hãy tưởng tượng thân bạn từ đỉnh đầu đến chân. Bạn có thể chỉnh sửa trong khi thiền định để bảo đảm tư thế của bạn cân bằng và ngay ngắn. Mục đích là giữ yên tĩnh, thư giãn và tỉnh thức; cứng đơ và bất động là chướng ngại đối với ý thức.

4. **Vai và cùi chỏ (kéo về và hơi cách thân một chút):** Hai vai và hai cánh tay nên kéo về một chút và hơi cong như thế chúng được đặt một cách bằng nhau ở hai bên thân. Điều này giúp cho phổi giãn ra đúng cách và trợ giúp sự thở trong thiền định. Hai cùi chỏ nên giữ cách thân một chút.

5. **Đầu và cổ (cằm hơi hạ thấp):** Đầu nên thẳng và ở chính giữa; không quá cao hay khom xuống quá thấp. Hãy giữ cằm hơi thụt

vào và mũi thẳng hàng với rốn. Cố gắng không để cổ nghiêng qua hai bên hay về phía sau.

6. **Miệng (mặt thư giãn và chót lưỡi chạm hàm ếch trên):** Răng và lưỡi nên giữ ở vị trí tự nhiên với răng chạm nhau. Giữ mặt và hàm thư giãn sẽ giúp ngăn ngừa nuốt quá nhiều, trong khi đặt chót lưỡi chạm nhẹ phía sau hàm răng trên giúp làm cho tâm sắc bén và tránh sự khô và chảy dãi. Nếu tâm bạn bị xao động và bạn thấy khó đạt cảnh giới an tĩnh, hãy đặt lưỡi phía sau hàm răng dưới thả lỏng và tĩnh tâm.

7. **Mắt (nhìn qua chót mũi):** Mắt không nên mở quá rộng, cũng không nên nhắm lại hoàn toàn. Nếu mắt mở quá rộng, bạn dễ bị phân tán, và nếu nhắm lại hoàn toàn tâm bạn dễ bị hôn trầm. Tuy nhiên khi bắt đầu, giữ mắt nhắm nhẹ có thể giúp thân bạn đi vào trạng thái thư giãn sâu hơn. Sau khi thiền định như vậy trong thời gian ngắn, tự nhiên bạn sẽ trở nên cân bằng hơn và có thể muốn mở mắt nhẹ. Bạn nên dùng một vật quán tưởng để làm tiêu điểm thiền định, nếu bạn thấy tâm bạn quá xao động, thì nhắm mắt sẽ có lợi hơn.

Có nhiều phương pháp hướng dẫn tia nhìn của bạn. Thứ nhất là nhìn trực tiếp phía trước bạn bất cứ màu sắc nào miễn là không quá sáng, hay một vật thích thú hay một thánh vật như một đóa hoa hay một tượng Phật. Phương pháp thứ nhì thông dụng hơn là hướng mắt xuống; nhẹ nhàng và tĩnh lặng nhìn vào không gian ở phía trước chóp mũi một chút. Hãy giữ mắt bạn im lặng không tập trung quá mạnh và cho phép nó nháy tự nhiên. Cả hai phương pháp này đều thích hợp cho người mới bắt đầu. Những phương pháp thiền định đặc biệt khác nhìn vào khoảng không gian rộng rãi với mắt mở rộng. Thực tế việc này có thể xảy ra hoàn toàn tự nhiên khi tâm đạt đến một tầng mức nhất định của tuệ kiến tĩnh lặng và trong sáng bắt đầu phát sinh.

Bất cứ người nào kiên trì tu tập *Bảy tư thế thiền của Phật Đại Nhật*, lúc đầu dường như nó có thể khó và đau đớn sau sẽ thấy nó cực kỳ dễ chịu có lợi cho sức khỏe. Tuy nhiên, lợi ích chính là nó sẽ trợ giúp sự tu tập thiền định và phát triển tâm trong dài hạn. Nếu bạn không thực sự quan tâm tu tập tinh tấn và đạt Shamatha, tu tập ở bất cứ tư thế nào bạn thấy tiện nghi và dễ thư giãn nó cũng có hiệu quả.

Thái độ đúng

Đối với các hành giả Phật giáo thái độ đúng là nói về điều kiện nội tại như động cơ và ý định đúng. Những khía cạnh này cần thiết cho sự tiến hành thành công trên đường đạo. Tuy nhiên, đối với những người mới bắt đầu tu tập thiền định có thái độ đúng có thể xét theo nghĩa thực dụng hơn. Khi bước vào tu tập, bạn nên buông câu chuyện cá nhân của bạn đi, bỏ đi bất cứ sự quan tâm nào bạn có thể có về quá khứ hay vị lai. Hãy cố gắng đưa Tâm của bạn vào thời điểm hiện tại, không bị phân tán, bạn nên bỏ những ý nghĩ tiêu cực làm cho tu tập của bạn không tốt, tránh bị kiêu mạn và kích động làm thui chột kinh nghiệm "tốt" trong khi thiền định.

Những Pháp Tu sơ bộ

Để bắt đầu thiền định với tâm bình tĩnh và chấp nhận, hữu dụng là thực hiện một vài pháp tu sơ bộ:

1. **Xả Trược khí qua hơi thở:** Pháp tu thứ nhất trong các pháp tu này là một pháp tu ngắn gọn từ truyền thống Tây Tạng bao gồm quán tưởng tất cả những cái bất tịnh của bạn như hút thuốc và một cách cưỡng bức thổi nó ra qua lỗ mũi bạn bằng ba hơi sâu. Việc này giúp loại bỏ khỏi cái thân vi tế những dòng năng lực chấp trước, ác cảm, và vô minh. Khi hơi thở và tâm kết nối chặt chẽ, pháp tu

này là điểm khởi đầu tuyệt diệu cho bất cứ thiền định nào. Khoa học cũng khám phá ra rằng ba hơi thở sâu bật qua lại trên hệ thống thần kinh phó giao cảm[1], đem lại sự đáp ứng thư giãn nơi thân.

2. **Đu đưa thân:** Pháp tu sơ bộ thứ nhì là đu đưa thân từ bên này sang bên kia cho đến khi nó an định một cách tự nhiên. Hãy kiểm tra cột xương sống của bạn thẳng mà không căng, và thư giãn ở trong vị trí. Mục đích của của phương pháp này là tạo một chân đế vững vàng cho sự tu tập thiền định.

3. **Ý thức về các hiện tượng bên ngoài:** Hãy trải nghiệm các giác quan của bạn bằng cách cảm nhận âm thanh, vị, mùi, và cảnh đang xảy ra xung quanh bạn. Mục đích là ý thức được hiện tại mà bị vọng tưởng.

Bài Luyện tập 3.2 – Pháp Tu Đơn Giản Niệm Hơi Thở

Các Pháp tu Sơ bộ:
- *Hãy để ra một phút xem lại tư thế của bạn, bảo đảm rằng bạn ngồi theo cách thư giãn nhưng có khí lực.*
- *Hãy thở ba hơi sâu dài, và với từng hơi thở ra, hãy tưởng tượng bạn đang giải tỏa tất cả những âu lo và quan tâm của mình.*
- *Đu đưa thân bạn một cách nhẹ nhàng từ bên này qua bên kia, hãy để cho thân bạn ở vị thế an định.*
- *Hãy giải phóng tất cả những ký ức quá khứ và tất cả những kế hoạch tương lai. Hãy đem ý thức của bạn vào thời điểm hiện tại. Đây là thời gian của bạn và cho suốt thời khóa thiền định, những việc khác không quan tâm.*

Pháp tu chính:

---

1   Anh: *the parasympathetic nervous system.*

- *Hãy cho phép ý thức làm chủ thân bạn, giống như đám mây âm u trải từ đỉnh đầu đến chân bạn. Một cách đơn giản hãy ý thức về những cảm giác hiển nhiên khác nhau trong thân bạn.*

- *Hãy nhận biết nhịp của các hơi thở vào và ra. Bạn không cần làm gì để tạo những cảm giác này, chỉ đơn giản quan sát các cảm giác tự nhiên đang phát sinh.*

- *Hãy duy trì ý thức của mình về một chu kỳ đầy đủ của hơi thở.*

- *Hãy cảm nhận khi không khí đi vào ra thế nào. Hãy quan sát, cảm nhận khi sự hít vào ngừng lại và không khí bắt đầu đi ra. Hãy quan sát cảm nhận khi chờ hơi thở kế tiếp xuất hiện.*

- *Hãy để ra một ít thời gian để trở nên quen thuộc với quá trình này.*

- *Hãy dùng mỗi hơi để giải phóng tất cả những căng thẳng nơi thân và tâm bạn. Khi thở ra, bạn hãy cho phép mình trở nên thư giãn hơn, nhận biết rõ ràng hơn về sự hiện diện của bản thân.*

- *Khi dùng căn cơ nội quan của mình, hãy kiểm tra để bảo đảm bạn không bị rơi vào hôn trầm. Nếu bạn thấy mình đang bị trì trệ, thì hãy làm tâm bạn tinh tấn bằng cách chú ý nhiều hơn vào việc hít vào thở ra, khi bạn trở lại hiện tại (hết bị hôn trầm) hãy tiếp tục tập trung vào hơi thở.*

- *Hãy tiếp tục cách này trong phần thời khóa còn lại.*

NHỮNG CHƯỚNG NGẠI TRONG TU TẬP THIỀN ĐỊNH

Học thiền định không phải dễ. Đối với nhiều người thì đây là là lần đầu tiên họ cố gắng nhìn tâm của chính mình vì thế họ sẽ ngạc nhiên khi thấy quá trình này phức tạp như thế nào. Tập trung tâm vào một vật duy nhất có thể là đơn giản, trên thực tế đây là một việc rất phức tạp, đây là học một kỹ năng nào mới, cần thực hành rất nhiều.

Ý thức về những trở ngại sẽ gặp phải khi tu tập thiền định là một bước tiến quan trọng trong tiến trình tu tập của bạn, cho phép bạn hiểu tâm thái hiện thời của mình, giúp bạn tìm ra và áp dụng những phương pháp thích hợp để vượt qua các trở ngại. Những chướng ngại xuất hiện trong lúc thiền định thường giống như những trở ngại xuất hiện trong đời sống hàng ngày, bằng cách dung hòa với các trở ngại trong các thời khóa chính thức, bạn sẽ phát triển một kỹ năng rất hữu dụng. Ý thức về những trở ngại cũng có thể giúp bạn đánh giá khả năng hiện tại của bạn hiện thực hơn. Thời gian sẽ làm tăng thêm những thói quen tích cực. Ở một mức độ nhất định, nó giúp bạn nhận diện một cách chính xác trình độ bạn đã đạt mức độ nào trong thiền định và cách nào làm cho bạn tinh tấn hơn.

Năm lỗi và tám phương thuốc đối trị

Năm lỗi và tám phương pháp chữa trị cung cấp cho chúng ta một bộ khung làm việc hiệu quả để nhận biết và vượt qua các chướng ngại cản trở khả năng thiền định của chúng ta. Chúng miêu tả những trở ngại khác nhau đối với sự thiền định thành công xuất hiện khi bạn tiến bộ qua những trạng thái khác nhau dẫn đến Shamatha. Kiến thức về những lỗi này và các phương pháp chữa trị có thể giúp bạn hòa hợp với chúng nhanh chóng và hiệu quả như có thể được, không những chỉ trong lúc thiền định mà còn trong đời sống hàng ngày. Năm lỗi, cùng với các phương pháp chữa trị, như sau:

1. Lười biếng
(Phương thuốc: Nguyện vọng, niềm tin, cần mẫn và nhu nhuyễn)

Lười biếng là một tâm thái ứ động có thể ngăn chúng ta tu tập ngay cả không ngồi trên bồ đoàn để bắt đầu. Vì thế nó có thể là một trở ngại lớn cho việc tu tập thiền định của chúng ta. Được ẩn dấu dưới nhiều hình thức khác nhau, nó còn tệ hơn là lảng vảng và không làm gì cả. Sự thật nhận diện ba loại lười biếng:

1. **Tự mãn:** Đây là khi chúng ta không thích hay không có nguyện vọng tu tập thiền định. Tự mãn xảy ra khi chúng ta thà nằm trên trường kỷ và xem vô tuyến truyền hình.

2. **Thiếu tự tin:** Đây là ám chỉ thiếu tự tin vào khả năng thiền định của chúng ta, tạo cảm giác rằng chúng ta không thể đạt được những chứng đắc như Shamatha hay bất cứ những chứng đắc nào khác.

3. **Bận rộn công việc thường ngày:** Cũng được biết như là lười biếng tích cực, loại này có thể hoàn toàn có tính cách lừa gạt vì nó xảy ra khi chúng ta tự mình chiếm lấy những việc làm thế gian. Chúng ta có thể tìm được năng lực bắt kịp bạn bè hay đi xem phim, nhưng ý nghĩ về thiền định khiến chúng ta bỗng nhiên cảm thấy mệt mỏi.

Lười biếng có thể khắc phục được bằng cách phát triển *niềm tin* vào những phẩm tính tuyệt vời mà thiền định tạo ra, cả trong tu tập và trong đời sống hàng ngày của chúng ta; chúng ta sẽ chỉ đánh giá thiền định đủ để biến nó thành việc ưu tiên trong đời sống chúng ta. Chúng ta càng nhận thức ích lợi hơn, chúng ta sẽ càng có *nguyện vọng* tu tập hơn, đến phiên nó khuyến khích phát triển *cần mẫn* và hoan hỉ nỗ lực. Qua sức mạnh của huân tập chúng ta có thể đạt được sự tự mãn về *vật chất và tinh thần* – tính uyển chuyển độc nhất vô nhị và sung sướng của thân và tâm.

Nếu bạn không thấy hứng thú vì không cảm thấy mình đang tiến bộ thì nên tìm đến những công việc khác như nuôi gà hay học thương mại. Nếu chúng ta thực sự quan tâm đến những lợi ích của thiền định sẽ thấy nó đáng để cống hiến thời gian và nỗ lực cho việc phát triển tâm của chúng ta.

2. Vô minh hoặc quên những lời chỉ dạy
(Phương thuốc đối trị: Niệm)

Lỗi về sự thiếu niệm trong thiền định. Nó xảy ra khi người ta quên đối tượng của thiền định hay không học những lời chỉ dạy đầy đủ, khi đó tâm thường lang thang lạc đến các đối tượng khác. Thay đổi liên tục mục tiêu của thiền định, nhất là trong một thời khóa là một dấu hiệu của lỗi này.

Phương thuốc cho lỗi này là trau dồi mức độ *niệm* cho phép bạn giữ lại đối tượng của thiền định và ngăn ngừa bạn quên những lời chỉ dạy ấy. Niệm là nhớ những lời chỉ dạy và gắn kết với tâm để nó trở nên "đầy đủ" về đối tượng. Một khi bạn đã thiết lập được niệm nào đó, bạn có thể bắt đầu phát triển *sự miên mật*. Có nghĩa là khi quan sát chính cái tâm thiền định và phát hiện tâm ấy lang thang lạc đối tượng, dù cho một cách vi tế. Lúc ấy bạn có thể áp dụng phương thuốc thích hợp giống như một nhà bình luận, không tham dự, không nghiên cứu về chương trình mà lại thuyết minh về chương trình đó.

3. Sự Hôn trầm và Dao động của Tâm
(Phương thuốc chữa trị: Miên mật)

Dao động từ bên ngoài

Giai đoạn khởi đầu của thiền định, tâm có thể bị dao động mạnh. Nó thường tiến về phía những kích thích ngoại tại như âm thanh của những hoạt động đang xảy ra xung quanh chúng ta. Nó cũng luôn lang thang, nghĩ những ý nghĩ khác. Đó có thể là một bài hát, một bản kịch từ lúc sớm hơn trong ngày, hay một ý kiến về nấu món gì cho bữa chiều; bất cứ cái gì khác hơn đối tượng thiền định. Sự dao động này xảy ra khi sự tập trung được giữ quá chặt hay thư giãn không đủ, khiến cơ thể bạn bị căng thẳng. Khi cái tâm bị phân tán, lạc hướng đối tượng, việc này có thể dễ dàng phát hiện. Tuy nhiên, lúc đầu có thể mất đến năm ba phút để cho cái tâm ít tu tập biết rằng đối tượng đã bị mất. Sự dao động thô có thể ví với sự di động của một đám mây khi nó xuất hiện.

Áp dụng phương thuốc thông thường không quá khó ở giai đoạn này và có năm ba điều có thể thử. Bạn có thể hạ thấp đối tượng, tưởng tượng rằng nó rất nặng. Thư giãn thân bạn bằng cách tập trung trên các cảm giác của thân hay đặt lưỡi của bạn vào các răng dưới, mắt nhắm lại một lúc có thể hữu ích. Một kỹ thuật khác để chinh phục Tâm là quán tưởng một chấm đen bên chỗ bạn ngồi. Nếu bạn rất hay cựa quậy, tập thể dục sẽ làm bạn mệt và khiến cho tâm ít lăng xăng hơn. Ban đầu những ý nghĩ lăng xăng có thể mất một thời gian để phát hiện, nhưng khi tu tập tinh tấn ý thức như thế trở nên tự nhiên.

Hôn trầm

Điều này phát sinh khi tâm thiếu minh mẫn và trở nên thu mình quá mức. Chúng ta cảm thấy mù mờ và dễ ngủ gật. Ở đây, sự trong sáng chỉ trạng thái rõ ràng, tươi tắn và sáng láng của tâm, hơn là chỉ sự trong sáng của đối tượng thiền định.

Bạn có thể làm sáng rõ, đánh giá đúng đối tượng thiền định bằng cách đưa nhẹ mắt lên, chú ý kỹ hơn các chi tiết của nó, tựa như bạn sẽ rơi xuống mép vực nếu bạn mất đối tượng. Hồi tưởng một điều gì đó tốt hay truyền cảm hứng hoặc tưởng tượng một ánh sáng trắng ở trên trán bạn giữa hai mắt cũng có thể làm sáng tỏ tâm trí. Một kỹ thuật khác là thiền định ở một địa điểm trên cao với quan cảnh bao la, hay tìm một chỗ mát mẻ và có gió nhẹ. Té nước vào mặt, tập thể dục ngoài trời và giữ chế độ ăn kiêng nhẹ cũng có thể trợ giúp.

Tuy nhiên, bạn phải thật cẩn thận, để phân biệt mệt mỏi do lười biếng và mệt mỏi thực sự thì cần nghỉ ngơi. Đừng để oán giận hướng về phía mình, những kỳ vọng không tốt ảnh hưởng đến sự tu tập của mình, đây là biểu hiện của mệt mỏi. Nếu thấy thực sự chán nản, mệt mỏi cho dù đang áp dụng các phương thuốc trên, trong trường hợp này bạn nên nghỉ ngơi vì thúc đẩy quá có thể phản tác dụng.

Dao động vi tế

Dao động vi tế thì khó nhận biết vì khi một phần của tâm đang yên nghỉ thoải mái trên đối tượng thiền định trong khi phần khác lang thang mà bạn không để ý. Nó khó bị phát hiện được ví như con khỉ hiếu động nhảy nhót liên tục.

Chữa trị sự dao động vi tế bạn phải phát triển một *sự miên mật* đặc biệt mạnh và đầy uy lực. Điều này không thể đạt được bằng phương tiện lý trí mà chỉ có được qua trải nghiệm và tu tập của riêng bạn, với các nỗ lực có được bằng tu tập thường xuyên, tâm của bạn sẽ nhận diện được sự dao động vi tế ngay khi nó vừa phát sinh và nhanh chóng trở về với đối tượng.

Hôn trầm vi tế

Lỗi của Hôn trầm vi tế, hay sự chìm xuống, không phải là vấn đề đối với những người mới bắt đầu tu tập thiền định vì tâm họ hay bị lăng xăng. Nó chỉ được nhận biết khi thiền giả tinh tấn hơn và có khả năng tập trung vào đối tượng với một độ vững chắc nào đó. Sự Hôn trầm vi tế xảy ra khi có sự cố định và minh mẫn nhưng không mãnh liệt. Điều này có nghĩa là có một chút sinh khí hay sức mạnh nắm giữ đối tượng. Cái này khó phát hiện và loại bỏ hơn nhiều. Đã có nhiều thiền giả bị mắc kẹt ở đây, cảm thấy dường như sự thiền định của họ diễn ra rất tốt. Đây là một cái bẫy thông thường.

Phương thuốc cho chứng Hôn trầm vi tế là phát triển một cường độ đặc biệt mạnh, uy lực và sinh động, mà chỉ có thể trau dồi nó bằng việc tu tập nghiêm mật. Đây không phải là điều có thể miêu tả một cách lý trí mà chỉ những thiền giả thiện xảo mới có. Nó cũng có thể giúp làm tâm tươi tắn bằng cách tư duy về một đề mục mà nó gây hứng thú cho bạn, như là lòng biết ơn đối với thầy, và những lợi ích khó tin của việc tu Tâm.

4. Lười nhác
(Thuốc chữa trị: Dùng các phương thuốc)

Điều này có nghĩa là không hành động đủ để sửa chữa sự Hôn trầm, dao động hay lười biếng khi chúng phát sinh. Bạn thất bại khi áp dụng phương thuốc, thường bạn quá thờ ơ hay tự mãn.

Phương thuốc ở đây là hành động và *áp dụng thuốc chữa trị thích hợp*. Đôi khi có thể làm gián đoạn sự thiền định bằng cách đi thiền hành, thư giãn thân thể, té nước mát vào mặt hay hít thở thoáng khí. Khi trở lại chỗ ngồi, bạn có thể thấy dễ bắt đầu thiền định, nó cũng có thể giúp tâm nhiều ích lợi trong tu tập thiền định.

5. *Chăm chỉ quá mức*
(Thuốc chữa trị: Xả)

Đây là sai lầm trong áp dụng phương thuốc khi không cần, hay bị áp dụng quá mức. Thí dụ: hôn trầm và dao động đã được nhận biết và chữa trị nhưng bạn vẫn áp dụng hành động cho đúng hơn.

Phương thuốc chữa trị cho vấn đề này là áp dụng *xả*. Nói cách khác là để yên nó đó.

Nếu bạn nhớ kỹ năm lỗi và tám phương thuốc, những thời thiền định của bạn sẽ không còn là việc "trúng và trật" nữa, nhưng đúng hơn là một quá trình năng động mà chắc chắn rất lợi ích.

Lỗi	Phương thuốc trị
1. Lười biếng	1. Nguyện vọng
	2. Niềm tin
	3. Cần mẫn
	4. Tự mãn tinh thần
2. Không biết hay quên lời dạy	5. Niệm
3. Hôn trầm và dao động của tâm	6. Miên mật
4. Áp dụng dưới mức	7. Sự áp dụng các phương thuốc
5. Áp dụng trên mức	8. Xả

Bảng 3-3: Năm lỗi và tám phương thuốc.

NĂM CHƯỚNG NGẠI

Giống như năm lỗi, năm chướng ngại có thể chi phối hoàn toàn sự tu tập của bạn. Tuy nhiên, khi bạn tiến bộ theo con đường thiền định, chúng sẽ dần dần yếu đi và khuất phục, cho phép bạn khám phá một cái tâm tĩnh lặng và trong sáng một cách tự nhiên.

1. Tham

Cảm giác ham muốn chỉ sự chấp trước vào đối tượng của năm giác quan: hình ảnh, âm thanh, mùi, vị và cảm giác tiếp xúc. Khi thiền định, chúng ta cố gắng hoàn thiện các giác quan của mình bằng cách buông xả sự quan tâm đối với thân. Chướng ngại này xuất hiện khi tâm chúng ta bị phân tán như cảm giác đau ở lưng, mùi thịt nướng (BBQ) của người hàng xóm, hay âm nhạc đến từ cửa phòng kế bên.

Chìa khóa khắc phục chướng ngại này là loại bỏ từng chút một. Đầu tiên bạn học chú tâm và nhận diện các đối tượng của giác quan mà không phản ứng lại chúng, dần dần bạn sẽ ít bị xao lãng hơn hay bị "dẫn dắt" trong khi thiền định.

2. Sân

Trong thiền định oán giận xuất hiện như là sự không thích đối với đối tượng của sự tập trung hay chính sự thiền định, khiến cho tâm bị sao lãng. Nó cũng có thể hướng về chính mình bởi cảm giác tội lỗi hay những mong muốn không hợp lý.

Phương thuốc cho chướng ngại này là phát sinh lòng từ ái đối với đối tượng của oán giận. Đôi khi thiền định có thể giống như việc nhà, như một người bạn thân, người mà bạn yêu thương và biết ơn. Từ ái đối với chính mình cũng rất quan trọng như là học để hiểu lỗi của mình và cần có can đảm để tha thứ, nó cho phép bạn buông bỏ và tiến tới.

3. Hôn trầm và ngủ gật

Chướng ngại này ám chỉ sự nặng nề của thân và sự trì trệ của tâm khiến cho sự chú tâm gián đoạn từng lúc. Thực tế nó có thể đưa đến ngủ gật trong lúc thiền định mà không nhận ra.

Chìa khóa để khắc phục sự Hôn trầm là hòa hợp, ngừng đối địch khi Tâm bị lẫn lộn giữa trì trệ và dao động. Nếu bạn ở trong trạng thái thư giãn và bắt đầu hôn trầm, bạn cần giảm thiểu sự quan sát Tâm, tăng thêm tỉnh thức tựa như bạn đang bước đi trên mép vách đá. Bạn cũng có thể tư duy về những cơ hội mà bạn có để phát triển tâm bằng tu tập thiền định hay làm những việc hứng thú khác. Nếu bạn vẫn còn cảm thấy mệt mỏi thì tốt nhất là nghỉ ngơi, thay vì cưỡng bức thiền định. Đôi khi hôn trầm không phải là vấn đề, oán giận làm ta có khuynh hướng chạy trốn vào hôn trầm thì sự hứng thú trong những việc đang làm sẽ biến mất.

4. Bất an

Bất an khi tâm chúng ta chuyển từ một ý nghĩ này đến ý nghĩ khác và rồi đến ý nghĩ tiếp theo và rồi đến ý nghĩ tiếp theo nữa; như một con khỉ liên tục đu đưa từ cành này sang cành khác.

Bất an khắc phục được bằng cách trau dồi một cảm giác bằng lòng bên trong, không có những mong đợi và hạnh phúc sẽ là tĩnh lặng. Nới lỏng thiền định và bảo đảm thân thư giãn.

5. Không chắc chắn hay nghi ngờ

Chướng ngại này phát sinh khi chúng ta tự hỏi chính mình những câu hỏi nội tại trong khi cố gắng làm tâm tĩnh lặng và tập trung vào đối tượng thiền định. Chúng ta có thể tự hỏi mình rằng "Ta có thể làm được điều này chăng?" "Tại sao tôi phải phiền lòng việc này chứ, trọng điểm là gì?". Nghi ngờ cũng có thể mang hình thức của sự đánh giá liên tục: "Tôi muốn biết tôi đã đạt đến trạng thái chú ý gì?" hay "Sự tu tập của tôi diễn ra như thế nào?". Những câu hỏi như thế là những trở ngại khi chúng được đặt ra không đúng lúc, chỉ để gây phân tán.

Chướng ngại này có thể khắc phục bằng cách tìm hiểu tại sao cần dùng thì giờ để thiền định, đọc kỹ các hướng dẫn trước khi bắt đầu và có thiện tri thức hướng dẫn bạn. Tổng kết những điều không chắc chắn hoặc các vẫn đề nghi ngờ có thể khắc phục được sau mỗi thời khóa thực hành là kỹ năng để thiền định tốt hơn.

Chướng ngại	Phương thuốc
1. Cảm giác ham muốn	Giảm thiểu cảm giác lôi kéo bằng niệm
2. Oán giận	Hướng từ ái về mình
3. Hôn trầm và ngủ gật	Nhận biết nó, đừng chống nó
4. Bất an	Chăm sóc sự bằng lòng
5. Không chắc chắn và nghi ngờ	Hiểu lợi ích của thiền định và biết bạn đang làm gì.

Bảng 3-4: Năm chướng ngại.

TÓM TẮT CHƯƠNG BA

- Thiền định là một tập hợp những kỹ thuật giúp Tâm chúng ta có những phẩm tính tích cực.

- Có hai hình thức thiền định chính: Thiền định Shamatha (placement meditation) và thiền định Tuệ kiến (vipashyana: insight meditation). Thiền định Shamatha được biết như là Thiền chỉ giúp cải thiện phẩm tính của tâm chúng ta. Thiền định Tuệ kiến được biết như là thiền quán giúp chúng ta phát triển trí tuệ về bản tính của những hiện tượng khác nhau của tâm.

- Có hai chức năng dùng trong khóa thiền định kiểu mẫu: Niệm và nội quan. Niệm giữ cho tâm chúng ta gắn kết với đối tượng của thiền định, trong khi nội quan giúp chúng ta nhận biết khi tâm phân tán.

- Thiền định giúp chúng ta phát triển ba phẩm tính tích cực của tâm: Thư giãn, ổn định, và sinh động. Thư giãn cho phép chúng ta duy trì sự chú ý qua thời gian. Ổn định cho phép chúng ta giữ tâm tập trung trên một đối tượng. Sinh động cho phép chúng ta gia tăng quan sát những đặc tính vi tế hơn của đối tượng mà chúng ta đang thiền định.

- Thiền định có nhiều lợi ích như gia tăng ý thức tổng quát của chúng ta, tạo ra sự thanh tịnh để chúng ta có những quyết định khôn ngoan, cải thiện sức khỏe thân thể và phát triển tiềm năng tinh thần của chúng ta.

- Để kinh nghiệm những lợi ích của thiền định bạn phải tìm ra thời gian để tu tập đều đặn.

- Có ba loại đối tượng thiền định bạn có thể lựa chọn, tùy vào loại nhân cách và nhu cầu của bạn.

- Phần khởi đầu cho sự tu tập thiền định thành công là có địa điểm đúng, tư thế đúng và thái độ đúng.

- Có nhiều trở ngại phát sinh trong tu tập thiền định. Bằng cách hiểu năm lỗi và năm chướng ngại, bạn có thể phát triển khả năng áp dụng các phương thuốc chữa trị và do đó cải thiện chất lượng các thời khóa thiền định của bạn.

Các Giai Đoạn Thiền Định

Thiền định là một quá trình kéo dài. Nó là một quá trình đặc biệt để thuần tâm và làm Tâm đủ uyển chuyển tích cực. Chúng ta có thể nghĩ về Tâm chúng ta như một con cừu hư trốn khỏi đàn. Trong khi người chủ bận chăm nom cho cả đàn, nó tiếp tục trốn, lang thang trong núi, ông tìm thấy nó và mang về. Vài lần như vậy làm ông chú ý tới nó hơn. Mỗi lần nó định trốn khỏi đàn ông đều ngăn chặn kịp thời, cuối cùng nó quen và không còn trốn khỏi đàn nữa.

Bằng cách tương tự như thế, qua sự dùng hai cơ năng niệm và nội quan, thiền giả biết cách điều và hướng tâm theo cách nhất quán. Càng dùng những phẩm tính này, chúng càng trở nên mạnh hơn. Với thời gian nhất định, chúng ta qui định tâm theo cách như thế, nó không còn bị lạc mất trong mọi phân tán, trở nên có khả năng được dùng một cách có hiệu quả hơn cho bất cứ việc gì chúng ta định làm.

Qua những năm tìm tòi chiêm nghiệm, các thiền giả vĩ đại của quá khứ đã nhận diện một trình tự nhất quán về các giai đoạn mà một hành giả sẽ đi khi gắn kết với các pháp tu này. Những kinh nghiệm này hình thành một bản đồ mà tất cả chúng ta có thể theo, giúp nhận biết vị trí riêng của chúng ta trong quá trình này. Như chúng ta sẽ thấy, đánh giá chính xác sự phát triển của riêng mình là cách hữu dụng để đưa sự chú ý đến những trở ngại khác nhau mà chúng ta phải đối mặt ở bất cứ giai đoạn nào.

DÙNG HƠI THỞ LÀM ĐỐI TƯỢNG

Để minh họa quá trình này, chúng ta sẽ đi qua từng giai đoạn thiền định dùng những cảm giác có thể tiếp xúc được của hơi thở như là đối tượng thiền định. Đối với những người sống trong môi trường rất bận rộn, kích thích, thiên về suy nghĩ quá nhiều và lo âu, *niệm hơi thở* là một phương pháp đặc biệt hiệu quả để khắc phục những năng lượng xấu dẫn dắt. Trong tất cả những phương pháp do đức Phật dạy, phương pháp này là phổ biến nhất.

Những bài luyện tập trong chương này đặc biệt được rút ra từ Kinh Niệm Xứ (*Satipatthana Sutta*) trong truyền thống Trưởng lão (Theravada). Đức Phật ban cho giáo lý này để chứng minh làm thế nào niệm hơi thở có thể dùng làm căn bản để tạo ra sự hợp nhất Shamatha và Vipashyana. Phần thứ nhất của giáo lý này là mười sáu pháp Quán niệm hơi thở (Anapanasati), mỗi cách được thiết kế để làm tĩnh tâm trong khi tu tập để phát triển các trải nghiệm đã có. Các pháp tu này tiêu biểu một tiến trình tiệm tiến có thể tóm lược trong năm giai đoạn:

1. Niệm hiện tại
2. Đặt tâm lên đối tượng
3. Giữ tâm trên đối tượng
4. Tinh chỉnh tâm
5. Hợp nhất tâm

Tôi sẽ miêu tả các giai đoạn này nhiều chi tiết hơn dưới đây, bây giờ biết rằng hai giai đoạn đầu trong các giai đoạn này nhấn mạnh sự phát triển thư giãn là đủ. Giai đoạn thứ ba nhấn mạnh sự trau dồi niệm kết quả gia tăng độ ổn định của sự tập trung. Trong khi giai đoạn thứ tư và thứ năm nhấn mạnh tu dưỡng sự trong sáng hay sinh động của chú ý nhiều hơn, đặt căn bản trên nền tảng thư giãn và ổn định đã có từ trước.

Sự tiến bộ qua các giai đoạn này không phải là đen hay trắng. Trong một thời khóa bạn có thể đạt đến những mức độ khác nhau ở những thời gian khác nhau. Vào một số ngày bạn có thể kinh nghiệm giai đoạn một, trong khi ở những ngày khác bạn có thể kinh nghiệm giai đoạn ba. Vì thế chúng ta có thể đo một cách chính xác hơn khả năng của chúng ta, đặt căn bản trên kinh nghiệm trung bình lấy từ nhiều thời khóa qua một thời kỳ có sẵn. Khi bạn kinh nghiệm một cách kiên định một giai đoạn có sẵn, thì bạn có thể được xem là đã "đạt được" giai đoạn đó. Sự lĩnh hội trên các giai đoạn này như là những điều để đạt có thể đưa đến một số trở ngại trong sự tu tập của bạn. Tốt hơn là duy trì cách tiếp cận thư giãn và kiên nhẫn, không dính dáng gì đến những mong chờ không cần thiết.

Trong truyền thống Tây tạng, năm giai đoạn thiền định này được hiểu trên căn bản chín trạng thái chú ý. Giáo lý này trước tiên được cao tăng Liên Hoa Giới (713–763) đại học giả Ấn độ, giới thiệu trong bình luận của Ngài về giáo lý của Phật Di Lặc. Chín trạng thái chú ý này là:

1. Đặt tâm lên đối tượng
2. Quan sát tâm liên tục
3. Tĩnh lặng
4. Tập trung
5. Bắt tâm theo kỷ luật
6. Làm cho tâm an
7. Làm cho tâm an đầy đủ
8. Qui nhất
9. Xả

Sự khác nhau chính giữa hai phương pháp tiếp cận là năm giai đoạn tập trung nhiều hơn trên phẩm tính của Tâm đang được phát triển, trong khi chín trạng thái chú ý tập trung nhiều hơn trên các loại trở ngại phát sinh.

NĂM GIAI ĐOẠN VÀ CHÍN TRẠNG THÁI CHÚ Ý

Biểu Năm giai đoạn và chín trạng thái sau chi tiết hơn về các giai đoạn thiền định cũng như sự liên hệ của mỗi giai đoạn với từng trạng thái:

Giai đoạn thiền định	Trạng thái chú ý		Nhấn mạnh
1. Niệm giây phút hiện tại			Thư giãn
2. Đặt tâm lên đối tượng	1. Để Tâm vào đối tượng		
	2. Quan sát Tâm liên tục		
3. Giữ tâm trên đối tượng	3. Tĩnh lặng		Niệm
	4. Tập trung		
	5. Bắt tâm theo kỷ luật		
4. Tinh chỉnh tâm	6. An tâm		Miên mật
	7. An tâm đầy đủ		
5. Hợp nhất tâm	8. Qui nhất		
	9. Xả		

Bảng 4-1: Năm giai đoạn và chín trạng thái chú ý.

Giai Đoạn Một – Niệm Giây Phút Hiện Tại

Đối với nhiều người trong chúng ta, đời sống là một dòng chảy dường như vô tận của những điều cần được thực hiện, sẽ không ngạc nhiên khi mới thiền định, việc chú tâm vào đối tượng thiền định thường rất khó. Vì thế, mục đích của giai đoạn đầu tiên này là tạo một khung tâm thọ nhận có thể gắn kết với đối tượng. Trong thực tế cho dù chúng ta lựa chọn địa điểm thiền định cẩn thận đến đâu cũng sẽ luôn luôn có cái gì đó làm chúng ta phân tán ví như tiếng chó sủa xa xa, Âm thanh này có thể làm nổi lên hàng loạt ý nghĩ "Tôi cần mua một ít thức ăn cho con chó của tôi. Tôi hy vọng con chó của tôi an ổn. Tôi nhớ con chó của tôi. Tôi không thể chờ để thấy con chó của tôi được". Trước khi biết được điều đó, chúng ta đã bị lạc mất trong dòng tương tục của tâm.

Để giảm bớt những ảnh hưởng của môi trường, chúng ta cần tự tu tập để chấp nhận những điều kiện xung quanh. Tốt hơn là phản ứng sự kích thích bên ngoài thì chỉ đơn giản để ý nó, chấp nhận nó, không bị nó lôi cuốn. Hãy dùng hơi thở một cách có ý thức để thư giãn thân và và giữ ý thức của bạn hiện diện trong phút giây hiện tại và hiện diện trong thân bạn.

Bài Luyện tập 4.1 – Thư Giãn Trong Giây Phút Hiện Tại

- *Hãy chọn một tư thế thiền định dễ chịu và tham dự những pháp tu sơ bộ. Hãy thở ba hơi dài sâu, giải phóng tất cả căng thẳng. Hãy đu đưa nhẹ thân để ổn định tư thế. Hãy giải phóng tất cả những ký ức về quá khứ và những ý nghĩ về tương lai, mang tâm bạn vào giây phút hiện tại.*

- *Hãy mang thức giác của bạn đến tận đỉnh đầu của bạn. Khi bạn thở ra, hãy tưởng tượng đang giải phóng tất cả năng lượng vào vùng đó của thân bạn. Thư giãn nó một cách đầy đủ.*

- *Bây giờ hãy đổi thức giác của bạn hướng xuống, mang nó vào vùng mặt bạn. Hãy trở nên ý thức về những cảm giác hiển nhiên ở vùng này. Khi thở ra, hãy giải phóng tất cả mọi căng thẳng và thư giãn đầy đủ.*

- *Hãy quan sát thân của bạn, dừng một chút ở mỗi điểm. Hãy quan sát những cảm giác trong từng vùng, rồi hãy giải phóng toàn bộ sự căng thẳng bằng một hơi thở ra.*

- *Trong suốt quá trình này, hãy để tâm nhập cuộc vào hoạt động và làm việc với bất cứ việc gì hiện diện trước bạn.*

- *Khi bạn kết thúc việc rà soát qua thân bạn, hãy nghỉ vài phút để bạn đang cảm thấy như thế nào.*

Giai Đoạn Hai – Đặt Tâm Lên Đối Tượng Thiền Định

"…như thác nước đổ qua những tảng đá."

Khi chú tâm ở giây phút hiện tại, bạn sẽ khám phá một cái tâm đang tu tập cùng hiện hữu với một cái thân đang thư giãn. Tuy nhiên, để phát triển một loại tập trung trực tiếp hơn, thu hẹp sự tập trung của bạn trên một đối tượng duy nhất là hơi thở của bạn. Nếu bạn chuyển đột ngột đến giai đoạn hai khi thân chưa được thư giãn đầy đủ, rất có thể cả thân và tâm bạn sẽ co thắt lại, sự căng thẳng trở nên trầm trọng ngăn trở bạn gắn kết với sự tu tập.

Theo dòng thứ nhất của Kinh Niệm Xứ, cách hiệu quả nhất để bắt đầu tu tập chỉ đơn giản là quan sát hơi thở như thế nào:

Hít vào biết hơi ngắn, thở ra biết hơi ngắn.
Hít vào biết hơi dài, thở ra biết hơi dài.

Chìa khóa thiền định ở giai đoạn này là duy trì một tâm thái thư giãn, trở ngại lớn nhất bạn sẽ đối mặt là cách để tâm bạn kiểm soát hơi thở. Vì thế, lời chỉ dạy này cho phép bạn duy trì sự sự lưu thông tự nhiên của hơi thở, cùng với việc kiểm soát nó.

Hãy kiểm soát hơi thở phù hợp trong sự thư giãn của bạn, độ dài của hơi thở trong sự chú ý của bạn.

Để đạt được sự thư giãn nhiều hơn, cảm nhận hơi thở ở những vùng đặc biệt của thân như ngực, bụng, mũi bạn sẽ thấy tự nhiên hơn. Khi bạn trở nên ý thức về toàn thân "đang hô hấp", hơi thở của bạn sẽ tự nhiên trở nên vi tế và thông suốt hơn. Cảm giác này được biết như là luồng nội khí, đôi khi có thể cảm thấy như những dòng năng lượng đi qua thân. Bạn có thể quán tưởng hơi thở vi tế này lưu chuyển vòng quanh thân, đi qua mỗi phần, bạn có thể tưởng tượng toàn thân bạn đang thở ra hay hít vào tuần hoàn như một làn sóng. Đặt lưỡi của bạn phía sau hàm răng dưới và thở chậm lại có thể giúp thân bạn thư giãn.

Bài Luyện tập 4.2 – Chú Tâm Vào Hơi Thở Để Thư Giãn

- *Hãy chọn một tư thế thiền định dễ chịu và dấn thân vào những pháp tu sơ bộ.*

- *Hãy thực hiện một cuộc rà soát ngắn qua thân bạn từ đỉnh đến đáy, thư giãn tất cả những căng thẳng qua hơi thở ra.*

- *Hãy cho phép ý thức của bạn làm đầy toàn thân; thư giãn và nới lỏng.*

- *Hãy trở nên ý thức về những cảm giác hiển nhiên tương ứng với hơi hít vào và thở ra của bạn. Những cảm giác sự lên và xuống của ngực hay bụng hay cảm giác về không khí di động qua lỗ mũi. Chẳng có vấn đề gì cả, chỉ đơn giản nhận diện những cảm giác chứng tỏ rằng bạn đang thở.*

- *Hãy chọn tư thế tinh thần của một người quan sát không thiên lệch. Bây giờ hãy nhìn xem những cảm giác này phát triển như thế nào qua thời gian. Đặc biệt hãy chú ý độ dài tương đối của mỗi giai đoạn của hơi thở vào và ra. Hãy ghi nhớ bằng tâm khi chúng dài và khi chúng ngắn.*

- *Nếu thấy tâm bạn bị phân tán với nhiều ý nghĩ, thì bạn hãy đếm hơi thở. Khi hít vào hãy đếm "một" bằng tâm, Rồi hãy thở ra. Tiếp theo, khi hít vào, hãy đếm "hai" và thở ra. Hãy lặp lại quá trình này. Đếm đến mười và rồi trở lại một.*

- *Khi tâm đã yên tĩnh, hãy ngừng đếm và chỉ đơn giản trở lại quan sát độ dài tương đối của mỗi hơi thở.*

- *Khi thời khóa gần chấm dứt, hãy dừng mọi nỗ lực và thư giãn vài phút.*

Giai đoạn thiền định hơi thở này tương đương với hai trạng thái đầu của chín trạng thái đã được trình bày trong hệ thống Tây Tạng. Điểm tập trung ở đây là về việc hiểu những lời chỉ dạy về thiền định và đạt trạng thái thư giãn của thân và tâm. Hai tình trạng đầu là:

1. **Đặt tâm lên đối tượng:** Khi mới bắt đầu, giữ tâm cố định trên đối tượng đòi hỏi nhiều nỗ lực. Khả năng duy trì tập trung của bạn khởi đầu sẽ bị giới hạn và có thể trong những giây phút ngắn ngủi thì bạn chỉ có thể làm được vậy. Dường như tâm bạn bị quấy rầy khi bạn có các ý nghĩ lan man đang gia tăng. Tuy nhiên, điều này có nghĩa rằng bạn đang ý thức về trạng thái thường có trong tâm của bạn. Sự nhận biết này là thành tựu đầu tiên.

   Trạng thái đầu tiên đạt được bằng cách lắng nghe những lời chỉ dạy của thầy về phương pháp thiền định và đối tượng chọn lựa.

   Nó thành tựu khi bạn có thể đặt tâm lên đối tượng thiền định mong muốn ít nhất một vài giây. Nếu đối tượng của bạn là hơi thở thì điều này có thể đạt được vào cố gắng đầu tiên, nếu đối tượng của bạn là một quán tưởng phức tạp điều này có thể mất năm bảy tuần để thành tựu.

2. **Đặt liên tục:** Trong giai đoạn này, thời gian bị phân tán dài hơn thời gian tập trung, nhưng việc nắm giữ đối tượng trở nên thường xuyên hơn. Tâm đang trở nên ổn định hơn và bạn có thể có duy trì sự tập trung không gián đoạn trong khoảng một đến năm phút. Rõ ràng những ý nghĩ lan man đang giảm. Giai đoạn này thành tựu qua năng lực tư duy. Bạn có thể cố định tâm trên đối tượng nhưng vẫn phải thường xuyên nhớ lại những lời chỉ dạy của thầy.

   Hai tình trạng chú ý đầu tiên này có mục đích kết nối tâm với một đối tượng và điều này đòi hỏi sự cam kết tập trung. Những lỗi chính để khắc phục ở điểm này là *sự lười biếng* và *quên đối tượng thiền định*.

Ở giai đoạn này, sự chuyển động của ý nghĩ qua tâm được ví như thác nước chảy qua các tảng đá. Điều này không có nghĩa là số lượng ý nghĩ của chúng ta gia tăng, mà đúng hơn, chúng ta đang trở nên ý thức về chúng một cách rõ ràng.

Tình trạng chú ý	Lỗi chính	Năng lực	Chuyển động
1. Đặt tâm	Lười biếng	Nghe	Như thác chảy
2. Đặt liên tục	Quên đối tượng	Tư duy	

Bảng 4.2: Đặt tâm lên đối tượng.

Giai Đoạn Ba – Giữ Tâm Trên Đối Tượng Thiền Định

"Trở thành như dòng sông chảy qua khe núi."

Trong giai đoạn trước bạn đã bắt đầu kinh nghiệm sự tập trung liên tục trên hơi thở, hướng sự chú ý của bạn đến ý thức về độ dài của hơi thở, hay đếm hơi thở trong khi thân càng lúc càng trở nên thư giãn hơn. Một khi bạn phát triển một sự ổn định nào đó bằng phương pháp này, chỉ đơn giản để sự chú ý của bạn đi theo hơi thở qua suốt chiều dài của nó. Tâm bạn càng trở nên thấm nhập vào hơi thở từ giây phút đầu tiên khi hít vào đến giây phút chót, để ý khi giữ hơi rồi theo hơi thở ra từ đầu đến cuối. Bằng cách này, với thân đã hoàn toàn thư giãn, bạn bắt đầu phát triển sự chú tâm liên tục có sự miên mật. Theo Kinh Niệm xứ, bạn chỉ nên đơn giản biết rằng:

Hít vào biết toàn thân (của hơi thở),
Thở ra biết toàn thân (của hơi thở).

Lời chỉ dạy này thường được dẫn để chỉ chiều dài của hơi thở, mặc dù một vài người giải thích nó có nghĩa là bạn nên biết hơi thở chuyển động qua toàn thân bạn. Như trong giai đoạn trước, bạn nên tập trung trên hơi thở ở bất cứ chỗ nào nó đến một cách tự nhiên, chuyển sự tập trung của bạn xuống thấp hơn nếu bạn cần thư giãn nhiều hơn (thí dụ ở bụng) và chuyển nó lên cao hơn nếu bạn cần tăng sự miên mật (thí dụ ở chót mũi). Song đồng thời, bạn nên duy trì ý thức ngoại vi về toàn thân trong khi bạn đang thở. Mục tiêu của giai đoạn này là trở nên thấm nhập vào hơi thở mà bạn sẽ không bị âm thanh, cảnh hay ngay cả những cảm giác không thoải mái nơi thân. Điều này đặc biệt hữu dụng nếu thân bạn bị mệt. Thay vì cho phép tâm bạn trở nên mù mờ, hãy dùng những nỗ lực miên mật thắt chặt sự tập trung của bạn và rõ ràng nắm bắt được mọi khoảnh khắc của hơi thở.

Bài Luyện tập 4.3 – Niệm Cho Hơi Thở Ổn Định

- *Hãy chọn một tư thế thiền định dễ chịu và dấn thân vào những pháp tu sơ bộ. Hãy thực hiện một sự rà soát ngắn thân thể, chọn một tâm thái thư giãn.*

- *Hãy hướng sự chú tâm của bạn đến vùng bụng dưới, trở nên ý thức về những cảm giác tự nhiên tương ứng với hơi thở.*

- *Trong độ dài của một hơi thở duy nhất, hãy cố gắng quan sát chu kỳ của hơi thở phát triển như thế nào. Trước tiên hãy để ý sự bắt đầu của hơi thở. Cảm thấy thế nào khi hơi thở trước khi bắt đầu đi vào thân?*

- *Rồi hãy để ý ở giữa. Cảm thấy thế nào khi hơi hít vào ngừng lại và đi ngược trở ra?*

- *Cuối cùng hãy để ý chấm dứt. Cảm thấy thế nào khi hơi thở tự nhiên được giải phóng, không có nỗ lực gì cả?*

- *Một khi bạn đã quen với từng giai đoạn của chu kỳ, thì hãy quan sát cảm thấy thế nào khi một hơi thở chấm dứt và hơi thở kế tiếp bắt đầu.*

- *Hãy trở nên ý thức về hơi thở vào và ra liên tục này. Quan sát chu kỳ đầy đủ bằng tâm thư giãn.*

- *Khi bạn thời khóa sắp chấm dứt, hãy giải phóng tất cả những nỗ lực và chỉ đơn giản nghỉ ngơi trong giây phút hiện tại.*

Những trạng thái chú ý tương ứng, mục đích nhằm thiết lập sự chú tâm rồi đến sự miên mật, như sau:

3. **Tĩnh lặng:** Ở giai đoạn này bạn sẽ ý thức rõ về sự phân tán trong Tâm của mình và phát triển năng lực an trú tâm, đem tâm về với đối tượng thiền định ngay khi nó mới vừa lang thang, đúng như là bạn đang đặt một mảnh vá để lấp một cái lỗ của tấm vải. Bằng cách này, bạn điều chỉnh lại sự tập trung của bạn và có thể giữ tập trung không bị gián đoạn, thường khoảng năm đến mười phút. Bạn bắt đầu trở nên chú tâm hơn và đi vào thiền định thực sự, lúc này các chú ý của bạn cố định trên đối tượng trong suốt thời khóa thiền định. Đến ngay cả trạng thái thứ ba này là một thành công lớn và có thể tạo nên một sự khác biệt lớn đối với khả năng kiểm soát tâm của bạn trong đời sống hàng ngày.

4. **Tập trung:** Lúc này cần đặt lưỡi ở phía sau hàm răng dưới. Sự tập trung của bạn rất mạnh ở điểm này mà tâm bạn không bao giờ hoàn toàn mất sự cố định trên đối tượng, và dao động thô không còn là trở ngại nữa. Vì thế tâm rút lui khỏi một phạm vi rộng của những sự vật và sự tập trung của bạn thu hẹp thêm. Bạn có thể giữ đối tượng một cách liên tục với mức độ rõ ràng, cường độ ngày càng gia tăng để đối phó với những dao động vi tế. Đây là khi một phần tâm trí của bạn xa rời đối tượng nhưng bạn không mất nó hoàn toàn. Trong trạng thái thứ tư này năng lực chính niệm đạt được khi bạn có thể giữ được đối tượng một cách ổn định khiến bạn dễ dàng trở về với nó khi bạn bị phân tán. Tuy nhiên, bạn vẫn cần bảo đảm rằng sự vững chắc này làm bị mất thư giãn. Bạn có thể áp dụng các kỹ thuật thư giãn tâm để đối phó với dao động vi tế.

5. **Hướng tâm theo kỷ luật:** Lúc này cần đặt lưỡi ở phía sau hàm răng trên. Bây giờ chúng ta đã phát triển khả năng khắc phục sự Hôn trầm và dao động thô, đã gia tăng sự liên kết miên mật với tâm của chúng ta. Trở ngại chính ở trạng thái này là sự hôn trầm hay chìm xuống vi tế xuất hiện khi tâm rời khỏi các đối tượng ngoại lai. Sự giả dạng như là một tâm trạng ổn định và bình an, có sự nguy hiểm đáng kể vì thất bại không nhận biết sự hôn trầm vi tế. Vì thế nó đòi hỏi nhiều kỷ luật và nỗ lực để vượt qua. Gỡ bỏ trở ngại này đòi hỏi sự thắt chặt ý thức cùng với gia tăng mức độ miên mật. Điều này có thể đang thách thức thành tựu, phá vỡ sự vững chắc đôi khi là một hành động tập trung để có sự cân bằng. Ở mức độ này chúng ta cần có một tâm thiện để tiếp nhận Shamatha hay những lời dạy của đức Phật. Việc này giúp nâng cao chất lượng thiền định và làm nó trở nên tinh tấn hơn.

Ở giai đoạn này những ý nghĩ không tự nguyện tiếp tục phát sinh, mặc dù bây giờ thay vì một thác nước, chúng như một dòng sông êm ái chảy qua khe núi. Trong khi vẫn còn chút ít phản ứng đối với tu tập, kết quả đang trở nên hoàn toàn hiển nhiên.

Tình trạng chú ý	Lỗi chính	Năng lực	Chuyển động
3. Tĩnh lặng	Dao động thô	Chú tâm	Như dòng sông chảy nhanh qua khe núi
4. Tập trung	hôn trầm thô	Chú tâm	
5. Kỷ luật	Trầm trệ vi tế	Miên mật	

Bảng 4-3: Giữ tâm trên đối tượng thiền định.

Giai Đoạn Bốn – Tinh Chỉnh Tâm

"Như dòng sông chảy chậm qua thung lũng."

Khi đạt được sự chú tâm vào hơi thở liên tục ở mức độ kỷ luật cao, thì bạn cần làm cho hơi thở yên tĩnh. Nếu chuyển đến bước này quá sớm, bạn có thể là mồi cho hôn trầm, ngủ gật. Vì thế bạn phải bảo đảm bạn hoàn thành các giai đoạn trước, nắm được toàn thể hơi thở trước khi bạn có thể cố gắng làm nó yên tĩnh, cũng như bạn phải bắt con ngựa hoang trước khi bạn có thể thuần phục nó.

Kinh Niệm xứ dạy rằng:

Hít vào bình tĩnh thân (của hơi thở),
Thở ra bình tĩnh thân (của hơi thở).

Khó khăn có thể phát sinh ở đây khi chúng ta dùng năng lực ý chí đã thành tựu các giai đoạn trước. Điều cần bây giờ là sự buông xả nhẹ nhàng và kiên trì. Đây có thể là một hành động cân bằng tốt và nó có thể giúp hạ thấp hơi thở và lại đặt nhiều hơn vào sự thư giãn thân.

Kinh Niệm xứ tiếp tục:

Hít vào biết vui, thở ra biết vui.
Hít vào biết hạnh phúc, thở ra biết hạnh phúc.

Niềm vui và hạnh phúc (piti và sukha trong tiếng Pali) xuất hiện khi hơi thở bình lặng giống như ánh sáng vàng của bình minh xuất hiện trên chân trời phương đông. Bây giờ bạn phát triển sự chú ý về "hơi thở đẹp" ý nghĩ lan man chỉ còn chút dấu vết. Bạn dễ dàng ở lại với đối tượng trong một thời gian dài với niềm vui và hạnh phúc, Tâm trở nên rất tập trung.

Bài Luyện tập 4.4 – Chú Tâm Hơi Thở cho Sinh Động

- *Hãy chọn một tư thế thiền định thích nghi cho pháp tu sơ bộ. Hãy thực hiện một cuộc rà soát thân để chọn một tâm thái thư giãn.*
- *Hãy đem ý thức của bạn đến môi trên, ở ngay cửa vào lỗ mũi.*
- *Hãy trở nên ý thức về những cảm giác vi tế ở đó, khi hơi thở vào và ra. Hãy cho phép tất cả những cảm giác và kinh nghiệm khác tan đi. Hãy để toàn bộ sở thích của bạn được thư giãn.*
- *Trên mỗi hơi thở, hãy cẩn thận phân biệt sự tuôn chảy của các cảm giác. Hãy nhận biết rằng những cảm giác ấy phát sinh không cần làm bất cứ việc gì. Hãy chọn tâm thái của người quan sát thụ động, như một người ngồi trên một cái băng dài ở công viên, ngắm chim, nghe tiếng gió lao sao qua các chùm lá.*
- *Hãy thư giãn trong kiểu quan sát này, không cố gắng kiểm soát hơi thở bằng bất cứ cách nào và không bị phân tán với đối tượng thiền định của bạn.*
- *Khi hơi thở trở nên vi tế hơn, cảm giác sẽ trở nên khó phát hiện hơn.*
- *Hãy bằng lòng rằng bạn không cần làm bất cứ điều gì để "sáng tạo ra" bất cứ cảm giác nào. Hãy đơn giản tĩnh lặng tâm bạn thêm nữa, và nhìn đối tượng rõ nét hơn nữa. Hãy cho phép chính bạn thấm nhập vào dòng lưu chuyển của hơi thở.*
- *Khi kết thúc thời khóa, bạn hãy giải phóng tất cả những nỗ lực và chỉ đơn giản nghỉ ngơi trong giây phút hiện tại.*

Bây giờ bạn có thể tiến tới bước kế tiếp theo Kinh Niệm xứ:

Hít vào biết tâm, thở ra biết tâm.

Ở giai đoạn này sự chú ý của bạn cũng được tinh luyện đến độ hơi thở dường như hoàn toàn biến mất và được thay thế bằng một *dấu hiệu vi tế hơn* (nimitta). Cảm giác vật lý của hơi thở và cảm giác tiếp xúc không còn vì bây giờ bạn thấy hơi thở như là một đối tượng của tâm thuần túy, được cái gì đó như một ánh sáng trắng, một viên ngọc xanh hay có lẽ một cảm giác vô cùng sung sướng nhận thức. Như mặt trăng tròn xuất hiện từ phía sau đám mây, thế giới của năm giác quan đã tan biến và tâm có thể thấy được rõ ràng. Đối tượng vi tế này bây giờ trở thành điểm tập trung thiền định của bạn và mang bạn qua đến những trạng thái chú ý cao hơn, giống như một con vật e thẹn khi đến gần bạn nếu bạn tuyệt đối yên tĩnh. Nó cũng giống như một căn phòng tối, trong đó bạn có thể thấy được khi mắt bạn trở nên quen với bóng tối. Cùng cách ấy, dấu hiệu có được dần dần hiện ra từ sự tĩnh lặng vô tướng của tâm.

Hai dòng kế tiếp của Kinh Niệm xứ cho chúng ta biết phải làm gì nếu các tướng vi tế của Hôn trầm hay kích động phát sinh trong khi bạn tập trung trên dấu hiệu có được:

Hít vào làm vui tâm, thở ra làm vui tâm.
Hít vào tập trung tâm, thở ra tập trung tâm.

Có thể là kinh nghiệm của bạn về dấu hiệu có được Hôn trầm hay cấu uế, có lẽ bởi vì năng lượng của tâm bạn thấp. Phương thuốc chữa trị bệnh này là mang niềm vui nhiều hơn vào thiền định và kinh nghiệm đối tượng của tâm vi tế đầy đủ hơn. Bạn có thể tập trung kiên quyết hơn vào tâm điểm của dấu hiệu ấy, làm sắc bén sự chú ý của bạn hay có lẽ hãy trở về với giai đoạn trước, tập trung trên hơi thở đẹp. Bạn cũng có thể nâng cao niềm vui của mình bằng cách nhớ lại những đức hạnh lợi ích như từ ái.

Mặt khác, nếu sự xuất hiện của dấu hiệu không bền vững, bạn phải bảo đảm rằng tâm bạn hoàn toàn yên tĩnh và tập trung. Đây không những có nghĩa là giữ hình ảnh yên tĩnh mà còn là giữ "người biết" tĩnh lặng; khía cạnh của tâm "thấy" hình ảnh ấy. Khi dấu hiệu đầu tiên xuất hiện, có thể bạn sẽ bị sợ hay kích động, cũng như khi bạn gặp một người lạ lần đầu tiên. Cùng cách ấy bạn học biết thư giãn nơi sự đồng hành của người lạ, bạn có thể học biết nới lỏng tâm một chút nhưng vẫn hiện diện với dấu hiệu đẹp ấy.

Có hai tình trạng chú ý tương ứng với các giai đoạn thiền định hơi thở này:

6. **An tâm:** Sự Hôn trầm vi tế đã được khắc phục trong giai đoạn trước do năng lực của sự miên mật phát khởi, tuy nhiên một vài dấu vết vẫn tồn tại. Bây giờ có sự nguy hiểm của sự tăng cường sinh lực quá mức cho tâm, gây ra sự dao động vi tế hay sự kích động phát sinh cần được bình an. Trong tình trạng thứ sáu này, sự chú tâm trở nên cần thiết hơn, được tinh luyện qua sự chú ý không gián đoạn. Một căn cơ mạnh hơn được biết như là sự miên mật đầy đủ cũng đang phát triển. Điều này khiến cho sự kích động vi tế có thể xảy ra vì nó chưa bị loại bỏ hoàn toàn. Phẩm tính của chú ý giống như một kênh vô tuyến truyền thanh không có bất cứ tiếng ồn hay sự tĩnh chết nào. Ở mức độ này bạn không còn bị đối kháng đối với sự tu tập thiền định và những thời khóa của bạn có thể kéo dài một tiếng đồng hồ hay hơn nữa.

7. **An tâm đầy đủ:** Với nguyện vọng và kiên trì, sự miên mật đầy đủ được phát triển thêm, những dấu vết còn lại của hôn trầm vi tế và sự kích động đều được loại bỏ, biến mất hoàn toàn. Như thế bạn có thể bỏ cả những cản trở vi tế này, ngay khi chúng vừa phát sinh, qua năng lực của sự miên mật. Theo cách này thay vì có sự chìm xuống bạn bắt đầu khởi lên sự chú ý, và khi sự dao động xảy ra bạn nới lỏng một tí. Những sự chú ý không cân bằng này như thế được nhận biết nhanh chóng và dễ chữa trị với những điều chỉnh hoàn toàn tinh tế.

Tình trạng chú ý	Lỗi chính	Năng lực	Di chuyển
6. An	Dao động	Miên mật	Như dòng sông chảy vi tế chậm qua thung lũng
7. An đầy đủ	Áp dụng	Nỗ lực dưới mức	

Bảng 4-4: Tinh chỉnh tâm.

Giai Đoạn Năm – Hợp Nhất Tâm

"Như đại dương bất động với sóng."

Khi Tâm được rèn luyện ý thức, hơi thở đã trở nên thành thục và vững chắc vượt qua được hầu hết mọi dấu hiệu của Hôn trầm và kích động, thiền định được thực hành một cách dễ dàng, không bị cản trở. Bạn biết rõ cách quan sát đối tượng, đã buông bỏ toàn bộ sự kiểm soát của bản thân mà không có sự trợ giúp nào cả. Bạn chỉ đơn giản thưởng thức chuyến đi mà không cần phải chú ý, không bị bám chấp vào đối tượng, Thiền định như một luồng ánh sáng trải rộng và bao trùm bạn.

Ví như khi một con vật nhẹ nhàng đến gần khi bạn đang tĩnh lặng, bạn sẽ nhận thấy con vật rõ nét hơn khi sự tĩnh lặng của bạn gia tăng. Ban đầu chỉ là một con vật bình thường xuất hiện, sau đó sẽ thấy những con vật lạ và kỳ diệu bắt đầu xuất hiện. Cứ như thế khi nhận thấy thêm nhiều dấu hiệu hơn nữa đưa bạn đến những tầng mức thiền định sâu hơn. Đặc biệt, dấu hiệu vi tế hơn của tâm như là *"dấu hiệu giống y hệt"* (patibaga nimitta: counterpart sign) xuất hiện, giống như được sinh ra từ dấu hiệu vi tế đã có, nó được tịnh hóa hơn rất nhiều và không có màu sắc hay hình dạng. Sự xuất hiện của dấu hiệu này tương ứng với sự đạt được Shamatha. Trạng thái này tương đương với hai trạng thái trực tiếp đưa đến Shamatha:

8. **Qui nhất:** Ở trạng thái này bạn sẽ có khả năng tự nhiên để cố định qui nhất trên đối tượng với thời gian bao lâu như bạn muốn. Cần có nỗ lực vào lúc bắt đầu thiền định nhưng khi bạn đã có kỹ năng

tu tập thì việc thực hành Thiền định sẽ không bị gián đoạn, cũng không cần nỗ lực thêm nữa. Vì thế, sự Hôn trầm vi tế và sự kích động đều được loại bỏ bằng những nỗ lực tối thiểu qua năng lực của miên mật, nhiệt tình. Trong trạng thái thứ tám này bạn đạt được sự gắn kết không bị gián đoạn, nghĩa là tâm có thể tập trung với sự thâm nhập liên tục của thiền định, khác với các giai đoạn trước, khi bạn cần có sự chú ý cao độ khi thực hành thiền định, thì bây giờ bạn có thể ngồi thiền đến ba tiếng đồng hồ mà bạn vẫn "như đại dương bất động với sóng"; không bị phân tán chỉ vì cái gợn sóng lăn tăn bất chợt.

9. **Xả:** Ở trạng thái thứ chín có sự nhập vào không cần nỗ lực, và trú trong định sâu. Tâm sẽ tự xác định đối tượng thích hợp của riêng nó, một cách không vô thức và tự phát. Điều này sẽ được qua năng lực của sự quen thuộc đầy đủ và sự gắn kết tự phát. Bây giờ tâm hoàn toàn bình an và sự phát sinh của trầm tuệ vi tế và kích động không còn khả hữu trong thời khóa thiền định. Bây giờ bạn có thể duy trì sự tập trung ít nhất bốn tiếng đồng hồ. Tuy nhiên, nếu bạn không tiếp tục tu tập thì sự Hôn trầm và kích động vẫn có thể trở lại khi chúng không bị loại bỏ hoàn toàn.

Trạng thái chú ý	Lỗi chính	Năng lực	Chuyển động
8. Qui nhất	Áp dụng quá mức	Nỗ lực	Như đại dương bất động với sóng
9. Xả	Không lỗi	Quen thuộc	

Bảng 4-5: Hợp nhất Tâm.

ĐẠT SHAMATHA

Khi thực sự đạt được Shamatha, sẽ có sự thay đổi căn bản nơi Thân và Tâm bạn, như con bướm xuất hiện từ cái kén của nó. Tâm bạn ở giai đoạn vượt qua cõi dục giới và bây giờ bạn đã đạt đến cõi sắc giới, đó là một khái niệm vi tế của thức siêu việt, vượt qua khả năng vật lý của giác thức.

Sự thay đổi này đặc trưng bằng những kinh nghiệm đặc biệt xảy ra trong một thời gian ngắn. Trước hết, một luồng khí lực đi vào qua đỉnh đầu bạn và tan ra khắp thân bạn, cảm giác như bạn đầy năng lực của một năng lượng cực lạc năng động. Thân và Tâm của bạn thấm nhiễm một loại nhu nhuyến đặc biệt, Thân sẽ cảm thấy bập bềnh và không có sự vận hành lệch lạc của cơ thể, làm tâm tràn đầy cảm giác hoan hỉ. Bạn có cảm giác tươi tấn hoàn toàn và gia tăng khả năng tinh thần vì Tâm bạn như ngọn đèn dầu không bị gió làm lay động, luôn sáng tỏ.

Một khi đạt được Shamatha, bạn có thể nhập vào trạng thái này theo ý muốn và thiền định bao lâu tùy ý không có sự gián đoạn. Bạn có thể tồn tại ngay cả khi không có các nhu cầu căn bản như thức ăn, đồ uống hay giấc ngủ. Trong lúc thiền định sự chú ý của bạn hoàn toàn biến mất khỏi các giác thức, những ý nghĩ lan man và những hình ảnh của tâm, mặc dù bạn có thể ra dấu hiệu cho chính mình xuất định sau một thời kỳ đặc biệt. Tuy nhiên các khuynh hướng gây phiền não chưa hoàn toàn dứt sạch và những cảm xúc mạnh có thể vẫn còn trên bề mặt với những điều kiện nào đó. Mặt khác, nếu bạn là người theo đạo Phật, ở mức độ nhận thức này, có thể dùng Shamatha như là một khí cụ để đạt tuệ kiến trực tiếp vào chân tính của chúng ta. Điều này có thể dẫn đến sự loại bỏ hoàn toàn tất cả những cảm xúc và tâm thái gây phiền não, và đạt giác ngộ.

BỐN NIỆM XỨ

Khi đã tu luyện triệt để trong niệm hơi thở, tâm của thiền giả bây giờ là một khí cụ đá mài hoàn hảo để làm những quan sát nội quán. Phần sau của Kinh Niệm Xứ (Satipatthana Sutta), miêu tả bốn pháp tu có thể dùng để phát sinh tuệ kiến soi vào bản tính kinh nghiệm của một người. Bốn pháp tu này được biết như là *Bốn Niệm Xứ* và trình bày những lời dạy cốt lõi về vipashyana. Bốn áp dụng đó là:

1. **Niệm thân:** Đây bao gồm cả niệm hơi thở; biết khi bạn đang kinh nghiệm một hơi thở dài hay ngắn, ý thức sự động và tĩnh của nó, điều này giúp đi qua toàn thân. Nó cũng ám chỉ niệm vị trí của thân; biết khi bạn đang đi, đứng, ngồi hay nằm; nơi bạn đang đi và đang chuyển động như thế nào. Nó là niệm ăn, uống, và đại tiện, khi bạn đang nói chuyện và khi bạn đang im lặng. Cuối cùng, nó là niệm các yếu tố (đại) tạo nên thân bạn, những nét không hấp dẫn của nó, và niệm sự vô thường và cái chết tương lai của nó.

2. **Niệm thọ:** Đây một cách đơn giản là biết khi bạn đang hạnh phúc, hay đau khổ hay ngay cả ý thức về cảm xúc trung tính. Những điều này có thể xảy ra qua tiếp xúc bằng năm thức hay qua tiếp xúc năm đối tượng của tâm, như các nhận thức, ký ức, ý nghĩ, và tâm ảnh. Những thọ vi tế hơn cũng có thể phát sinh khi tâm tĩnh, như cảm giác bằng lòng hay không thích.

3. **Niệm tâm:** Là sự nhận biết cái Tâm ham muốn là khi Tâm đang ham muốn, cái Tâm không ham muốn là khi nó không có ham muốn. Tương tự, bạn biết rõ giận, vô minh, phân tán và tập trung đang hiện hữu và biết khi những trạng thái này vắng mặt. Bạn cũng biết khi tâm được giải thoát, và khi nó không được giải thoát.

4. **Niệm pháp:** Là niệm (chú Tâm) vào tất cả các pháp (hiện tượng) hay bên trong Tâm. Đó là ý thức về các trần (đối tượng) như âm thanh, cảnh, vị, xúc (sờ mó), cũng như các pháp của tâm như ký ức và ý nghĩ. Nó cũng là sự thấy biết về bản tính của các pháp là vô thường, khổ (nghĩa là không thể kiểm soát được) và không có tự tính.

Mỗi niệm là một đối tượng mà thiền giả tập trung để quán chiếu trong khi thiền. Qua sự quan sát kỹ, thiền giả có thể nhận biết được mỗi loại pháp khác nhau này phát sinh như thế nào, chúng trụ như thế nào và cuối cùng ra đi như thế nào. Vì nhận biết những pháp này vô thường, thiền giả có thể quan sát khi nó xuất hiện bên trong, bên ngoài, và cùng lúc cả bên trong và bên ngoài như thế nào. Phương pháp này có tác dụng làm rõ sự thấy biết khi chúng ta thực hành thiền niệm pháp.

TÓM LƯỢC CON ĐƯỜNG SHAMATHA

Chín trạng thái tăng dần chú ý trong khi thiền định theo truyền thống Tây Tạng được minh họa bằng một con voi, một con khỉ và một nhà sư, như dưới đây. *Bảng 4-6: Biểu tượng được dùng trong hình minh họa trang sau.*

Biểu tượng	Ý nghĩa
Nhà Sư	Thiền giả
Ngọn lửa	Nỗ lực
Con Voi	Tâm
Con Khỉ	Sự phân tán
Con Thỏ	Hôn trầm vi tế/ngủ lịm
Màu đen	Tâm bị một trong năm lỗi thống trị
Màu trắng	Tâm giải thoát khỏi năm lỗi

Bảng 4-6: Các biểu tượng minh họa.

Ban đầu, con khỉ màu đen kiểm soát được hoàn toàn con voi, chứng minh chúng ta bị những phân tán thống trị hoàn toàn một cách tự nhiên. Nhà sư khởi sự làm việc rất khó nhọc để đem tâm đến dưới sự kiểm soát của mình và ngọn lửa biểu tượng cho sự đòi hỏi nỗ lực to lớn. Với kiên trì, nhà sư dần dần bắt đầu quản lý con voi và với giới luật rất nghiêm chúng ta bắt đầu vượt qua sự Hôn trầm của tâm. Con voi trở nên trắng hơn, tượng trưng cho việc trừ tận căn sự Hôn trầm thô qua dụng công thiền định. Tuy nhiên ở điểm này, một con thỏ đen nhỏ xuất hiện trên chóp đỉnh con voi, có nghĩa là sự Hôn trầm vi tế. Tiếp tục tu tập thiền định một cách cần

Hình 4-1: Chín giai đoạn tiến bộ của Shamatha.

mẫn, chúng ta đến giai đoạn kế tiếp, ở điểm mà con khỉ không còn kiểm soát con voi nữa. Vì chúng ta vẫn còn những khó khăn với dao động và Hôn trầm ở mức ít hơn, con khỉ khăng khăng chờ cơ hội làm gián đoạn.

Khi con khỉ dần dần trở nên càng lúc càng ít đánh phá, nhà sư kiểm soát được con voi nhiều hơn, nó chầm chậm trở thành trắng hoàn toàn. Cuối cùng, chúng ta đạt đến giai đoạn con khỉ không có ảnh hưởng gì cả đối với con voi khi tâm của chúng ta đã được an hoàn toàn. Bây giờ chúng ta có đầy đủ sự kiểm soát xúc cảm hơn là bị nó lèo lái. Điều này được nhà sư chứng minh bằng cách ngồi thiền cạnh con voi đã được thuần tịnh. Qua bên kia giai đoạn này, chúng ta thấy nhà sư thiền định trong khi ngồi trên lưng con voi. Còn nữa, hai chiếc cầu vồng hiện ra từ trái tim nhà sư, biểu tượng cho sự phát triển các lực thần thông làm chủ thiền định Shamatha. Lúc ấy chúng ta đã có được khả năng tập trung tâm qui nhất phát triển thiền định Vipashyana. Tùy vào theo loại đường nào, sự tiến bộ tạo được qua nhiều giai đoạn làm sâu tuệ kiến khác nhau, cho đến cuối cùng đạt giác ngộ.

Theo truyền thống Trưởng lão, thành tựu Shamatha dùng hơi thở như một đối tượng đặt bạn vào ngưỡng cửa kinh nghiệm jhanas, những trạng thái tập trung còn sáng và nhiều năng lực hơn, đưa trực tiếp đến tuệ kiến. Đức Phật tóm lược con đường này bằng cách tuyên bố rằng niệm hơi thở là "cái duy nhất, khi phát triển và tu dưỡng, sẽ hoàn thành bốn điều" – *Bốn Niệm Xứ*. "Bốn điều này, khi phát triển và tu dưỡng, sẽ hoàn thành bảy điều" – Thất giác chi: niệm, trạch pháp, tinh tấn, hỷ, khinh an, định và xả. "Bảy điều này, khi phát triển và tu dưỡng, sẽ hoàn thành hai điều" – chân tri kiến và giải thoát.

TÓM TẮT CHƯƠNG BỐN

- Trong truyền thống Trưởng Lão có năm giai đoạn biểu thị sự tiến bộ để đạt Shamatha: Niệm hiện tại, đặt Tâm lên đối tượng, giữ Tâm trên đối tượng, tinh chỉnh Tâm, và hợp nhất Tâm.

- Trong truyền thống Tây Tạng có chín trạng thái chú ý dùng miêu tả tâm cùng sự tiến bộ ấy: Đặt tâm lên đối tượng, đặt tiếp tục, đặt lắp vá, đặt gần, bắt tâm theo kỷ luật, an tâm, an tâm đầy đủ, qui nhất, và hành xả.

- Trong các giai đoạn thứ nhất và thứ nhì, tập trung vào phát triển thư giãn, rồi ở giai đoạn thứ ba, nhấn mạnh niệm, cuối cùng ở các giai đoạn thứ tư và thứ năm tập trung vào miên mật.

- Qua niệm hơi thở, cuối cùng bạn sẽ bỏ những cảm giác hiển nhiên về hơi thở và đổi sang đối tượng rất vi tế của tâm được biết như là dấu hiệu đạt được. Đến lượt điều này sẽ dẫn đường đi đến một đối tượng còn vi tế hơn được biết như làm dấu hiệu trùng khớp.

- Khi bạn đạt được Shamatha, thân và tâm của bạn sẽ cảm nhận một sự thay đổi triệt để về năng lượng. Điều này sản sinh sự nhu nhuyễn của thân và tâm ở một độ không có tiền lệ, cho phép bạn hướng dẫn tâm một cách không gắng sức ở bất cứ chỗ nào bạn muốn.

- Trên căn bản tĩnh tâm, lúc ấy bạn tham dự tu tập Bốn Niệm Xứ, để phát triển tuệ kiến vào bản tính kinh nghiệm của bạn.

Tư Duy Về
Hiện Trạng Của Bạn

Thực Hành Pháp Như Thế Nào

Với những hướng dẫn tâm lý học đã học ở các chương trước, chúng ta đã được trang bị nhiều công cụ để đối diện với cuộc sống. Thiền quán đã cung cấp chúng ta một phương pháp căn bản để có được những phẩm tính tích cực làm giảm thiểu sự tác động tiêu cực đối với Tâm, đó là nền tảng vững chắc để thực hành các Pháp.

Bạn có thể hỏi, tại sao chúng ta cần điều này? Động cơ thúc giục chúng ta đi sâu hơn là gì? Câu trả lời là tất cả chúng ta đều muốn hạnh phúc và không muốn đau khổ. Dễ dàng thấy rằng đằng sau tất cả các hành động là những động cơ để đưa các hiện tượng đến gần hoặc đẩy chúng ra xa dù cho chúng ta đều đang tìm kiếm hạnh phúc nhưng rất ít người ý thức rõ ràng về hạnh phúc chân thực là gì. Vì vậy chúng ta bắt đầu từ nghĩa của từ hạnh phúc là gì. Trong Phật giáo có hai tầng mức hạnh phúc:

1. **Hạnh phúc thế gian:** Là khoái lạc mà chúng ta có từ sự tương tác với hoàn cảnh bên ngoài. Khi chúng ta gặp một hình tượng đẹp, nếm một miếng thực phẩm ngon hay ngửi mùi hương thơm, trải nghiệm ấy phát sinh trong tâm là câu trả lời cho những hiện tướng được gọi là hạnh phúc "thế gian". Gọi là thế gian bởi vì nó tùy thuộc vào thế giới bên ngoài để thị hiện.

2. **Hạnh phúc chân thật:** Hình thức hạnh phúc này không nương vào bất cứ vật gì ngoài tâm của bạn. Nó phát sinh một cách tự nhiên từ những đặc tính nội tại của tâm. Bạn trải nghiệm nó khi bạn có đời sống phù hợp với bản tính đó. Trong khi hạnh phúc thế gian

là sự *thọ nhận từ* thế gian, hạnh phúc chân thật là thứ bạn *đem đến cho* thế gian.

Chúng ta thường không nhận biết hạnh phúc chân thật, lâu dài mà chỉ muốn tìm kiếm hạnh phúc thế gian. Vì hạnh phúc thế gian tùy thuộc vào đối tượng bên ngoài, nó luôn có thể cho chúng ta sự khoái lạc nhất thời. Khi đối tượng biến mất hay khi chúng ta trở thành quen thuộc với sự hiện diện của nó, sự khoái lạc tương ứng cũng phai nhạt đi. Thật buồn, khi chúng ta tìm hạnh phúc chân thực sai chỗ. Giống như cố gắng lấy nước từ hòn đá, hạnh phúc thế gian không thể thỏa mãn những gì mà chúng ta mong muốn.

Khi đi tìm kiếm những sự thỏa mãn, đó là một cảm giác sâu thẳm luôn dày vò tâm can "ta đã mất một cái gì đó" và luôn thấy thiếu nó, vậy chúng ta phải làm gì? Phải chấp nhận thực trạng này ư? Hay có những thay đổi mà chúng ta có thể tạo ra trong đời sống để đem lại một thỏa mãn lâu dài hơn?

Theo lời Phật dạy, có những nguyên nhân khiến chúng ta không thỏa mãn và vì thế có thể loại bỏ những nguyên nhân này. Cách làm điều đó là qua tu tập Dharma (Pháp). Chữ Dharma (Pháp) là một chữ Phạn có nhiều nghĩa khác nhau. Trong trường hợp này chúng ta đang dùng nó để chỉ tất cả mọi loại hiện tượng. Một pháp (dharma) là một cái gì đó tạo nguyên nhân cho một kết quả đặc biệt xảy ra. Như vậy chúng ta có thể nói *Pháp Thế Gian* sản sinh ra hạnh phúc thế gian hay chúng ta nói *Thánh Pháp* sinh ra hạnh phúc chân thật. Khi chúng ta nói đến "tu tập Pháp", là chúng ta đang nói đến sự tu dưỡng Thánh Pháp.

Thánh Pháp giống như tấm gương. Nó phản chiếu trải nghiệm, cho phép chúng ta phát triển tuệ kiến để xem trải nghiệm ấy phát sinh như thế nào. Nó thách thức chúng ta khi nhìn vào bản chất hành xử của mình và đặt ra những câu hỏi hóc búa. Nếu chúng ta có thể trả lời những câu hỏi này một cách thành thật, thì có thể học từ những sai lầm của mình và tạo ra những thay đổi trong đời sống; những thay đổi mà sau cùng đưa chúng ta đến hạnh phúc chân thật.

TÁM PHÁP THẾ GIAN

Khi chúng ta bắt đầu nói về sự khác nhau giữa Pháp thế gian và Thánh pháp, thì rất dễ có thái độ cho rằng bất cứ Pháp thế gian nào cũng "xấu" và bất cứ Thánh pháp nào cũng "tốt". Điều này có thể đưa chúng ta đến một cái nhìn đại cương rất yếm thế và phiền não. Sự thật rằng chúng ta sống trong thế giới này, nó là thực tại của chúng ta. Những gì chúng ta cần làm là hiểu mối quan hệ với thực tại này theo cách lành mạnh và phong phú. Thay vì sống trong ảo tưởng méo mó, chúng ta muốn gột bỏ những tư tưởng sai lầm của mình và đi đến một viễn tượng hiện thực hơn.

Làm như thế, chúng ta sẽ phân tích các pháp thế gian bằng cách bốn cặp hiện tượng. *Tám Pháp Thế Gian* này, đó là bốn điều cần có và bốn điều cần tránh với bất cứ giá nào. Như chúng ta sẽ thấy, Phiền não gốc lèo lái những đa cực này là Chấp trước. Chúng ta hoặc chấp vào có một cái gì đó hoặc chấp vào không có một cái gì đó. Sự chấp trước sẽ làm cho chúng ta đau khổ. Bằng cách nghiên cứu bốn đề mục này và tư duy về những quan hệ mật thiết, chúng ta có thể làm giảm chấp trước.

Tiêu điểm	Chấp trước	Ác cảm
1. Nguồn lực	Được	Mất
2. Cảm giác	Khoái lạc	Đau khổ
3. Ảnh hưởng (Năng lực)	Thừa nhận	Bỏ qua
4. Giá trị cá nhân	Ca ngợi	Chỉ trích

Bảng 5-1: Tám pháp thế gian.

Được và Mất

Cặp phạm trù thứ nhất liên quan đến mối quan hệ với của cải vật chất bên ngoài, xu thế mua sắm nhiều của cải hơn thì *hạnh phúc nhiều hơn*, có nhiều của cải nhất là hạnh phúc nhất. Tôi có tiền nhiều hơn, cái nhà của tôi lớn hơn, cái xe của tôi tốt hơn, quần áo của tôi đẹp hơn thì hạnh phúc của tôi sẽ lớn hơn. Nếu mất mát thì quá trình diễn tiến điều ngược lại; nó là nỗi sợ hãi sâu xa khi không có của cải vật chất cần thiết. Sự thèm khát đồ vật không bao giờ thỏa mãn, giống như dòng nước ngầm ngăn cản sự hưởng thụ những đồ vật mà chúng ta thực có.

Khi một người chấp trước vào của cải, đời sống của họ có khuynh hướng xoay quanh việc làm tiền và gia tăng những sở hữu cá nhân của họ. Chúng ta có thể thấy thái độ này rất rõ ràng trong sự nhấn mạnh là xã hội của nền kinh tế và văn hóa người tiêu dùng.

Bài Luyện tập 5.1 – Sở Hữu Vật Chất

- *Trong một tư thế thư giãn, hãy thiết lập một Tâm trung tính qua thực hành Quán niệm hơi thở.*

- *Hãy nhận diện một vài sở hữu có giá cao nhất. Hãy chọn một, và hãy nghĩ lại giây phút khi bạn mua vật này. Bạn cảm thấy thế nào vào lúc đó? Hãy so sánh cảm giác này với cảm giác mà bây giờ bạn cảm thấy trong mối quan hệ với vật này? Cảm giác ấy có thay đổi gì không? Bạn vẫn còn cảm thấy rộn ràng, vui sướng, thỏa mãn như thế không?*

- *Bây giờ hãy xem mọi sự đi vào việc mua sắm vật đó. Hãy nghĩ đến năng lượng bạn đã đầu tư cho nó. Hãy nghĩ những gì bạn đã phải làm để giữ vật đó an toàn. Hãy nghĩ đến sự bảo hiểm chúng ta đã có, những sửa chữa chúng ta đã làm, và nỗ lực chung chúng ta đã thực hiện để giữ các vật ấy không thay đổi.*

- *Bây giờ hãy nghĩ đến tất cả các vật khác nhau mà bạn làm chủ qua thời gian trong đời bạn. Chúng trải qua bao lâu trước khi bạn cảm thấy cần thay chúng? Những vật bạn đã giữ, hãy tưởng tượng cảm thấy như thế nào nếu chúng bị gãy vỡ hay bị ai đó lấy cắp?*

- *Hãy cảm giác về mối quan hệ của bạn với sự vật thay đổi như thế nào qua thời gian. Hãy so sánh những giây phút mà những sở*

hữu vật chất đã là sự ưu tiên của bạn và những giây phút chúng
không phải là ưu tiên. Có sự khác nhau nào không trong trải
nghiệm của bạn?

- *Khi bạn nghĩ kỹ về những câu hỏi này, những tuệ kiến khác nhau*
có thể xuất hiện trong tâm bạn. Nếu chúng xuất hiện, thì hãy tạm
ngừng thiền định và chỉ đơn giản yên nghỉ trong tỉnh thức.

Khoái Lạc và Đau Khổ

Cặp phạm trù thứ hai là mối quan hệ với Giác thức. Đây là cặp phạm trù trực tiếp nhất trong bốn cặp phạm trù. Một mặt tìm ra toàn bộ cách thức như là khoái lạc, trong khi mặt khác, chúng ta cố gắng tránh những trải nghiệm đau khổ và không dễ chịu. Đối với mọi người, các loại sự vật sẽ kết nối cho khoái lạc hay đau khổ khác nhau. Đây là điều quan trọng vì các sự phát sinh trải nghiệm hoặc khoái lạc hoặc đau khổ. Dù trong thực tại, hai cái này chỉ hiện hữu trong tâm.

Khi sự chấp trước đến mức độ rất mạnh, ta sẽ "tìm cảm giác" ở chất kích thích nào đó (như rượu bia hay thuốc lá), lúc này sự ham muốn thỏa mãn tình dục thường xuyên mạnh đến mức kinh ngạc. Những trải qua này là bản chất là nhất thời, là hạnh phúc nhất thời.

Bài Luyện tập 5.2 – Trải nghiệm cảm giác

- *Trong một tư thế thư giãn, hãy thiết lập một tâm trung tính bằng*
cách thực hành Quán niệm hơi thở.
- *Hãy nghĩ về một trong những món ăn mà bạn ưa thích. Hãy xem*
các phẩm chất của món ăn mà chúng khiến nó trở thành món ưa
thích của bạn. Hãy đưa đến tâm khi ăn món ăn này. Có sự khác
biệt nào giữa nếm thức ăn với việc chỉ nhớ vị của nó không? Hãy
xem việc nếm thức ăn kéo dài bao lâu trước khi nó chỉ còn là
một ký ức.

- *Bây giờ hãy xem thời gian dùng để làm món ăn của bạn. Món ăn ngon ấy quan trọng như thế nào? Bạn nỗ lực bao nhiêu để làm thành món ăn ấy? Đừng chỉ nghĩ đến sự chuẩn bị tức thời. Cũng xem năng lượng đã dùng để mua đúng các thành phần và học cách làm món ăn.*

- *Bây giờ hãy nhớ đến tất cả những điều nhỏ bé mà chúng ta làm trong ngày để tránh những khó chịu. Hãy xem chúng ta tự vây quanh mình bằng những vật đẹp để tránh thấy cái xấu như thế nào, hay chúng ta xịt mùi thơm mọi nơi để tránh một số mùi nào đó. Hãy nghĩ đến những cách khác nhau mà chúng ta tự bảo vệ mình khỏi những tình thế đau đớn.*

- *Dù cho chúng ta cố gắng nhiều bao nhiêu để tự bảo vệ mình, chúng ta cũng không thể tránh được sự gặp phải những điều đem lại những cảm giác không mong muốn. Hãy nghĩ đến một vài thí dụ về những kinh nghiệm gần đây mà bạn đã có. Những phản ứng của bạn đối với những kinh nghiệm đó là gì? Chúng đã có ảnh hưởng lớn hay nhỏ trên tâm bạn?*

- *Hãy yên nghỉ trong bất cứ tuệ kiến nào xuất hiện.*

Thừa Nhận và Bỏ qua

Cặp phạm trù thứ ba là mối quan hệ đối với người khác. Những gì chúng ta đang thừa nhận là sự mong muốn được người khác kính trọng và đề cao. Đó là tác động của bạn làm thay đổi cách hành xử của người khác. Được thừa nhận danh vọng từ những người khác sẽ có hiệu quả hơn. Tương tự, nếu bị mọi người bỏ qua thì bạn trở thành không có giá trị, không có ảnh hưởng đến ai cả.

Sự hiện diện của một người hay sự vắng mặt của họ là đối tượng của chấp trước. Khi sự chấp trước đủ mạnh nó sẽ tạo ra khả năng mà bạn có thể kiểm soát hay dùng thủ đoạn đối với người khác. Chúng ta có thể thấy được hình thức chấp trước này rất rõ trong thế giới của danh vọng, chính trị và kinh doanh.

Bài Luyện tập 5.3 – Ảnh hưởng

- *Trong một tư thế thư giãn, hãy thiết lập một tâm trung tính qua thực hành Quán niệm hơi thở.*

- *Hãy quan sát những người đang kết nối với bạn. Bạn đánh giá uy tín của bạn trong mối quan hệ với những người này như thế nào? Bạn có gần gũi với họ một cách bình đẳng không, có sự phân biệt người này gần gũi hơn những người kia? Hãy quan sát sự tác động, ảnh hưởng của bạn đối với những người này?*

- *Hãy quan sát mối quan hệ này phát triển như thế nào, những điểm nào vẫn còn xa lạ và những điểm nào trở nên thân thiết đối với bạn? Hãy kiểm đếm các nguồn lực mà bạn đã đầu tư để phát triển những mối quan hệ này.*

- *Bây giờ hãy quan sát những người này có tầm quan trọng như thế nào đối với bạn? Bạn sẽ làm gì nếu tất cả bạn bè của bạn bỏ rơi bạn? Khi đó bạn sẽ cảm thấy thế nào? Hãy xem tất cả những hành động mà bạn đã làm để đảm bảo rằng điều này không xảy ra.*

- *Hãy nhìn lại đời mình và quan sát những người có ảnh hưởng đến bạn ở những thời điểm khác nhau. Hãy xem ảnh hưởng mà bạn đã để lại đối với họ lúc ấy và hãy so sánh nó với ảnh hưởng bạn có trên đời họ bây giờ. Những mối quan hệ quá khứ có ảnh hưởng gì vào đời sống hiện tại của bạn?*

- *Hãy nghỉ trong bất cứ tuệ kiến nào phát sinh.*

Tán dương và Chỉ trích

Cặp phạm trù cuối cùng tập trung vào giá trị nhận thức chúng ta là ai với tư cách một cá nhân. Nó liên quan mật thiết với quan niệm về ngã và những người khác liên quan với ngã ấy như thế nào. Khi người ta ca ngợi một phẩm tính mà sở hữu hay một hành động mà chúng ta biểu hiện, và cảm thấy một ý nghĩa ngã có giá trị to lớn.

Ngược lại, khi một người nào đó chỉ trích những phẩm tính hay hành động, thì cảm thấy như cái ngã của chúng ta bị giảm bớt thế nào ấy.

Khi người ta trở nên chấp vào giá trị ngã của mình, họ có khuynh hướng tập trung vào sự làm vui lòng người khác để có được sự ca tụng. Họ cố sức ảnh hưởng đến người khác hay không; ấy là chấp vào kinh nghiệm nhất thời phát sinh khi họ làm một việc gì đó khiến người khác bày tỏ thông cảm hay kính trọng. Đó là sự khao khát làm bản ngã mạnh thêm, và một sự bất an mạnh tương đương khi bị tấn công vào bản ngã ấy.

Bài luyện tập 5.4 – Giá trị của Ngã

- *Trong một tư thế thư giãn, hãy thiết lập một tâm trung tính bằng cách thực hành Quán niệm hơi thở.*

- *Hãy quan sát những phẩm tính xác định bạn như là một con người.*

- *Hãy quan sát Tâm tại thời điểm mà một người nào đó khen ngợi hoặc ca tụng bạn trước mặt những người khác. Điều này khiến bạn cảm thấy thế nào?*

- *Bây giờ hãy so sánh cảm nhận tại thời điểm bạn được khen ngợi với thời điểm mà một người nào đó công khai chỉ trích bạn, bạn cảm thấy thế nào? Bạn đã phản ứng như thế nào đối với sự chỉ trích này?*

- *Bây giờ hãy nhớ lại các giai đoạn khác nhau của cuộc đời bạn. Hãy xem bạn đã phản ứng như thế nào đối với sự ca ngợi hay chỉ trích khi bạn còn là một đứa bé, rồi khi là một thanh niên tuổi đôi mươi, rồi một tráng niên, và cứ như vậy cho đến tuổi hiện tại. Khi cảm giác về ngã của bạn phát triển qua thời gian, nó có quan hệ gì với cách bạn phản ứng đối với sự ca tụng hay chỉ trích?*

- *Hãy ở yên trong bất cứ tuệ kiến nào xuất hiện.*

Tóm lại, khi đời sống của bạn bị các pháp thế gian đưa đẩy, bạn sẽ bị nhập vào một quá trình không ngừng sự tái lập thế giới của với những hy vọng, bất chấp, sợ hãi, giống như một cuộc đấu tranh không ngừng với mọi người xung quanh, với cảm giác của chính mình. Cuộc sống sẽ đầy băn khoăn, lo lắng và không bằng lòng, nhất là khi chúng ta không đạt được những mong ước của mình.

Những pháp thế gian này không có ý rằng những kỹ năng mà chúng ta được ngưỡng mộ, hay thưởng thức hương vị của thức ăn ngon là sai. Chúng ta cũng không bị hiểu sai khi không muốn cảm thấy nỗi đau của sự khước từ. Tạo nên sự thức tỉnh về chấp vào những khía cạnh này như thế nào, cho ta cơ hội thay đổi triển vọng của mình về cách chúng ta tiếp cận chúng. Giảm thiểu sự cố chấp về sở hữu chúng hay tránh đi, "buông lỏng" hay thư giãn chút ít. Việc thừa nhận, ca tụng những vật không phải lúc nào cũng cần thiết sẽ đưa đến sự rộng lượng giúp chúng ta giảm bớt căng thẳng về những gì chúng ta không có. Nói cách khác, nó dạy chúng ta bằng lòng hơn với bất cứ điều gì đang phát sinh.

Đôi khi nhận thức của chúng ta về những pháp thế gian có thể bị giới hạn và thường tập trung theo một chiều hướng. Hậu quả chúng ta không thấy những cơ hội khác. Thí dụ, chúng ta cho rằng gia đình cần "căn nhà mộng" để hạnh phúc nên đã làm thêm rất nhiều giờ để kiếm tiền, không còn thời gian giành cho những người thương yêu của mình, kết quả là cả gia đình cùng không hạnh phúc. Cái mất cũng có thể đến với cái được, ta tự hỏi cái giá để có được cái chúng ta muốn là gì? Chúng ta có thể đạt được một số thành tựu nhất định nhưng cái giá chúng ta phải trả có thể là sự tự do của hay của cải vật chất. Chúng ta đã bỏ qua những thứ mình yêu thích, tự lừa dối bản thân, không quan tâm đến những gì người khác nghĩ về chúng ta. Tám pháp này giúp chúng ta hiểu sâu hơn để giữ được sự cân bằng giữa bốn cặp phạm trù để có sự an nhiên.

TU TẬP PHÁP

Thiếu sót của chúng ta là bị ràng buộc với các pháp thế gian. Đây là một thói quen thâm căn cố đế, nó ảnh hưởng đến đời sống của chúng ta. Do đó, để khắc phục thói quen này, chúng ta cần có nhiều nỗ lực. Các nỗ lực đó là "tu tập Pháp".

Sự phân tích *Tám Pháp Thế Gian* nói trên là thí dụ của sự tu tập. Quá trình nghiên cứu từng đề mục giúp bạn đang phát triển tuệ kiến. Kết quả của những nỗ lực này làm bạn có thể phát triển một mức độ thức ngộ nào đó mà nó ràng buộc của bạn vào *Tám Pháp Thế Gian* này.

Sự tu tập xảy ra khi chúng ta có tri kiến rõ ràng và vận dụng tri kiến đó vào đời sống. Khi thiếu phối hợp tri kiến thì chúng ta không phát triển bất cứ thói quen mới nào. Các thông tin vẫn chỉ ở mức lý trí mà không thực sự là kinh nghiệm. Điều này cho dù tốt đến mức nào cũng không giúp ích cho sự trải nghiệm. Dù vậy khi chúng phát sinh, ngay lập tức bị mắc vào thói quen cũ của mình, tiếp tục tạo ra những lỗi lầm giống nhau hết lần này đến lần khác. Do đó, chỉ đơn giản lắng nghe lời dạy mà không thực hành thì không có lợi ích lâu dài.

Mục đích đầu tiên của tu tập Pháp giống như một phương tiện thuần hóa tâm, là cứu cánh khiến cho tâm hữu dụng hơn. Quá trình này rất giống với việc thuộc một mảnh da bò. Ngay bây giờ, tâm của chúng ta giống như một miếng da cứng, khô, nó có thể so sánh nền văn hóa của chúng ta khác với thế giới bên ngoài, để nhấn mạnh sự đông cứng của các sự vật hiện hữu, trói buộc một sự vật chỉ là cái này hay chỉ là cái kia. Những giới hạn bên trong của chúng ta thường bị bản ngã thống trị, làm thiên lệch. Nó làm khô Tâm của chúng ta, giống như miếng da bỏ ngoài trời nắng. Nếu chúng ta cố bẻ cong miếng da này, nó cứng đơ và có thể bị gãy. Bằng tu tập

Pháp, chúng ta học cách làm mềm mại Tâm mình, khiến nó uyển chuyển và có thể uốn nắn được.

Phát triển tâm với những đặc tính này khiến chúng ta chuẩn bị tốt hơn để đương đầu và đối phó với mỗi tình huống thường nhật. Chẳng hạn một đồng nghiệp chỉ trích quá mức về hiệu quả công việc của chúng ta. Thay vì phản ứng với sự tức giận và lời lẽ thô bạo, hay biến nó thành niềm đau bên trong của mình (mà cả hai cách này chỉ tạo thêm phiền não), một cái tâm thanh thản có thể giúp chúng ta nhận định tình hình một cách khác hẳn. Đồng nghiệp của chúng ta có thể có một ngày xấu hoặc trong tình trạng tối tệ đến nghẹt thở thì những lời nói của họ không đáng để tranh cãi. Thuần hóa tâm qua tu tập Pháp giúp chúng ta học đáp ứng thay vì phản ứng. Nó tạo ra sự vô thức, chúng ta không ý thức rằng hành động của mình để lại hậu quả, nếu dự đoán chính xác hậu quả, chúng ta sẽ chọn cách đáp ứng có lý trí hơn. Nó cũng cho chúng ta chấp nhận nhiều hơn những hoàn cảnh khó khăn, làm cho đời sống dễ chịu hơn.

Tổng quát, chúng ta có thể phân biệt hai mô hình tu tập:

1. **Tu Tập Chính Thức:** Là cách tu tập mà bạn trực tiếp thực hành như cầu nguyện hay niệm chú, lễ lạy hay ngồi trên bồ đoàn thiền định. Những cách tu tập này được nhận diện rõ ràng, là những hoạt động có mục tiêu tu dưỡng những phẩm chất tinh thần.

2. **Tu Tập Không Chính Thức:** Là tất cả những hoạt động khác không tập trung vào các mục đích tinh thần một cách rõ ràng. Đây có thể bao gồm tất cả các loại hoạt động thế gian mà chúng ta thực hiện hàng ngày. Những hoạt động này sự phối hợp các tuệ kiến phát sinh trong tu tập chính thức và trong trải nghiệm của mình.

Cả hai hình thức tu tập này đều quan trọng đối với quá trình thuần tâm. Một cách lý tưởng, mỗi ngày cần có thời gian tu tập chính thức, rồi dùng thời gian còn lại cho tu tập không chính thức. Theo cách này, mỗi ngày của bạn đều trở thành cơ hội để thuần tâm.

Chúng ta đã nhắc đến việc dùng tri kiến và hiểu biết để quan sát tâm và phân tích hậu quả trước khi đối diện với các hoàn cảnh khó khăn để nhận biết chúng. Chúng ta đang áp dụng tri kiến Pháp và phối hợp nó vào đời sống hàng ngày, vượt qua rào cản ngôn ngữ để thâm nhập. Những tu tập nói trên, nếu nó không liên quan đến đời sống cá nhân của bạn thì dường như nó không có lợi ích.

Chúng ta cũng có thể xem tu tập Pháp như là một cách chuẩn bị tâm cho sự tu dưỡng trí tuệ lớn hơn và những phẩm hạnh như từ, bi, hỉ và xả. Hãy tưởng tượng một mảnh đất khô cằn chỉ có thể có cỏ mọc. Với sự làm việc siêng năng và kỷ luật, người nông dân có thể nhổ cỏ dại và bón chất hữu cơ để biến nó thành cánh đồng màu mỡ, có một mùa gặt bội thu, năng suất cao. Không có sự tu tập tinh thần, tâm chúng ta giống như miếng đất không có sự đơm hoa kết trái. Nó phát sinh tràn ngập những phiền não, như chấp trước và ngã ái. Khi chúng ta bắt đầu tu tập Pháp tức là đang làm việc nhổ "cỏ" dần dần biến tâm của chúng ta thành mảnh đất phì nhiêu mà từ đó tất cả những phẩm tính tích cực có thể phát triển và trưởng thành.

Khi chúng ta bắt đầu thuần hóa và chuẩn bị Tâm, khởi đầu nó dường như là một việc khó khăn kể, giống như khi chúng bắt đầu thiền định. Hướng Tâm vào bên trong, thấy những ý nghĩ chao đảo và trùng lặp như thế nào. Cũng vậy, khi trở nên ý thức hơn về bản tính tức là chúng ta đầu thức ngộ Tám Pháp Thế Gian. Khi chú ý đến cường độ của những mối ràng buộc và ác cảm, đôi khi có thể cảm thấy thất vọng và cảm thấy bị khối lượng "cỏ" làm trở ngại. Vì lý do này, chúng ta cần kiên nhẫn với chính mình, giành thời gian cho Tâm tự chuyển hóa. Nếu bạn không bỏ cuộc, bạn có thể thấy sau một vài năm Tâm của bạn có sự thay đổi đáng kinh ngạc.

PHÁT TRIỂN TUỆ KIẾN QUA THIỀN ĐỊNH PHÂN TÍCH

Các nội dung trên đã chỉ cho chúng ta một số bài luyện Tâm đòi hỏi phải tư duy chiêm nghiệm về những đề mục cụ thể. Như chúng ta đã biết trong chương về thiền định, đây là hình thức tu tập được biết như là *thiền định phân tích*. Mục đích chủ yếu của kỹ thuật này là tu dưỡng trí tuệ vĩ đại hơn. Tổng quát, chúng ta có thể nhận diện ba loại trí tuệ:

1. **Trí Tuệ Nghe:** Trí tuệ này biểu thị những tuệ kiến phát sinh qua quá trình tham học các giáo lý về một đề mục đặc thù. Kết quả của hình thức trí tuệ này là bạn phát triển một sự thấu hiểu rõ ràng về những gì các giáo lý đang dạy. Bạn có khả năng phân biệt những đề mục khác nhau và biết chúng được trình bày như thế nào.

2. **Trí Tuệ Tư Duy:** Hình thức kế tiếp này của trí tuệ biểu thị những tuệ kiến phát sinh khi bạn suy nghĩ một cách năng động về các giáo lý bạn đã thọ nhận và hiểu ý nghĩa của chúng. Qua quá trình hỏi những câu hỏi và xóa tan những nghi ngờ, bạn phát triển sự rõ ràng và chắc chắn nhiều trong sự hiểu biết của mình.

3. **Trí Tuệ Thiền Định:** Hình thức cuối cùng này của trí tuệ liên hệ với những tuệ kiến trực tiếp phát sinh khi bạn chuyển sự hiểu biết của mình thành kinh nghiệm. Qua thiền định lặp đi lặp lại về một đề tài đặc thù, bạn càng lúc càng trở nên quen thuộc hơn. Sự quen thuộc này cho phép bạn kinh nghiệm những tâm cảnh đặc biệt mà không cần sự chuẩn bị kỹ lưỡng có tính cách khái niệm.

Trong ba bình diện trí tuệ này, chỉ trí tuệ thiền định mới có khả năng đối trị trực tiếp sự ngộ nhận, vì chỉ ở phương pháp thiền định trí tuệ này chúng ta mới thực sự có khả năng tạo ra những trải nghiệm về các hiện tượng quan sát được. Chúng ta cần quan tâm các hình thức trí tuệ khác khi chúng có những điều kiện cần thiết cho trí tuệ thiền định phát sinh. Không có thực hành trước thì không có gì để tư duy. Không có tư duy trước, thì không có sự hiểu biết nào để thiết lập. Không có sự hiểu biết thì không có kiến thức tối thiểu để hiểu các hiện tượng.

Vì lý do này, phần lớn của sự tu tập Pháp là tiêu phí thời gian thực hành và tư duy về những đề mục khác nhau có thể giúp chúng ta đến hạnh phúc chân thật. Dụng cụ chủ yếu để làm điều này là thiền định phân tích. Sau đây là một trình bày vắn tắt về một quá trình căn bản mà chúng ta có thể dùng để có được nhiều nhất từ kỹ thuật đầy sức mạnh này.

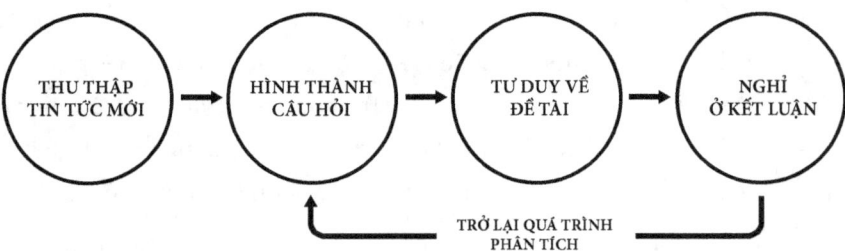

Hình 5-1: Quá Trình Thiền Định Phân Tích.

1. **Thu thập tin tức:** Trước khi nhập vào thiền định phân tích là thu thập một số thông tin mới qua quá trình học tập. Đây có thể bằng hình thức đọc sách hay lắng nghe giáo lý, tự thu thập cho mình tư liệu để làm việc.

2. **Đặt câu hỏi:** Bước kế tiếp là nhận diện một số câu hỏi phát sinh trong mối quan hệ với tin tức bạn vừa thu thập. Bạn có thể phân tích tư liệu để nhận diện những câu nói khác nhau được tạo thành, rồi hãy đặt những câu nói ấy thành những câu hỏi như thế bạn có thể nghiên cứu chúng.

3. **Tư duy về các thông tin đã thu thập:** Sau khi đưa tâm bạn vào trạng thái trung tính, hãy hướng sự chú ý của mình vào một trong các câu hỏi ấy. Hãy bắt đầu khám phá câu hỏi này quan hệ với đời sống của bạn như thế nào trong ánh sáng của các giáo lý mà bạn đã thọ nhận. Khi bạn nghĩ về những mối liên quan trong các câu trả lời của mình, bạn có thể thấy nhiều câu hỏi xuất hiện. Hãy theo những dòng lý luận đó và thấy chúng đưa bạn đến chỗ nào. Hãy

tiếp tục cách thức này, khám phá đề mục theo nhiều góc độ như bạn có thể.

4. **Rút ra kết luận:** Sau khi nghiên cứu sự vật, bạn sẽ bắt đầu trả lời các câu hỏi đã chuẩn bị của mình. Khi sự xác quyết đầy đủ, bạn có thể ngừng quá trình phân tích và tin rằng "bản chất của nó là thế".

5. **Phân tích xen kẽ với nghỉ ngơi:** Khi cảm giác chắc chắn giảm bớt, hãy trở lại với quá trình nghiên cứu, hoặc lặp lại sự phân tích hoặc chọn một câu hỏi khác để làm việc. Khi bạn chắc chắn và niềm tin quyết bạn có thể lại rút ra kết luận và dừng thiền như trước. Bằng cách này, bạn thay đổi giữa thiền định phân tích và nghỉ ngơi, cùng thời gian, dần dần hiểu biết của bạn sẽ cải thiện rõ rệt.

Đạo sư Jamgon Kongtrul đã hướng dẫn về cách thay đổi giữa thiền phân tích và nghỉ ngơi trong sách *Kho Tàng Tri Kiến* của sư:

Nếu do phân tích mà căng thẳng, khả năng nghỉ lụn bại,
Hãy thiền định nghỉ nhiều hơn và bổ sung tĩnh lặng.
Nếu vì nghỉ kéo dài nên không còn muốn phân tích,
Hãy thiền định phân tích để tăng cường sự trong sáng của tâm.

Như thế nếu bạn thấy Tâm trở nên rối loạn do tu tập thiền định phân tích bạn nên cho phép nó ổn định bằng cách thư giãn thân và thực hành thiền Chỉ (Shamatha). Nếu thiền Chỉ của bạn đưa đến hôn trầm, bạn có thể gia tăng tỉnh thức của tâm bằng cách bắt đầu lại sự phân tích của mình. Khi bạn trở nên quen với quá trình thay đổi giữa thiền phân tích và nghỉ ngơi, bạn đạt đến giai đoạn ít cần phân tích hơn để tiến đến sự xác quyết. Bằng cách này, bạn sẽ thấy thiền định phân tích dễ thực hành hơn, rồi theo thời gian, bạn sẽ chuyển sang thiền định chỉ nhiều hơn.

BỐN TIN QUYẾT CỦA SỰ KHƯỚC TỪ

Trong bốn chương kế tiếp, chúng ta sẽ khám phá bốn đề mục đặc biệt nghiên cứu phẩm hạnh *khước từ* của tâm. Phẩm hạnh này là nền tảng để dấn thân vào bất cứ loại tâm linh nào. Vì lý do này, cho phép chúng ta bỏ thời gian để hiểu những gì chúng ta muốn nghiên cứu về phẩm hạnh này.

Khước từ cũng có thể hiểu là "sự quay đi". Khi chúng ta nhận thấy cái gì đó bất lợi cho đời sống của chúng ta thì chúng ta quay đi với nó. Tức là thay đổi một điều gì đó khác đi. Theo cách khác, có thể hiểu khước từ là sự thay đổi về tiêu điểm, một chuyển động quay đi từ tiêu điểm tiêu cực và hướng về một tiêu điểm tích cực.

Bốn đề mục mà chúng ta sẽ tham cứu được biết như là *Bốn Tin Quyết của Khước Từ*. Đặc biệt chúng được thiết kế để làm cho sự chuyển đổi trở nên dễ dàng hơn từ một đời sống chấp trước vào Tám pháp thế gian và hướng về một đời sống tập trung vào thuần hóa tâm qua tu tập Pháp. Điều này giúp chúng ta hiểu bản tính những điều kiện hiện tại hoặc làm nổi rõ tiềm năng mà những điều kiện đó có.

Tập trung vào Tám pháp thế gian sẽ ảnh hưởng đến tâm chúng ta. Chúng khiến cho chúng ta quen với cái thấy cực đoan kể một câu chuyện rất đặc biệt về những gì quan trọng và những gì không quan trọng. Bốn Tin Quyết giúp chúng ta mở ra khả năng và đem lại một tầm hiểu biết rộng rãi hơn. Câu truyện về những khả hữu, những sự thay đổi đã đạt được sẽ rất quan trọng để nhớ lúc bắt đầu khi nó bị choáng ngợp bởi sự vô cảm và cố định theo thói quen suy nghĩ.

Khước từ cũng có thể hiểu như là hình thức của bi cảm tập trung vào chính mình – sự ham muốn sống không có đau khổ. Chính sự ham muốn tự do này là động cơ cho sự khởi đầu, chính những mong muốn này làm chúng ta bao dung, độ lượng với người khác. Nếu chúng ta không có khả năng ước muốn chính mình không đau khổ một cách chân thành, thì không thể nào chúng ta ước muốn điều này cho những người khác một cách lương thiện. Khi tu dưỡng một cách mãnh liệt, tâm khước từ này có thể trở thành một sức mạnh đầy quyền lực của các pháp tu tinh thần.

Theo truyền thống, bốn đề mục ấy được trình bày theo một trật tự đặc thù. Chúng bắt đầu với *sự trân quí của kiếp người*, tiến đến *vô thường và sự chết*, tiếp theo là *sự khổ của tồn sinh luân hồi* và cuối cùng là *nghiệp luật của nhân và quả*.

Thấy rằng nhiều cách thiền định có sự gắn kết với thế giới quan Phật giáo của một số hành giả ở Ấn Độ và Tây Tạng, nhưng nó có thể làm cho một số học viên phương tây gặp nhiều chướng ngại không cần thiết. Vì lý do này, khi dạy những đề mục này cho người phương Tây, tôi thấy có ích khi thay đổi nền móng của thế giới quan và hiểu những quan điểm đó. Sau đây là một tổng quan về phương pháp tiếp cận này:

1. **Nghiệp Luật Nhân Quả:** Chúng ta bắt đầu bằng trước tiên phát triển sự hiểu biết của chúng ta về luật tự nhiên của nhân quả tâm lý được biết như là *Nghiệp (Karma)*. Nguyên lý nền tảng này là chìa khóa để hiểu kinh nghiệm được hình thành như thế nào qua những hành động của thân, ngữ và ý. Khi ta hiểu nguyên lý này rõ ràng hơn, chúng ta có khả năng phát triển tâm khước từ mà nó quay đi không dấn thân vào những hành động không đạo đức và tập trung nhiều hơn vào sự dấn thân với những kiểu hành xử đạo đức.

2. **Bản Tính Đau Khổ của Tồn Sinh Luân Hồi:** Qua sự hiểu về nghiệp chúng ta có thể phát triển một mô hình cho sự hiểu những hành động phát sinh một chu kỳ tái đầu thai liên tục như thế nào. Trên căn bản của mô hình này, bấy giờ chúng ta thay đổi chú ý của chúng ta vào sự phân tích bản tính không thỏa mãn của những kinh nghiệm của mình bên trong quá trình này. Chúng ta nhìn vào hình ảnh đầy đủ của kinh nghiệm trên các bình diện thô, vi

tế và rất vi tế. Điều này giúp chúng ta tu dưỡng tâm khước từ, từ bỏ cuộc tồn sinh luân hồi và hướng đến sự tự tại không đau khổ.

3. **Kiếp Người Quí Báu:** Với ham muốn tự tại không đau khổ, cần có niềm tin quyết rằng chúng ta có khả năng đạt được mục đích. Làm điều này, tiềm năng gây kinh ngạc của những điều kiện dị biệt hiện diện trong kiếp người cụ thể này. Bằng cách này, chúng ta phát triển tâm khước từ mà nó quay đi không làm việc chỉ vì lợi ích cá nhân của đời này, và thay vì tiến tới làm việc vì lợi ích của các đời vị lai.

4. **Chết và Vô thường:** Để mục cuối cùng này tập trung vào trợ giúp sự tạo thành thói quen mạnh mẽ đối với Tám pháp thế gian. Những thói quen hiện có là đối trọng với bất cứ loại thay đổi hiện có. Vì lý do này, chúng ta cần phá bỏ sự chấp trước vào tám pháp thế gian và phát triển một cảm giác khẩn trương trong tu tập. Chúng ta làm điều này bằng cách thiền định về bản tính vô thường của sự tồn sinh luân hồi, đặc biệt là về sự vô thường của đời sống của riêng mình. Chủ đề Chết và Vô thường giúp chúng ta phát triển Tâm từ bỏ sự lười biếng và trì hoãn và hướng đến thái độ gắn bó với thực hành Pháp.

Đối với nhiều người, các chủ đề này có thể là thách thức một cách đặc biệt bởi vì chúng miêu tả một thế giới quan về mặt ý nghĩa nó khác với các mô hình có tính vật chất được dùng trong cộng đồng khoa học. Lý do này cho phép Tâm làm việc một cách có phương pháp. Hãy nhớ rằng mọi mô hình đức Phật trình bày trong những giáo lý của ngài đến từ sự tập trung nghiên cứu tổng hợp, quan sát trực tiếp các hiện tượng. Sự tập trung nghiên cứu được lặp lại bởi hàng ngàn người thực hành để có xác quyết về những gì đã tìm ra. Điều này có nghĩa là dù cho một ý kiến riêng biệt nghe có vẻ xa lạ đến đâu, cũng tạo khả năng cho bạn phát hiện các hiện tượng sự vật, giúp bạn có động cơ để nỗ lực lặp lại các phát hiện ấy. Do đó, hãy trân trọng các ý kiến như là một đối tượng làm việc và khám phá những điều chưa rõ và đưa chúng ra trước sự thật. Qua thời gian, nếu bạn cảm thấy mô hình chưa phù hợp thì có thể chọn mô hình khác phù hợp hơn.

Đề mục	Khước từ	Tập trung vào
1. Nghiệp Luật Nhân Quả	Hành động không đạo đức	Hành động đạo đức
2. Bản tính Đau khổ của Tồn sinh Luân hồi	Tồn sinh Luân hồi	Tự tại với đau khổ
3. Kiếp người Trân quí	Các pháp thế gian	Tu tập pháp
4. Chết và Vô thường	Lười biếng và Trì hoãn	Dấn thân năng động

Bảng 5-2: Bốn Tin Quyết của Khước từ.

TÓM TẮT CHƯƠNG NĂM

- Có hai hình thức hạnh phúc: Hạnh phúc thế gian đặt căn bản trên những kích thích bên ngoài và hạnh phúc chân thật đặt căn bản trên bản tính nội tại của tâm. Chúng ta ước mong hạnh phúc chân thật song vẫn tập trung vào hạnh phúc thế gian, đưa đến một cảm giác chung không thỏa mãn.

- Pháp (Dharma) là bất cứ một hiện tượng nào hành động như là một duyên phát sinh một quả cụ thể. Có những pháp thế gian có tiềm năng phát sinh hạnh phúc thế gian và có những Thánh pháp có khả năng phát sinh Hạnh phúc chân thật.

- Tám Pháp Thế Gian: Sự chấp trước vào được với chán ghét mất, sự chấp trước vào khoái lạc với chán ghét đau khổ, sự chấp trước vào thừa nhận với chán ghét bị làm ngơ, và sự chấp trước vào ca tụng với chán ghét chỉ trích.

- Tu tập Pháp: Là quá trình nỗ lực loại bỏ ảnh hưởng của các phiền não trên tâm. Qua quá trình này tâm được thuần hóa và do đó trở nên hữu dụng hơn.

- Có hai mô hình tu tập: Tu tập theo nghi thức và tu tập không theo nghi thức. Cả hai đều cần thiết để giúp phối hợp Pháp vào đời sống của bạn.

- Chúng ta có thể dùng thiền định phân tích phát triển trí tuệ. Có ba mô hình trí tuệ: trí tuệ nghe, trí tuệ tư duy, và trí tuệ thiền định. Bạn có thể thay đổi giữa thiền định phân tích và thiền Chỉ như là cách làm tâm bạn sắc bén.

- Khước từ thừa nhận lỗi của cách suy nghĩ đã cho sẵn và ham muốn từ bỏ những lỗi ấy.

• Bốn Tin Quyết của Khước Từ là bốn đề mục chúng ta phân tích để xoay hướng tâm bỏ những thói quen tiêu cực mà ưa thích những thói quen tích cực hơn, như là tu tập Pháp. Chúng là: nghiệp luật Nhân quả, bản tính đau khổ của tồn sinh luân hồi, kiếp người trân quí và tư duy về chết và vô thường.

Nhân Quả và Nghiệp Báo

Hãy nhìn xung quanh. Chúng ta bị nhiều vật thể vây quanh, phải không? Toàn bộ cách thức của sự vật, một vài cái lớn, một vài cái nhỏ, một vài cái tròn, một vài cái đẹp. Một vài cái được hình thành một cách tự nhiên trong khi những cái khác do người hay máy móc tạo ra? Tất cả những vật này từ đâu đến? Tại sao lại ở đây? Ở lại như thế nào? Bao giờ sẽ rời đi?

Nếu chúng ta dừng lại và thực sự suy nghĩ về nó, chúng ta sẽ thấy rằng mỗi một vật này là kết quả của toàn thể sự nối tiếp của những sự cố đưa đến kết quả cuối cùng của cái mà bạn thấy trước bạn. Hãy lấy cái bàn gỗ làm thí dụ:

Có một người muốn làm một cái bàn. Anh ta lấy ra một miếng giấy và bắt đầu phát họa cái bàn trông như thế nào. Khi đã thỏa mãn với thiết kế của mình, anh ta đi mua một ít gỗ và đinh. Rồi anh ta đem gỗ vào nơi làm việc của mình và bắt đầu cưa nó. Anh ta khắc chạm gỗ, tạo hình dáng nó giống như thiết kế mà anh ta đã vẽ. Một khi tất cả các miếng đã đầy đủ, anh ta dùng búa và đinh kết nối tất cả các miếng lại với nhau. Sau nhiều giờ làm việc vất vả, cái bàn đã hoàn thành.

Theo Phật giáo, tất cả mọi hiện tượng tùy thuộc vào nhân và duyên. Một vật nào đó không thể đến từ không gì cả, và điều này có nghĩa là mọi vật phải phát sinh từ sự tùy thuộc vào một cái gì đó đã đến trước nó – một nhân. Rồi mỗi nhân đưa đến một quả nào đó khi các duyên đặc thù hiện diện. Chúng ta gọi nguyên lý này là *Luật Nhân Duyên*. Theo cách miêu tả này chúng ta có thể nhận diện hai mô hình của nhân:

1. **Nhân trực tiếp:** Là nhân mà từ đó quả phát sinh ra quả tương ứng. Lấy cái bàn làm thí dụ, gỗ là nhân cốt yếu của cái bàn. Với hoa, chúng ta có thể nói nhân cốt yếu là hạt giống.

2. **Các Trợ Duyên:** Đây là những hoàn cảnh khác nhau cần hiện diện để quả cụ thể xảy ra. Với cái bàn, các trợ duyên là người thiết kế cái bàn, giấy mà người ấy dùng để vẽ thiết kế, các dụng cụ khác nhau được dùng để tạo hình nó, và tất cả những những yếu tố đóng góp khác làm cái bàn tồn tại.

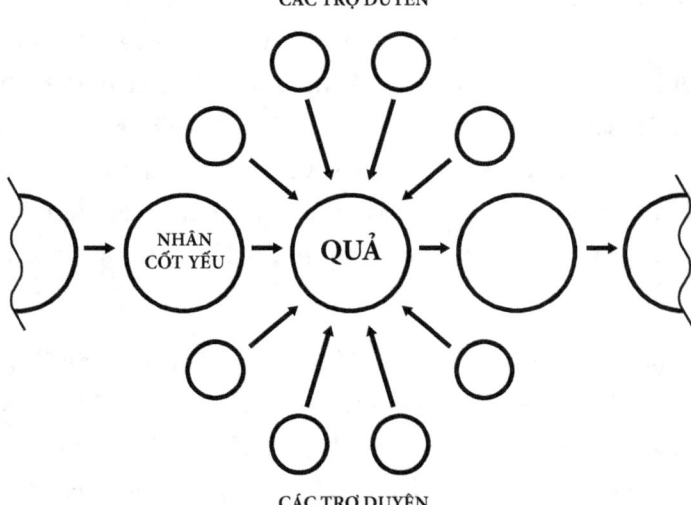

Hình 6-1: Nhân trực tiếp và các trợ duyên.

Khoa học hiện đại đã cho chúng ta hiểu biết về các nhân và duyên đưa đến sự tiến hóa của thế giới vật lý qua vài triệu năm qua. Nhưng đây chỉ là một khía cạnh của thực tại. Theo quan điểm Phật giáo Tâm không phải là một hiện tượng vật lý song nó cũng bị nhân và duyên chi phối, mối quan hệ này được biết như là *Nhân Quả và Nghiệp Báo*, hay một cách đơn giản *Nghiệp Luật*.

Karma (Nghiệp) là tiếng Phạn có nghĩa đen là "hành động". Thuật ngữ này được dùng để chỉ các quả do những hành động của thân, khẩu và ý của chúng ta sinh ra. Ở đây, một hành động được nhận diện như là bất cứ sự hành xử nào có ý muốn. Vì ý muốn là một yếu tố của ý (xem Chương Hai), vậy thì điều này có nghĩa là tất cả những hành động phát sinh nơi ý.

Chúng ta hãy dùng một thí dụ đơn giản để minh họa điểm này:

Bạn bắt đầu có cảm giác bị khát. Ham muốn chầm chậm nổi lên muốn có một cái gì đó làm dịu cơn khát của bạn. Tất nhiên sự ham muốn này trở nên mạnh đủ cho bạn đứng lên, đi đến nhà bếp, cầm lấy một cái ly và múc đầy nước. Bạn uống cạn ly chỉ trong vài hớp. Cảm giác khát không còn nữa.

Nếu chúng ta phân tích nhân quả của nghiệp trong tình thế này, chúng ta có thể thấy cảm giác khát nước phát sinh trong tâm. Rồi cảm giác này dẫn đến một sự chán ghét đối với sự khát nước và qua thời gian, sự chán ghét này trưởng thành mạnh mẽ. Cuối cùng chúng ta đến một ngưỡng cửa mà sự chán ghét quá nhiều, và chúng ta cảm thấy cần làm một điều gì đó như muốn lấy một ly nước, dẫn đến sự kế tiếp của thần kinh tế bào đối với lửa mà đến phiên nó tác động một số hành động của thân, như đi vào nhà bếp, lấy cái ly, rót đầy nước và uống cạn nó. Rồi nước nhập vào thân chúng ta, biến đổi tính chất hóa học của nó, tạo thần kinh tế bào đối với lửa nhiều hơn và trong tâm chúng ta, cảm giác khát giảm xuống. Khi cảm giác ấy tan biến, sự chán ghét đối với cảm giác ấy cũng tan biến theo.

Kết quả chúng ta nhìn thấy là cái tâm tự tại với sự đau khổ. Nhân trọng yếu cho trạng thái này là sự tương tục của dòng tâm thức, vì chỉ tâm khởi lên tâm. Tất cả những thành phần trong cảnh này hành động như là những trợ duyên có khả năng ảnh hưởng những gì tâm nhận thức. Cũng vậy, ảnh hưởng của sự cung cấp nước trong thân là kết quả của sự đưa nước $H2O$ vào hệ thống này. Trong khi tâm hành động như là trợ duyên dẫn đến phản ứng hóa học đó, nhân trọng yếu là các phân tử vật lý của nước.

Nhớ giữ vật lý và phi vật lý tách rời rất là quan trọng. Trong khi chúng có khả năng ảnh hưởng lẫn nhau, không bao giờ có tình trạng cái này chuyển hóa thành cái kia.

Hiểu đầy đủ tất cả những ảnh hưởng của nghiệp đi vào bất cứ giây phút đặc thù nào của kinh nghiệm là một thí dụ về một hiện tượng rất ẩn tế. Một cách đơn giản là nó quá phức tạp đối với tâm của chúng sinh khám phá. May mắn, qua sức mạnh của sự tập trung thiền định, đức Phật đã có thể quan sát sự đa dạng rộng lớn của những chuỗi nhân duyên tiếp nối và nhận diện một số mẫu căn bản miêu tả nghiệp làm việc như thế nào. Trong chương này, chúng ta sẽ thăm dò những mẫu này để hiểu những động lực của nghiệp ảnh hưởng phẩm tính của kinh nghiệm đã sống của chúng ta như thế nào.

HẠT GIỐNG NGHIỆP VÀ DÒNG TÂM THỨC

Trong thí dụ trên cho thấy ý muốn thay đổi sự chuyển hóa trong tâm không có nhiều lý do tại sao chúng ta cảm thấy thèm khát, cũng không nói tại sao chúng ta chán ghét sự thèm khát đó. Để hiểu những phản ứng của chúng ta đối với những hiện tượng khác nhau, chúng ta cần nhìn vào dòng tâm thức của chúng ta trở thành thói quen như thế nào.

Cứ mỗi lần dấn thân vào một hành động đặc thù của thân, ngữ, hay ý, là chúng ta làm mạnh thêm một thói quen đặc thù. Trong thói quen thô là để làm hết sự khát nước. Mặc dù ở bình diện vi tế hơn, chúng ta có thể nói thói quen ấy là để đáp ứng cảm giác thèm khát với sự chán ghét. Cứ mỗi lần chúng ta phản ứng theo cách này, chúng ta làm tăng tính khả thể mà chúng ta sẽ đáp ứng cùng cách trong vị lai. Chúng ta gọi khuynh hướng của thói quen này là *hạt giống nghiệp*.

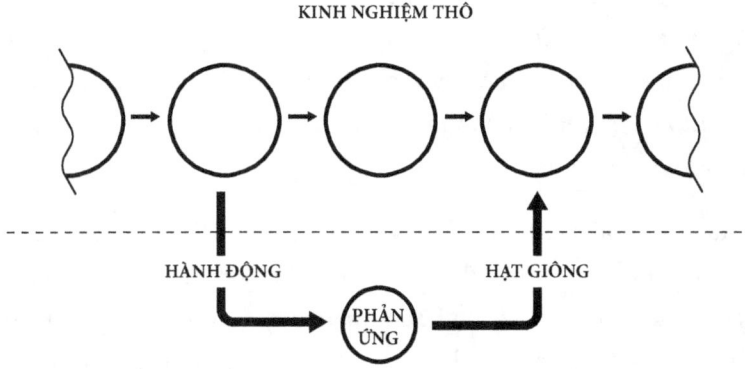

KINH NGHIỆM THÔ

HÀNH ĐỘNG   HẠT GIỐNG

PHẢN ỨNG

THỨC CĂN BẢN (A-LẠI-DA THỨC)

Hình 6-2: Hành động hình thành những kiểu thói quen trong tâm như thế nào.

Sau mỗi ngày dấn thân vào quá trình hành động và phản ứng liên tục. Các hiện tượng phát sinh trong tâm sẽ phản ứng lại và gieo những hạt giống mới. Nó rất giống với những cách mà tế bào thần kinh trở nên mạnh hơn khi chúng được sử dụng lặp đi lặp lại nhiều lần. Sự khác biệt duy nhất là, vì tâm là phi vật lý không có quá trình hao mòn tự nhiên. Một khi hạt giống được gieo, nó sẽ tồn tại trong tâm cho đến thời gian như thế khi nó "chín muồi" trong hình thức một kinh nghiệm, hay nó bị yếu đi do áp dụng một phản lực. Chúng ta sẽ nghiên cứu hai sự chuyển hóa này sau.

Bây giờ, để hiểu tâm của chúng ta đang chứa nhiều thói quen có từ lâu, vẫn tồn tại trong từng giây phút. Những thói quen này được tàng trữ trong thức căn bản (hàm tàng thức) (Xem Chương Một) và qui định kinh nghiệm của chúng ta sẽ phát sinh như thế nào.

Hãy xem thí dụ sau đây:

Nhiều người chấp nhận sự thách thức khởi đầu một việc kinh doanh mới với ước vọng được thành công và lợi nhuận. Đồng thời, tất cả họ đều hy vọng không bị mất tiền họ đầu tư, cũng như sự tín nhiệm họ. Song, bất chấp tất cả kế hoạch kinh doanh đầy thận trọng, nghiên cứu thị trường

*và những giờ dài làm việc của họ, việc kinh doanh của họ vẫn thất bại.
Họ làm mọi điều đúng song kết quả không bao giờ hiển hiện.Cũng với
mong muốn như vậy, có người chuẩn bị cho công việc không mấy cầu
kỳ, nhưng việc kinh doanh lại rất thuận lợi, hai sự việc có hai kết quả
hoàn toàn khác nhau.*

Nếu chúng hỏi tại sao một thành công và một thất bại, chúng ta có thể
nhận diện nhiều trợ duyên đã ảnh hưởng đến kết quả. Theo quan điểm
Phật giáo, các vấn đề về kinh tế, sản phẩm hay sự vật bên ngoài là duyên
thứ yếu, nguyên nhân chủ yếu là sự chín muồi của những hạt giống nghiệp.

Muốn hiểu điều này, hãy xem cả hai tình thế này liên can với con người
như thế nào. Theo viễn tượng của nghiệp, một người trải nghiệm niềm
vui của thành công, trong khi người khác trải nghiệm sự đau khổ của thất
bại. Những cái này là nghiệp quả của hai sự việc. Những kinh nghiệm đó
phát sinh từ toàn bộ sự nối tiếp của những lựa chọn do mỗi cá nhân làm.
Những lựa chọn gì họ đã làm đặt căn bản trên dòng nghiệp vững chãi chín
muồi trong các dòng tâm riêng của họ. Họ phản ứng với sự vật, dựng lập
sự kết nối của các sự cố, đưa chúng đến phút giây hiện tại như thế nào.

Như thế, trong khi phẩm chất của sản phẩm có thể là một trong những
lý do tại sao cuộc kinh doanh ấy thất bại, Nghiệp Luật dạy chúng ta nhận
ra các nhân để tạo ra sản phẩm theo đặc thù riêng. Khi chúng ta làm phân
tích này, đương nhiên được đưa trở lại tâm.

Vì tâm là một tương tục vô tận, nên nó lập luận rằng không phải tất
cả những thói quen của chúng ta đều liên hệ với những kinh nghiệm mà
chúng ta có trong đời này. Một vài người rất khó có thể chấp nhận điều
này, bởi vì họ không thể nhớ được cách tạo hình dáng của các sự vật. Dù
chúng ta không thể nhớ được quá khứ, không có nghĩa là nó không ảnh
hưởng chúng ta.

Chúng ta có thể thấy ảnh hưởng của nghiệp từ các đời quá khứ trong
những phẩm tính tự nhiên mà những đứa trẻ khác nhau biểu hiện. Sự
chín muồi của nghiệp đời trước tạo cho những đứa trẻ có những quyết

định khác nhau trong đời này. Cũng cùng một nguyên tắc như vậy khi một người trưởng thành cố gắng đi xe đạp. Dù cho họ không thể đi xe đạp nhiều năm, họ có khả năng kích hoạt những hạt giống đã gieo trước kia và do đó học lại khả năng ấy nhanh. Hiện tượng này thông thường được biết như là "trực giác" hay "bản năng".

Tương tự, nếu chúng ta sở hữu bất cứ những tài năng bẩm tính hay kỹ năng đặc biệt nào, thì những hạt giống nghiệp cho những khả năng đó có thể đã được trồng trong nhiều đời qua. Những kỹ năng này sẽ là bản tính thứ nhì đối với chúng ta so với một người khác không thể thực hành những kỹ năng như thế trong các đời trước của họ. Đây là cách giải thích đơn giản về thiên tài của những đứa trẻ, khi một đứa trẻ tỏ ra tài năng khác thường của nó trong một lĩnh vực đặc thù lúc tuổi còn rất trẻ [thần đồng]. Theo quan điểm về nghiệp, chúng chỉ đơn giản đang nhớ lại những việc chúng đã làm mà không cần dạy. Điều này cũng giải thích tại sao những người khác nhau lại có những khả năng khác biệt khi đối diện với một sự việc cụ thể.

Về Sự Tái Sinh Tương Tục

Theo lịch sử, Một số tôn giáo như Ấn Độ giáo, Hồi giáo, Kỳ Na giáo (Jainism) và Kitô giáo cho rằng có sự tái sinh tương tục. Trong hơn 2.500 năm nhiều hành giả phi thường của Phật giáo đã khảo sát khái niệm này một cách rộng rãi, được các pháp tu thiền định hùng mạnh trợ giúp. Họ đã khám phá qua kinh nghiệm đầu tiên trực tiếp rằng tâm quả thực là một tương tục mãi mãi bị nghiệp hướng qui định. Đặt căn bản trên những kinh nghiệm này, hàng trăm bản văn Phật giáo đã được viết ra, cung cấp lối vào hằng ngàn tham chiếu kinh văn và hệ thống luận lý.

Trong Kinh Bản Sinh Đàm (Jataka) có nhiều câu chuyện về những đời quá khứ của Đức Phật. Ngài nói một cách công khai để làm lợi ích cho những người lắng nghe lời dạy của ngài, nhất là với trẻ em. Cho một thí dụ:

Một lần đức Phật hồi tưởng rằng trước lần tái sinh hiện tại ngài là một hoàng tử Ấn Độ, sinh ra trong một gia đình Bà-la-môn được biết đến vì phạm hạnh của họ và trở thành một học giả và bậc thầy vĩ đại. Rồi ngài vào ẩn tu trong rừng và bắt đầu cuộc sống như một nhà tu khổ hạnh, từ bỏ tất cả dục vọng và đối với sự giàu sang và cái được. Ngài đã gặp một con cọp cái đói lả tiều tụy vì sinh con và sắp phải ăn thịt những cọp con mới sinh của nó để sống còn. Trước mắt không có thức ăn gì cả. Ngài xúc động do lòng từ bi vô lượng và đã hiến thân mình làm thức ăn cho con cọp cái ấy.

Trong truyền thống Phật giáo Tây Tạng, bằng chứng của những đời quá khứ với sự thừa nhận các Tulku (sự đầu thai hay tái sinh được thừa nhận của một Đạo sư hay một chúng sinh đã giác ngộ) như Đức Đạt Lai Lạt Ma thứ 14. Họ được thừa nhận bằng những thử nghiệm đặc biệt như nhận ra những sự vật thuộc về những người sở hữu chúng trước kia cũng như khả năng phú bẩm và thường là phi thường hiểu những giáo lý Phật giáo nào đó. Nhiều vị trong những người đó cũng có khả năng hồi tưởng những sự cố trọng yếu của các đời trước của họ theo cách giống như chúng ta nhớ lại những điều đã xảy ra cho chúng ta trong thời niên thiếu của chúng ta. Một vài vị như Đức Đạt Lai Lạt Ma và dòng Karmpa tái sinh, cũng có khả năng cho dấu hiệu về những hoàn cảnh cho những lần sinh vị lai của họ.

Hiện tượng nhớ những đời quá khứ không những chỉ tìm thấy trong các ký lục lịch sử mà còn được quan sát ngày nay trong xã hội hiện đại. Có hàng ngàn người khai là họ nhớ các đời quá khứ của họ, nhận ra những thành viên trong gia đình và những sở hữu trước kia của họ, bất chấp họ chưa bao giờ gặp những điều đó trong đời hiện tại của họ. Có những câu chuyện về những người như thế khám phá lại những của cải cất giấu, những vật có giá trị thuộc về bản thân trước kia của họ, cũng như hồi tưởng những biến cố bất ngờ nào đó. Trong một vài trường hợp có thể xác nhận những ký ức của họ qua những người vẫn còn sống.

Mặc dù có thể không phải là một lãnh vực thẩm xét chính dòng, nhiều sách đã được viết ra về để tài này và bằng chứng thu thập được chắc chắn thôi thúc. Giáo sư Tiến sĩ Ian Stevenson, nhà nghiên cứu về hiện tượng tái sinh luân hồi của trường Đại học Virginia chẳng hạn, đã miêu tả và chứng minh hơn 2.000 trường hợp những đứa trẻ nhớ lại các đời trước của chúng, nhiều trường hợp trong số đó được trình bày chi tiết trong quyển sách của ông *Parapsychology Research on Exceptional Experiences* (Nghiên Cứu Siêu Tâm Lý Học về Những Kinh Nghiệm Khác Thường).

Có người hỏi Ngài Thanh Biện, vị Luận sư quan trọng của Trung Quán tông, Bậc thầy Phật giáo Ấn độ nổi tiếng[2]: "Làm sao chúng ta biết được có kiếp trước?". Câu trả lời của Ngài đơn giản:

Bởi vì có thể có một vài người nhớ lại được các đời trước của họ.

Điều quan trọng là cố gắng ghi nhớ những tác động của sự tái sinh liên tục vì chúng đóng vai trò chính để hiểu biết rộng hơn và bao quát hơn về thực tại. Đối với một vài người, ý kiến này có vẻ hợp lý và dễ hiểu, trong khi những người khác có thói quen suy nghĩ mạnh bạo theo những thuật ngữ là chỉ một đời nên ý kiến này có nhiều thách thức.

Bất cứ người nào cũng muốn phát triển những kỹ năng cần thiết để kinh nghiệm trực tiếp những ký ức về các đời quá khứ. Ấy là vấn đề muốn nỗ lực hay không. Trong lúc điều này không có nghĩa là bạn cần chấp nhận sự việc với niềm tin mù quáng. Chỉ đơn giản giữ cái tâm cởi mở, và lý luận của bạn khám phá tất cả những khả hữu. Nếu bạn có khả năng làm được điều này, bạn có thể tìm thấy có con số rất lớn những lợi ích trong việc giữ cái thấy này.

BỐN ĐỊNH LUẬT TỰ NHIÊN CỦA NGHIỆP

Tóm lược những quan sát Đức Phật đã làm, có thể nhận diện bốn kiểu mẫu giúp chúng ta có được nghĩa nghiệp biểu hiện như thế nào qua thời gian.

---

2   Phạn: *Bhavaviveka*.

Bốn điểm này cung cấp cho chúng ta một bộ khung căn bản để phối hợp cái hiểu vào các hoạt động hàng ngày của mình.

1. Quả là nhất định

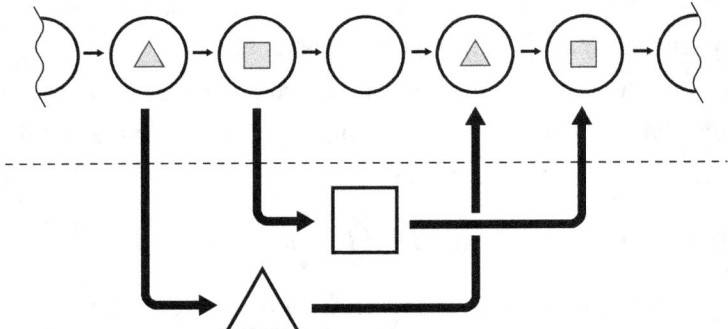

Hình 6-3: Mọi nhân đều có quả của tính tương tự.

Khi bạn trồng một hạt giống táo, bạn sẽ có một cây táo, không phải một cây cam. Cũng vậy, các hạt giống nghiệp sẽ chỉ cho những quả nghiệp đặc thù. Điều này có nghĩa là nếu bạn dấn thân vào những hành động bị những tâm cảnh phiền não thống trị, thì những hạt giống nghiệp do những hành động ấy tạo ra nhất định sẽ sinh ra đau khổ. Vả lại, những hạt giống nghiệp do những tâm thái đức hạnh tạo ra sẽ nhất định phát sinh hạnh phúc.

2. Nếu có quả, phải có nhân

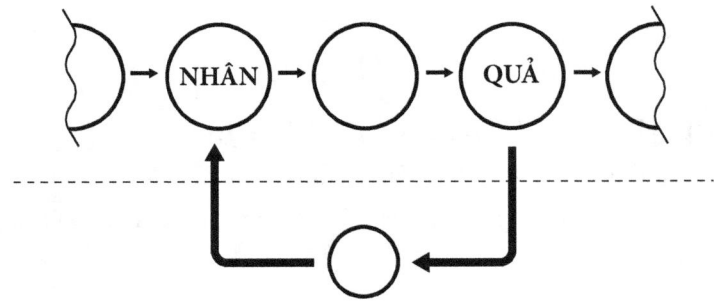

Hình 6-4: Mọi quả đều có nhân tương ứng.

Một vật không thể đến từ không, do đó nếu không có Nhân thì ắt không có Quả. Chúng ta phải cẩn thận không nghĩ về nghiệp như một hệ thống quả báo và trừng phạt. Trong Phật giáo, không có đấng cao hơn điều khiển các hành xử của bạn, phán xét ban cho bạn hạnh phúc hay đau khổ. Thay vì, trách nhiệm ở chính bạn, ở những hành động mà bạn đã tạo tác để nhân trở thành quả. Cho nên những việc đã xảy ra đều do bạn đã tạo nhân cho nó.

Thí dụ cực đoan về điều này, một người đàn ông tới từ tầng lầu thứ tám mươi mốt của Trung Tâm Thương Mại Thế Giới ở thành phố New York, vào ngày 11 tháng 9. Anh ta sống còn sau khi rơi xuống với một chân bị gãy. Theo quan điểm Phật giáo, sự kiện này dường như bất khả hữu này đã xảy ra bởi vì người đó đã không tạo ra nhân để chết theo cách đó.

3. Nếu có Nhân ắt có Quả

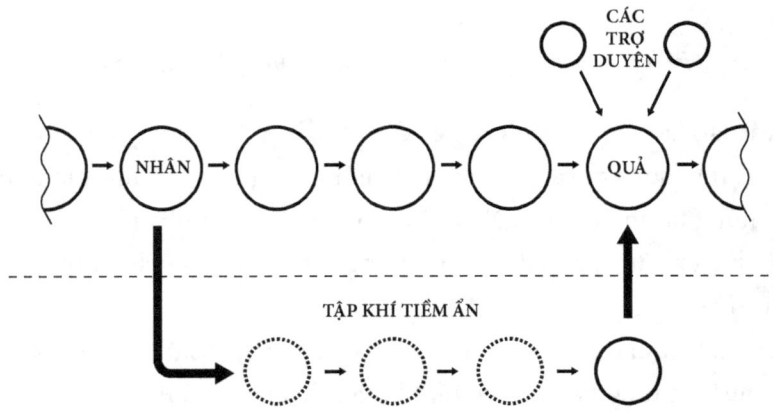

Hình 6-5: Mọi Nhân cuối cùng sẽ đưa đến Quả.

Quả không thể tự nhiên đến cũng không tự nhiên biến mất, giống như các hiện tượng phi vật lý, các tập khí nghiệp không mất đi một cách tự nhiên. Điều này có nghĩa là khi các duyên được hội đủ thì hạt giống sẽ chín muồi thành Quả. Xu hướng ấy vẫn là những khả năng tiềm ẩn trong dòng tâm thức.

Để tránh một Quả bất thiện cần đối trị với thói quen tạo ra nhân bất thiện. Quá trình làm suy yếu những xu hướng bất thiện gọi là "tịnh hóa". Chúng ta sẽ bàn thêm điều này trong Quyển Hai của bộ sách này.

4. Tạo Nghiệp

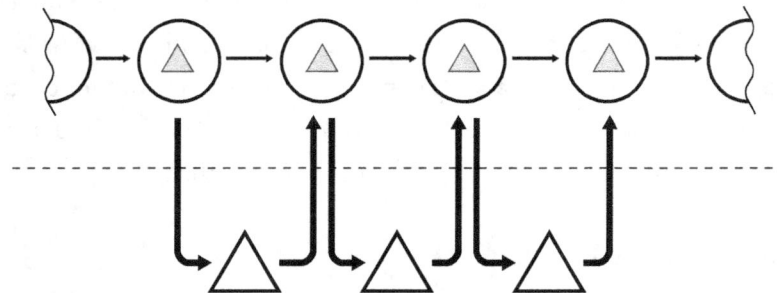

Hình 6-6: Các tập khí của thói quen là tự kéo dài mãi.

Với các tạo tác của thân, khẩu, ý là đã tạo nghiệp bởi thói quen hiện hữu. Khi các thói quen ấy càng mạnh hơn chúng càng có khả năng ảnh hưởng đến chúng ta nhiều hơn. Điều này tạo ra một vòng phản hồi, càng lúc càng nhiều những hành động của chúng ta bị ảnh hưởng bởi những thói quen cố hữu.

Nghiệp hình thành bởi những tạo tác từ khi phát sinh cho đến khi nó chín muồi, những hành động rất nhỏ lớn lên cùng thời gian, mọi hành động đều có mối liên quan với nhau. Tạo tác dù có vẻ vô nghĩa đến đâu, nó vẫn có thể sinh ra kết quả to lớn. Giống như một hạt giống nhỏ mọc lên thành một cây cổ thụ.

Bài Luyện tập 6.1 – Nguồn gốc của Nghiệp

- *Trong một tư thế thoải mái, hãy thiết lập một tâm trung tính qua thực hành Quán niệm hơi thở.*

- *Hãy quan sát những sự kiện trong ngày của bạn, chầm chậm nhớ lại từng hành động. Hãy cố gắng nhớ chi tiết mọi việc bạn đã làm, mọi điều bạn đã nói, và mọi thứ bạn đã nghĩ. Hãy quan sát hậu quả của mỗi hành động. Bạn bị phiền não, hạnh phúc hay trung tính trong những khoảnh khắc nào? Khi thừa nhận rằng tồn tại nghiệp, hãy quan sát quả của các hành động sẽ phát sinh. Bạn có tạo nhân cho hạnh phúc không? Hay bạn đã tạo nhân cho đau khổ?*

- *Bây giờ hãy quan sát các mức độ của hạnh phúc, hãy quan sát mối quan hệ của nó đến tâm càng chi tiết càng tốt, các mức độ của mối quan hệ này từ đâu đến? Điều gì giúp nó hiển lộ? Hãy quan sát tâm thái của bạn trong các thời điểm đó.*

- *Cũng vậy, hãy quan sát những thời điểm khó khăn trong đời bạn, vào lúc thất vọng hay xung đột. Không trách điều này hay điều khác, hãy xem các nhân duyên khác nhau đó phát sinh. Mối quan hệ giữa những người và vật khác đã tác động đến các trải nghiệm ấy, sự đau khổ đó xảy ra ở đâu? Ý thức về ảnh hưởng của nghiệp nơi sự cố đã thay đổi cách bạn nhìn nó như thế nào?*

- *Khi bạn nhìn lại đời mình, Tâm bạn thường bị những phiền não như chấp trước hay chán ghét lôi kéo như thế nào? Có bao nhiêu sự thay đổi phức tạp không tiên đoán được[3]? Nếu phát sinh những tập khí nghiệp trong tâm của bạn và những tập khí đó không mất đi một cách tự nhiên thì đó là dấu hiệu gì?*

---

3   Anh: *a rollercoaster.*

- *Bây giờ hãy quan sát nghiệp của bạn có ảnh hưởng những người khác thế nào. Hãy chọn một vài thí dụ mà bạn đã trải qua để quan sát sự tác động của nó. Hãy quan sát sự tích lũy nghiệp bởi những hành động nhỏ bé qua thời gian. Bạn có thể nhận diện các nghiệp có từ đời sống của bạn, những thứ dường như vô nghĩa đã đưa bạn đến một kinh nghiệm rất có ý nghĩa không?*
- *Hãy dựng lại khi bất cứ tuệ kiến nào xuất hiện.*

NHỮNG CÁCH HIỂU NGHIỆP

Nghiệp nắm giữ vai trò trung tâm trong từng giây phút trải nghiệm của chúng ta, phạm vi ảnh hưởng rộng lớn mà nghiệp có trong đời sống rất khó lĩnh hội. Vì lý do này, hãy thu hẹp phạm vi quan sát một vài khía cạnh đơn lẻ của Nghiệp Luật một cách độc lập. Phật giáo cung cấp rất nhiều phương pháp đa dạng khác nhau để phân loại nghiệp. Nghiên cứu từng loại nghiệp, chúng ta sẽ có sự hiểu biết chi tiết hơn về những ảnh hưởng khác biệt của chúng, tránh bị sự phức tạp vấn đề.

Nghiệp của chính mình và người khác

Nghiên cứu từng loại hành động mà người ta dấn thân vào, có thể thấy một vài loại Nghiệp đến từ bên trong Tâm của một cá nhân (như ý nghĩ và xúc động), trong khi một vài loại khác do ảnh hưởng bên ngoài Tâm (các tác động vật lý, môi trường). Trong khi những hành động của ý là chủ quan của một người, những tác động của thân và ngữ đến đối tượng có ảnh hưởng nhiều người hơn.

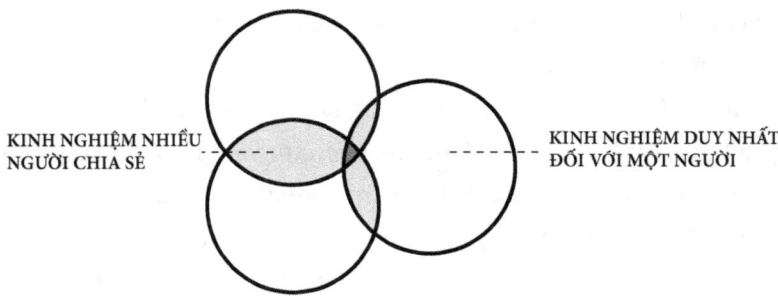

Hình 6-7: Sự gối lên nhau của kinh nghiệm qua nhiều cá nhân.

Bằng cách nhìn vào phạm vi ảnh hưởng của những hành động có tác ý, chúng ta có thể nhận diện hai loại nghiệp:

1. Cộng nghiệp (Nghiệp tập thể)

Nghiệp tác động qua nhiều cá nhân được xem là Cộng nghiệp. Nó là nguyên nhân chủ yếu hình thành mối ràng buộc hay sự kết nối giữa các sự vật, hiện tượng ở mức độ nào đó. Chẳng hạn, tất cả chúng ta cộng hưởng nghiệp tập thể là sinh ra như những con người trên trái đất. Điều này có nghĩa là tất cả chúng ta đều có những cái thân tương tự, với những giác quan tương tự, cho chúng ta có những mẫu loại thức tương tự. Chính sự tương tự này cho chúng ta trao đổi kinh nghiệm với nhau và có thể hiểu điều đang nói. Hãy so sánh điều này với loài cá heo. Trong khi chúng cộng hưởng nghiệp là cùng sinh ra trên trái đất, chúng không có nghiệp sinh ra như những con người, khiến cho truyền đạt thông tin một cách rõ ràng.

Cộng nghiệp có thể sinh ra với nhiều mức độ khác nhau. Nó có thể là phổ biến, toàn cầu, hay chỉ trong một địa phương. Chẳng hạn, khi chúng ta xem sự hình thành của những bộ lạc và các nước khác nhau trên thế giới, chúng ta có thể nói rằng những người đó có nghiệp tập thể với nhau. Như vậy dù cho chúng ta tất cả là người, chúng ta được kết nối trong một quốc gia, một vùng đặc thù hay một dòng họ theo đó sẽ có cộng nghiệp tương ứng. Ngay khi cùng sống trong một quốc gia, chúng ta có công nghiệp riêng của từng thành phố.

Những mối ràng buộc kết nối chúng ta không chỉ là địa lý, chúng ta cũng có thể được kết nối với nhau qua niềm tin và những mối quan tâm chung. Hãy xem tất cả những ai tu tập một kiểu thức đặc thù của truyền thống trí tuệ. Có sự tương tự trong cách họ thấy và hiểu thế giới như thế nào. Điều này giải thích làm sao có rất nhiều người phương Tây phát triển sự thích thú nơi Phật giáo dù cho họ trưởng thành ở những nước mà Phật giáo thông thường không được biết đến.

Cộng nghiệp sản sinh mọi lúc mà chúng ta tương tác với người khác. Qua chia sẻ, chúng ta cả hai cùng trồng những hạt giống tương tự trong dòng tâm thức. Sự tương tự càng phát triển giữa các tập khí nghiệp tàng trữ trong các dòng tâm thức của chúng ta. Rồi điều này khiến chúng ta phản ứng theo cách tương tự đối với những tình thế khác nhau, đưa đến những quyết định tương tự, và do đó, đưa đến dấn thân vào những hành động tương tự.

2. Biệt nghiệp (Nghiệp cá nhân)

Nghiệp của từng người rất khác nhau, nó không bao giờ giống y nhau. Điều này quyết định một phần bởi những hành động của thân và lời nói hàng ngày lặp đi lặp lại của chúng ta. Đại đa số nghiệp tạo ra qua thức tư tưởng đa dạng và chủ quan của từng người. Những tác động của nghiệp là riêng tư đối với từng cá nhân, chúng tạo ra các kiểu thức độc lập phụ thuộc các tập khí nghiệp.

Chính vì lý do này những cặp sinh đôi giống y nhau trưởng thành trong cùng môi trường có thể vẫn biểu lộ những khác biệt rõ rệt trong nhân cách và trình độ của từng người. Cũng dễ hiểu khi một vài người trường thọ và thịnh vượng không thể tin được, trong khi những người khác luôn gặp bất hạnh và chết yểu. Giống như các hiện tượng vật lý đặc thù, những kiểu gen mang tính di truyền khác nhau trong nhiễm sắc thể. Đó là biệt nghiệp (Nghiệp của từng cá nhân).

Bài Luyện tập 6.2 – Chia sẻ kinh nghiệm

- *Trong một tư thế thư giãn, hãy thiết lập một tâm trung tính qua thực hành Quán niệm thở.*

- *Hãy chọn một sự cố đặc biệt từ đời sống của bạn mà bạn có thể nhớ được một cách rõ ràng. Sự cố ấy phải can dự đến nhiều người. Hãy để một khoảng thời gian nhất định quan sát chi tiết sự vật có liên quan đến Tâm.*

- *Bây giờ hãy xem những khía cạnh mà bạn tin tưởng và sẽ chia xẻ với những người xung quanh bạn. Đây là các loại thức khác nhau để nhận diện những khía cạnh khác nhau của kinh nghiệm. Hãy quan sát những tính cách giống nhau của những người khác nhau trong cùng sự một sự việc, cả những sự việc chung và những sự việc cá biệt. Hãy nhận diện những kết nối hiện hữu giữa nhóm người đặc thù này.*

- *Bây giờ hãy quan sát những khía cạnh đặc thù đối với bạn. Hãy quan sát sự khác biệt đa dạng của niềm tin, lịch sử cá nhân, những ứng đáp cảm xúc. Hãy cố gắng phân biệt giữa cộng nghiệp và biệt nghiệp.*

- *Hãy để Tâm bạn nghỉ ngơi, buông lỏng cho tuệ kiến có thể xuất hiện.*

Nghiệp là quả dựa trên nhân và duyên

Theo bản văn "Địa Đầu Tiên"[4] của Bồ tát Vô Trước (Asanga) – Đại Luận sư Ấn Độ, khai tổ của phái Du Già tông, Câu hữu duyên đóng vai trò quan

---

4   Anh: *"The Primary Ground".*

trọng để hạt giống nghiệp hình thành. Tùy thuộc vào mức độ của Câu hữu duyên tác động đến Tâm, trong khi những hành động khác có tác động yếu hơn. Chúng ta có thể gọi một số tác động là "nặng" và tác động yếu hơn là "nhẹ". Bởi vì cường độ tương đối của nghiệp nặng, quả tương ứng sẽ là mạnh. Cũng vậy, nghiệp càng nhẹ, quả sẽ càng ít có ảnh hưởng.

Câu hữu duyên là Tâm sở pháp và nó thiết lập nhân duyên bằng thân, bằng lời nói (khẩu). (Câu là cùng một lúc; hữu là tồn tại; câu hữu duyên là các nhân, duyên tồn tại cùng một lúc) sẽ có một số trường hợp: nhân xuất hiện nhưng chưa hội đủ duyên thì quả tương ứng chưa hình thành đầy đủ. Nếu nhân xuất hiện hội đủ duyên tương ứng thì quả sẽ thành tựu ứng với với thân hay lời nói (khẩu). Khi kết hợp hai đặc tính này, chúng ta biểu hiện với bốn khả thể của nghiệp tạo ra như thế nào:

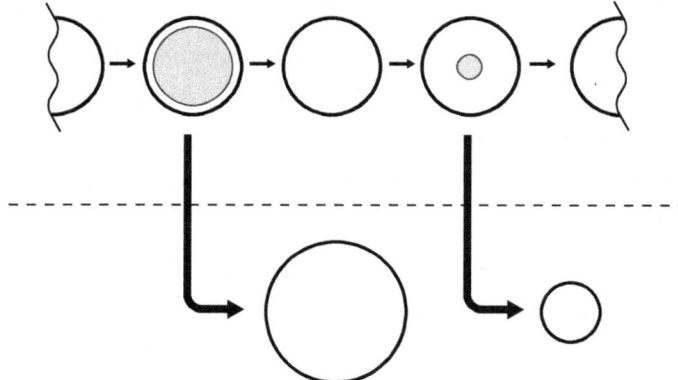

Hình 6-8: Mức độ của Câu hữu duyên quyết định mức độ của nghiệp.

1. Nghiệp không hình thành với các tạo tác yếu

Nghiệp được hình thành bởi các hành động có tạo tác (qua ý nghĩ, lời nói và hành động). Một tạo tác thiện sẽ tạo ra nghiệp lành. Những tạo tác bất thiện ở mức độ yếu hoặc những tạo tác vô ký thì thông thường nghiệp không can dự vào các hành động ấy. Tạo tác có thể chỉ là nghiệp yếu hoặc sẽ không tạo thành nghiệp, ví dụ như khi chúng ta có nhiều nghi ngờ về việc làm một điều gì đó, hoặc có tác nhân làm cho tạo tác không thực hiện được. Tạo tác sẽ không để lại dấu vết nơi Tâm, nói cách khác nó quá yếu không tạo nên bất cứ quả nào tương ứng. Qua cách áp dụng sám hối, những ảnh hưởng của nghiệp nhẹ như thế có thể loại bỏ được tương đối dễ.

2. Mối quan hệ của Nghiệp với nhân và quả

Khi chúng ta hành động khinh suất, không có tác ý, thường chúng ta sẽ tạo ra nghiệp quả nhẹ vì những hành động ấy cho phối bởi nhân duyên tương ứng. Tuy nhiên vì tính cách trực tiếp của hành động của thân hay của lời nói (khẩu), nó sẽ tạo một ấn tượng mạnh hơn là chỉ đơn giản có ý nghĩ khởi lên trong Tâm.

Những thí dụ thuộc loại nghiệp này gồm cả những hành động diễn ra trong những giấc mộng không trong sáng, những hành động diễn ra một cách bất ngờ hay những hành động diễn ra trái ý muốn của mình. Bởi vì Tâm gắn với hành động không có tác ý, thì nghiệp quả có thể chữa trị được qua áp dụng sám hối một mức độ thích hợp.

3. Quả chưa tạo thành Nghiệp

Nếu hành động có tác ý rất mạnh, hành động này sẽ tạo ra tập khí nghiệp nặng phát sinh trong Tâm. Thí dụ về loại nghiệp này nếu một người đang suy nghĩ về giết một người nào đó, khi càng để nhiều thời gian suy nghĩ về việc giết người, chủ ý của họ sẽ càng mạnh và dấu ấn lưu lại trên Tâm càng nặng. Dù cho họ đã để rất nhiều thời gian để suy tính trước khi hành động, nhưng họ không bao giờ thực sự có cơ hội hành động với tạo tác đó. Vì hành động không bao giờ thực hiện nên nghiệp sẽ không nặng như nó có thể thực hiện.

4. Nghiệp quả

Đây là hình thức nặng nhất của Nghiệp được tạo ra qua hành động có tạo tác mạnh, đã hoàn thành. Nếu đã dùng nhiều thời gian để hình thành ý định một cách rõ ràng, dứt khoát, các tạo tác dựa trên các chủ ý đó đã hoàn thành. Lúc này Nghiệp lực sẽ hình thành tương ứng với từng loại hành động, Nghiệp có thể sẽ là đau khổ hoặc hạnh phúc.

Bài Luyện tập 6.3 – Các Loại Nghiệp

- *Trong một tư thế thư giãn, hãy thiết lập một tâm trung tính qua thực hành Quán niệm hơi thở.*

- *Hãy quan sát về tất cả những ý nghĩ ngẫu nhiên khởi lên trong Tâm bạn trong một ngày. Hãy quan sát những sự việc mà bạn đang quan tâm. Hãy nhận diện các thái độ không tốt đã khởi lên trong Tâm của bạn. Hãy tìm một ý nghĩa cho hình mẫu chung của những ý nghĩ này. Khi nhận ra những phiền não xuất hiện hãy sám hối đối với những tâm trạng phiền não, hãy chính niệm về những gì đang khởi lên trong tâm bạn.*

- *Bây giờ hãy quan sát các sự việc từ quá khứ mà bạn hành động khinh suất do thiếu suy nghĩ. Có thể bạn mất bình tĩnh và nói điều gì đó làm đau lòng một người nào đó. Có thể bạn đã làm một điều gì đó một cách bất ngờ mà kết quả một người khác cảm thấy đau đớn, cho dù điều đó đã sảy ra như thế nào, hãy thừa nhận rằng nó đã xảy ra, hãy sám hối điều đó và nguyện sửa đổi các hành động của bạn trong tương lai.*

- *Hãy quan sát sự việc mà bạn để nhiều thời gian suy nghĩ về kế hoạch hành động, nhưng thực tế bạn chưa bao giờ làm việc đó. Bạn đã muốn nói với một người nào đó, nhưng vì quá rụt rè nên bạn chưa nói ra được. Nếu hành động ấy có tính cách xây dựng, thì hãy tiếp tục nó. Nếu hành động có tính cách tiêu cực, thì cần nhận biết rằng nó nguy hiểm, hãy sám hối vì đã nghĩ đến sự việc đó, hãy phát nguyện không bao giờ lặp lại điều đó.*

- *Cuối cùng, hãy quan sát hành động đã hoàn thành với chủ ý như trên. Có thể bạn đặt ra cho chính mình một thách thức, với nhiều nỗ lực và quyết tâm bạn đã có thể đạt được mục đích. Có thể bạn đã tìm cách trả thù một người nào đó đã hãm hại bạn, đã hoàn thành kế hoạch đó. Sau đó đã hoan hỉ với việc đã làm. Hãy sám hối đối với những hành động tiêu cực đã xảy ra. Hãy phát nguyện sẽ không lặp lại những hành động có hại.*
- *Hãy để tâm bạn nghỉ trong bất cứ tuệ kiến nào xuất hiện.*

Nghiệp dựa trên mức độ của Quả

Mức độ của Quả sẽ luôn luôn tương ứng với Nhân. Nhân như thế nào Quả sẽ tương ứng.

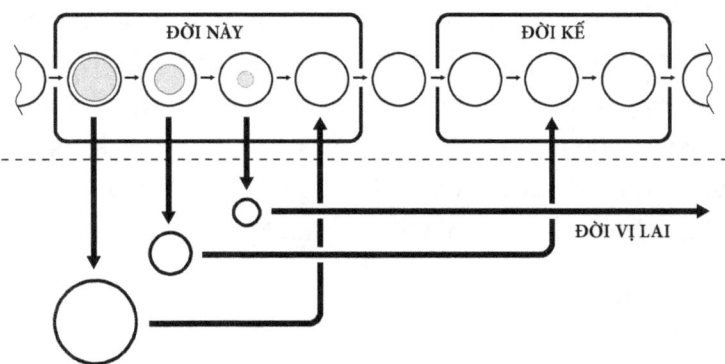

Hình 6-9: Nghiệp nặng hơn thường chín muồi nhanh hơn.

Khi quan sát các loại Quả có thể phát sinh từ những mức độ khác nhau của Nghiệp, chúng ta đi đến ba điểm:

1. Quả trong đời hiện tại

Khi một chủ ý rất mạnh được kết hợp với một hành động hướng đến một đối tượng đầy năng lực, lúc ấy quả của nghiệp trong cùng một đời. Một đối tượng đầy năng lực được xem là bất cứ một người nào đó làm lợi ích nhiều cho bạn trong đời này như là vị Đạo sư hay những người yêu thương bạn vô điều kiện như cha mẹ. Trong tất cả những người bạn gặp, những người này có ảnh hưởng nhiều nhất đối với bạn. Do đó, bất cứ hành động nào bạn làm liên hệ với những người này sẽ mang một ảnh hưởng mạnh đặc biệt trong tâm bạn. Những người đang gây sự đau khổ to lớn được xem là những đối tượng đầy năng lực vì họ hành động như là căn bản phát sinh những chủ ý cực kỳ mãnh liệt của tâm bi và tâm từ.

2. Nghiệp quả trong đời vị lai

Một vài hành động có đủ năng lực lưu lại những dấu ấn rất sâu trong Tâm. Khi một người chuyển giữa đời này và đời kế tiếp, những dấu ấn này ràng buộc họ, nó quyết định hình dáng sẽ mang đời kế tiếp. Sức mạnh của những hành động này là sự kết hợp của những chủ ý cực kỳ năng lực và tiêu cực được hướng đến những đối tượng rất nhiều năng lực. Trong Phật giáo, những hành động này như là *Năm Tội Nghịch*:

1. Giết cha
2. Giết mẹ
3. Giết A La Hán
4. Làm thân Phật chảy máu
5. Tạo bất hòa trong tăng chúng.

Bất cứ hành động nào trong năm hành động ấy đều có những dấu ấn nghiệp nghiêm trọng, đều đặt trên cơ sở sự làm hại hay chia rẽ mình với hạnh phúc chân thật. Thay mưu cầu hạnh phúc bạn chỉ nhận được điều ngược lại – đó là đau khổ.

3. Nghiệp quả trong các đời kế tiếp

Quả của những Nghiệp mà chúng ta tạo trong đời này sẽ báo ứng trong các đời vị lai. Vì nghiệp không suy hoại, dù là bao lâu, cuối cùng các duyên sẽ kết hợp để nghiệp ấy chín muồi. Tất cả những nghiệp nhân đã tạo ra trong đời này là quả của những hành động thực hiện ngay trong đời này. Những hành động của đời này sẽ tạo ra các duyên cho nghiệp chín muồi, các nghiệp đã chín muồi thường đến từ các đời quá khứ.

Đây là lý do tại sao một vài người tử tế, có lòng tốt mà vẫn phải chịu đời sống khó khăn. Họ không thể thành công trong sự nghiệp, đau khổ vì bệnh tật, điều đó không có nghĩa là sự tử tế và công đức của họ không có năng lực. Có thể là họ đang nhận một vài hạt giống nghiệp tiêu cực còn lại từ các đời trước. Các công đức trong đời hiện tại của người ấy đã làm giảm thiểu nghiệp tiêu cực trước đây, những quả của nghiệp tích cực giúp họ tích lũy nghiệp lành cho kiếp sau.

Mặt khác, có một vài người có tâm bi rất nhỏ và thường làm hại những người khác, song vẫn có một đời sống thành công và hạnh phúc tạm thời. Đây là do một vài nghiệp công đức còn lại từ các đời trước của họ, khi đã dùng hết hạt giống nghiệp tiêu cực tích lũy của họ, chắc chắn họ sẽ có hậu quả đau khổ.

Bài Luyện tập 6.4 – Mức độ của những hành động

- *Trong một tư thế thư giãn, hãy thiết lập một tâm trung tính qua thực hành Quán niệm hơi thở.*

- *Hãy đem đến tâm những người mà bạn cảm thấy kết nối nhiều nhất. Bây giờ hãy xem ảnh hưởng của họ đến bạn. Nếu một người nói một điều gì đó với bạn, điều ấy có trọng lượng hơn nếu nó đến từ một người khác? Cũng như khi bạn làm một điều gì đó cho một người, bạn có nhớ việc tương tự đã làm cho một người khác? Hãy cố gắng tìm lý do về quan trọng của một người đến đời sống của bạn.*

- *Hãy quan sát khi bạn làm một việc có lợi cho một người, nó có nghĩa gì đối với bạn? Hãy quan sát khi bạn cảm thấy như thế nào khi đem lại hạnh phúc cho một người?*

- *Ngược lại. Bạn cảm thấy thế nào nếu bạn làm hại người này? Cái gì sẽ xảy ra nếu bạn đã làm một điều gì đó khiến họ không còn tồn tại trong đời sống của bạn? Hãy tưởng tượng nỗi đau mà bạn đã gây ra một cách có chủ ý khiến cho sự sống của người này chấm dứt?*

- *Bây giờ hãy nhìn lại qua đời sống của bạn và hãy so sánh các loại hành động bạn đã tạo tác và các trải nghiệm bạn có. Bạn hãy nhận diện các chủ ý tốt của bạn, sự đau khổ của riêng bạn và của người khác? Hãy quan sát khi tâm bạn đầy những chủ ý tiêu cực nhưng kết quả nhận được dường như thuận lợi cho bạn. Hãy quan sát những hành động này sẽ dẫn đến kết quả gì?*

- *Hãy để tâm bạn nghỉ trong bất cứ tuệ kiến nào xuất hiện.*

Nghiệp vào Lúc Chết

Trong một đời người, chúng ta huân tập một dòng liên tục tập khí nghiệp chín muồi với các duyên xuất hiện. Đồng thời, sẽ tạo ra những tập khí mới trên căn bản chúng ta phản ứng như thế nào với dòng kinh nghiệm đó. Với mức độ thông minh cho phép con người có khả năng lựa chọn duyên để tạo ra nghiệp của mình.

Khi các duyên xuất hiện cho đời này chấm dứt, tất cả những tâm thức thô của chúng ta vì phân tán, vì thân không còn khả năng ủng hộ thức nữa. Điều này gồm cả khả năng ảnh hưởng chúng ta phản ứng với các sự vật như thế nào. Vào lúc này, Tâm thức thô bị phân tán bởi vô số thói quen đã hình thành trong đời này và các đời quá khứ. Lúc ấy câu hỏi xuất hiện, "những thói quen này sẽ mang tôi đi đâu?". Loại đời gì sẽ sinh ra sau đời này? Câu trả lời sẽ tùy thuộc vào những thói quen nào được kích hoạt lại vào giây phút chết.

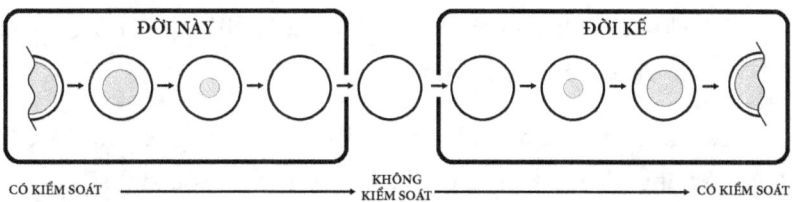

Hình 6-10: Khi chúng ta tiếp cận cái chết, thức của chúng ta phân tán và thói quen bay vào.

Thứ Tự Nghiệp Chín Muồi

Khi tâm thức thô phân tán thì thức của chúng ta sẽ có đối tượng đặc thù. Càng tập trung vào một đối tượng đặc thù, chúng ta càng nuôi dưỡng khả năng chín muồi của nó liên hệ với nghiệp. Khi các nghiệp này chín muồi, chúng sẽ quyết định những giây phút tiếp theo sau của thức, đến lượt chúng sẽ quyết định hình tướng lần tái sinh kế tiếp. Nếu thiếu tỉnh giác trong quá trình quan trọng này, thì tâm của chúng ta tự nhiên sẽ bị kéo về phía các nghiệp theo trật tự sau đây:

1. Bất kể chúng ta ở trong tâm thái gì (dù đức hạnh hay không đức hạnh), nếu Tâm được một chủ ý mạnh cung cấp năng lực, thì nghiệp chín muồi trước tiên sẽ là nghiệp tương ứng trực tiếp nhất với nhân duyên đó.

2. Nếu không được như vậy thì tập khí nghiệp mất [thời gian] lâu nhất để sinh sản hay chúng ta có thói quen mạnh nhất, sẽ chín muồi trước.

3. Nếu không được như vậy thì nghiệp nặng nhất (nghiệp mang ảnh hưởng lớn nhất) sẽ báo ứng trước.

4. Nếu không được như vậy thì nghiệp được tạo gần đây nhất sẽ là cái chín muồi trước.

5. Nếu không được như vậy thì nghiệp hoàn thành với động cơ năng lực nhất sẽ chín muồi trước.

6. Nếu không được như vậy thì nghiệp được hướng về phía đối tượng có năng lực nhất (như đã được giải thích trước kia) sẽ là nghiệp được báo ứng trước.

7. Nếu không được như vậy thì nghiệp được hồi hướng với chủ ý đạo đức mạnh nhất sẽ chín trước.

8. Nếu tất cả các pháp trên đều bằng nhau và nếu tâm thái của chúng ta vào lúc chết không có nhiều năng lực, nghiệp chín muồi trước sẽ tùy thuộc vào những hình thức trước của nghiệp có liên hệ gần nhất với tâm thái vào lúc chết.

Như chúng ta thấy, quá trình này làm nổi bật bản tính phức tạp của nghiệp trong khi nó cũng chứng tỏ các hình thái lỏng và năng động. Đặc biệt chú ý ở đây là tầm quan trọng mà sự tỉnh giác và chủ ý thủ vai trò trong việc cho phép chúng ta tạo ảnh hưởng mà nghiệp chín muồi trước.

Dự báo và Hoàn Thành Nghiệp

Nói chung, khi chúng ta nghĩ về nghiệp trong liên hệ nó hình thành một sự tái sinh vị lai như thế nào, có hai loại:

1. **Dự báo Nghiệp:** Đây là bất cứ nghiệp nào đã được phát triển đầy đủ để chín muồi vào lúc chết với năng lực thúc bách tâm vào một trạng thái hay hình thức đặc biệt. Chẳng hạn, nếu tâm của chúng ta bị oán ghét, giận hay hoang tưởng thống trị vào lúc chết, lúc ấy tâm thái này sẽ khiến cho những nghiệp nhất định chín muồi sẽ thúc bách tâm nhận lấy cực kỳ đau khổ và dày vò. Một cái tâm

bình an và đầy động cơ từ ái làm lợi ích người khác, sẽ khiến cho một nghiệp rất khó chín muồi, đến lượt nó sẽ sinh ra một kết quả hoàn toàn khác biệt.

2. **Hoàn thành Nghiệp:** Trong khi dự báo nghiệp quyết định hình tướng chung do nghiệp mang lại, hoàn thành nghiệp làm đầy những chi tiết đó. Hãy lấy thân người hiện tại của bạn làm thí dụ. Sự kiện bạn là người được xem là quả của nghiệp dự báo như hình dáng, kích thước, màu sắc, là một ví dụ về quả của nghiệp hoàn thành.

Nhận ra các đời quá khứ, hiện tại và vị lai của chúng ta tất cả là quả của *nhiều* nghiệp chín muồi. Trong khi một nghiệp có thể thấy được trên hình thức mà bạn đang thọ nhận, vô số những nghiệp khác cũng đang can thiệp vào cuộc đời của bạn. Đây là lý do tại sao chúng ta thấy sự sai biệt đa dạng trong thế giới chúng ta.

Bài Luyện tập 6.5 – Quán chiếu cuộc đời

- *Trong một tư thế thư giãn, hãy thiết lập một cái tâm trung tính qua thực hành Quán niệm hơi thở.*

- *Hãy tưởng tượng bạn đang ngồi trên một chiếc giường trong bệnh viện. Bạn có thể cảm thấy thân bạn trở nên yếu hơn và bạn biết bạn không còn sống được bao lâu nữa.*

- *Nếu có cơ hội lựa chọn, bạn thích dùng những giây phút cuối cùng của bạn như thế nào? Bạn muốn tu dưỡng gì vào thời điểm đó? Những ý nghĩ gì sẽ mang lại sự bình an nhiều nhất cho tâm bạn?*

- *Bây giờ hãy quan sát cuộc đời bạn và những tâm thái quen thuộc nhất? Hãy chọn cách không tạo bất cứ nỗ lực nào để kiểm soát hành xử của mình. Bạn có thường hay lo âu hay căng thẳng không? Bạn có thường nóng tính hay gắt gồng không? Bạn đồng nhất nhiều nhất với những nét đặc sắc gì?*

- *Rồi hãy quan sát những sự cố có ảnh hưởng lớn đối với bạn là ai. Hãy nghĩ về ảnh hưởng mà những sự cố này đã để lại nơi bạn và đời sống của bạn như thế nào.*

- *Hãy đem đến tâm những mục đích bạn đã giữ trong đời này.*

- *Hãy nghĩ về toàn bộ năng lượng bạn đã đầu tư nơi chúng. Hãy nghĩ về cách mà những mục đích này đã hình thành những quyết định của bạn.*

- *Hãy xem những người đã đặc biệt có ảnh hưởng trong đời bạn (chẳng hạn cha mẹ hay thầy giáo). Hãy xem những hành động liên quan đến những người này của bạn. Bạn sẽ đặc trưng những mối liên hệ ấy như thế nào?*

- *Hãy nghỉ trong bất cứ tuệ kiến nào xuất hiện.*

Nghiệp dựa trên từng loại Quả

Do năng lực của nghiệp dự báo và hoàn thành, mỗi người sẽ có một hình thức nghiệp khác nhau. Có loại Nghiệp đến từ thân và tâm, một chúng sinh sẽ ứng với những mẫu hình nghiệp sau đây:

1. Nghiệp Quả tương ứng với Nhân

Với mỗi tạo tác, chắc chắn Quả sẽ hình thành tương ứng với Nhân đã sinh ra nó. Chẳng hạn, bản chất của nói láo là lừa dối. Do đó, nghiệp quả của nói láo là sẽ bị người khác lừa dối; bản chất của trộm cắp là tước đi của một người nào đó một vật gì đó. Điều này đưa đến nghiệp quả bạn sẽ bị lấy mất những cái mình cần.

Tương tự với nhân, mọi tập khí nghiệp là nhân tạo ra một tập khí nghiệp khác có tính chất tương tự. Như thế nếu bạn ăn cắp, bạn không những bị tước đi các vật, mà bạn còn mắc thêm thói quen ăn cắp nữa. Theo cách này, nghiệp của chúng ta không những hình thành mà còn khiến cho tâm bị nhiễm những tập khí xấu.

2. Ảnh hưởng của Nghiệp đến Môi trường

Theo quan điểm Phật giáo, các thế giới vật lý và phi vật lý luôn luôn ảnh hưởng lẫn nhau. Trong khi chúng ta quen suy nghĩ về thế giới vật lý như là tách rời với chúng ta, Phật giáo cho phép chúng ta nhận tâm hình thành từ môi trường ta sống. Sự chín muồi của nghiệp sẽ thay đổi cách nhận thức những gì quanh ta.

Chẳng hạn, một người đã sát sinh nhiều trong quá khứ, họ không có niềm vui, nguy hiểm và đe dọa sự sống. Nếu họ ăn cắp nhiều, thì họ sẽ có khuynh hướng nhận thức môi trường của họ như là cằn cỗi và không có tài nguyên như họ muốn. Nếu bạn luôn luôn nói láo và lừa dối, bạn sẽ rơi vào một môi trường thù nghịch và lừa dối, đầy những người mà bạn không thể tin được.

3. Con Số Bất Định của Nghiệp Quả

Người ta thường tin vào Nhân và Quả, cho rằng một Nhân đưa đến một Quả tương ứng. Điều này nhiều khi không đúng.

Dùng phương pháp loại suy, trong một cái cây, có tiềm năng cho nhiều trái chín, một vài nghiệp rất mạnh chúng có khả năng sản xuất nhiều quả khác nhau theo dòng thời gian. Khi năng lượng của tập khí ấy tiêu tan nó vẫn có thể ảnh hưởng đến sự phát sinh nhân quả.

Nguyên lý này cũng dùng cho những nghiệp yếu. Đôi khi, một nghiệp đơn độc không đủ năng lực chín muồi nó được kết hợp với các nghiệp khác có tính chất tương tự để có thể sinh quả. Đây là lý do tất cả mọi hành động, dù lớn hay nhỏ, là rất quan trọng. Cuối cùng mọi vật nhỏ bé cộng lại có thể tạo nên sự khác biệt to lớn.

Bài Luyện tập 6.6 – Kinh Nghiệm về Nghiệp

- *Trong một tư thế thư giãn, hãy thiết lập một tâm trung tính qua thực hành Quán niệm hơi thở.*

- *Hãy đem đến tâm một vài sự cố chính của đời bạn. Hãy nghĩ đến cả những cái cao và những cái thấp mà bạn cảm thấy chúng đã ghi dấu trong ký ức của bạn. Đối với mỗi sự cố, hãy xem nhiệp chín muồi vào giây phút đó.*

- *Trước hết, hãy bắt đầu nhìn vào chủ quan về sự cố. Bạn cảm thấy nó thế nào? Bản chất của cảm giác đó là gì? Chẳng hạn bản chất của nó là mất, hay xung đột, hay hài hòa. Hãy cố gắng nhận diện một vài từ ngữ miêu tả mẫu chung.*

- *Bây giờ hãy xem các loại hành động chia sẻ mẫu đó. Chẳng hạn, nếu bạn trải nghiệm sự mất mát lớn, tương quan với việc gây nên sự mất mát lớn. Loại hành động gì có thể tạo ra những nhân này?*

- *Khi bạn nhận diện một vài nguyên nhân nào đó, hãy xem nếu bạn vẫn dấn thân vào những loại hoạt động đó trong đời này. Hãy nhận diện sức mạnh của thói quen mà bạn có trong liên hệ với loại hành động này.*

- *Bây giờ hãy xem bạn liên hệ với môi trường của bạn đặt căn bản trên hành động này như thế nào. Hãy nói bạn đã nhận diện một tập khí làm người khác đau đớn, điều này nâng cao loại tâm thái gì? Bạn sẽ có thể yên nghỉ dễ dàng hay bạn sẽ luôn luôn lo âu và đề phòng? Tâm thái của bạn thay đổi kinh nghiệm của bạn về nơi bạn sống như thế nào?*

- *Hãy nghỉ trong bất cứ tuệ kiến nào xuất hiện.*

THIẾT LẬP MỘT NỀN TẢNG ĐẠO ĐỨC CHO ĐỜI SỐNG

Thông qua nghiên cứu Nghiệp Luật, chúng ta sẽ có được tuệ kiến về mối liên quan giữa hành động và kinh nghiệm, các loại hành động khác nhau để đạt mục đích khác nhau tạo ra hệ thống đạo đức ứng xử theo quan điểm Phật giáo.

Các loại hành động mà chúng ta tạo tác thông qua Thân, Khẩu, Ý như sau:

1. **Thân:** Tất cả những hành động vật lý thực hiện bằng thân trong tác dụng tương hỗ với thế giới bên ngoài. Điều này có thể bao gồm tác dụng tương hỗ với người hay với tĩnh vật.

2. **Khẩu:** Tất cả những hoạt động của lời nói thực hiện như là sự truyền đạt giữa hai người. Vì nó được xem là lời nói (ngữ), ắt phải có một mức độ hiểu nào đó liên hệ với ý nghĩa của âm thanh phát sinh.

3. **Ý:** Tất cả những ý nghĩ phát sinh trong tâm có chủ ý. Nghĩa là người ấy phải tự suy nghĩ vì nó được xem là một hành động.

Trong ba nội dung của Nghiệp là Thân, Khẩu, Ý thì Ý được xem là quan trọng nhất trong mọi hành động. Nếu một hành động được thực hiện với một chủ ý theo một tâm thái ưu phiền thì gọi hành động đó là *phi đức hạnh*. Trái lại, nếu hành động được thực hiện với một chủ ý do một tâm thái đức hạnh qui định, thì nó sẽ là một hành động *đức hạnh*. Như vậy, đức hạnh không phải là luân lý về đúng hay sai. Nó là sự sai lệch hiện diện trong một tâm thái, nếu tâm ấy phù hợp với thực tại thì nó là đức hạnh, nếu nó không gọi là phi đức hạnh. Mọi sự vật luôn luôn ở trong mối quan hệ giữa chúng với thực tại *như thực*. Để hiểu nhiều hơn về nội dung này, xin tham khảo về các tâm pháp ở Chương Hai.

Khi nhận diện những hành động của thân, khẩu và ý tương ứng với các hậu quả của nghiệp, chúng ta chịu trách nhiệm về hạnh phúc hay đau khổ của chính mình. Hiểu rõ hoàn cảnh không may xảy ra trong đời sống là kết quả của những hành động quá khứ sẽ dễ chấp nhận chúng hơn, hiểu cách đáp ứng sự chín muồi của nghiệp tiêu cực quyết định những khuynh hướng đã tạo ra cho chính mình. Do đó chúng ta có thể thay đổi nghiệp quá khứ của mình để tạo ra một tương lai tốt hơn. Chúng ta cần phải làm điều này để tích lũy công đức.

Theo quan điểm Phật giáo, Công đức không phải là làm những hành vi tốt mà những hành vi tốt tạo ra công đức. Tất cả những hành động đức hạnh tạo ra những tập khí nghiệp tích cực có khả năng sinh ra kết quả hạnh phúc. Sự tạo thành thói quen đối với những tập khí tích cực tức là đang tạo ra "công đức". Càng nỗ lực xây dựng những thói quen tích cực thì sẽ giảm bớt thói quen tạo ra nghiệp tiêu cực giống như giảm bớt bụi trên kệ sách.

Quá trình thuần hóa Tâm thông qua tu tập Pháp sẽ gia tăng các hành vi phù hợp với hoàn cảnh cụ thể. Mỗi hành động thiện hạnh là trồng thêm một hạt giống tích cực để sinh ra một lượng lớn công đức trong dòng tâm thức. Khi công đức tăng trưởng thì những hành động đức hạnh sẽ nhiều hơn, đến lượt nó sẽ là hạt giống tích cực để tạo ra thiện hạnh lớn hơn phát sinh trong tâm như bản năng tự nhiên.

Những nỗ lực thực hành những hành động thiện không liên quan cách hành xử. Niềm tin vào những hành động có lợi ích và những hành động không có lợi ích phụ thuộc vào hiểu Luật Nhân Quả dẫn đến một đời sống đạo đức đầy đủ hơn và giúp chúng ta nhận ra rằng những hành động tiêu cực cả trong dài hạn và ngắn hạn sẽ chỉ đưa đến đau khổ, dần dần lòng tin của chúng ta vào nghiệp luật sẽ tăng trưởng.

Đức Phật đã phát hiện mô hình đơn giản để phát triển chính niệm gồm mười hành động của thân, ngữ và ý nên bỏ và có mười hành động nên tu dưỡng.

Loại mười hành động không đức hạnh

Nhóm thứ nhất những hành động nên bỏ. Đó là những hành động không đạo đức, gồm những biến thể của mười hành động sau đây:

1. **Sát sinh:** Là lấy đi mạng sống của một chúng sinh khác, là loại bỏ những điều kiện ủng hộ sự sống, là sự tách rời Tâm với Thân của một cá thể. Sát sinh là tạo ra những nhân không có các duyên hộ trợ sự sống, bạn sẽ bị trọng bệnh và đau khổ.

2. **Trộm cắp:** Là lấy một cái gì đó mà nó không thuộc về bạn, là tước đoạt tài sản của một người nào đó. Quả của trộm cắp là tạo ra những nhân không có thức ăn, quần áo, chỗ ở, hay của cải. Bạn đang tạo ra những duyên luôn bị thiếu thốn và luôn phải tìm kiếm, nhặt nhạnh.

3. **Tà dâm:** Tà dâm xảy ra khi bạn dùng tình dục như là phương pháp gây tai hại trên người khác. Nó là sự vi phạm quy định đạo đức xã hội bằng sự gần gũi xác thịt giữa hai người, là sự phản bội ở mức độ nhất định, là sự phá hoại mối quan hệ tốt đẹp, truyền thống đang có. Quả của Tà dâm là những mối quan hệ của bạn với những người khác sẽ rất khó khăn, người phối ngẫu của bạn sẽ không trung thành.

4. **Nói dối:** Là nói một cách có mục đích những điều không thật với chủ ý lừa dối một người khác, là hành động lừa dối và tạo ra những nhân để bạn không thể tin bất cứ người nào. Quả của nói dối là thông tin mà bạn nhận được thường sẽ méo mó và gây nhầm lẫn.

5. **Nói lời gây chia rẽ:** Hành động này xảy ra bất cứ khi nào bạn nói một cách có mục đích một điều gì đó tạo ra sự chia rẽ mọi người. Bản chất của hành động này là tạo ra sự bất hòa. Hậu quả: bạn sẽ

thấy rất khó liên hệ với người khác và sẽ bị những người nói xấu bạn vây quanh.

6. **Nói thô bạo:** Là dùng sự lăng mạ bằng lời nói như một phương pháp làm tổn thương người khác, gồm lời nói có tính chất lăng mạ rõ ràng hay những hình thức vi tế hơn như mỉa mai và những lời bình công kích tiêu cực. Bản chất là dẫn đến sự đau khổ tinh thần qua giao tiếp. Hậu quả: bạn sẽ phải nghe nhiều lời nói bất thiện khiến bạn đau khổ.

7. **Nói bép xép vô giá trị:** Là lời nói không mục đích trên căn bản của những tâm trạng phiền não như chấp trước hay chán ghét. Gồm tán gẫu và giễu cợt vô nghĩa. Bản chất của hành động này là sự vô nghĩa. Hậu quả: bạn nghe nhiều lời không có trọng điểm, không mang lợi ích nào cho mình.

8. **Những ý nghĩ thèm muốn:** Là hành động của suy nghĩ về sự thu thập một vật trên căn bản của những tâm thái phiền não. Ấy là một hành động của ham muốn kéo dài, thường được hình thành bởi chấp trước. Bản chất là sự không thỏa mãn. Hậu quả trong một tâm không bao giờ có thể bằng lòng và luôn luôn đố kỵ với những vật mà người khác có.

9. **Chấp chứa ý xấu:** Đây là hành động suy nghĩ về làm hại một người nào đó. Ấy là mong ước một người đặc biệt sẽ gặp phải những nhân gây đau khổ. Bản chất của nó là oán hận. Hậu quả là cái tâm luôn luôn phiền muộn và nghi ngờ người khác, sợ bị hãm hại.

10. **Giữ cái thấy sai:** Là hành động cố chấp trong ý nghĩ mà nó không phù hợp với thực tại. Bản chất của nó lầm lẫn. Hậu quả trong Tâm là vô minh về chân lý và do đó nhầm lẫn về mọi vật.

Khi chúng ta liên hệ những hành động này với ba cửa, chúng ta có thể thấy rằng ba cái đầu tiên liên hệ với thân, bốn cái kế tiếp liên hệ với ngữ, và ba cái cuối cùng liên hệ với ý. Những hành động của thân và ngữ được liệt kê theo thứ tự đi xuống theo cường độ tương đối của chúng. Trong khi những hành động được liệt kê theo thứ tự đi lên của ảnh hưởng. Ý thức những điều trên, bạn sẽ ngăn ngừa khá nhiều nghiệp tiêu cực và sẽ sinh ra thói quen tích cực của thiện nghiệp.

Tu dưỡng mười hành động đức hạnh

Chúng ta cần xây dựng các tập khí nghiệp tích cực bằng cách tu dưỡng đức hạnh, sau đây là mười hành động có thể giúp bạn làm điều đó:

1. **Cứu mạng:** Là cái tâm thấy giá trị trong đời sống và tạo những điều kiện cho người khác kéo dài sự sống. Điều này gồm cả giúp chúng sinh ở bên ngoài con đường nguy hại, như một con ruồi tự đập mình vào cửa sổ đang cố gắng thoát ra. Ảnh hưởng của hành động này là sẽ có một đời sống lâu dài và lành mạnh.

2. **Bố thí:** Bằng cách làm những tài sản của mình khả dụng cho những người khác, tạo điều kiện để thực hiện các nhu cầu của người khác tốt hơn. Điều này cũng tạo nhân để bạn nhận được nhiều của cải vật chất mà bạn cần.

3. **Giới luật:** Đây là hành động tạo nỗ lực để tránh phi đức hạnh và tạo nỗ lực để tu dưỡng đức hạnh. Quả của Giới luật là bạn làm hài lòng người khác và các mối liên hệ của bạn sẽ bình an.

4. **Nói sự thật:** Do luôn luôn nói sự thật, bạn đang tạo Nhân cho người ta tin bạn. Lời nói của bạn sẽ mạnh và đầy tin tưởng do đó người ta sẽ lắng nghe những gì bạn phải nói và đánh giá quan niệm của bạn.

5. **Hòa giải:** Khi bạn tạo nỗ lực đem người ta lại với nhau bằng cách vượt qua mâu thuẫn, lúc ấy bạn đang tạo ra những nhân để có sự hòa hợp trong các mối liên hệ của riêng bạn.

6. **Lời nói thú vị:** Nếu bạn lịch sự với người khác và nói một cách nhã nhặn, bạn sẽ thấy cách hành xử này được đáp trả. Người ta sẽ tự nhiên nói một cách tử tế với bạn và với sự kính trọng.

7. **Lời nói có ý nghĩa:** Do nỗ lực nói với chủ ý và mục đích, bạn đang tạo ra những nhân cho lời nói cực kỳ có ý nghĩa và lợi ích cho đời sống của bạn. Điều này có thể đến trong hình thức những lời dạy tinh thần hay tin tức có giá trị tạo ảnh hưởng trên tâm bạn.

8. **Bằng lòng:** Do biết bằng lòng với hoàn cảnh, bạn đang tạo ra nhân để khám phá sự giàu có của những tài nguyên bên trong của riêng bạn. Khi làm điều này, bạn sẽ thấy không cần gì nữa và bạn sẽ kinh nghiệm sự an tâm không thể tin được.

9. **Tu dưỡng thiện chí:** Có nghĩa là đem hạnh phúc đến cho người khác và tự tại với đau khổ. Bạn làm việc vì lợi ích người khác nên sẽ nhận sự tử tế và được kính trọng của mọi người đối với bạn.

10. **Chính kiến:** Do tạo nỗ lực để phát triển thông minh và trí tuệ lớn hơn, bạn sẽ tạo Nhân cho một cái tâm trong sáng và đầy năng lực. Tâm này sẽ giúp bạn vượt qua tất cả những hình thức vô minh và sau rốt là chân thật lâu dài.

Sự tu tập giới luật là nền tảng để duy trì chính niệm của hai mươi hành động trong suốt một ngày. Bắt đầu với những hành động của thân vì chúng dễ kiểm soát. Sáng sớm hãy tự nhắc mình về các hành động mà bạn muốn tránh và những hành động bạn muốn tu dưỡng. Trong ngày, hãy cố duy trì sự tỉnh giác về mọi điều bạn đang làm. Nếu bạn thấy mình vướng mắc với một trong những hành động không đức hạnh, thì bạn hãy tránh nó, nếu bạn thấy có cơ hội thực hành một trong những hành động đức hạnh, hãy nỗ lực làm như thế. Khi đã quen với các hành động ấy, thì hãy tỉnh giác để vận dụng tất cả hai mươi điểm vào cách hành xử của bạn.

Lối cửa	Không Đức hạnh	Đức hạnh
Thân	Sát sinh	Cứu mạng
	Trộm cắp	Bố thí
	Tà dâm	Giới luật
Ngữ	Nói láo	Nói thật
	Nói lời chia rẽ	Hòa giải
	Nói thô bạo	Nói hòa nhã
	Bép xép vô nghĩa	Nói có ý nghĩa
Ý	Những ý nghĩ thèm muốn	Bằng lòng
	Chấp chứa ý xấu	Tu dưỡng ý tốt
	Giữ cái thấy không đúng	Giữ cái thấy đúng

Bảng 6-1: Những hành động đức hạnh và phi đức hạnh của thân, ngữ và ý.

Hãy nhớ rằng mục đích của giới luật là để phát triển những thói quen tốt. Đừng tự dày vò nếu bạn thấy những thói quen tiêu cực hiện có của mình tràn ngập suốt thời gian. Thực tế tỉnh giác về những hành động của mình là một bước quan trọng và rất tích cực. Nếu bạn thực sự nhận ra rằng cách hành xử có vấn đề thì có tính cách tiêu cực, một cách đơn giản chỉ là cố gắng phát triển lòng mong muốn có khả năng tránh nó trong vị lai. Bằng cách này, bạn làm yếu đi thói quen hiện hữu và cho mình cơ hội tốt hơn để thành công trong tu tập.

TÓM TẮT CHƯƠNG SÁU

- Có hai loại nhân: Nhân chủ yếu và trợ duyên. Nhân chủ yếu là cái chuyển hóa thành quả, trong khi các trợ duyên giúp làm cho sự chuyển hóa khả hữu.

- Nghiệp Luật đặc biệt tập trung miêu tả những mối quan hệ nhân duyên giữa các hành động và trải nghiệm của chúng ta. Trong khi các hành động có thể sinh ra những thay đổi trong thế giới vật lý, chủ yếu quan tâm đến những thay đổi trong tâm.

- Những hành động được thực hiện trên căn bản những chủ ý trong tâm và những chủ ý này để lại tập khí của thói quen trong thức căn bản được biết như là hạt giống nghiệp.

- Những hạt giống nghiệp chín muồi trong dòng tâm thức như là đau khổ hay hạnh phúc.

- Bốn Luật Tự Nhiên của Nghiệp là: (1) Nghiệp là nhất định, (2) nếu có quả, phải có nhân, (3) nếu có nhân, phải có quả, và (4) nghiệp phát triển.

- Các nghiệp có phạm vi đặt căn bản trên sự tương giao của những người can dự vào hành động ấy. Điều này đưa đến sự kết hợp của cả nghiệp tập thể và cá nhân.

- Cường độ của nghiệp tạo bởi chủ ý kết hợp với hành động điều hành.

- Tính trọng đại của quả sẽ đặt căn bản trên tính chất của đối tượng của một hành động và loại hành động thực hiện. Những nghiệp có rất nhiều năng lực có thể chín muồi trong cùng đời này, trong khi những nghiệp khác nhất định sẽ chín muồi trong các đời vị lai.

168

- Khi chết, cái nghiệp chín muồi vào lúc ấy sẽ quyết định hình tướng chung của bạn. Đây được biết như là nghiệp dự báo. Những nghiệp đó tạo hình tướng những chi tiết đặc biệt của bạn được biết như là nghiệp hoàn thành.

- Mọi nghiệp sinh ra những loại quả khác nhau: Tương tự với nhân, khuynh hướng thói quen tương tự với nhân và những điều kiện thuộc môi trường của một người.

- Mô hình cơ bản cho đạo đức Phật giáo tu tập ba nghiệp thân, ngữ và ý.

- Đức hạnh là bất cứ hành động nào do cái tâm tự tại với phiền não làm động cơ thúc đẩy trong khi phi đức hạnh là một hành động do tâm phiền não làm động cơ thúc đẩy. Mục tiêu của tu tập là bỏ mười hành động phi đức hạnh và tu dưỡng mười hành động đức hạnh.

Bánh Xe Sinh Tử

CHƯƠNG BẢY

Bản Tính Đau Khổ Của Tồn Sinh Luân Hồi

Nghiệp Luật là mô hình mối quan hệ của Tâm với các hành động để giải thích những hiện tướng phát sinh trong tâm và mối quan hệ tương ứng với các hiện tướng đó. Quan sát những khả năng Tâm liên hệ với bất cứ những hiện tượng có sẵn nào, có hai mối liên hệ căn bản:

1. **Vô minh:** Khi các hiện tướng được giải thích trên căn bản hiểu lầm của một thức mê lầm, thì chúng được xem là vô minh, sai lệch.

2. **Trí tuệ:** Khi các hiện tướng được giải thích trên căn bản tỉnh giác rõ ràng về thực tại *như thực,* thì chúng đang phát sinh từ trí tuệ.

Bất cứ sự vật nào sinh ra từ Tâm phiền não như vô minh sẽ trực tiếp hay gián tiếp sinh ra nhân đau khổ, để loại bỏ đau khổ cần dừng tâm thức mê hoặc.

Trong chương này, chúng ta sẽ khám phá sự cá biệt và đa dạng của các quả do vô minh sinh ra, nghiên cứu bản tính của *tồn sinh luân hồi* (samsara).

Tồn sinh luân hồi là một quy trình tuần hoàn của thế giới, có gốc rễ là vô minh, bản tính này phát sinh một sự cá biệt và đa dạng rộng lớn của sự không thỏa mãn. Do hiểu rõ từng thành phần của quy trình này, chúng ta có thể phát triển những chiến lược để phá vỡ vòng bất tận, nhờ đó mở cánh cửa vào căn bản trí tuệ. Bản chất đau khổ của tồn sinh luân hồi song song với sự hiểu biết về nghiệp luật nhân quả, nó không làm thay đổi hoàn cảnh, không giảm bớt các đau khổ đang đeo bám chúng ta. Việc tìm con đường đưa chúng ta thoát khỏi sự khổ sẽ tạo động cơ để phát triển tâm khước từ và cho chúng ta niềm tin vào chính mình.

NGHIỆP TẠO RA LUÂN HỒI NHƯ THẾ NÀO

Hiểu biết các mối liên hệ nhân quả hình thành tồn sinh luân hồi, nhận diện tiềm năng của các loại nghiệp để khám phá hệ thống này.

Giáo lý Thập nhị Nhân duyên đã được Đức Phật trình bày trong *Kinh Cây Lúa* (Rice Seedling Sutta):

> *Bởi vì cái này có, cái kia sẽ sinh. Bởi vì cái đó đã sinh, cái kia sinh. Do đó, bởi vì vô minh nghiệp hành sinh, bởi vì nghiệp hành sinh thức sinh, vân vân và vân vân. Tương tự cũng đúng cho danh và sắc, sáu nhập, xúc, thọ, ái, thủ, hữu và sinh, già, bệnh và chết. Rồi sầu muộn, thương tiếc, khốn khổ, không hạnh phúc và căng thẳng sẽ sinh. Như thế cái khối to lớn của toàn bộ sự khổ sinh… Tương tự, các hành sẽ diệt bởi vì vô minh diệt và vân vân, đến điểm, bởi vì sinh, già và chết diệt, phiền muộn và vân vân, cái khối to lớn của toàn bộ sự khổ cũng sẽ diệt. Như vậy nó đã được dạy.*

Thân và Tâm của mỗi người trong đời này và những đời sau tùy thuộc vào nghiệp mà chúng ta đã tạo tác bởi thân, khẩu và ý dưới ảnh hưởng của vô minh. Do đó nghiệp lực chúng ta tái sinh hết lần này đến lần khác trong quá trình luân hồi, vì vậy chúng ta hoàn toàn bị duyên sắp đặt.

Thuyết Thập nhị nhân duyên

Thập nhị nhân duyên được biết như là *Bánh Xe Sinh Tử* sự tồn sinh luân hồi được đúc kết thành đồ thị: vòng tròn ngoài biểu thị mười hai nhân duyên của tùy thuộc phát sinh, trong khi vòng tròn trong biểu tượng những cõi khác biệt mà chúng sinh được sinh ra trong đó. Trung tâm miêu tả ba độc (chấp trước, chán ghét, và vô minh) tiêu biểu bằng con gà trống, con rắn và con heo, khiến cho người ta nhận sự sinh ra trong cuộc tồn sinh luân hồi hết lần này đến lần khác.

Bảy nhân duyên đầu trong mười hai nhân duyên miêu tả quá trình mà theo đó nghiệp mới sắp xếp các tập khí cho một quả đặc biệt, trong khi năm nhân duyên cuối cùng cho thấy những tập khí đó chín muồi như thế nào. Mỗi nhóm trong hai nhóm này có thể chia ra thành những nhân duyên mà chúng là nhân và những nhân duyên mà chúng là quả.

Loại	Quan hệ	Nhân duyên
Dự báo	Nhân	1. Vô minh
		2. Nghiệp hành
		3. Thức
	Quả	4. Danh và sắc
		5. Lục nhập
		6. Xúc
		7. Thọ
Chín muồi	Nhân	8. Ái
		9. Thủ
		10. Hữu
	Quả	11. Sinh
		12. Già và Chết

Bảng 7-1: Sự phân chia Thập nhị Nhân duyên của Tùy Thuộc Phát Sinh.

Nhân Dự báo

1. **Vô minh gốc:** Nhân duyên thứ nhất là vô minh là căn bản cho tất cả những nhân duyên khác và được tượng trưng bằng *người mù cầm gậy* trong Bánh Xe Sinh Tử. Bởi vì không thấy chân tính như thực của sự vật, cho rằng mọi hiện tượng là thường hằng nên chúng ta bị nhầm lẫn giữa bản chất thực sự và tính độc lập hiện

hữu của sự vật, bị ảo tưởng khi cho rằng của cải vật chất có thể đem lại hạnh phúc chân thật. Chính vì sự nhầm lẫn này thế giới luân hồi được sinh ra. Thức bị mê hoặc là căn bản cho tất cả ý nghĩ và cảm xúc. Trong khi vô minh được xem là gốc rễ, nhân duyên này cũng tiêu biểu cho tất cả những tâm thái phiền não khác phát sinh từ vô minh.

2. **Hành:** Nhân duyên thứ hai của duyên khởi được miêu tả bằng *người thợ gốm làm nồi trên bàn quay.* Vì vô minh nên mọi tạo tác của chúng ta dựa trên niềm tin rằng thế giới tồn tại theo bản tính mặc định. Thí dụ, khi tâm chúng ta tràn ngập thù hận, nó chỉ nhận biết những phẩm tính tiêu cực của một người hay một vật. Nhận thức sai lệch này khiến chúng ta đối sử theo những cách làm tổn hại đối tượng đó. Vì vậy trong mỗi hành động, chúng ta đều tạo ra những tập khí nghiệp, Quả của những tập khí nghiệp này sẽ tạo ra Nghiệp vị lai. Hành động *tạo ra các tập khí nghiệp* là Hành.

3. **Thức:** Vì vô minh (nhân duyên thứ nhất) chúng ta đã gieo những hạt giống nghiệp vào tâm thức[5], tạo tiềm năng cho Nghiệp vị lai, làm cho hành động được tiến hành theo cách cụ thể (nhân duyên thứ nhì). Thức phan duyên này có thể dự báo nhân duyên tiếp theo là *Thức.* Khi các duyên tái sinh được kết hợp được gọi là *thức của quả dị thục.* Các thuật ngữ này chỉ giai đoạn khác nhau của Thuyết Duyên khởi. Vì nó là sự tương tục từ đời này đến đời tiếp theo nên được miêu tả như *con khỉ trên cây có trái,* đu đưa từ cành này sang cành khác.

---

5 Anh: *mental continuum.*

Bài Luyện tập 7.1 – Ảnh hưởng của Phiền Não

- *Trong tư thế thư giãn, hãy thiết lập một tâm trung tính qua thực hành Quán niệm hơi thở.*

- *Hãy tưởng tượng Tâm bạn đang tràn ngập sự chán ghét. Hãy hình dung một cách chi tiết những hình ảnh tốt nhất. Hãy quan sát sự chán ghét của bạn ảnh hưởng sự hành xử của bạn như thế nào. Loại ý nghĩ gì đang xuất hiện? Loại lời nói nào bạn đang nói? Những hành xử gì của thân bạn đã biểu lộ? Hãy quan sát các loại tập khí nghiệp mà bạn đã phát sinh trong trường hợp này. Hãy suy nghĩ chúng có thể biểu hiện như thế nào trong tương lai.*

- *Bây giờ hãy làm bài luyện tập giống như vậy, những lần này hãy quan sát phiền não chính là chấp trước. Hãy quan sát những gì đang xảy xa với ba nghiệp của bạn (thân, khẩu và ý) và hãy nhận diện những loại tập khí sinh ra trong dòng tâm thức của bạn. Hãy nhận ra sự khổ tiềm tàng mà những tập khí này có thể tạo ra cho bạn trong vị lai.*

- *Cho lần thứ ba, hãy lặp lại bài luyện tập trong giả định vô minh là phiền não thống trị. Chẳng hạn nói một điều gì đó làm đau đớn bởi vì bạn không hiểu đầy đủ những gì đang xảy ra. Đặc biệt hãy xem những giả định đặt căn bản trên những cái thấy sai có thể đưa bạn đến hành động sai. Hãy xem những Quả tiềm tàng mà những hoạt động này có thể sản sinh.*

- *Hãy nghỉ trong bất cứ tuệ kiến nào xuất hiện.*

Quả dự báo

4. **Danh và Sắc:** Những hạt giống nghiệp được dòng tâm thức thực hiện dự báo về thức trong một sự tái sinh mới. Đối với sự tái sinh của con người, ba thành phần cần đến cùng nhau: một dòng tâm

thức, trứng của người mẹ, và tinh trùng của người cha. Theo quan điểm Phật giáo, đây là giây phút xảy ra sự thụ thai. Nó là giây phút tâm (danh) tự gắn nó vào thân (sắc). Hai cái này thường được nói đến như là *những kết tập tâm, thân*[6]. Sự hội tụ của một nhóm các kết hợp đặc thù thì tùy thuộc vào loại nghiệp đã dự báo. Hình tướng và tính chất vi tế của thân phát triển có sự khác biệt rõ ràng. Trong trường hợp người hay thú vật có thân cứng chắc thì tính cách vật lý rõ nét. Trường hợp những thực thể là phi nhân, thân họ cực kỳ phiêu diêu thì tính cách không rõ nét, chỉ như mộng huyễn. Còn có những thực thể hiện hữu mà không có sắc uẩn, hiện hữu này chỉ là một chúng sinh thuần tinh thần. Nhân duyên này được tượng trưng bằng *hai người đàn ông trong một chiếc thuyền qua dòng sông* hiện hữu.

5. **Lục nhập (được biết như là các Căn):** Sau giây phút thụ thai, tùy thuộc vào loại hữu, các kết tập tâm, thân sẽ trải qua một quá trình tiến hóa. Trong trường hợp con người, điều này sẽ can thiệp một cách bình thường sự hình thành sáu giác quan: mắt, tai, mũi, lưỡi, hệ thống thần kinh trung tâm, và bộ óc. Các giác năng cung cấp cái căn bản trên đó các hình thức của thức có thể phát sinh. Không phải tất cả chúng sinh sẽ phát triển tất cả sáu giác năng. Chẳng hạn, một vài người sinh ra không có giác năng thấy hay nghe. Điều này tùy thuộc vào nghiệp hoàn thành đặc thù của cá nhân chúng sinh. Nhân duyên này được minh họa bằng *ngôi nhà có sáu chỗ mở trống* (năm cửa sổ có cánh đóng và một cửa ra vào đóng kín), tiêu biểu cho năm giác thức và tâm thức.

6. **Xúc:** Khi giác năng được phát triển đầy đủ, chúng sinh có khả năng nhận thức các đối tượng nhất định. Chẳng hạn, khi một bào

---

6   Anh: *psycho-physical aggregates.*

thai phát triển một hệ thống thần kinh căn bản, rồi nó có thể biết những cảm giác tiếp xúc. Giác năng có thể biết bóng tối tử cung của mẹ. Xúc giác là sự gặp gỡ đồng thời của ba khía cạnh: đối tượng, giác năng và thức. Sự hợp nhất này cung cấp cơ chế nhận thức căn bản mà đến phiên nó là căn bản cho tất cả trải nghiệm. Nó được tượng trưng bằng *cặp tình nhân trong ôm ấp tình dục* trong bánh xe sinh tử.

7. **Thọ:** Theo nhận thức này, tâm thiết lập các hiện tướng chủ thể và khách thể khi điều này xảy ra, tâm cũng tạo ra mối quan hệ giữa hai thể đó. Ở mức căn bản nhất, mối quan hệ này biểu hiện như một cảm nhận thích thú, không thích thú hay trung tính. Đây là sự chín muồi thực tế của tập khí nghiệp. Nó được tượng trưng bằng một *người đàn ông với mũi tên dính trong con mắt của y.*

Bài Luyện tập 7.2 – *Thân khác nhau, Kinh nghiệm khác nhau*

- *Trong một tư thế thư giãn, hãy thiết lập một tâm trung tính qua thực hành Quán niệm hơi thở.*

- *Hãy đem đến tâm tất cả những loại người và súc vật khác nhau mà bạn biết trên hành tinh này. Theo Phật giáo, tất cả những chúng sinh này đều sở hữu tâm. Nếu điều này đúng, chúng khác nhau như thế nào?*

- *Hãy xem các cách mà những cá thể này thụ thai. Rồi hãy xem những chúng sinh khác nhau này phát triển như thế nào trước khi sinh. Hãy minh họa theo các nội dung trên cho từng trường hợp đối với các loại chúng sinh.*

- *Bây giờ hãy nghĩ về các loại giác năng khác nhau mà tất cả chúng ta phát triển. Chẳng hạn, hãy xem sự khác nhau nơi giác năng ngửi của con chó hay giác năng nghe của con dơi. Chỉ nơi con người thôi, hãy xem các giác năng của một vài người phát triển khác với các giác năng của những người khác như thế nào?*

- *Những giác năng khác nhau này có ảnh hưởng gì về cách chúng ta trải nghiệm thế giới? Trải nghiệm trong giác thức của bạn thế nào? Trải nghiệm trong thức của các con vật như cá heo hay chim ó nó sẽ ra sao? "Bộ óc" của một con kiến đối lại bộ óc của một con người thế nào?*

- *Bây giờ hãy quan sát trải nghiệm của chúng ta qua những sự việc trên. Hãy chứng minh những thí dụ về những đối tượng của cảm giác thích thú trong tâm bạn. Cũng như những đối tượng không không thích thú và trung tính. Hãy khám phá những động vật cũng có khả năng cảm nhận này. Chẳng hạn, có những vật mà con chó thấy thích thú hay không thích thú?*

- *Hãy nghỉ trong bất cứ tuệ kiến gì xuất hiện.*

Nhân Chín Muồi

8. **Ái (Can dự):** Khi một đối tượng tiếp xúc với một giác năng thì một thức phát sinh. Đây là kinh nghiệm chủ quan về một cảm nhận. Trên căn bản cảm nhận này, tâm muốn xa lìa cảm nhận không thích thú hay không muốn xa lìa cảm nhận thích thú, hay phát triển sự vô cảm trong liên hệ với một cảm nhận trung tính. Chính quan hệ này dẫn dắt chúng ta hoặc hướng đến hoặc bỏ qua đối tượng. Nhân duyên này được tượng trưng bằng một *người đàn ông uống rượu.*

9. **Thủ (Nắm giữ):** Trên căn bản Ái, Tâm phát triển một mối quan hệ nhất định với đối tượng bằng cách đưa ra những khái niệm. Tâm của chúng ta sử dụng những khái niệm có sẵn để hợp lý hóa việc mua sắm một vật ưa thích hay từ chối một vật không ham muốn. Giây phút tâm làm điều này, nó sắp xếp những tập khí, thói quen

hiện có tạo ra những lý do cho các hành động tương tự phát sinh trong tương lai. Có bốn loại chấp thủ: chấp thủ những khoái lạc, chấp thủ những cái sai, chấp thủ những nghi lễ, nghi thức, và chấp thủ giác thức về mình. Mối liên kết này được tượng trưng bằng hình ảnh một người *đàn ông đang hái trái cây.*

10. **Hữu (Hiện hữu, Trở thành):** Khi thủ phát sinh sẽ hình thành nghiệp cá biệt. Trong quá trình chết, khi thức thô của chúng ta đang bắt đầu phân tán thì tâm khóa lại dòng tương tục tư tưởng. Việc chấp giữ những ý kiến này sẽ tăng thêm sức mạnh cho một tập khí nghiệp để nó hoàn toàn làm chủ tâm. Bằng cách này, hạt giống năng lực sẽ thúc đẩy thức của đời kế tiếp. Bởi vì sự chín muồi của nghiệp là nhân của đời kế tiếp, nó được tượng trưng bằng một *người đàn bà mang thai.*

Bài Luyện tập 7.3 – Tâm Nắm Giữ (Thủ)

- *Trong một tư thế thư giãn, hãy thiết lập một tâm trung tính qua thực hành Quán niệm hơi thở.*

- *Hãy quan sát sự thích thú hay không thích thú những chi tiết hay nhất về sự cố trong tâm mà bạn có thể làm được.*

- *Hãy quan sát bằng tâm phản ứng tiên khởi của bạn. Khi cảm giác đến, bạn sẽ làm gì? Bạn sẽ lùi lại để quan sát đối tượng hay bạn thích thú với nó?*

- *Bây giờ hãy nghĩ về câu chuyện xuất hiện trong tâm bạn ngay sau khi cảm nhận sơ khởi. Bạn đã bắt đầu tập trung vào những nét đặc trưng gì? Chủ ý của bạn nhận hình tướng bằng cách nào? Kế hoạch gì hình thành trong tâm bạn?*

- *Loại hành động gì kết quả từ quá trình này? Nó có tồn tại thuần túy là tâm hay phản ứng của bạn đã trở nên rất mạnh làm động cơ cho bạn nói hay làm một việc gì? Có thể nó là một cái gì đó vi tế như một biểu hiện của nét mặt hay một âm thanh. Có thể nó phức tạp hơn giống như những chữ xỏ xâu với nhau để truyền đạt ý kiến, hay gắn kết về mặt vật lý với đối tượng bằng cách nào đó.*

- *Hãy dùng những thí dụ khác nhau để có được một nghĩa cho cách nắm giữ thêm năng lực cho ái, và phát sinh những hành động.*
- *Hãy nghỉ với bất cứ tuệ kiến nào xuất hiện.*

Quả Chín Muối

11. **Sinh:** Với sự chín muối của nghiệp vào giây phút chết sẽ trở thành hiện hữu đời kế tiếp. Không có bất cứ ý nghĩa nào về kiểm soát hay lựa chọn, sự tái sinh mang theo một nhóm mới những kết tập tâm, thân là những hạt giống nghiệp qui định trong thức căn bản của mỗi người. Trên cơ sở của những kết tập này, sự chín muối của nghiệp thúc đẩy bạn tái sinh một đời khác. Cứ thế cái bánh xe luân hồi tiếp tục quay, một quá trình vô tận của phan duyên không có kiểm soát, chúng ta coi nhân duyên này như một *người đàn bà sinh đẻ.*

12. **Già và Chết:** Khi nhìn vào những trải nghiệm khác nhau của chúng ta trong tồn sinh luân hồi, thấy rằng một đời sống bị nghiệp qui định là do chính bản chất của nó không thỏa mãn, những giây phút khoái lạc ngắn ngủi mới phát sinh sẽ nhanh chóng bị dập tắt. Luật vô thường tùy thuộc vào sự vận động không ngừng của nhân và duyên. Giây phút chúng ta sinh ra cũng là khi chúng ta bắt đầu già. Khi già chúng ta sẽ dẫn đến bệnh. Bệnh của thân sẽ đưa đến cái chết. Chết một lần nữa là nhân thúc đẩy một lần tái sinh mới. Và như thế chu kỳ tiếp tục. Nhân duyên cuối cùng này được tượng trưng bằng *một người già đang bước đi đến cái chết với một bó gậy trên lưng*, vì đời sống của chúng ta dù ngắn hay dài thế

nào, chúng ta cũng tiếp tục mang theo mình sức nặng của những hạt giống nghiệp.

Bài Luyện tập 7.4 – Bản Tính của Hiện Hữu

- *Trong một tư thế thư giãn, hãy thực hành Quán niệm hơi thở.*

- *Hãy quan sát sự sinh của bạn. Bạn có lựa chọn để được sinh? Bạn có lựa chọn cha và mẹ mình không? Bạn có lựa chọn thời gian và chỗ khi sinh? Bạn có lựa chọn để có cái thân đang có hay không? Bạn có sự kiểm soát gì trong quá trình này không? Bạn đã bắt đầu quyết định cuộc đời của riêng khi nào?*

- *Hãy quan sát bản thân bạn? Bạn có thân nam hay thân nữ, các thân này có gì khác nhau? Hãy quan sát toàn diện các mối liên quan đến hình dáng và và đặc tính khác của thân bạn.*

- *Bây giờ hãy quan sát thân này thay đổi như thế nào qua thời gian. Hãy so sánh thân bạn khi bạn là một đứa bé, khi bạn là một thiếu niên, khi bạn tuổi đôi mươi, khi bạn là một thanh niên và cứ như thế cho đến tuổi hiện tại. Những đặc điểm trong từng giai đoạn riêng của đời bạn?*

- *Hãy nghĩ về sự khác nhau giữa trưởng thành và suy thoái, khỏe mạnh và bệnh hoạn. Tổng quát, thân bạn ở trong quá trình trưởng thành, hay nó ở trong quá trình suy thoái? Nếu nó đang suy thoái, những hậu quả của quá trình này là gì? Nó sẽ kết thúc như thế nào? Những điểm suy thoái của thân có ảnh hưởng đến sự sống, chết của bạn?*

- *Bây giờ hãy tưởng tượng đang lặp đi lặp lại chu kỳ hết lần này đến lần khác. Hãy hình dung bạn đang phải chịu đựng nó dù bạn muốn hay không. Hãy quan sát các cảm giác nhàm chán trong quá trình này và sự lặp lại nhiều lần cảm giác nhàm chán đó.*

- *Hãy để sự tỉnh giác của bạn tĩnh lặng khi bất cứ tuệ kiến nào xuất hiện.*

Quan sát toàn bộ quá trình, chúng ta có thể thấy nhân duyên này tùy thuộc vào nhân duyên trước đó. Không có nhân duyên này, bạn không thể có nhân duyên kia. Điều này có nghĩa là nếu không có sự đau khổ của già và chết, thì phải ngừng sự tái sinh. Để làm điều đó chúng ta phải loại bỏ sự chín muồi của nghiệp vào lúc chết, nghĩa là phải ngừng nắm giữ (thủ) nó. Để cắt đứt sự nắm giữ chúng ta phải cắt đứt sự yêu thích (ái), chấp nhận hay chối từ. Sự yêu thích sẽ không phát sinh khi không có cảm nhận (thọ), mà cảm nhận không phát sinh nếu không có tiếp xúc giữa chủ thể và đối tượng. Sự tiếp xúc này sẽ không phát sinh nếu không có các giác năng với đối tượng của giác thức. Các giác năng đó sẽ không phát sinh nếu không có sự đến cùng nhau của tâm và thân. Các kết tập (uẩn) sẽ không hình thành khi không có thức phan duyên nương tựa vào sự hiện diện của các tập khí nghiệp lưu lại trong tâm do những hành động của chúng ta bị những phiền não làm động cơ thúc đẩy. Gốc rễ của tất cả mọi phiền não là vô minh và do đó, bằng cách loại bỏ vô minh, không một nhân duyên nào còn lại có thể phát triển và toàn bộ sự khổ sẽ diệt.

Trong khi Thập nhị nhân duyên miêu tả các hiện tượng bên trong và sự khổ đến Như thế nào từ các phiền não và nghiệp, chúng ta cũng có thể hiểu các nhân và duyên làm dấy lên những hiện tượng bên ngoài bằng cách áp dụng nguyên lý tương tùy. Chúng ta có thể quan sát sinh trưởng của một vật theo thời gian, giống như một hạt giống nảy mầm, ra lá, cành nhánh, nụ, hoa, và hình thành quả. Mỗi giai đoạn này được xem là nhân cốt yếu cho thực thể kế tiếp; như gỗ là nhân của cái bàn. Sự phát triển này có sáu duyên – đất, nước, lửa, gió, không gian và thời gian. Đất làm ổn định, nước làm cho dính kết, lửa làm cho trưởng thành và chín muồi, gió lan tỏa rộng khắp, không gian tương ứng với thời gian chuyển hóa dần dần.

Những hành động của các sinh thể cũng đang đóng góp các duyên, như người thợ mộc có ý định làm cái bàn hay con ong lấy phấn hoa.

Sự phát sinh của tất cả những hiện tượng bên ngoài và bên trong tùy thuộc vào các nhân và duyên riêng biệt được kết hợp theo cách tương ứng. Khi những pháp này đầy đủ, các hiện tượng sẽ phát sinh, khi những nhân và duyên này không còn nữa, hiện tượng sẽ biến mất. Đó là bản tính của duyên khởi. Vì không còn thời gian, không có sự tái tạo liên tục, không có ta cũng như không có Thượng đế, nghĩa là, các nhân không còn có ý nghĩa "tôi sẽ sinh quả này", và những quả này không có ý nghĩa "tôi sinh ra từ cái đó" tất cả chúng đều sinh ra từ nhân và quả. Tức là sự vật đều tùy theo nhân duyên.

Quá trình của Thập nhị nhân duyên được miêu tả như là chu kỳ ba đời, mặc dù chúng ta cũng có thể thấy quá trình vận hành qua hai đời và trong trường hợp đặc biệt thì trong một đời. Nhân từ đời quá khứ, Vô minh và Hành, dấy lên Thức hiện tại. Trong hiện tại, tám nhân duyên kế tiếp tạo ra sự tái sinh được gọi là đời thứ nhì. Từ đây, sinh xảy ra và nhờ sự hộ trợ đó người ta sẽ trải qua sự khổ luân hồi của già và chết mà chúng ta gọi là đời thứ ba.

Có rất nhiều chu kỳ của Thập nhị nhân duyên, trong mỗi hành động đơn lẻ Thập nhị nhân duyên đều hiện diện. Mỗi lần chết, chúng ta hoàn thành một chu kỳ của những nhân duyên, Trong mỗi phút giây lại tạo ra những hạt giống nghiệp mới cho các nhân duyên mới phát sinh. Bằng cách này, sự tồn sinh luân hồi sẽ không bao giờ chấm dứt trừ phi có can thiệp từ bên ngoài.

BẢN TÍNH CỦA KHỔ

Cái gì sẽ là động cơ để giải thoát khỏi sự tồn sinh luân hồi? Nhờ hiểu mười hai nhân duyên, chúng ta thấy mọi sự vật đều liên quan đến vô minh, nhưng tại sao chúng ta muốn loại bỏ nó? Bạn muốn có đời sống, trí tuệ loại bỏ vô minh của Tâm hay không?

Đây là những câu hỏi quan trọng để thiết lập động cơ trên lý luận lành mạnh, sẽ rất khó phát triển niềm tin quyết để nghiên cứu quá trình này, để trả lời những câu hỏi này.

Hãy tưởng tượng bạn trong ngày nghỉ lễ, đang thư giãn trên bãi biển và nhấp nước dừa, không quan tâm thế giới xung quanh, đây là lần đầu tiên bạn được nghỉ lễ trong hơn mười lăm năm đã bận rộn với công việc. Bây giờ bạn chỉ còn có ba ngày, kỳ nghỉ này không kéo dài như kế hoạch, bạn sớm phải trở lại làm việc, bước đi nặng nề vì không biết đến bao giờ mới lại có cơ hội này. Mười lăm năm máu, mồ hôi và nước mắt, đối lại với ba ngày nghỉ và thư giãn.

Bây giờ hãy tưởng tượng bạn đang nghỉ ngơi, không cần quan tâm đến việc làm. Bạn thư giãn kỳ nghỉ và thưởng thức những điều tốt đẹp của cuộc sống. Song dù có né tránh, nhưng thực tế về khổ vẫn là hiển nhiên, không có cách trốn thoát.

Hãy cảm nhận những điều kỳ diệu của đời này, về những may mắn khi tận dụng thời gian với bạn bè và gia đình trải nghiệm các khoái lạc. Đây tất cả là những trải nghiệm nhất thời và sớm hay muộn chúng biến mất, khi đó, chúng ta đã chuẩn bị cho tương lai chưa?

Phật giáo dạy rằng nghiên cứu các hình thức của khổ sẽ hiểu biết các chu kỳ tái sinh. Đây không phải là phủ nhận sự hiện hữu của hạnh phúc thế gian, đơn giản là biết cách đối mặt với thực tại cuộc sống.

Thực tế đời sống cho chúng ta cơ hội để làm giảm thiểu khổ hơn là bị nó tác động trở lại theo cách không hay biết. Những mức độ khổ thô đến những khía cạnh vi tế hơn của khổ, gia tăng sự thức tỉnh của chúng ta về thực tại luân hồi. Tu tập để hiểu biết đau khổ đến từ những nhân và duyên do ta tạo ra, đặt căn bản trên những thái độ, ý nghĩ và ý kiến của chúng ta, nó khuyến khích sự phát triển niệm về thân, ngữ và ý. Có năng lực để làm thay đổi cách chúng ta suy nghĩ và hành động, những cảm xúc phiền não tạo nên những tập khí, nghiệp tiêu cực của chúng ta. Chiêm nghiệm và hành động tức là tu tập Pháp theo hướng hướng loại trừ hoàn toàn đau khổ.

Hiểu về khổ giúp chúng ta tăng trưởng những phẩm tính và xúc cảm tích cực. Khi chúng ta thấy rằng không có tuệ kiến vào các nhân chủ yếu của đau khổ, đa số chúng ta tiếp tục một cách vô tri làm nặng thêm chu kỳ luân hồi bằng cách tạo ra sự khổ không cần thiết cho chính mình. Điều này khơi dậy những cảm nhận về tính đồng cảm, bi tâm hướng về chính chúng ta và những người khác để không quá nhanh nhạy để phê phán hay khinh miệt những người cư xử xấu. Do hoạt động hoàn toàn dưới sự kiểm soát của nghiệp, họ không có sự hiểu biết nào về nhân quả và như thế không nhận ra những hậu quả của những hành động của họ. Khi chúng ta nhận ra chúng ta chỉ là một chúng sinh giữa vô số chúng sinh khác cũng bị đau khổ (thậm chí còn đau khổ nhiều hơn) thì cần khiêm tốn và giảm bớt sự kiêu mạn. Quan sát người khác sẽ giúp chính chúng ta thoát khỏi sự khổ của riêng mình để có cơ hội làm công đức tạo ra các nghiệp thiện.

Ba Mức Độ Khổ

Khi nói đến khổ, đức Phật thường dùng thuật ngữ "duhkha". Duhkha có nhiều cách dịch gồm: "không thỏa mãn", "căng thẳng", và "không có khả năng thỏa mãn". Hàm ý là một vài hiện tượng là không có khả năng đáp ứng những gì chúng ta muốn. Trong Phật giáo, những gì chúng ta muốn là hạnh phúc chân thật lâu dài, trên thực tế chúng ta đang trôi lăn trong dòng vô tận sự khổ, không thỏa mãn, từ đó chúng ta nhận diện *Ba Mức Độ Đau Khổ.*

1. Khổ khổ

Trong ba mức độ, khổ do đau đớn là khổ thực tế, bao gồm tất cả sự đau đớn của thân, tâm và cảm xúc. Nó gồm có sự đau thân xác do thương tích, bệnh, nóng, lạnh, đói và khát gây nên. Nó cũng gồm cả sự khổ của tâm do buồn, không thỏa mãn, nhầm lẫn, lo âu, cô đơn, trầm cảm hay thất vọng.

Đây là mức độ thô nhất của khổ mà mọi người có thể nhận diện dễ dàng. Chúng ta thường nghĩ rằng có thể làm giảm bớt mức độ khổ này. "Nếu mà tôi tìm được việc làm đúng ngành nghề thì tôi sẽ không cảm thấy bị chèn ép như vậy" hoặc "Nếu mà tôi đã có thể gặp được một người bạn đời phù hợp thì tôi sẽ không cô đơn như thế". Theo quan điểm Phật giáo, đây là những trở ngại ngắn hạn tập trung vào các trợ duyên trong khi bỏ qua các nhân chủ yếu. Vì chúng không nói đúng nhân của sự khổ (những tập khí nghiệp trong tâm chúng ta) thì quả tốt lành mãi mãi không thành tựu.

2. Hoại khổ (Khổ do Thay Đổi)

Hình thức khổ kế tiếp này chỉ bản chất không thỏa mãn của những gì chúng ta nói một cách bình thường như là "khoái lạc" hay "hạnh phúc thế gian". Một hiện tượng phức hợp là một vật gì đó phát sinh từ sự đến cùng nhau của các nhân và duyên. Tất cả những hiện tượng phức hợp đều có bản tính vô thường trong đó bởi vì chúng tùy thuộc vào các duyên, chúng phải chịu thay đổi. Do đó, không tùy thuộc vào các hiện tượng phức hợp mà lâu dài. Chỉ khi chúng ta nghĩ các vật toàn hảo, chúng sẽ thay đổi không thể tránh được, và như thế không thể nương tựa cho hạnh phúc lâu dài.

Chúng ta thường hay có nhận thức rằng bất cứ loại hạnh phúc nào đạt được sẽ tiếp tục, không biết rằng cái khổ của thay đổi nằm mơ màng bên trong. Nếu ngồi cùng một tư thế trong một thời gian dài, chân hay lưng trở nên đau nhức, vì thế chúng ta chuyển sang một tư thế khác. Sớm hay muộn tư thế này cũng sẽ làm đau, vì thế cần cử động để tránh khổ và tìm được sự thích nghi theo cách phù hợp. Sự tiếp cận này giúp bạn hạnh phúc trong một thời gian ngắn. Hãy lấy sô-cô-la làm thí dụ. Nếu sô-cô-la đúng là nguồn hạnh phúc thì bạn càng ăn nhiều càng cảm thấy hạnh phúc. Nhưng nếu ăn quá nhiều bạn sẽ trở nên bị bệnh. Như vậy, so cô la sẽ là duyên biến hạnh phúc thành đau khổ.

Phạm trù đau khổ này phát sinh từ niềm tin sai lầm rằng mọi sự vật đều lâu dài trong thực tế thì ngược lại mới đúng – không vật gì thường hằng. Một hạnh phúc nào đó chỉ có trong chốc lát, cùng thời gian, nó sẽ biến đổi đem đến sự buồn và thất vọng rồi chu kỳ mới tiếp tục. Một người có trí tuệ, đã từng có trải nghiệm khoái lạc, sẽ tu tập để xác định từ bỏ hay chấp nhận khi hoàn cảnh hạnh phúc hay đau khổ sảy ra. Giảm thiểu các chấp trước và tỉnh giác để biết vạn vất đều thay đổi, khi những tình thế không may xảy ra mà không thể tránh được sẽ ít bị xáo trộn và biết rằng đây chỉ là bản tính của sự vật.

3. Hành khổ (Khổ lâu dài)
Khổ lâu dài do bị nghiệp lực ràng buộc và trong sinh tử luân hồi. Chúng ta không thể chạy trốn sự khổ của sinh, bệnh, già và chết. Vì thời gian không có bắt đầu, chúng ta phải chấp nhận loại khổ này cho dù khổ quá mức chịu đựng. Mỗi đời trong những đời quá khứ của chúng ta chứa những khó khăn và sầu não bất tận, vì đây chính là bản tính của hiện hữu do duyên qui định. Trải qua thời gian dài các uẩn (kết tập) bị phiền não chi phối, nhận thức của chúng ta bản ngã và ngã ái, sẽ bị nhận chìm trong thuộc tính hiện hữu của khổ tại chính tâm điểm của nó.

Chúng ta suy nghĩ theo thói quen rằng các nhân và duyên cho tiện nghi và hạnh phúc đều là những của cải, địa vị, danh tiếng, và những mối quan hệ, nhưng những cái này chỉ có thể đem lại cho chúng ta hạnh phúc nhất thời. Khi các nhân làm sinh ra chúng và những duyên ủng hộ chúng không còn hiện diện nữa thì khổ sẽ ập đến không thể tránh được. Khổ xâm nhập vào tất cả mọi nơi, mọi chỗ của hiện hữu theo cách có hoặc không có chu kỳ là sự hiện diện của các kết tập của thân và tâm phiền não.

Nếu quan sát kỹ, chúng ta sẽ thấy rằng khổ có mặt dưới mọi hình thức của cuộc sống bị chi phối bởi duyên hiện tiền hay ẩn tế.

Như vậy dù hạnh phúc và bằng lòng với cuộc sống hiện tại (một gia đình hạnh phúc với người phối ngẫu thương yêu, một việc làm tốt và một tình trạng tài chính thích nghi), chúng ta thấy rằng thực tế dính mắc vào nhiều quá trình tương tùy mà tất cả chúng ta bị đau khổ. Thức ăn chúng ta ăn có thể là những chúng sinh đã bị giết và mang đến bàn ăn bằng những phương tiện bạo động và bất nhân. Hay quần áo chúng ta mặc có thể đã được những quá trình chế tạo dùng nhiều hoá chất có hại. Những thí dụ này minh họa tất cả chúng ta được kết nối trong một sợi xích đau khổ ảnh hưởng vô số chúng sinh.

Khổ ở mức độ này không thể tránh được trừ phi chúng ta thực sự hiểu bản chất và cội nguồn của nó. Khi chúng ta vén mở chân tính của chúng ta, nhổ rễ năm uẩn phiền não và bất tịnh, chúng ta không còn bị nghiệp lực ràng buộc và các nhân và duyên dấy lên sự tồn sinh theo chu kỳ.

Ba mức độ khổ vận hành trong hình thức này hay hình thức khác cho mọi đời sống đơn độc phát sinh trong mô hình tồn sinh theo chu kỳ. Tùy thuộc vào nghiệp của cá nhân, hỗn hợp của khổ thị hiện và khổ của thay đổi sẽ dị biệt. Đối với vài người, đời sống của họ đầy đau đớn và khốn nạn, trong khi đối với những người khác, khoái lạc thế gian có thể có tính chất thống trị hơn. Đối với những người sau, khổ mà họ kinh nghiệm bị nội hóa nhiều hơn khi họ đấu tranh với những chấp trước của họ.

Loại Khổ	Thí dụ	Nhân chủ yếu
Khổ do đau	Tất cả những hình thức đau của thân và khổ não của tâm	Chán ghét hay xúc cảm
Khổ do thay đổi	Tất cả những hình thức khoái lạc thế gian tùy thuộc vào các	Chấp trước nhân và duyên bên ngoài
Khổ Xâm nhập tất cả	Sự qui định có hệ thống của	Vô minh tồn sinh luân hồi

Bảng 7-2: Ba Khổ của Luân hồi.

Đại Luận sư Phật giáo Ấn Độ, Nguyệt Xứng[7] ví sự tồn sinh luân hồi với một cái thùng di chuyển lên xuống trong một cái giếng. Như cái thùng bị sợi dây thừng buộc, cũng vậy chúng sinh bị những xúc cảm tiêu cực và nghiệp cưỡng chế. Như sự di chuyển của cái thùng lên xuống trong giếng là do người tác động, cũng vậy quá trình tồn sinh luân hồi bị cái tâm không thuần thục, do vô minh cung cấp nhiên liệu, vận hành. Như cái thùng di chuyển lên xuống trong giếng hết lần này đến lần khác, cũng vậy chúng sinh lang thang không ngừng trong cái giếng lớn của tồn sinh luân hồi, đòi hỏi nỗ lực vĩ đại để kéo họ lên đến những tình trạng hạnh phúc hơn, nhưng dễ đi xuống đau và khổ. Cái thùng không quyết định sự di chuyển của riêng nó, giống như những pháp tạo hình đời sống của một người là quả của nghiệp. Cuối cùng, giống như cái thùng đụng vào thành giếng khi nó đi lên đi xuống, cũng vậy chúng sinh bị sự khổ do đau, do thay đổi đánh liên tục và bị bắt giữ trong một quá trình ở bên kia sự kiểm soát.

Những đau khổ của cá thể trong sáu cõi

Nếu chúng ta xem một loạt đầy những trải nghiệm khả hữu một cách tiềm tàng trong khung cảnh tồn sinh luân hồi, chúng ta có thể nhận diện, một số những mẫu hình chung cho đời sống một cá nhân biểu hiện như thế nào. Những mẫu hình này, những lãnh vực kinh nghiệm. Mỗi lĩnh vực có thể được đặc trưng bằng sự phiền não thống trị tạo hình cho một hình thức tồn sinh đặc thù, cũng như do những loại trải nghiệm mà một chúng sinh như thế sẽ gặp một khi tái sinh trong hình thức đó. Về tổng số có *Sáu Lĩnh Vực Kinh Nghiệm.*

---

7   Phạn: *Chandrakirti.*

Phạm trù	Các cõi Nhân	Kinh nghiệm	Thống trị
Các cõi thấp hơn	1. Địa ngục	Oán ghét và phẫn hận	Đau đớn và giày vò kiểm soát
	2. Ngạ quỉ	Chấp trước, tham và	Đói và khát keo kiệt
	3. Súc sinh	Vô minh và ngu si	Sợ và thiếu
Các cõi cao hơn	4. Người	Tham	Có thể thay đổi
	5. A-tu-la	Đố kỵ và cạnh tranh	Luôn luôn náo động
	6. Thiên thần	Kiêu mạn và tự mãn	Tất cả khoái lạc thế gian

Bảng 7-3: Sáu Cõi Kinh Nghiệm.

Trong sáu loại này, ba loại đầu bị những hình thức khác nhau của các khổ hiển hiện kiểm soát và do đó được xem là *ba cõi thấp hơn*. Trái lại, ba cái cuối cùng bị những hạnh phúc thế gian thống trị ở mức độ khác nhau và do đó được ám chỉ như là *ba cõi cao hơn*.

Mỗi cõi hiện hữu ở mức độ vi tế khác nhau với các cõi khác. Hình thức tồn sinh thô nhất là các hình thức của các cõi người và súc sinh. Họ chia sẻ một mức độ tương tự về tính vật lý, khiến chúng ta có thể kinh nghiệm trực tiếp các chúng sinh ở các mức độ này. Khi chúng ta di chuyển về phía cực đoan, các chúng sinh trở nên vi tế thêm, khiến càng lúc càng khó nhận thức họ. Đối với đa số người, các cõi địa ngục, các cõi ngạ quỉ, tất cả các cõi của A Tu La và thần đều ở bên kia khả năng của họ. Những cõi này chỉ những chúng sinh sinh ra ở đó hay làm cho tâm họ vi tế hơn qua thiền định.

Bây giờ chúng ta sẽ khám phá chi tiết hơn mỗi cõi, gồm các loại chúng sinh thấy ở mỗi cõi, những sự khổ đặc thù kéo dài và con đường đi theo để tránh hay vượt qua những loại khổ này. Trong khi một vài miêu tả trong những miêu tả của họ có thể đang thách thức chấp nhận, chúng ta phải luôn luôn nhớ tính sáng tạo không giới hạn mà tâm sở hữu.

Tự hỏi giấc mộng của bạn có những giới hạn gì? Hãy xem làm sao trong thế giới mộng, nếu bạn có thể tưởng tượng được. Một giấc mộng có thể là kỳ diệu, đầy mọi loại khoái lạc, hay nó có thể là khủng khiếp và đầy những giày vò trong tất cả các miêu tả. Hãy tưởng tượng nếu bạn không thể tỉnh khỏi mộng, thế giới mộng mà tâm bạn sáng tạo trở thành thực tại thì bạn sẽ làm gì?

Đôi khi bị dính chặt vào thực tại đến nổi chúng ta nghĩ đây là tất cả. Tự đóng kín tâm mình trước giới hạn của cái thấy của mình trong thực tại. Bằng cách học về những cõi khác nhau, chúng ta nắm bắt thực tại của mình bởi những băng tầng kinh nghiệm rộng rãi. Cái thấy rộng rãi hơn này cho chúng ta viễn tượng về đời sống hiện tại, giúp chúng ta phát triển mối quan hệ hiện thực với cuộc sống.

Các Cõi Địa Ngục

Chúng sinh ở địa ngục là những hữu thể đã tích lũy những kho chứa dường như không có giới hạn của nghiệp tiêu cực. Tâm của họ như thế bị thống trị bởi những phiền não kịch liệt của tâm oán hận, hiểm ác và hoang tưởng mà các thế giới họ tạo ra đều bị làm méo mó và đầy giày vò. Mọi thứ trong những môi trường ác mộng này được thiết kế để kết nối cho nổi đau đớn tràn ngập như thế, mà điều duy nhất một chúng sinh sinh ra trong các cõi này có thể làm, là khổ vì thống khổ cho đến khi tất cả nghiệp tiêu cực của họ cạn kiệt. Trong khi khổ có thể có vẻ thường hằng, cuối cùng sẽ có kết thúc, và chúng sinh ấy sẽ được tái sinh ở cõi hiển hữu cao hơn. Trong khi có vô số cách mà một chúng sinh có thể tự hành hạ mình, các kinh thường nói về mười tám mức độ tiêu biểu cho những loại khổ khác nhau trong các cõi này.

Tám Ngục Nóng

Tám địa ngục này nằm chồng lên nhau như các tầng của một cao ốc với hình thức "nhẹ nhất" của ngục trên chót và hình thức "nặng nhất" của ngục dưới cùng. Các cõi này được miêu tả như là bão hòa do sức nóng hừng hực khiến cho mọi giây phút cảm thấy như bạn đang đứng trên mặt trời. Với mỗi mức độ của địa ngục, cường độ của sức nóng và độ dài của khổ gia tăng. Ở những ngục thấp hơn, chúng sinh phải chịu đựng đại kiếp trên đại kiếp của đau khổ và khốn cùng. Những ngục nóng có thể được mô tả như sau:

1. **Ngục Hồi Sinh:** Ở đây có vô số chúng sinh bị những hành động tiêu cực trước kia của họ cưỡng bách đánh, chặt, chém nhau cho đến khi tất cả bọn họ khổ với cái chết khủng khiếp. Một khi tất cả bọn họ chết, họ nghe chữ "Hãy hồi sinh!" và họ lập tức sống lại, đánh cho tới khi tất cả chết lại. Không giống các cõi địa ngục khác, đau và khổ liên tục, cõi này cái chết hiền từ chỉ trong giây phút ngắn ngủi.

2. **Ngục Lằn Đen:** Cư dân của ngục này được đặt nằm trên những miếng kim loại và bị cắt thành nhiều miếng bằng kim loại nung cháy. Một khi đã bị cắt thành nhiều miếng họ lập tức trở lại thành một miếng, chỉ để cắt lại nữa để có vẻ như là cái gì đó thường hằng.

3. **Ngục Lăn Tròn và Nghiền Nát:** Trong ngục này, chúng sinh bị ném hàng triệu lần vào những hồ to lớn làm bằng sắt, có kích thước của toàn thể các thung lũng. Những kẻ canh giữ ngục ghê tởm dùng những chiếc búa khổng lồ nện vào những tội phạm không nương tay trong đại kiếp.

4. **Ngục Kêu Rú:** Ở đây chúng sinh khổ vì bị quay nướng trong những tòa nhà kim loại nóng đỏ không lối ra. Họ kêu thét, cảm thấy rằng họ sẽ không bao giờ trốn thoát vì thịt của họ rớt ra khỏi xương và họ biến thành ngọn lửa.

5. **Đại Ngục Kêu Rú:** Ở mức độ của ngục này, một số rất nhiều những kẻ canh giữ ngục xúc các nạn nhân bằng xẻng đổ vào trong

những nhà chứa bằng kim loại với tường bên ngoài và bên trong bừng lửa, nơi họ bị đánh bằng búa và những vũ khí khác.

6. **Ngục Nóng Cháy:** Vô số chúng sinh chịu khổ trong ngục này do bị nấu trong những cái vạc bằng sắt khổng lồ, đun sôi trong kim loại tan chảy. Bất cứ khi nào họ nổi lên mặt vạc, họ đều bị những kẻ giữ ngục nắm lấy bằng những cái móc kim loại và đánh búa lên đầu, đôi khi bất tỉnh. Giây phút hiếm hoi này là ý kiến về hạnh phúc của họ khi họ nhất thời không cảm thấy đau; trái lại họ tiếp tục sự khổ to lớn này trong đại kiếp.

7. **Ngục Nóng Cháy Kịch Liệt:** Chúng sinh trong ngục này bị bẫy bên trong những ngôi nhà kim loại bừng cháy, nơi họ bị xỏ thủng gót chân và hậu môn bằng cây đinh ba bằng sắt nóng đỏ cho đến khi các mũi nhọn đẩy ra qua vai và đỉnh đầu. Điều này liên tục trong thời gian dài không thể đo lường được.

8. **Ngục Giày Vò Tột Cùng:** Đây gọi là Ngục Giày Vò Tột Cùng bởi vì không thể tìm được sự giày vò tệ hơn nữa ở chỗ nào khác. Nó là ngục nơi mà những ai phạm năm tội nghịch với quả báo tức thời hay những ai đã phá vỡ những cam kết thiêng liêng với đạo sư của họ tái sinh. Không một hành động nào khác có năng lực gây ra sự tái sinh ở đây. Trong ngục này, chúng sinh bị ném vào chỗ nóng đỏ của sự khổ không thể nói được. Âm thanh duy nhất của sự sống là tiếng kêu không thường xuyên từ những ai bị nhốt bẫy ở đó dường như là vĩnh viễn.

Các Ngục Lân Cận

Đối với những chúng sinh đã cạn kiệt nghiệp được sinh trong sức nóng kịch liệt của các ngục nóng, có những ngục lân cận khác nhau. Mỗi ngục này tiêu biểu cho những vụ án khác nhau phải đi qua một ngục để tẩy sạch những nghiệp tiêu cực còn lại buộc họ vào các cõi địa ngục. Các ngục ấy gồm có:

1. **Hầm Than Hồng Nóng:** Khi những chúng sinh đã được tẩy đi đa số hậu quả của những hành động đã ném họ vào Ngục Giày Vò Tột Cùng, họ trồi lên thấy đằng xa cái gì trông giống như cái hào âm u. Họ nhảy vào đó với sự mừng rỡ, chỉ thấy họ chìm xuống một cái hố than hồng khổng lồ sáng rực đốt cháy thịt và xương họ.

2. **Đầm Lầy Xác Thối Rữa:** Được phóng thích ra khỏi hào, rồi họ thấy một con sông. Sau khi cháy trong lửa có sức nóng kịch liệt nhất trong đại kiếp, thấy nước làm họ đầy niềm vui và họ chạy thốc tới đó. Tuy nhiên, không có nước gì hết, chỉ có xác thối rữa sặc mùi hôi thối. Những kẻ chạy trốn này chìm xuống trong đầm lầy này và bị sâu ăn thịt sống nuốt chửng.

3. **Đồng Bằng Lưỡi Dao Cạo:** Từ đầm lầy xác thối hiện lên, các chúng sinh địa ngục trở nên ngây ngất thấy một đồng bằng xanh đẹp. Khi họ bước vào đồng cỏ, những lá cỏ cắt chân họ như những lưỡi dao bén.

4. **Rừng Kiếm:** Khi họ đi qua đồng bằng, họ nghe âm thanh của dã thú đuổi theo họ. Xa xa một khu rừng có thể thấy được và họ vội vàng đi về phía đó để ẩn nấp. Tuy nhiên, khi đến đó, họ thấy cành và cây giống như những vũ khí, cắt vào thân họ hết lần này đến lần khác.

5. **Đồi Cây Salmali Bằng Sắt:** Đối với những người phá vỡ lời thề đức hạnh của họ hay đã tà dâm, họ thấy tất cả những người yêu trước kia của họ đang gọi họ. Họ leo qua rừng núi để đến với những người đó, chỉ có thân họ bị cắt thành những mảnh nhỏ. Cuối cùng khi họ đến chỗ của họ, những người yêu thương họ biến mất và mắt họ bị những con quạ móc ra.

6. **Dòng Sông Sục Sôi:** Cuối cùng họ đến một con sông lớn. Vì sợ trở về lại các ngục nóng, những chúng sinh này nhảy xuống và cố bơi sang bờ bên kia. Giây phút họ chạm vào nước, họ khám phá nó là nước đang sôi nóng và nó đốt cháy da họ từ xương. Khi họ đến gần bờ kia, những kẻ canh gác ngục xuất hiện và chận đường họ, ném họ trở lại dòng sông.

Tám Ngục Lạnh

Những ngục lạnh là những cảnh băng giá và u tối, bị gió và băng tàn phá. Những chúng sinh sinh trong các môi trường này đều cằn cỗi và cô độc, do đó khổ không thể tưởng tượng được. Những ngục này gồm có:

1. Ngục Bỏng
2. Ngục của Những Vết Bỏng Phồng Lên
3. Ngục Nghiến Răng
4. Ngục Tiếc Thương
5. Ngục Rên Rỉ
6. Ngục Rạn Nứt
7. Ngục Nổ Bốp
8. Ngục Tan Vỡ

Tên của những ngục này đến từ những nỗi thống khổ khác nhau họ chịu đựng bên trong. Những khổ này càng lúc càng trở nên kịch liệt hơn cho đến Ngục Tan Vỡ, nơi khổ nhiều nhất. Ở ngục này, thịt của cư dân hoàn toàn đảo lộn từ trong ra ngoài, phô bày ngay cả xương. Dù lạnh đến đâu, khổ cũng không chấm dứt cho đến khi nghiệp tiêu cực cạn kiệt.

Các Ngục Phù Du

Những ngục phù du hiện hữu ở tất cả các loại địa điểm khác nhau và khổ đòi hỏi có thể gồm hầu hết bất cứ điều gì mà tưởng tượng có thể triệu gọi được. Chẳng hạn, chúng sinh có thể bị nghiền nát giữa các tảng đá, đông cứng trong băng hay bị kẹt nơi các vật luôn luôn được để ra dùng như chổi, cửa ra vào và dây thừng. Bất cứ loại hành hạ nào có thể nghĩ ra có thể xảy ra ở những chỗ này.

Bài Luyện tập 7.5 – Khổ của Chúng sinh ở Địa ngục

- *Trong một tư thế thư giãn, hãy thiết lập một tâm trung tính qua thực hành Quán niệm hơi thở.*

- *Hãy tưởng tượng chính bạn mở mắt thấy mình ở giữa một thế giới ác mộng kinh hãi nào đó. Hãy chọn một trong những miêu tả cõi địa ngục và tưởng tượng chính bạn kinh nghiệm sự giày vò cùng cực của tình trạng đó.*

- *Hãy dùng nhiều thời gian như bạn có thể dựng lên những chi tiết của kinh nghiệm này. Hãy bắt đầu với môi trường, vẽ một bức tranh về những gì trực tiếp xung quanh bạn. Hãy tưởng tượng sự nung đốt của sức nóng kịch liệt hay cái táp của cơn gió lạnh băng. Hãy tưởng tượng phong cảnh rợp bóng và những hình dạng đáng sợ của kim loại méo mó và những cái bóng mờ của địa ngục. Hãy gắn kết với tất cả các giác quan, khiến kinh nghiệm như có thực mà bạn có thể.*

- *Rồi triệu gọi những chúng sinh khác nhau là những diễn viên chính trong màn kịch này. Lại nữa, hãy làm cho họ sợ hãi như bạn có thể, với tất cả những vật thực sự khiến tâm bạn đầy kinh hãi.*

- *Rồi hãy tưởng tượng những chúng sinh này gây ra những cảnh tượng không thể nói được của sự tra tấn trên người bạn. Hãy nghĩ không những về sự tra tấn mà còn về sự giày vò tinh thần vì sợ và chứng hoang tưởng đi kèm mỗi giây phút.*

- *Hãy tưởng tượng sự tra tấn này tiếp tục mãi mãi, trong vô số đại kiếp. Hãy tìm lấy một ý nghĩa cho dòng suối đau và khổ dường như không bao giờ chấm dứt ấy. Hãy khiến nó trở nên cùng cực như có thể được, cho đến khi cảm giác chán ghét một cách đơn giản là quá nhiều.*

- *Hãy để những hình ảnh khủng khiếp tan đi trong tâm bạn và hãy để sự tỉnh giác của bạn nghỉ trên lòng ham muốn kịch liệt không bao giờ đối mặt với một hiện hữu như thế. Hãy phát triển một quyết tâm mạnh mẽ làm bất cứ điều gì trong năng lực của bạn để tránh các nhân cho một kinh nghiệm như thế, nghĩa là những hành động oán ghét và phẫn hận.*

Các Cõi Ngạ Quỉ (Quỉ Đói)

Tái sinh trong cõi ngạ quỉ là quả của sự cực kỳ ngã ái, tham lam, yêu thích, khốn cùng và thiếu lòng độ lượng. Tổng quát có hai phạm trù ngạ quỉ:

Ngạ Quỉ Sống Tập Thể

Những quỉ đói này chia xẻ nghiệp tập thể đầy đủ kinh nghiệm một cõi hữu tương tự. Chúng có thể chia thành ba loại:

1. **Những Quỉ Khổ vì Ám Chướng Bên Ngoài:** Những quỉ này bị ám ảnh với sự làm cho thỏa thuê sự đói và khát bất tận của chúng. Môi trường bên ngoài của chúng như là những khát ái này không bao giờ được làm cho đầy đủ. Chúng dùng toàn bộ cuộc tồn sinh đuổi theo những ảo ảnh hứa hẹn cho thức ăn và đồ uống, thấy đó chỉ là hư huyễn. Kết quả, chúng phí cả đời trong tình trạng vĩnh viễn không thỏa mãn.

2. **Những Quỉ Khổ vì Ám Chướng Bên Trong:** Những quỉ này có miệng không to hơn lỗ cây kim may. Nếu chúng bất chợt tìm thấy một miếng thức ăn nhỏ đủ vừa miệng, nó phải đi qua xuống cổ họng không rộng hơn một sợi tóc đơn độc. Dù cho chúng có thể ăn và uống đủ để thỏa mãn cái đói không đáy của chúng, dạ dày của chúng đốt cháy hết bất cứ thức ăn nào trước khi có thì giờ nuôi

dưỡng chúng. Bằng cách này, chính hình dáng của thân chúng ngăn cản chúng có được cái gì chúng thích.

3. **Những Quỉ Khổ vì Ám Chướng Đặc Biệt:** Những quỉ này có tất cả những thứ kinh nghiệm khác nhau làm dấy lên những cái khổ ở những cường độ khác nhau. Chẳng hạn, một vài quỉ có nhiều tạo vật sống bên trong thân chúng, ngấu nghiến toàn thể chúng. Chủ đề chung xuyên qua những đau khổ của chúng là chúng bị ngăn cản không thực hiện được những ham muốn của mình – mọi vật đều là chướng ngại.

Những Quỉ Đói Đi trên Hư không

Đây gồm tất cả những quỉ, ma và các thần thế gian khác nhau sống cuộc tồn sinh của chúng trong mê hoặc và kinh hãi. Chúng chịu sự tra tấn liên tục và bị dịch lây, giống như tất cả các quỉ với những nhận thức méo mó. Nóng tựa như lạnh và khoái lạc cảm thấy giống như đau đớn.

Bài Luyện tập 7.6 – Sự Khổ của Một Quỉ Đói

- *Trong một tư thế thư giãn, hãy thiết lập một tâm trung tính qua thực hành Quán niệm hơi thở.*
- *Hãy bắt đầu bằng cách tưởng tượng trạng thái cằn cỗi nhất của các môi trường. Hãy tạo mọi khía cạnh của phong cảnh này hết sức không hiếu khách như có thể. Ở đây không có gì cung cấp bất cứ một tiện nghi nào. Nó thô và khô.*
- *Bây giờ hãy tưởng tượng rằng bạn không thể nhớ được lần ăn cuối cùng hay có gì để uống. Thân bạn hoàn toàn được nuôi dưỡng không đúng và yếu ớt. Da bạn xệ khỏi xương và mọi phân tấc của con người bạn đều đau nhức.*
- *Nếu luôn luôn phải tìm thức ăn và đồ uống thì như thế nào?*

- *Bạn luôn luôn đang muốn nhưng không bao giờ có được bất cứ thứ gì. Hãy tưởng tượng sự thống khổ của tình thế. Hãy tưởng tượng rằng mọi người xung quanh bạn đang kinh nghiệm cùng một điều. Dù cho bạn thực tìm được cái gì để ăn, bạn phải đánh đuổi vô số người khác để giữ nó.*

- *Bây giờ hãy tưởng tượng thân thực tế của bạn là một chướng ngại. Cần rất nhiều nỗ lực chỉ để lấy một ít thức ăn, và ngay cả khi thành công, bạn cũng đầy đau đớn và thức ăn không làm bạn thỏa mãn. Hãy tưởng tượng đang cố gắng ăn một cái gì đó và thất bại hết lần này đến lần khác. Điều này đang làm thất vọng một cách thống khổ như thế nào?*

- *Hãy cho phép thất vọng, vô hy vọng và buồn phiền dựng lập trong tâm bạn. Hãy bám vào cảm giác này và rồi phát triển sự ham muốn mạnh mẽ được tự tại với nó. Hãy nhận ra rằng cuộc tồn sinh này là kết quả của sự chấp trước và bần tiện kịch liệt, và quyết tâm làm bất cứ điều gì bạn có thể để tránh những tâm trạng nguy hại.*

Các Cõi Súc Sinh

Những nguyên nhân chủ yếu của tái sinh ở lĩnh vực động vật là vô minh và một dự tưởng mãnh liệt với sự theo đuổi những ham muốn bản năng như ăn, ngủ và sự thích ý tình dục. Sự cố định này gây ra sự không quan tâm đối với sự phát triển tâm con người kết quả trong "lu mờ". Có hai phạm trù súc sinh: những súc sinh sống ở các độ sâu của đại dương và những súc sinh rải rác ở những chỗ khác nhau qua các miền đất.

1. **Những súc sinh sống ở các chỗ sâu của đại dương:** Các đại dương đầy những tạo vật với con số rất nhiều đến độ chúng ta không thể nghĩ về sự dị biệt đa dạng của chúng. Tất cả những tạo vật như thế phải chịu sự khổ kịch liệt do bị lén theo dõi, ăn thịt, làm mồi và bị những chúng sinh khác lấy thân chúng làm chỗ ở. Chúng vô

minh về tình thế của chúng và như thế tiếp tục sống hết những ngày của chúng ở những chỗ sâu u tối, quên lãng sự khổ mà chúng chịu đựng.

2. **Những súc sinh rải rác ở những nơi khác nhau:** Súc sinh thường bị con người khai thác rất nhiều nên chúng phải chịu đau khổ. Chúng thường bị xem như là những đồ vật hơn là chúng sinh có tình cảm. Có những súc sinh bị săn bắn, giết thịt, làm nô lệ, dùng để nghiên cứu và giam cầm. Những súc sinh hoang dã làm mồi cho nhau trong cuộc đấu tranh sinh tồn và hiếm khi được thư giãn vì chúng liên tục sợ hãi cho sự an toàn của riêng chúng và của con cháu chúng. Chúng cũng chịu đựng sự khổ vì đói và khát. Ngay cả những súc sinh có vẻ như sống tốt với người chủ tử tế song vẫn chịu đòn roi của người chủ đó.

Chúng ta nên cẩn thận tư duy về sự khổ của súc sinh và gắng sức phát triển tâm chúng ta hơn là mù quáng theo đuổi những ham muốn thú vật. Cũng quan trọng là luôn luôn cố gắng tránh gây đau khổ cho súc vật (gồm cả côn trùng), thiền định sâu về sự khốn cùng chúng chịu đựng và cầu nguyện cho chúng tự do. Chúng ta có thể hồi hướng công đức thiền định của chúng ta giải thoát chúng khỏi đau khổ.

Bài Luyện tập 7.7 – Những Đau Khổ của Súc Sinh

- *Trong một tư thế thư giãn, hãy thiết lập một tâm trung tính qua thực hành Quán niệm hơi thở.*
- *Đưa đến tâm một phạm vi rộng những súc sinh trên hành tinh này, hãy bắt đầu bằng cách xem những súc sinh đó sống ở đại dương. Hãy nhận diện một vài thí dụ và xem kinh nghiệm hằng ngày của chúng như thế nào. Chúng đối diện với những thử thách gì? Chúng đáp ứng những thách thức đó như thế nào? Có thời gian*

nào chúng có thể nghỉ được không hay là chúng luôn luôn ở dưới sự đe dọa nổi bật, phải bảo hộ sinh mạng của chúng khỏi bị các loại dã thú săn mồi khác nhau muốn ăn chúng?

- Bây giờ hãy xem những súc sinh đó sống trên đất khô. Hãy bắt đầu với những súc sinh sống nơi hoang dã. Lại nữa, hãy xem các loại đời sống của chúng. Hãy tưởng tượng đang sống một đời như thế. Hãy tưởng tượng sự sợ hãi và lo âu tràn ngập đến với nó.

- Cuối cùng, hãy nghĩ về mạng sống của những súc sinh đó bị người kiểm soát. Hãy xem sự sống của hàng triệu gà, heo và bò chúng ta nuôi để làm thực phẩm và những điều kinh khủng mà chúng phải trải qua. Hãy tưởng tượng chính bạn trong chính tình thế đó, xem nó như thế nào.

- Hãy cho phép cảm giác phát sinh khi không có sự kiểm soát bất cứ điều gì, đang chịu không những đòn roi của người khác mà còn những đáp ứng theo bản năng của riêng bạn, không có cơ hội chọn lựa nào cả. Hãy nhận ra những nguyên nhân cho những kinh nghiệm này khi sự vô minh theo thói quen không suy nghĩ, nhưng chỉ đơn giản theo sau bất cứ điều gì thúc giục phát sinh. Hãy phát triển lòng ham muốn mạnh mẽ không rơi vào trạng thái đần độn và thay vì hãy tu dưỡng sự thông minh và trí tuệ vĩ đại hơn.

Những Cõi Người

Mặc dù tái sinh trong ba cõi thấp hơn được đặc trưng bởi sự đau khổ kịch liệt, bạn có thể mong ba cõi cao hơn sẽ hạnh phúc và thích thú; tuy nhiên đây không phải là trường hợp ấy, vì ngay cả ở ba cõi cao hơn cũng không thấy có hạnh phúc chân thực lâu dài.

Vì chỉ đức hạnh có thể dự báo tái sinh vào cõi người, cõi ưa thích nhất trong tất cả các cõi, nó quí và hiếm khi xảy ra (như chúng ta sẽ học nhiều hơn trong chương sau). Bất chấp điều này, con người trải qua một phạm vi đau khổ đa dạng rộng lớn bao gồm sự đau thân xác và sự giày vò của tâm. Không giống như những cõi thấp hơn, sự đau khổ này không luôn luôn thị hiện, và những giây phút ngắn ngủi triển hoãn hiện hữu cho cơ hội có được viễn tượng về tình thế của chúng ta. Các loại khổ con người kinh nghiệm có thể hiểu theo cách chung hay đặc biệt theo các phạm trù sau đây:

Bốn Dòng Suối Khổ Lớn của Con Người

Nhóm khổ thứ nhất bị buộc chặt vào chu kỳ sống và tiêu biểu cho bản chất kinh nghiệm sống của chúng ta như những con người. Những cái khổ này luôn luôn ở với chúng ta từ giây phút chúng ta sinh ra cho đến khi chúng ta chết. Bốn dòng suối đau khổ lớn của con người là:

1. **Khổ của Sinh:** Trong thai cung của mẹ chúng ta có một lượng khổ đáng kể. Khi mẹ cử động chúng ta bị ném lui ném tới. Khi mẹ nằm xuống chúng ta cảm thấy sức ép của hình tướng mẹ. Khi dạ dày mẹ đẩy chúng ta bị đè ép. Khi mẹ tiêu thụ thức ăn đồ uống nóng hay lạnh chúng ta cảm thấy đau vì sức nóng đốt hay khí lạnh đóng băng. Nếu thực tế chúng ta có thể nhớ được toàn bộ sự khổ này chắc chắn sẽ khiến chúng ta không bao giờ muốn tái sinh nữa, song chúng ta không thể hồi tưởng điều này vì sự vô minh của chúng ta và vết thương sinh đẻ. Có cái đau vì bị chèn ép từ thân thể của mẹ và buồn phiền khi chúng ta gặp phải môi trường thô bạo hơn của thế giới bên ngoài. Từ giây phút này, bây giờ chúng ta sẽ phải đối diện với những đau khổ của một thế giới bị các giác quan của chúng ta thống trị. Do đức hạnh được sinh ra, chúng ta bây giờ chịu những đau khổ này dù thích hay không.

2. **Khổ của Tuổi Già:** Sau khi sinh, chúng ta có giác thức sai lầm rằng chúng ta đang lớn lên và tăng thêm khả năng, duy trì sự mê hoặc rằng chúng ta đang có được sự sống nhiều hơn. Tuy nhiên, thực tế là đời sống của chúng ta đang bị ngắn lại với mọi giây phút đi qua. Trong khi chúng ta bị tiêu hao khi sống đời sống của mình, chúng

ta quên rằng chúng ta đang già. Vì thiếu chú tâm và trí tuệ, chúng ta không thức tỉnh rằng chúng ta đang chạy đua về phía cái chết với từng giây phút. Ngay cả với một bác sĩ phẫu thuật thiện nghệ nhất cũng không thể làm cho chúng ta trẻ hơn, dù cho họ có thể cải thiện được bề ngoài của chúng ta nhất thời. Cuối cùng, thực tại của tuổi già xuất hiện nơi chúng ta cùng với cái thân đau bệnh, làm giảm các mức độ năng lượng và làm thất bại các giác năng. Già không thể tránh được và chúng ta không thể tránh nó dù chúng ta cố gắng khó nhọc thế nào. Khi thân suy thoái sự khổ của chúng ta đáng kể, không phải không giống như một vài chúng sinh hiện hữu ở các cõi thấp hơn.

3. **Khổ của Bệnh:** Khi thân già, nó trở nên mẫn cảm với những cái mất quân bình phát sinh. Chúng ta gọi những cái mất quân bình này là "bệnh" và chúng có thể đập vào chúng ta bất cứ giây phút nào. Phần lớn thời gian chúng ta không chú ý nhiều đến sức khỏe của mình. Chỉ khi nào chúng ta phiền não với một chứng bệnh nghiêm trọng đến độ chúng ta bị chấn động khi nhận ra bản chất mong manh của sự sống. Trong khi chúng ta có thể có khả năng tránh được một vài triệu chứng trong một thời gian nào đó, cuối cùng bệnh bắt kịp chúng ta càng già, thân càng ít có khả năng tồn tại sự sống và bệnh càng phát sinh.

4. **Khổ của Chết:** Cuối cùng thân chúng ta hoàn toàn suy kiệt và bệnh đến phút cuối, khiến tâm chúng ta rời khỏi thân xác. Chúng ta gọi quá trình này là "chết". Nó có thể là cực kỳ đau đớn để nhìn một cách vô hy vọng thân bạn đóng cửa lại và bạn đi vào cái không biết một cách không thể kiểm soát được. Sự sợ hãi xuất hiện trong giây phút này thực sự có thể là kinh khiếp. Đối với một ít người, quá trình này sẽ xảy ra qua một thời gian ngắn (chẳng hạn, trong trường hợp chết vì tai nạn). Dù đối với đa số, nó sẽ là một quá

trình kéo dài, đầy nhiều hình thức đau khổ của thân và tâm. Khi giây phút chết đến gần, người ta thường phản chiếu lại cuộc đời họ. Họ có thể cảm thấy một cảm giác mãnh liệt của hối tiếc và nỗi buồn về những hành động của họ. Họ còn có thể ngay cả trở nên sợ hãi khi họ nghĩ về những hậu quả mà những hành động ấy sẽ mang lại trong vị lai. Những ai không có niềm tin về đời sau thường sẽ kinh nghiệm một sự sợ hãi tràn ngập về sự đoạn diệt chỉ làm chín muồi những tập khí nghiệp tiêu cực.

Bài Luyện tập 7.8 – Những Cái Khổ Chung của Con Người

- *Trong một tư thế thư giãn, hãy thiết lập một tâm trung tính qua thực hành Quán niệm hơi thở.*

- *Hãy tưởng tượng bạn đang ở trong thai cung của mẹ. Hãy dùng một ít thời gian suy nghĩ về môi trường này. Nó giống cái gì? Bây giờ hãy tưởng tượng cảm giác đang được sinh ra. Thân bạn bị chèn ép như thế nào khi đi qua lỗ hở bé tí? Tình trạng mất phương hướng này như thế nào? Hãy tưởng tượng bị ném vào một thế giới với tất cả mọi thứ cảnh vật, âm thanh và cảm giác thì sẽ thế nào? Hãy xem bạn bối rối như thế nào do tất cả những kinh nghiệm kỳ lạ này?*

- *Bây giờ hãy đi qua những giai đoạn cuộc đời từ sinh cho đến cái chết tự nhiên. Hãy xem kinh nghiệm của một thiếu niên, với tất cả những thách thức mà một thiếu niên đối mặt. Rồi hãy xem kinh nghiệm của một thanh niên, một người trưởng thành còn trẻ, một người trưởng thành và một người già. Hãy đem đến tâm tất cả những vấn đề khác nhau mà chúng ta đối mặt mỗi giai đoạn trong cuộc đời chúng ta. Nhất là hãy ghi lại những điểm đáng nhớ về mối quan hệ của chúng ta với thân trong mỗi giai đoạn.*

- *Hãy tưởng tượng bạn bị bệnh. Cảm thấy thế nào khi thân bạn không làm việc đúng? Hãy xem những loại bệnh khác nhau mà bạn đã kinh nghiệm cho đến bây giờ, vì sự thiếu năng lượng tương đối nhỏ đối với chứng bệnh rất trầm trọng hay đe dọa mạng sống. Hãy nghĩ về tất cả những chứng bệnh khác nhau mà bạn có thể gặp phải một cách tiềm tàng.*
- *Hãy tưởng tượng bạn đang nổi trên giường chết, với gia đình và bạn bè tụ tập xung quanh. Bạn biết bạn sắp chết và bạn không thể làm gì được về chuyện này. Bạn có tâm trạng như thế nào? Những thứ gì làm bạn sợ hãi? Những gì làm bạn dễ chịu?*
- *Hãy cho phép một cảm giác không thỏa mãn thông thường phát sinh và chịu những thứ đau khổ này. Hãy để sự thức tỉnh của bạn nghỉ trong cảm giác này.*

Bốn Sự Khổ Tự Nhiên Khác của Con Người

Nhóm khổ kế tiếp liên hệ với bản chất huyên náo của đời sống chúng ta và nhiều tình thế có vấn đề mà chúng ta thấy mình ở trong đó. Những loại khổ này liên tục phát sinh những khó khăn trong đời sống chúng ta và tạo những điều kiện cho sự không thỏa mãn phát sinh.

1. **Khổ vì Gặp Kẻ Thù:** Không ai muốn gặp những kẻ thù làm hại hay những người chống lại chúng ta. Tuy nhiên nếu chúng ta không duy trì được sự hành xử đạo đức tốt và thay vì hiến dâng sự chú ý mua sắm của cải, danh vọng hay địa vị, bị động cơ tham lam lèo lái, thì tự nhiên chúng ta sẽ phát triển những địch thủ. Lúc ấy sẽ khó có cái tâm thực sự bình an hơn nhiều. Sự khổ của chúng ta thường ở trong sự cân xứng trực tiếp với của cải tích lũy và địa vị của chúng ta, khi chúng ta cảm thấy phải để phòng những người chống lại chúng ta. Do đó chúng ta nên phản chiếu và thiền định

về tầm quan trọng của sự sống trong bình an và gắng sức giảm thiểu sự chấp trước, nhất là với của cải và danh vọng.

2. **Khổ vì Xa Cách Người Thương Yêu:** Sống trong thế giới này, chúng ta phát triển sự chấp trước rất nhiều với những người khác nhau, và thường cũng có với súc vật. Vì không một chúng sinh nào có thể sống mãi mãi, ở một điểm nào đó trong đời sống, chúng ta sẽ sự mất đi những người thương yêu trong một hình thức nào đó, dù do phân ly hay chết. Hơn nữa, không có gì bảo đảm chúng ta sẽ luôn luôn gần gũi những người thương yêu. Gia đình hay bạn bè nói yêu thương chúng ta có thể trở thành không ủng hộ hay chống đối trong những tình thế nhất định. Hãy nghĩ về một cặp vợ chồng phân ly với tình cảm xấu. Đã có lần hai người này yêu nhau sâu đậm, nhưng bây giờ họ đối xử như kẻ tử thù. Ngay cả khi những quan hệ hòa hợp sẽ chấm dứt, khi chết là điểm phân ly điểm tối hậu và nhất định sẽ xảy ra cho mọi người.

3. **Khổ vì Không Được Cái Bạn Muốn:** Bản tính con người là mọi người đều muốn hạnh phúc và có mọi thứ họ muốn. Chính sự ham muốn này có nghĩa là bất cứ lúc nào chúng ta phải đối mặt với những cản trở để có những điều chúng ta muốn được thực hiện, chắn chắn sẽ có một hình thức đau khổ nào đó. Dù cho những ham muốn của chúng ta được thực hiện, chúng ta vẫn muốn nhiều hơn và kết cuộc chúng ta không bao giờ thực sự thỏa mãn. Do đó chúng ta nên thiền định về những lợi ích của tu tập Pháp, và cố gắng giảm bớt sự tin cậy vào những kế hoạch táo bạo có tính cách luân hồi, như những điều đã được tám pháp thế gian vạch ra. Cuối cùng, chúng ta sẽ đi đến chỗ hiểu rằng chúng không phải là cái nguồn hạnh phúc chân thật và lâu dài đáng tin cậy.

4. **Khổ vì Được Cái Bạn Không Muốn:** Trong khi tất cả chúng ta đều muốn tránh những điều không thích thú hay không muốn

nào đó, chắc chắn suốt đời chúng ta sẽ gặp phải những tình huống mà chúng ta sẽ làm hầu hết mọi điều để tránh. Đây là một trong những cái khổ thông thường nhất mà chúng ta đối mặt trong đời sống. Không hiểu rằng mọi điều chúng ta kinh nghiệm là quả của những hành động của chúng ta trong quá khứ, dù cho chúng ta không muốn khổ, chúng ta liên tục tạo ra các nhân của khổ. Tương tự, mặc dù chúng ta ước mong hạnh phúc và thịnh vượng, chúng ta thường không vun trồng những nhân cần thiết cho hạnh phúc.

Chúng ta không nên cho rằng vận tốt là đương nhiên. Thay vì chúng ta nên thâm cảm nhiều khía cạnh tích cực trong đời sống của chúng ta, nhất là nếu chúng ta sinh ra trong một nước giàu có, với thân thể khỏe mạnh và với tất cả những giác năng nguyên vẹn. Những duyên may này khiến cho chúng ta có khả năng sống một đời thịnh vượng và cung cấp cơ hội học Pháp không thể tin được. Tuy nhiên, đồng thời chúng ta nên hiểu rằng đây là tất cả quả của những nhân đặc biệt như là bố thí và hành xử đạo đức. Loại tuệ kiến này giúp chúng ta tạo tương lai hạnh phúc cho chính mình và nhận ra tại sao những hoàn cảnh ít may mắn phát sinh, và vì thế chúng ta có thể bắt đầu làm giảm bớt mức độ sự đau khổ mà chúng ta đối mặt.

Mức độ đau khổ của chúng ta cũng do tâm thái của chúng ta quyết định. Nếu chúng ta có thể phát triển những cách suy nghĩ tốt như nhẫn nhục và nhu nhuyến, chúng ta càng có thể có những mong muốn hiện thực và càng chấp nhận những tình thế thách thức phát sinh. Nhờ đó chúng ta phát triển trí tuệ giúp chúng ta làm giảm bớt loại khổ này.

Tóm lại, chúng ta không thể luôn luôn đạt được những gì mình ham muốn hay tránh được những gì mình không muốn vì đây là bản chất của luân hồi. Do đó, tốt nhất là thay đổi thái độ, tu dưỡng công đức và nghiệp tích cực nhiều nhất nếu có thể, hơn là sống một cuộc đời bị yêu thích và ham muốn kiểm soát.

Bài Luyện tập 7.9 – Những Nỗi Khổ Đặc Biệt của Con Người

- *Trong một tư thế thư giãn, hãy thiết lập một tâm trung tính qua thực hành Quán niệm hơi thở.*

- *Hãy đem đến tâm những sự cố khác nhau khi đối mặt với một người ngăn cản bạn làm một điều gì đó. Họ có thể cố ý tạo những chướng ngại cho bạn hoặc chủ ý cố hãm hại bạn. Hãy nghĩ về những người xuất hiện trong đời bạn hết lần này đến lần khác. Hãy nghĩ về sự thất vọng phát sinh trong mối liên hệ với những người này.*

- *Bây giờ hãy xem sự đau đớn bị phân ly với một người thương yêu. Hãy nghĩ lại qua những quan hệ quá khứ của bạn và hãy nhận diện tất cả những người mà trước bạn cảm thấy rất gần gũi nhưng bây giờ không còn là một phần của đời bạn. Hãy quan sát những hoàn cảnh đã làm cho những mối quan hệ này đổ vỡ. Hãy ghi lại những điểm cần nhớ về tất cả những người bạn đến tiếp xúc và độ dài của những mối quan hệ này. Hãy tìm một ý nghĩa cho vai trò mà sự chấp trước ấy đóng trong sự khổ phân ly.*

- *Hãy xem tất cả những điều bạn ham muốn trong đời này. Hãy nhận diện những người, những nơi và những tình thế bạn mong song không thể kinh nghiệm được. Cảm thấy thế nào khi muốn một vật gì đó một cách tệ hại song không thể thực hiện được ham muốn đó?*

- *Bây giờ hãy xem tất cả những sự vật mà bạn không yêu cầu, nhưng dù sao cũng phải kinh nghiệm. Hãy nghĩ về những thời gian khác nhau khi bạn bị bệnh hay kinh nghiệm một loại không may mắn nào đó trong đời bạn. Hãy nghĩ đến những vấn đề bạn gặp phải hằng ngày, những điều nhỏ bé làm cho đời sống của bạn khó khăn. Hãy nghĩ đến những giây phút khủng hoảng bạn trải qua và sự khổ của không biết cái gì sẽ xảy ra.*

- *Hãy cho phép một cảm giác thông thường về sự không thỏa mãn phát sinh. Hãy nghỉ trong sự ham muốn tự tại với những hình thức đau khổ. Hãy quyết tâm bỏ những tâm trạng yêu thích và ham muốn mà chúng là nhân của những thứ này.*

Cõi A Tu La[8]

A Tu La là một loại chúng sinh có rất nhiều năng lực và hoàn toàn bị những cảm giác đố kỵ, không thỏa đáng và cạnh tranh thống trị. Dù cho môi trường của họ đầy những khoái lạc và của cải, họ nhợt nhạt so với các cõi trời và điều này mang lại cho A Tu La khổ vô tận. Lòng ham muốn ganh ghét của họ có những gì các thần sở hữu, khiến họ điều động những cuộc chiến tranh vô tận chống lại các thần với ước mong thu thập tất cả những gì họ muốn. Nhưng vì họ là những thần có nhiều năng lực hơn, A Tu La luôn luôn bị đánh bại và do đó những tham vọng của họ không bao giờ được thực hiện.

Trong một cõi đánh nhau liên tục như thế, không có cơ hội nào để nghỉ ngơi. Muốn tránh sinh ra ở đây chúng ta phải luôn luôn tránh ganh ghét và đố kỵ. Phát triển bi tâm đối với những người khác bằng cách tư duy cảnh ngộ của họ từ đáy tim bạn.

Bài Luyện tập 7.10 – Những Đau Khổ của A Tu La

- *Trong một tư thế thư giãn, hãy thiết lập một tâm trung tính qua thực hành Quán niệm hơi thở.*
- *Hãy tưởng tượng bạn sinh ra trong một thành phố ở bên một dòng sông. Mọi thứ bạn cần đều khả dụng đối với bạn: thức ăn, quần áo và bạn bè.*

---

8 Anh: *Demigod.*

- *Nhưng hãy tưởng tượng vượt qua dòng sông, có một thành phố khác tráng lệ hơn. Mọi thứ của chỗ này lớn hơn, tốt hơn nơi bạn sống. Mỗi ngày bạn ngồi trên bờ sông và nhìn sang những người ấy thưởng thức. Mỗi ngày bạn phát triển lòng ham của bạn muốn có những gì họ có. Hãy tưởng tượng sự đố kỵ và lòng ham muốn phát sinh trong bạn.*

- *Bây giờ hãy xem những gì bạn làm nếu sự đố kỵ đó quá mạnh đến nỗi bạn không thể chịu được nữa. Và không những một mình bạn mà mọi người trong thành phố của bạn cũng đầy lòng ham muốn những gì thành phố láng giềng có.*

- *Hãy tưởng tượng rằng bạn đi ra trận đánh nhau, tin chắc rằng cách duy nhất để có được cái gì bạn muốn là lấy nó. Hãy cố gắng kinh nghiệm sự man rợ, tàn nhẫn đánh nhau với một kẻ thù lớn hơn, mạnh hơn bạn lúc ấy. Mỗi lần bạn tung cú đánh ra, họ đánh trả lại, châm biếm bạn và từ chối bạn mọi thứ bạn muốn. Hãy tưởng tượng sự phẫn hận và thất vọng sẽ phát sinh.*

- *Hãy nhận ra hình thức tồn sinh này là quả của sự vun bồi tâm ganh tị và ham muốn. Hãy phát triển một quyết tâm mạnh để bỏ những tâm thái tiêu cực này và thay vì hay tu dưỡng một cảm giác bằng lòng bên trong với những gì bạn có.*

Các Cõi Trời

Theo thế giới quan Phật giáo, chữ "Trời" dùng để chỉ một hình thức hiện hữu thêm vi tế được đặc trưng bởi sự khoái lạc vô bờ và sự vắng mặt của đau khổ. Các vị Trời này chưa giác ngộ và vẫn bị mắc trong tồn sinh luân hồi. Trong khi có thể sống trong những thời kỳ dài không thể tưởng tượng được, họ vẫn còn tùy thuộc vào các nhân và duyên và do đó bản chất tồn sinh của họ là vô thường. Cuối cùng, sự tồn sinh của họ sẽ đi đến chấm dứt và họ phải nhận tái sinh ở một trong các cõi khác, nơi họ sẽ một lần nữa kinh nghiệm những mức độ khác nhau của khổ và tạo những nhân khiến cho sự khổ đó vĩnh viễn.

Khi nói về các cõi Trời, chúng ta có thể thiết lập ba loại cõi tương ứng với ba mức độ vi tế:

1. **Cõi Dục:** Những vị Trời này hiện hữu trong không gian vật lý được năm cõi hữu hình kia chia sẻ. Trong khi thân họ vi tế hơn thân người hay súc vật, họ có thể vẫn còn tương tác với các loại chúng sinh khác. Ở cõi dục họ được hưởng khoái lạc, không có hiện hữu của khổ đau.

2. **Cõi Sắc:** Cảnh giới của tâm chiếm ưu thế với một thân rất vi tế sinh ra qua năng lực thiền định. Vì cõi này chỉ những người nhập thiền định sâu có thể trải nghiệm được, nó không thể trực tiếp đi vào từ cõi dục. Nó được đặc trưng bởi những hình thức cực lạc vi tế gia tăng, sự vô niệm và sống động của tâm.

3. **Cõi Vô Sắc:** Qua năng lực thiền định của tâm, ở cõi vô sắc khả năng siêu việt tất cả vi tế và trụ trong thế giới thuần tâm khiến Họ ở lại trong cảnh giới cực lạc trong đại kiếp, quên lãng đối với tất cả các chúng sinh khác.

Mặc dù chư thiên không trải qua nỗi đau đớn, nhưng cuối cùng họ cũng phải trải qua nỗi đau của sự thay đổi và nỗi đau toàn diện. Cụ thể chúng ta có thể nói về những đau khổ sau đây đối với mỗi loại trong ba loại thần:

Sáu Cõi Trời Dục Giới

Có sáu cõi Trời ở Dục giới, gọi là Lục Dục thiên. Để tái sinh lên các cõi này, cần phải tích lũy một lượng lớn phúc đức, như nhân tu thập thiện, thân có ba điều (bất sát, bất đạo, bất dâm), miệng có bốn điều (Bất vọng ngôn, bất ỷ ngữ, bất lưỡng thiệt, bất ác khẩu) và ý có ba điều (bất tham, bất sân, bất si), nhờ phúc báu của nhân tu thập thiện mà chúng sinh nơi đây có tuổi thọ cao hơn loài người rất nhiều. Nhưng họ vẫn còn chịu quy luật sinh tử luân hồi.

Mỗi tầng trong các cõi trời dục giới này, họ có được sức khỏe toàn hảo về thể chất lẫn tinh thần, cuộc sống giàu sang, tiện nghi sung túc và hạnh phúc. Cho đến khi chết, họ không bao giờ bị khổ đau. Còn số khác vẫn phải chịu khổ do phúc đức đã hết. Trong cõi trời dục giới, mọi giây phút đều được hưởng khoái lạc, nhưng khi dòng suối khoái lạc tiêm chiếm, bởi không hiểu cái chết đang tiến gần, và do đó họ không có sự chuẩn bị cho lúc cận tử nghiệp. Như thế, một vị trời ở cõi dục giới vẫn có thể chết trong sầu buồn, và khổ kéo dài như cảnh giới địa ngục. Vào lúc chết, họ thấu thị nơi họ đã sinh trong các kiếp trước, họ thường hối hận bởi đã tận hưởng hết phúc đức, và khi đã nhận ra thì họ đã tiêu phí hết tất cả những kho tàng thiện nghiệp trong đời hiện tại, họ sẽ tái sinh vào các cõi thấp hơn.

Mười Bảy Cõi Trời Sắc giới

Trong cõi sắc giới, trạng thái tồn sinh vi tế hơn các cõi trời dục giới, song cõi này vẫn còn sắc, thanh, hương, vị, xúc giác. Để được sinh vào một trong mười bảy cõi sắc giới, người ta cần nhiều hơn so với chỉ tích lũy công đức. Yêu cầu tối thiểu là hoàn thành Shamatha, sự ổn định đầy đủ của tâm. Điều này thiết lập cái được biết như là nghiệp cố định và không thay đổi vì nó không thể thay đổi cho đến khi quả kiệt tận. Có mười bảy cõi sắc khác nhau với một ở mức đỉnh cao và mười sáu ở mức vi tế gia tăng. Mười sáu cái này chia nhóm thành bốn mức độ rõ rệt tiêu biểu cho bốn tâm trạng khác nhau hay những loại nhập định của sự tập trung qui nhất được biết như là jhana. Những chúng sinh từ mười sáu cõi sắc này có thể ở lại hàng đại kiếp trong jhana có hình thức đặc biệt hay sự nhập định tiêu biểu cảnh giới tâm của họ.

Những chúng sinh như thế không chạy trốn sự khổ xâm nhập tất cả, và như thế cái nghiệp không thay đổi giữ tâm họ trong cảnh giới Shamatha bị cạn kiệt, họ bắt đầu khởi lên cảm xúc và cuối cùng nhận tái sinh ở một trong sáu cõi kia, tùy thuộc vào dấu ấn nghiệp nào của họ xuất hiện kế tiếp.

Có một vài ngoại lệ đối với cảnh giới này vì một vài chúng sinh sinh ra trong các cõi sắc với mục đích đạt những pháp tu nào đó trên đường đến giác ngộ. Phẩm chất tâm thái của những chúng sinh trong cõi sắc rất lôi cuốn đối với sự thiền định có hiệu quả và khả năng đạt giác ngộ hiện hữu, tuy nhiên, tâm Shamatha có thể đạt được trong khi ở trong hình thức người, và nếu được hướng dẫn đến ngộ đây là phương pháp nhiều hiệu quả hơn xa là bị nghiệp lèo lái đến sự tái sinh trong các cõi sắc hay vô sắc.

Bốn Cõi Trời Vô Sắc giới

Như với cõi sắc, tái sinh ở cõi vô sắc đòi hỏi sự thành tựu tối thiểu của thiền Shamantha. Cũng tương tự như cõi sắc, các cõi này gồm bốn tầng mức tiêu biểu những cảnh giới của tâm, sự nhập định thiền khác nhau; mặc dù trong trường hợp cá biệt này chúng được biết như là những thiền jhana vô tướng. Những chúng sinh trong các cõi vô sắc không nhận thức bất cứ loại chủ thể hay khách thể có thân nào, họ cũng không sở hữu bất cứ một giác quan nào trong năm giác quan. Đây là lý do tại sao những cõi này được gọi là vô sắc. Mặc dù không có cảm giác, những chúng sinh trong các cõi vô sắc thực có nhận thức về một vài khía cạnh trong những khía cạnh vi tế hơn của tâm.

1. Ở tầng thứ nhất, những chúng sinh có khả năng nhận thức hư không.

2. Ở tầng thứ nhì, những chúng sinh có nhận thức vi tế hơn, với khả năng nhận thức tâm nhưng không có nhận thức hư không.

3. Ở tầng mức thứ ba, những chúng sinh chỉ có nhận thức về khôngcó chi cả[9] [vô sở hữu xứ] và không có nhận thức về tâm.

4. Ở tầng thứ tư, những chúng sinh trú trong một trạng thái cực kỳ vi tế của tâm, dù không có nhận thức về không có chi cả.

---

9   Anh: *nothingness.*

Tất cả điều này có nghĩa là tâm của chúng sinh trong các cõi vô sắc không có thực chất và do đó quá yếu để làm nền tảng thích đáng cho việc loại bỏ những hạt giống phiền não của tâm. Tất cả bốn loại chúng sinh trong các cõi vô sắc đã đạt được cảnh giới Shamatha của tâm, nhưng không đạt được bất cứ một mức độ tuệ kiến[10] nào. Do đó, các Bồ tát tránh sinh ở các cõi vô sắc vì họ không thể đạt những cảnh giới của tâm cần có để đạt giác ngộ ở đó.

___

Bài Luyện tập 7.11 – Những Sự Khổ của Trời

- *Hãy thực hành thở ra hít vào Trong một tư thế thư giãn, thoải mái.*

- *Hãy quán tưởng bạn đang sống trong một cung điện sang trọng đầy khoái lạc. Bạn có tất cả những gì bạn muốn.*

- *Hãy quán tưởng sau thời gian dài hưởng thụ sự giàu có, sung sướng và khoái lạc, nay toàn bộ sự phong phú khoái lạc trong giác quan của bạn bị lấy mất. (Mùi hương thơm thích thú, nay là mùi hôi tanh của thân xác bốc ra; ánh sáng hoàng kim bắt đầu phai tàn. Những người bạn quây quần đã biến mất, bạn chỉ còn cô đơn một mình.) Hãy tìm ý nghĩa cho cảm giác bị mất tất cả. Đây là sự khổ của cõi dục.*

- *Bây giờ hãy quán tưởng bạn dùng một thứ thuốc đầy năng lực đưa bạn vào trạng thái đê mê đầy lạc thú. Hãy quán tưởng cứ ở như vậy trong hằng tỉ năm. Và rồi thuốc tan dần và bạn đổ vỡ, trở về với bụi bẩn của tồn sinh luân hồi. Đây là sự khổ của cõi sắc.*

- *Hãy quán tưởng bạn bị mất phương hướng, tâm bạn đông cứng, không cử động được. Một lần nữa bạn phải đối mặt với sự thô bạo của thực tại, tất cả nghiệp đức hạnh của bạn bị cạn kiệt và bạn*

___

10 Anh: *insight.*

*phải trải nghiệm sự đau khổ bất tận của các cõi thấp hơn. Đây là
sự khổ của cõi vô sắc.*

- *Hãy thừa nhận hiện hữu sự khổ của bạn, hãy tránh bị quyến rũ.*
- *Hãy quyết tâm bỏ kiêu mạn và tự phụ, tập trung vào sự tu dưỡng
đức hạnh do tâm từ bi và trí tuệ dẫn dắt.*

Như chúng ta có thể thấy, dù bạn có thể sinh ra nơi nào trong sáu cõi, cũng
sẽ luôn luôn có một hình thức đau khổ nào đó. Nếu bạn sinh ra trong các
cõi thấp hơn, đau khổ rất kịch liệt bạn không có cơ hội tu dưỡng đức hạnh
và thay vì chỉ kinh nghiệm sự đau đớn và khó nhọc. Song, nếu bạn sinh
ra trong các cõi cao hơn, bạn vẫn không tự do với các nhân và duyên của
nghiệp, và do đó bạn sẽ kinh nghiệm những tình huống không thỏa mãn
một cách không thể tránh được.

Ba Giới	Sáu Cõi	Loại Hiện Hữu
Dục giới	1.Các Cõi Địa Ngục	Chúng sinh của địa ngục: 1. Các Ngục Nóng 2. Các Ngục Lạnh 3. Các Ngục Láng Giềng 4. Các Ngục phù Du
	2. Các Cõi Ngạ Quỉ	Ngạ Quỉ: 1. Những chúng sinh sống với nhau 2. Những chúng sinh sống trong hư không
	3. Các Cõi Súc Sinh	Súc Sinh: 1. Những chúng sinh ở những chỗ sâu của đại dương 2. Những chúng sinh ở rải rác trên đất
	4. Các Cõi Người	Người
	5. Các Cõi A tu la	A tu la
	6. Các Cõi Thiên	Các Thần Dục giới: 1. Bốn Đại Thiên Vương 2. Trời Ba Mươi Ba (Đao Lợi) 3. Vô Tranh (Dạ Ma) 4. Trời Đâu-suất 5. Lạc Biến hóa 6. Tha hóa Tự Tại
Sắc giới		Các Thần Sắc giới: 1. Sơ Thiền 2. Nhị Thiền 3. Tam Thiền 4. Tứ Thiền 5. Tịnh phạm Địa
Vô sắc giới		Các Thần Vô Sắc giới: 1. Phi Tưởng Phi Phi Tưởng Xứ 2. Vô Sở Hữu Xứ 3. Thức Vô Biên Xứ 4. Không Vô Biên Xứ

Bảng 7-4: Tầm Kinh Nghiệm Đầy Đủ trong Tồn Sinh Luân Hồi.

TÓM TẮT CHƯƠNG BẢY

• Tồn sinh luân hồi phát sinh vì mối quan hệ tương tùy giữa mười hai nhân duyên: Vô minh, nghiệp hành, thức, danh và sắc, sáu nhập, xúc, thọ, ái, thủ, hữu, sinh, già và chết.

• Có ba bình diện của khổ: Khổ vì đau, khổ vì thay đổi, và khổ xâm nhập tất cả.

• Có sáu cõi hữu: Các cõi địa ngục (ghét), các cõi ngạ quỉ (chấp trước), các cõi súc sinh (vô minh), các cõi người (ham muốn), các cõi A tu la (ganh ghét), và các cõi thần (kiêu mạn).

• Có mười tám cõi địa ngục miêu tả theo cách truyền thống: Tám ngục nóng, các ngục láng giềng, tám ngục lạnh và các ngục phù du.

• Các cõi ngạ quỉ được chia ra trên căn bản các loại ám chướng mà những chúng sinh này đối mặt: Những chúng sinh đối mặt với những ám chướng bên ngoài, những chúng sinh đối mặt với những ám chướng bên trong và những chúng sinh khổ vì những ám chướng của nghiệp đặc biệt.

• Cõi súc sinh được phân chia theo chỗ họ ở: Có những chúng sinh sống ở đại dương và chúng sinh trên đất liền. Trong những chúng sinh trên đất liền, có những chúng sinh hoang dã và những chúng sinh bị người kiểm soát.

• Cõi người được chia trên căn bản các loại khổ mà chúng ta kinh nghiệm: Có bốn dòng suối khổ lớn (sinh, già, bệnh, và chết) và những khổ tự nhiên khác của con người.

- Cõi A Tu La đặc trưng bằng cái khổ không bao giờ bằng lòng với những gì bạn có và luôn luôn muốn đánh người khác và lấy đồ của họ.

- Các cõi trời được chia thành ba nhóm phụ: Cõi dục, cõi sắc và cõi vô sắc.

Khentrul Rinpoche đang tọa thiền trên vùng đồi của quê nhà Tây Tạng

Cơ Hội Quí Do Kiếp Người Cống Hiến

Khi chúng ta nghiên cứu chu kỳ tồn sinh, chúng ta phát triển một sự hiểu biết rộng rãi hơn rất nhiều về một vũ trụ mà nó vận hành trên nhiều chiều kích khác nhau. Nó là một vũ trụ đông đúc với nhiều hình thức sống của tất cả mọi hình dáng và kích thước, nơi loài người chỉ là một trong nhiều khả thể. Khi vẽ bản đồ tầm mức đầy đủ của các tiềm năng này, có thể tập trung vào tình thế đặc biệt mà chúng ta thấy chính mình ở đó.

Trong tất cả sáu cõi hữu, bây giờ chúng ta có thể tập trung vào chính mình để thấy được thực tại, chúng ta hiện ở cõi vừa phải nhất trong sáu cõi, cõi người ta. Cõi này là độc nhất vô nhị trong đó không bị cực khổ hay cực khoái thống trị. Thông thường nó là một căn cứ địa thuộc loại trung bình, nơi có một tầm rộng rãi những cảm giác cả thích thú, không thích thú và trung tính, không hoàn toàn bị tràn ngập và bão hòa bởi những trải nghiệm này. Những cảm giác này đến và đi một cách chóng vánh đáng chú ý cho phép những ai đang chú ý tư duy về bản tính. Trong một môi trường như thế, có thể phát triển những tuệ kiến đi vào các hiện tượng và làm như thế để phát triển sự thông minh và trí tuệ nhiều hơn. Đây là điều (như chúng ta sẽ thấy dưới đây) rất khó xảy ra trong bất kỳ cõi nào khác.

Chính khả năng này phát triển một cách năng động tâm chúng ta khiến cõi người thành một hình thức tồn sinh quan trọng theo văn cảnh tu tập Pháp. Khi bắt đầu nhìn các đặc trưng của nó một cách lương thiện, thấy rằng mọi thứ cần để đạt tất cả cái chúng ta từng muốn. Điều này khả thể bởi vì ngay bây giờ, trong chính giây phút này, chúng ta có khả năng lựa chọn hoặc tạo ra nhân của đau khổ hoặc chọn tạo ra nhân của hạnh phúc, đấy là chúng ta tiêu phí thời giờ. Những giáo lý sau đây được thiết kế để giúp chúng ta phát triển tuệ kiến vào hai khía cạnh của cuộc sống con người.

1.   *Cơ hội quí* không thể tin được mà đời này tặng chúng ta.

2.   *Sự hiếm hoi* không thể tin được của sự gặp được một cơ hội như thế.

Khi kết hợp hai phẩm tính này, chúng giúp bạn phát triển một ý nghĩa thâm cảm đối với các hành động như là một động cơ mạnh mẽ cho tu tập Pháp. Thay vì lãng phí cơ hội này, bạn có thể chọn dùng phần lớn mỗi giây và do đó cải hóa cuộc tồn sinh bình thường của một người thành những gì được biết như là "*kiếp người quí báu*". Chính kiếp người quí báu này là cái nền hoàn hảo để đạt những chứng ngộ tâm linh.

NHỮNG ĐẶC TRƯNG CỦA KIẾP NGƯỜI QUÍ BÁU

Trước hết bằng cách phân biệt rõ ràng cái gì làm cho *kiếp người quí báu* phân biệt với tất cả những hình thức tồn sinh khác. Theo truyền thống, làm được điều này qua nghiên cứu tám đặc trưng mà chúng ta không có và mười đặc trưng. Mười tám điểm này làm nổi bật các trợ duyên, mà khi được dùng một cách thiện xảo, có thể đưa đến hạnh phúc chân thật lâu dài.

Một cách đơn giản được sinh ra là người không tự động bảo đảm chúng ta có một cuộc sống người *quí báu*. Dù chúng ta làm cho đời này quí báu hay không sẽ tùy thuộc vào những lựa chọn của chúng ta. Không may, nhiều người sống không khôn ngoan, tạo nghiệp tiêu cực và gây khổ cho chính họ và những người khác, dẫn đến khổ hơn nữa không thể tránh được trong vị lai. Khi chúng ta đọc qua các đặc trưng sau đây, quan trọng là chiêm nghiệm và phân tích, chúng ta có thực sự sở hữu chúng không và nếu không, thì chúng ta cần xem làm sao đi thu lượm những điều kiện còn thiếu.

Tám Tự Do

Bắt đầu bằng cách phân tích sự vắng mặt của tám tình thế khiến không thể tu tập Pháp. Những điều kiện này được biết như là "những tự do" bởi vì chừng nào chúng còn vắng mặt, thì chúng ta có tự do dấn thân vào tu tập tinh thần. Bốn điều kiện đầu liên hệ với những tình trạng phi nhân không cống hiến cơ hội nào để tu tập:

1. **Sinh ở cõi địa ngục:** Như chúng ta thấy, chúng sinh ở địa ngục bị sức nóng hay lạnh vô cùng và những phương pháp tra tấn không thể chịu đựng giày vò không ngừng. Dòng suối đau và khổ không ngừng có nghĩa là một chúng sinh ở địa ngục tuyệt đối không có cơ hội tu tập Pháp. Chịu đựng những quả của nghiệp tiêu cực, một cách đơn giản họ bị thống khổ quá tràn ngập không có khả năng phát triển một chủ ý tích cực.

2. **Sinh làm ngạ quỉ:** Giống như chúng sinh ở địa ngục, những ngạ quỉ cũng không có cơ hội nào để tu tập Pháp bởi vì sự giày vò không ngừng của đói và khát mà họ phải chịu đựng. Họ cũng bị tiêu hao rất nhiều vì sự mong có được thức ăn, tâm họ không thể thăm dò tu tập ngay cả trong một giây.

3. **Sinh làm súc sinh:** Tâm của một súc sinh liên tục phản ứng với sự đẩy và kéo của những khuynh hướng theo thói quen. Một cái tâm như thế không chọn lựa, nó phản ứng ở tầng mức bản năng. Đây là dấu hiệu của vô minh nằm sâu bên trong làm chúng mù đối với ý nghĩa của những giáo lý ấy và sự không có khả năng hiểu các giáo lý này, có nghĩa là chúng không có cơ hội nào để tu tập Pháp.

4. **Sinh làm thần sống lâu:** Các thần sống một đời cực kỳ xa hoa và khoái lạc, do đó họ có rất ích sự khuyến khích hỏi về bản tính của thực tại. Điều này làm họ mù đối với những cái bất lợi của cuộc tồn sinh luân hồi và ngăn chặn họ tìm ra Pháp. Những chúng sinh biến

mất trong các cảnh giới định cao hơn có tâm rất vi tế, họ không có khả năng tư duy về các điều kiện của họ và kết cuộc lãng phí một cái có vẻ là vĩnh cửu dùng hết tất cả những tập khí tích cực của họ, cho đến cuối cùng họ rơi vào các cõi thấp hơn.

Bài Luyện tập 8.1 – Không có Cơ Hội Tu Tập

- *Trong một tư thế thư giãn, hãy thiết lập một tâm trung tính qua thực hành Quán niệm hơi thở.*

- *Hãy quán tưởng một sự cố làm tâm đau đớn hay một khó khăn nào đó mà bạn đã trải qua. Bây giờ hãy phóng đại cảm giác đó tăng lên một ngàn lần để cảm nhận được chúng sinh ở địa ngục khổ thế nào. Bạn sẽ nghĩ gì trong tình thế như vậy? Tâm bạn sẽ bị quấy rầy như thế nào? Bạn có thể ngồi thiền định trong tình thế như vậy không?*

- *Bây giờ hãy nghĩ về một thời gian khi bạn đã không ăn trong một lúc. Cơn đói đã ảnh hưởng vào khí sắc và tâm trạng của bạn như thế nào? Hãy tưởng tượng trải qua hai hay ba ngày không có thức ăn. Tâm bạn sẽ suy sụp như thế nào trong tình trạng như thế? Hãy xem những ngạ quỉ có thể đi hằng trăm năm mà không tìm được một miếng để ăn hay một giọt nước để uống. Làm sao họ có thể tu tập Pháp?*

- *Hãy cố gắng nhớ lại thời gian khi bạn đầy một lượng rất nhiều sợ hãi hay lo âu. Bạn đã rất lo lắng về điều gì đó đang xảy ra, bạn đã làm mọi điều có thể để tránh nó. Bây giờ hãy tưởng tượng đang sống toàn thể đời bạn trong trạng thái này. Hãy tưởng tượng sự nguy hiểm ấy rất là thực và để sự phòng vệ của bạn xuống vì ngay cả chỉ trong một khoảnh khắc thôi cũng có nghĩa là bạn có thể bị giết chết. Hãy nghĩ về tâm trạng của một chúng sinh như thế. Nó có không gian cần thiết để tu tập chăng?*

- *Bây giờ hãy nghĩ về những lúc trong đời bạn khi mọi sự xảy ra tốt đẹp. Bạn ở trong mối quan hệ to lớn, bạn đã có tất cả tiền bạn cần và bạn được những người kỳ diệu vây quanh. Mọi thứ toàn hảo. Bạn có muốn thay đổi đời mình không? Hãy tưởng tượng trạng thái toàn hảo này được nhân lên một ngàn lần, một dòng khoái lạc và thỏa mãn liên tục. Điều gì sẽ làm động cơ cho bạn nỗ lực tu tập?*

- *Khi bạn chiêm nghiệm từng điểm hãy nhận ra rằng bạn tự tại với những kiểu hiện hữu này không. Dĩ nhiên bạn có chiêm kinh nghiệm những thăng trầm và có nhiều khoảng trống ở giữa những cái đó. Hãy cho phép một cảm giác của sự vợi bớt khởi lên trong tâm bạn. Hãy nghỉ ngơi trong cảm giác này.*

Bốn điều kiện kế tiếp tất cả đều liên hệ với những hình thức con người không có những ủng hộ cần thiết cho tu tập Pháp:

5. **Sinh trong thời không một giáo lý nào hiện hữu:** Theo Phật giáo, vũ trụ có chu kỳ qua các thời kỳ toàn bóng tối và những thời kỳ gia tăng ánh sáng. Ở đây ánh sáng là hiện diện của một bậc thầy (tức một chúng sinh đã giác ngộ). Những thời kỳ không có thầy, không có giáo lý để tu tập được xem là những đại kiếp đen tối.

6. **Sinh nơi các vùng hẻo lánh:** Dù cho giáo lý hiện hữu trong thế giới chúng ta, chúng ta có thể sinh vào những vùng hẻo lánh nơi mà giáo lý không hiện diện và không có tăng đoàn để cộng tu. Ở một nơi như thế có rất ít cơ hội tu tập Pháp. Thường các giá trị và phong tục địa phương có tính chất thế gian khiến cho người ta khó tìm được cơ hội học biết về cách tìm kiếm chân hạnh phúc.

7. **Sinh ra không có khả năng tâm trí để hiểu giáo lý:** Dù cho chúng ta sinh ở nơi có Pháp hiện hữu, chúng ta vẫn không thể hiểu ý

nghĩa phía sau các giáo lý bởi các giới hạn, khiếm khuyết của giác quan đã ngăn chúng ta đi vào giáo lý một cách đầy đủ. Trong điều kiện bình thường vượt qua chướng ngại đã khó, nếu thêm chướng ngại về tâm trí thì đây sẽ là rào cản lớn rất khó khăn để vượt qua.

8. **Giữ những cái thấy sai:** Dù cho chúng ta có khả năng hiểu được giáo lý, chúng ta có thể đã phát triển những niềm tin sai lầm ngăn chúng ta không tu tập Pháp. Những niềm tin này có thể đã được truyền qua cha mẹ hay qua xã hội ta đang sống. Tuy nhiên khi khả năng thu nhận thông tin của một người bị giới hạn sẽ đóng cánh cửa đi vào tầm tiềm năng đầy đủ của họ.

Bài Luyện tập 8.2 – Môi trường không có cơ hội tu tập

- *Trong một tư thế thư giãn, hãy thiết lập một tâm trung tính qua thực hành Quán niệm hơi thở.*

- *Hãy xem tất cả những bậc đại thánh của quá khứ. Hãy tưởng tượng thế giới này sẽ giống cái gì nếu không một ai trong các ngài ấy từng hiện hữu. Hãy nghĩ tất cả những giáo lý ấy không bao giờ được ban cho, và toàn bộ trí tuệ ấy không bao giờ được chia xẻ. Hãy tưởng tượng một thế giới không có Pháp. Làm sao bạn có thể tu tập một điều gì đó mà nó không hiện hữu?*

- *Bây giờ hãy tưởng tượng bạn sống trên một hòn đảo, hoàn toàn biệt lập với phần còn lại của thế giới. Dù cho các giáo lý ấy hiện hữu, bạn không thể biết chúng. Làm sao bạn có thể thực hành một điều gì đó mà bạn chưa bao giờ gặp? Làm sao chúng ta có thể học một điều gì đó nếu không có ai dạy chúng ta?*

- *Rồi hãy xem không có khả năng thấy chữ viết giáo lý hay nghe âm thanh của lời nói nếu chúng chẳng được nói lên thì thế nào? Cái gì xảy ra nếu bạn không thể hiểu những chữ ấy nói cái gì? Nếu nghĩa ấy rất sâu kín đối với bạn, thì bạn có được lợi ích gì rút ra từ chúng? Hãy tưởng tượng sống trong một nền văn hóa thiếu sự ủng hộ giúp bạn vượt qua những chướng ngại này.*

- *Cái gì xảy ra nếu bạn sống trong một nền văn hóa không đánh giá sự phát triển tâm linh? Loại tín ngưỡng gì tác động như hàng rào ngăn cản tu tập Pháp? Hãy nghĩ về những cách khác nhau mà niềm tin của chúng ta có thể bất lợi cho chúng ta không dấn thân vào những cách hành xử xây dựng.*

- *Hãy kiểm tra đời sống của bạn xem nếu bất cứ tình thế nào trong những tình thế này hiện diện. Nếu bạn không dính líu gì với tất cả bốn, thì hãy cho phép cảm giác vơi bớt đó tái hiện, và hãy nghỉ trong cảm giác tự do và các khả thể.*

Mười Lợi Thế

Khi đã thiết lập những điều kiện mà chúng không hiện diện trong đời bạn, bây giờ chúng ta có thể nhìn vào những điều kiện nào hiện diện. Với mười lợi thế hiện diện trong đời chúng ta, chúng ta có mọi thứ cần để dấn thân tu tập Pháp, chúng ta có khả năng làm phát sinh những nhân cho hạnh phúc chân thật trong đời sống chung ta và rốt ráo tự tại với tất cả những hình thức của đau khổ. Do đó, nếu chúng ta thấy chúng ta có tất cả mười điểm này, nó là cái nhân to lớn để hoan hỉ. Nếu chúng còn thiếu một hay nhiều hơn, thì hãy làm bất cứ điều gì để thay đổi tình thế. Mười điểm này được chia thành hai nhóm:

Năm lợi thế cá nhân

Nhóm thứ nhất này tập trung chủ yếu vào những nghiệp duyên cá nhân của riêng bạn cung cấp căn bản cho bạn dấn thân vào tu tập Pháp. Năm lợi thế cá nhân là:

1. **Sinh làm người:** Như chúng ta thấy, tất cả những hình thức hiện hữu khác nhau, sinh ra là người chỉ là hình thức duy nhất cung cấp sự thăng bằng tiết độ đúng dẫn đến sự chiêm nghiệm tâm linh.

2. **Sinh ra ở nơi là trung tâm tâm linh:** "Trung tâm" là những nơi thực hành các giáo lý của đức Phật (chùa chiền, tu viện), suy rộng ra đó là nơi tiếp cận, tu tập các giáo lý tâm linh chân chính (là Phật giáo hoặc không phải Phật giáo). Trong nhiều năm, Tây Tạng được xem là một nước thiếu các giáo lý tâm linh, cho đến khi Phật giáo được truyền vào Tây Tạng, trải qua năm, bảy đời triều đại, các Hoàng đế có tâm huyết với Phật giáo đã biến Tây Tạng thành thành một trung tâm Phật giáo.

3. **Có đủ các giác quan nguyên vẹn của một người:** Những khiếm khuyết về nhận thức và giác quan làm cản trở sự tu tập Pháp. Đây gồm những người không có vận may có khả năng thấy được những biểu thị của đức Phật khởi hứng lòng sùng mộ của họ, hay đọc được hay nghe được những lời dạy quí báu và tuyệt vời ấy. Vì sự khiếm khuyết sẽ khó khăn hơn cho việc dấn thân nghiên cứu và tư duy, do đó có tất cả các giác năng nguyên vẹn của một người được xem là một lợi thế.

4. **Không có lối sống trái nghịch:** Tự mình chìm đắm trong hoạt động không đức hạnh mâu thuẫn với Pháp có thể xem là lối sống trái nghịch. Đây gồm cả phạm vào những hành động nặng nghiệp như phá những thệ nguyện thiết yếu, bỏ Pháp, phạm năm tội nghịch hay can dự vào lối sống không thể tránh được những hành động tiêu cực. Cho dù chúng ta không dính mắc vào hoàn cảnh như vậy ở kiếp này, có thể vẫn bị rơi vào lối sống trái nghịch ở kiếp sau.

5. **Có niềm tin nơi Pháp:** Cuối cùng, chính yếu là có niềm tin nơi vào Pháp đích thực (các giáo lý của đức Phật). Không có niềm tin, chúng ta không có khuynh hướng tu tập. Nếu qua chiêm nghiệm, phân tích và thiền định chúng ta phát triển niềm tin hợp lý nơi giáo lý, chắc chắn chúng ta là khí cụ thích hợp của Pháp đích thực. Đây là lợi thế vĩ đại nhất trong năm lợi thế cá nhân.

Bài Luyện tập 8.3 – Khả Năng Cá Nhân của Bạn

- *Trong một tư thế thư giãn, hãy thiết lập một tâm trung tính qua thực hành Quán niệm thở.*

- *Trước tiên, hãy thừa nhận rằng quả thật bạn đã sinh ra là người. Bạn có một thân người và một tâm người. Hãy xem những đặc trưng của người và chúng hữu dụng một cách đặc thù. Đặc biệt, hãy tập trung vào lợi ích có khả năng phân biệt những hành động thiện và bất thiện.*

- *Bây giờ hãy xem nơi bạn sinh sống. Những đặc trưng của chỗ bạn sinh sống là gì? Ở đó bạn có tìm được sách có cơ sở tu tập mà bạn dễ dàng tham gia không? Thông tin bạn đã thu thập có đáng tin cậy không? Hãy đánh giá nơi bạn sống có phải là trung tâm không. Hãy đánh giá những lợi ích về địa phương bạn đang sống.*

- *Kế tiếp hãy nghĩ về phẩm tính của tâm và giác quan của bạn. Bạn có thể kinh nghiệm đầy đủ tất cả mọi khía cạnh của những giáo lý ấy không? Bạn có thể tương tác với chúng bằng cách nào?*

- *Hãy xem lối sống cá nhân của bạn. Nó có dẫn đến tu tập tâm linh không? Bạn có thể dấn thân vào những hoạt động hằng ngày mà không cần vi phạm những hành động tiêu cực không? Thói quen cá nhân của bạn khích lệ loại tâm nào? Hãy nghĩ về các loại thói quen mà lối sống của bạn tăng thêm sức mạnh. Nếu có những ảnh hưởng tiêu cực, bạn có thể thay đổi gì chăng?*

- *Bạn có thấy giá trị trong tu tập tâm linh không? Bạn có thể thấy được lợi ích đến từ sự tu luyện tâm bạn không? Bạn có thích thú trong việc phát triển khả năng cá nhân của bạn cho từ bi và trí tuệ không? Tâm linh quan trọng như thế nào trong đời bạn?*
- *Sau khi suy tư cẩn thận về nếu những điều kiện này hiện hữu trong đời bạn, hãy thừa nhận rằng bạn có mọi thứ bạn cần để dấn thân vào tu tập tâm linh. Hãy phát triển tâm hoan hỉ tán dương tình thế hiện tại này. Hãy để sự thức tỉnh của bạn nghỉ trong cảm giác này.*

Năm lợi thế về hoàn cảnh

Hãy đánh giá các lợi thế về môi trường có phù hợp cho việc tu tập. Năm lợi thế của môi trường là:

6. **Một bậc giác ngộ đã xuất hiện trên thế giới:** Nếu chúng ta nhìn lại lịch sử chúng ta có thể thấy mình sống trong thời đại mà nhiều bậc giác ngộ xuất hiện trong thế giới của chúng ta. Những bậc này đã được ban cho trí tuệ phi thường và sở hữu khả năng dạy chúng ta.

7. **Bậc thầy đã ban cho giáo lý:** Dù cho một bậc giác ngộ có thể xuất hiện trong thế giới chúng ta, không có gì bảo đảm là chúng ta có nghiệp nhận giáo lý từ các Ngài ấy. May mắn thay, vào thời đại của những bậc đại thánh như Phật hay Jesus, có những người thỉnh cầu các vị ấy dạy. Bởi những giáo lý này, chúng ta có được cơ hội để đưa chúng vào tu tập.

8. **Những giáo lý tồn tại trong thế giới này:** Chúng ta sống trong khi năm sự suy thoái đang gia tăng: thọ mạng của chúng ta ngắn hơn (dụng ngữ của vũ trụ quan Phật giáo), niềm tin và cảm xúc suy đổi, thời gian hạn hẹp và chúng sinh khó giáo hóa hơn. Tuy nhiên, các giáo lý vẫn tiếp tục lan truyền qua hình thức bản văn và qua sự

chứng ngộ trong tâm của hành giả. Điều này có nghĩa là mặc dù chúng ta không thể gần kề thời của đức Phật, chúng ta vẫn có khả năng vào được trí tuệ của Ngài.

9. **Có sự thừa nhận và chấp nhận về văn hóa của các giáo lý ấy:** Điều này có nghĩa rằng không những chỉ là các giáo lý ấy với chúng ta ngày nay, chúng còn được chấp nhận ở nhiều phần của thế giới một cách đích thực và có giá trị. Ở những nơi rộng lớn, tự do đáp ứng các điều kiện về tôn giáo và hành chính cho phép người ta tu tập giáo lý và hỗ trợ nhau trong các cộng đồng tâm linh.

10. **Bạn gặp được một vị thầy tâm linh:** Nếu chúng ta có may mắn được sống ở nơi có thể tiếp cận được các giáo lý, việc gặp được những vị thầy tâm linh là một may mắn to lớn. Một vị thầy như thế sẽ hướng dẫn chúng ta những điều cần thiết để hiểu đầy đủ các giáo lý và hiện thực chúng trong dòng tâm thức của mình. Đây là lợi thế lớn nhất trong năm lợi thế cá nhân.

Bài Luyện tập 8.4 – Cơ Hội Hiện Tại của Bạn

- *Trong một tư thế thư giãn, hãy thiết lập một tâm trung tính qua thực hành Quán niệm hơi thở.*

- *Hãy mang đến tâm nhiều truyền thống trí tuệ đang hiện hữu trong thế giới này. Hãy quan sát lợi ích không thể tin được mà hằng tỉ người nhận được qua tu tập các truyền thống này. Hãy thừa nhận rằng không một lợi ích nào trong những lợi ích này có thể khả hữu mà không có vị khai sáng đầu tiên của các truyền thống đó sinh ra trong thế giới này. Hãy cho phép một cảm giác hoan hỉ phát sinh rằng những vị này quả thực đã xuất hiện trên trái đất này.*

- *Bây giờ hãy quan sát nếu những bậc Đại thánh đó không bao giờ chia sẻ trí tuệ của họ. Nếu họ không ban cho chúng ta giáo lý, thì chúng ta không bao giờ có thể nhận được lợi ích ấy. Hãy để cho một cảm giác biết ơn thâm sâu đối với những bậc Đại thánh vì bi tâm mà chia sẻ trí tuệ của họ với chúng ta.*

- *Hãy quan sát con đường mà các giáo lý ấy đến với chúng ta vào thời này. Hãy nghĩ đến tất cả những bậc lão thông vĩ đại và các bậc thánh đã đánh giá những giáo lý này và cống hiến đời họ để làm chúng hiện thực trong tâm họ. Hãy phát triển một cảm giác biết ơn rất nhiều đối với những nỗ lực không thể tin được họ đã tạo ra để bảo tồn trí tuệ này.*

- *Hãy nghĩ về những thái độ hướng về tâm linh hiện hữu trong xã hội đặc thù của bạn. Hãy xem những tự do mà bạn thụ hưởng trong mối quan hệ với tu tập Pháp. Hãy tưởng tượng sống ở một nơi mà bạn không có sự tự do đó, nó sẽ như thế nào. Hãy để một thái độ biết ơn đối với sự bao dung và ủng hộ mà bạn nhận được từ cộng đồng hay xã hội của bạn dâng lên.*

- *Hãy mang đến tâm những vị thầy khác nhau mà bạn đã gặp trong đời bạn. Hãy xem ảnh hưởng mà những vị ấy đã tác động lên bạn. Hãy nhận ra cách họ đã giúp bạn làm việc với tâm mình và lớn lên thành một người như thế nào. Hãy nuôi dưỡng cảm giác biết ơn của bạn vì có những người ấy trong đời mình.*

- *Hãy tư duy về cơ hội không thể tin được mà những cơ duyên này tặng bạn. Hãy tạo ra một cảm giác hoan hỉ vì đã nhận ra cơ hội quí báu này. Hãy nghỉ trong cảm giác này.*

Nhóm	Phạm trù	Đặc trưng
Tám Tự do	Tự do với những Cảnh giới phi nhân	1. Tự do với sự sinh nơi địa ngục.
		2. Tự do với sự sinh làm ngạ quỉ.
		3. Tự do với sự sinh làm súc sinh.
		4. Tự do với sự sinh làm thần sống lâu.
	Tự do làm Người	5. Tự do với sự sinh vào thời không có giáo lý hiện hữu.
		6. Tự do với sự sinh ở vùng hẻo lánh.
		7. Tự do với sự sinh không có khả năng tâm trí để hiểu giáo lý.
		8. Tự do với sự giữ cái thấy không đúng.
Mười Lợi Thế	Những Lợi Thế Cá Nhân	1. Sinh làm người.
		2. Sinh ở chỗ trung tâm tâm linh.
		3. Có các giác quan nguyên vẹn.
		4. Không có lối sống trái nghịch.
		5. Có niềm tin nơi Pháp.
	Những Lợi Thế Hoàn Cảnh	6. Một bậc giác ngộ đã xuất hiện trong thế giới này.
		7. Bậc này đã ban cho giáo lý.
		8. Những giáo lý đó còn lại trong thế giới này.
		9. Có sự thừa nhận và chấp nhận về văn hóa của các giáo lý ấy.
		10. Bạn đã gặp một bậc thầy tâm linh.

Bảng 8–1: Những đặc trưng của kiếp người quí báu.

KHÓ ĐẠT ĐƯỢC KIẾP NGƯỜI QUÍ BÁU

Một khi chúng ta đã nhận diện những điều kiện đặc biệt hiện diện trong đời sống của mình, rồi chúng ta phải thừa nhận chúng thực sự hiếm hoi một cách không thể tin được. Rồi chỉ khi chúng ta có thể phát triển một cảm giác đối với sự quí báu về tiềm năng của chúng. Chúng ta có thể làm được điều này bằng cách của những chiêm nghiệm sau đây:

Những Nhân để Đạt Được Kiếp Người Quí Báu

Để biết sự tái sinh làm người quí báu khó khăn đến mức như thế nào, trước hết chúng ta phải xem các nhân và duyên cần để sản sinh ra nó:

1. **Sự Hành Xử Đạo Đức:** Nhân chính để đạt sinh làm người quí báu là đã dấn thân vào cách hành xử đạo đức tốt trước kia. Điều này có nghĩa là đã giữ ít nhất một hình thức thệ nguyện hay giới luật trong một thời kỳ nào đó mà không phá nó. Trong Phật giáo chúng ta có thể nói giữ tám giới luật kiêng cữ, không: làm hại chúng sinh, trộm cắp, tà dâm, nói dối, uống chất làm say khiến tâm lu mờ, ăn không đúng giờ, múa hát, và tự tôn sùng mình hay ngồi những chỗ ngồi của người có địa vị cao. Hình thức căn bản nhất của sự hành xử đạo đức là giữ *Mười Hành Động Đức Hạnh* (như đã nêu đại cương trước ở Chương Sáu).

2. **Nhiều Công Đức:** Bạn ắt đã thực hiện những biển lớn hành động công đức trong quá khứ. Đây có thể bao gồm những hành động bố thí, trì giới hay nhẫn nhục.

3. **Nguyện Vọng Mạnh Mẽ:** Công đức một mình không đủ để đạt kiếp người quí báu. Những nhân thứ yếu cũng phải được tạo ra, như có nguyện vọng liên tục về đạt được một kiếp như thế và sự hồi hướng bất cứ hành động công đức nào hướng về tái sinh làm người.

Không có ba pháp này không thể có được kiếp người quí báu.

Bài Luyện tập 8.5 – Những khó khăn để Nhân được hình thành

- *Trong một tư thế thư giãn, hãy thiết lập một tâm trung tính qua thực hành Quán niệm hơi thở.*

- *Giữa hành động đơn giản theo cách đạo đức và nhận thệ nguyện hành động theo cách đạo đức khác nhau thế nào? Giữ một thệ nguyện như thế đòi hỏi nỗ lực gì? Đối với những người giữ những thệ nguyện như thế, thông thường nó như thế nào?*

- *Bạn quen với những loại hành động gì? Dễ dấn thân vào một hành động không đức hạnh hay một hành động đức hạnh? Tại sao bạn nghĩ cần một nỗ lực như thế để làm một việc đức hạnh? Xã hội của chúng ta khuyến khích đức hạnh hay không đức hạnh? Thiên kiến này ảnh hưởng khả năng tu tập của bạn như thế nào?*

- *Sự tin quyết của bạn vào sự hiện hữu của các đời vị lai mạnh như thế nào? Bạn có thể nhận ra giá trị trong việc đạt được sự sinh làm người quí báu? Khi nhận ra tầm quan trọng của nó, bạn dùng bao nhiêu thời gian trong ngày để tạo các nhân cho sự sinh như thế? Sẽ mất bao nhiêu nỗ lực để liên tục tăng cường nguyện vọng này và hướng đời bạn tới thành tựu này?*

- *Hãy xem ngay bây giờ bạn đã đạt được sự tái sinh làm người.*

- *Sự kiện này có nghĩa là trong một đời trước đã tận sức nỗ lực để tạo nhân cho tình thế hiện tại này. Ngã đời trước của bạn đã sống đời của nó phù hợp với pháp điển hành xử đạo đức. Nó đã dùng tất cả thời gian để tích lũy công đức qua dấn thân vào những hành động đức hạnh. Nó cũng lập những nguyện vọng mãnh liệt và hồi hướng tất cả năng lực của nó cho mục tiêu này. Nó sẽ cảm thấy thế nào nếu bạn vứt bỏ các nỗ lực đó và lãng phí đời này?*

- *Hãy phát triển một quyết tâm mãnh liệt không để cho đời này vuột khỏi các ngón tay của bạn. Hãy để sự thức tỉnh của bạn nghỉ trong cảm nhận này.*

Những thí dụ minh họa có được kiếp người là hiếm có

Có nhiều thí dụ thấy trong các bài thuyết giảng của đức Phật được dùng theo cách truyền thống minh họa sự khó đạt khi được sinh làm kiếp người quí báu:

1. **Thí dụ Con Rùa Mù:** Hãy tưởng tượng có miếng gỗ có một cái lỗ trôi trên mặt một đại dương. Miếng gỗ bị những cơn sóng đánh, thỉnh thoảng bị ném quanh, không bao giờ ở yên một chỗ trong bất cứ giây phút nào. Cùng lúc đó ở các vùng sâu của đại dương mênh mông, một con rùa mù sống ở đó. Vì sự tích lũy công đức mong manh của nó, con rùa chỉ có thể lên mặt đại dương mỗi trăm năm một lần.

   Cơ hội của con rùa mù này lên mặt đại dương đúng chỗ của miếng gỗ này để đầu nó lọt vào cái lỗ ấy thực sự là không thể có. Nếu con rùa không mù và thực tế có thể tìm được miếng gỗ, tình thế sẽ hoàn toàn khác hẳn. Nhưng đó là như vậy, một sự chín muồi không thể tin được của nghiệp may mắn sẽ cần thiết cho điều này xảy ra một cách tự nhiên.

   Đại dương mênh mông tiêu biểu cho những hình thức hiện hữu dường như vô cùng phát sinh trên căn bản vô minh. Con rùa tượng trưng cho bất cứ chúng sinh đơn độc nào bị mắc bẫy trong chu kỳ hiện hữu này. Những chỗ sâu của đại dương tiêu biểu cho thời gian chúng sinh này tiêu phí ở những cõi thấp hơn, trong cơ hội du hành đến mặt nước tiêu biểu cho thời gian tương đối đã tiêu phí ở các cõi trên. Miếng gỗ tiêu biểu cho sự có thể tìm được kiếp người quí báu.

2. **Thí dụ những hạt cải:** Cũng xem minh họa sau đây. Hãy tưởng tượng một cái bát có khả năng chứa vô số những hạt cải, với hằng trăm sai biệt khác nhau. Trong cái bát này là một hạt đơn độc tiêu biểu cho sự hiếm hoi của sự sinh làm người quí báu. Hãy nghĩ về

những điều kỳ dị của việc lựa chọn bất chợt cái hạt đơn độc này từ cái bát trong khi nhìn về hướng đối nghịch.

Những gì cả hai thí dụ này chỉ là tột đỉnh của lượng nghiệp tích cực không thể tin được chín muồi đúng y theo cách tạo ra sự sinh làm người quí báu. Hãy thừa nhận rằng, không nhận lợi thế của nó thật là thiếu sót.

So sánh chúng sinh ở sáu cõi

Để có kiếp người là rất hiếm hoi khi so sánh với các cõi khác. Nếu ngừng tư duy về chúng sinh trong sáu cõi, chúng ta sẽ nhận ra rằng con số ấy là quá lớn. Mỗi cõi đều do các tâm thái đặc biệt tạo ra nên chúng sinh ở cõi nào sẽ tương ứng với tính chất chung của tâm thái cõi đó.

Tổng quát, đức hạnh dấy lên ba cõi cao hơn của người, A tu la và trời, trong khi phi đức hạnh làm dấy lên ba cõi thấp hơn của súc sinh, ngạ quỉ và địa ngục. Hãy xem đức hạnh hay phi đức hạnh thông thường hơn, chúng ta sẽ thấy chúng sinh có thói quen rất mạnh đối với phi đức hạnh. Điều này có nghĩa là đa phần chúng sinh đang tạo nhân để sinh ra trong các cõi thấp hơn. Thí dụ chúng sinh ở các cõi thấp hơn giống như tất cả cát trên sàn đại dương, trong khi số chúng sinh ở các cõi cao hơn thì giống như bụi bám trên đầu móng tay.

Hãy so sánh số người và số súc vật. Số nào có nhiều hơn? Trên hành tinh này có bảy tỉ người. Có bao nhiêu kiến? Bao nhiêu chim? Bao nhiêu cá? Có bao nhiêu vi sinh vật hữu cơ nhỏ bé trôi nổi trên biển? Chúng ta dễ dàng thấy rằng chúng sinh nhiều hơn như vậy nghiệp sinh làm súc sinh nhiều hơn rất nhiều nghiệp sinh làm người. Nếu quan sát ở một hành tinh trong một hệ mặt trời của một thiên hà. Khó mà tưởng tượng con số chúng sinh sống trên các hành tinh khác, và trong các thiên hà khác.

Hãy xem xét không gian đơn độc chỉ có một loại chúng sinh nào đó ở. Theo giáo lý Phật giáo, ngạ quỉ vượt rất xa con số súc sinh, chúng sinh ở địa ngục vượt rất xa con số ngạ quỉ. Như vậy khi chúng ta tưởng tượng số phần trăm chúng sinh sinh vào cõi người rất ít và hiếm hoi.

Để được sinh làm cư dân của một cõi cao hơn đã đủ khó rồi, nhưng vẫn còn hiếm hoi hơn là kiếp người quí báu có đầy đủ những duyên tốt thoát khỏi luân hồi, được sinh ra ở nơi có Pháp, một thời hiểu Pháp và chúng ta có cơ hội tu tập giáo lý theo cách đích thực. Nếu bất cứ duyên nào trong các duyên này không đầy đủ, thì không thể xem kiếp người của bạn là quí báu bất chấp những kỹ xảo, khả năng và kiến thức của bạn là như thế nào.

Hãy xem có bao nhiêu người trên hành tinh này so sánh với những hình thức sống khác, từ hình thức đơn giản nhất đến hình thức tiên tiến nhất. Hãy chiêm nghiệm số con người đủ may mắn sinh ở những nơi mà chúng sinh hiểu và tu tập Pháp. Bạn sẽ nhận ra có rất ít người có thể được xem là sở hữu kiếp người quí báu.

LỢI ÍCH KHI CÓ ĐƯỢC KIẾP NGƯỜI QUÍ BÁU

Tám tự do và mười lợi thế giúp chúng ta nhận diện sự độc đáo của con người. Nhiều nghiên cứu đã thừa nhận rằng những điều kiện này là rất hiếm. Câu hỏi: "Tôi nên làm gì với cơ hội quí báu này?". Theo Phật giáo, có ba cách đem lại cho bạn và những người xung quanh sự bình an và hạnh phúc:

1. **Tái sinh cao hơn thì tốt hơn:** Điều đầu tiên bạn có thể làm là dùng đời này để tạo nhân cho sự tái sinh cao hơn, tự tại so với nỗi khổ của các cõi thấp hơn. Bạn có thể mong muốn tái sinh ở một cõi trời, theo quan điểm Phật giáo, để có duyên sinh làm kiếp người quí báu thì bạn cần tu tập tâm linh của bạn. Bằng cách này, bạn có thể di chuyển từ kiếp này sang kiếp khác, tăng tiến khả năng của bạn và cuối cùng phát triển tất cả những phẩm tính tốt.

2. **Giải thoát khỏi khổ:** Những ai có sự tỉnh ngộ mạnh mẽ đặc biệt với chu kỳ hiện hữu, bạn có thể dùng đời này phát triển trí tuệ thực tại hành động như một chất kháng độc trị vô minh. Bằng cách loại

bỏ vô minh bạn có thể phá vỡ sợi xích mười hai nhân duyên và do đó ngừng được quá trình tái sinh bị qui định không có kiểm soát. Làm như thế, bạn có thể đạt được hạnh phúc chân thật lâu dài tự tại với đau khổ. Trạng thái này thường được nói đến như là Niết-bàn.

3. **Giác ngộ viên mãn:** Và cuối cùng, những ai không thỏa mãn với chỉ đạt phúc lợi của riêng họ mà thay vì quyết tâm mang lại lợi ích cho tất cả chúng sinh, có thể dùng đời này để đạt sự thành tựu vĩ đại nhất trong tất cả mọi thành tựu, sự giác ngộ viên mãn. Bằng cách làm như vậy, bạn không những chỉ loại bỏ những ám chướng thô gây đau khổ cho riêng bạn, mà bạn còn loại bỏ những ám chướng vi tế nữa như thế làm cho bạn có khả năng thị hiện trong vô số cách, như vậy để mang lợi ích cho những người khác.

Bạn chọn động cơ nào trong những động cơ này tùy thuộc vào nơi bạn ở ngay bây giờ trong sự phát triển tâm linh cá nhân của riêng bạn. Hữu dụng là nhớ rằng qua làm việc để đạt mục tiêu cao hơn, bạn chủ động được những lợi ích trong tìm kiếm những mục tiêu thấp hơn. Bằng cách này, nếu bạn chọn hiến dâng đời bạn để đạt giác ngộ, bạn cũng sẽ đạt được sự giải thoát cá nhân và cái tốt nhất định. Điều chính để nhớ là cố gắng nhìn qua bên kia cuộc đời trực tiếp của chúng ta và hãy xem phạm vi rộng hơn của tình thế chúng ta. Nếu chúng ta chỉ làm việc vì lợi ích của đời này, thì chúng ta không tạo được bất cứ nhân nào cho hạnh phúc chân thật, nghĩa là khi chết, chúng ta sẽ mất mọi thứ mà chúng đã làm việc khó nhọc để có được.

Bài Luyện tập 8.6 – Hỏi về Ưu Tiên

- *Trong một tư thế thư giãn, hãy thiết lập một tâm trung tính qua thực hành Quán niệm hơi thở.*

- *Hãy mang đến tâm những hoạt động khác nhau mà bạn dấn thân suốt ngày. Hãy nhận diện các thói quen thống trị của bạn.*
- *Bạn tiêu phí bao nhiêu năng lượng khi dấn thân vào những hành động này?*
- *Bây giờ hãy xem các loại quả sinh ra do những hoạt động này.*
- *Những quả này tập trung vào đời hiện tại này hay tập trung vào các đời vị lai? Bạn tiêu phí bao nhiêu thời gian của mình trong những cuộc theo đuổi tâm linh đối với những cuộc theo đuổi thế gian? Hãy tìm một ý nghĩa cho sự cân bằng trong việc thời gian của bạn tiêu phí như thế nào.*
- *Bây giờ hãy nghĩ về bạn đã có thể dùng thời gian của mình như thế nào. Có bất cứ thói quen nào mà nó không đem lại lợi ích lâu dài cho đời sống của bạn không? Có bất cứ thói quen nào mà nó đang năng động đóng góp vào sự đau khổ của bạn (hoặc bây giờ hoặc trong vị lai)? Bạn có thể làm gì để làm giảm năng lượng mà bạn cho vào các hoạt động này?*
- *Hãy nghĩ về những lợi ích mà bạn đã có thể đạt được nếu bạn thay đổi những cái ưu tiên của bạn ngay cả chỉ chút ít. Nó có ảnh hưởng gì vào đời sống của bạn hay đời sống của những người xung quanh bạn? Nó có ảnh hưởng gì đối với các đời vị lai của bạn?*
- *Hãy chứng minh một vài thay đổi đơn giản mà bạn đã có thể đưa vào đời bạn để đem lại sự ưu tiên to lớn hơn cho sự phát triển tâm linh cá nhân bạn.*

NHỮNG CHƯỚNG NGẠI KHI TU TẬP PHÁP

Với sự thẩm định về những hoàn cảnh hiện tại của bạn và sự ham muốn tận dụng cơ hội này, bạn có mọi thứ bạn cần để tu tập Pháp. Nói thế có nghĩa là, bạn phải giữ cảnh giác đối với các duyên có thể mất bất cứ lúc nào. Sau đây là hai nhóm duyên có thể hành tác như những chướng ngại cho sự tu tập của bạn. Nên tránh chúng càng nhiều càng tốt vì chúng có khả năng hủy diệt quyết tâm của bạn và làm mạnh thêm những thói quen xấu cung cấp nhiên liệu cho sự tồn sinh luân hồi.

Tám Hoàn Cảnh Tạm Thời

Cũng được biết như là tám hoàn cảnh quấy rầy, để tài đầu tiên được đại sư Tây Tạng Rigzin Jime Lingpa dạy. Những giáo lý nguyên gốc của sư đã được triển khai và trình bày như sau:

1. Những người mà năm độc (vô minh, chấp trước, ghen ghét, kiêu mạn và ganh tị) của họ quá mạnh, không thể tu tập Pháp thanh tịnh. Dù cho họ có lòng ham muốn hay thích thú làm thế, những phiền não của tâm họ thống trị quá nhiều trong tâm họ. Do đó, chúng ta phải làm những gì chúng ta có thể loại bỏ những tâm thái phiền não này.

2. Những người mà lý trí có giới hạn, dù cho họ có cơ hội tu tập Pháp, không thể làm đúng được như vậy bởi vì họ không có khả năng hiểu ý nghĩa thâm sâu của giáo lý. Do đó, chúng ta phải tận lực làm Tâm chúng ta sắc bén thông qua nghiên cứu, tư duy và thiền định.

3. Những học viên là đệ tử của các thầy "không phải thiện tri thức", bị hướng dẫn theo những cái thấy bị bóp méo và những hành động đưa đến những con đường sai. Vì không học Pháp thanh tịnh, họ không thể tiến bộ trong tu tập. Do đó, chúng ta phải cẩn thận thẩm tra các vị thầy tâm linh để chắc chắn rằng Pháp họ dạy là đích thực.

4. Những người tự mãn hay lười biếng không thể học và tu tập Pháp một cách đích thực bởi họ thiếu sự kiên nhẫn để hoàn thành các yêu cầu của quá trình nghiên cứu. Những người này sẽ luôn luôn trì hoãn, nghĩ "ta sẽ làm nó sau". Tuy nhiên, "sau" không bao giờ đến. Do đó, hãy tạo nỗ lực lớn là liều thuốc đối trị với lười biếng.

5. Do các chướng ngại tích lũy qua nhiều đời, một vài người sẽ thấy rất khó phát triển những phẩm chất đúng để tu tập Pháp. Họ trở nên bị cái khối nghiệp tiêu cực sau lưng tràn ngập, và trở thành bị sự thiếu tiến bộ của họ làm thức tỉnh. Họ không nhận ra rằng đấy là toàn bộ kết quả của những hành động cá nhân họ. Do đó, hãy nỗ lực làm sạch nghiệp tiêu cực của mình càng nhiều càng tốt.

6. Những người bị những cuộc theo đuổi thế gian biến thành nô lệ hay có những cam kết không thể phá vỡ được làm chướng ngại Phật đạo, mất sự tự do của họ đối với tu tập Pháp, dù cho họ muốn tu tập. Do đó, hãy thiền định về các lỗi của cuộc tồn sinh luân hồi và hãy phát triển một tâm khước từ mạnh mẽ.

7. Một vài người nghiên cứu Pháp vì sợ hay cố gắng chạy trốn tình thế đời sống hiện tại của họ. Họ có thể ngay cả sống như một tăng nhân trong tự viện và có thể có vẻ như một hành giả tốt, nhưng sự thật họ không có khả năng tiến bộ vì những chủ ý không chân thực của họ. Do đó, hãy phát triển chính niệm về chủ ý chân chính của bạn và làm việc cần mẫn chọn một động cơ cho đời sống này.

8. Một vài người có tướng mạo bề ngoài của người tu tập Pháp, nhưng tâm họ thích thú những mối quan tâm thế gian hơn như uy tín và quyền lực. Họ cách quá xa con đường dấn thân chân thực với Pháp. Do đó, hãy thiền định rộng rãi về *Tám Pháp Thế Gian* và *Bốn Tin Quyết của Khước Từ*.

Tám Thái Độ Không Thích Hợp

Những thái độ này cũng được biết như là tám tập khí không tương hợp đưa người ta xa rời Pháp. Chúng gồm có:

1. Một vài người bị của cải, gia đình, sở hữu và đời sống kinh doanh làm cho hao mòn và bận rộn tâm trí mà họ không có cơ hội tu

tập Pháp. Những người này có thể ước muốn tu tập, nhưng họ bị những cam kết thế gian bó buộc. Do đó, hãy thiết lập những ưu tiên có ý nghĩa trong đời bạn.

2. Một vài người có nhân cách rất kiêu mạn và ích kỷ đến độ họ thiếu khiêm tốn để thay đổi chính họ. Dù cho họ có vận tốt gặp bậc thầy và cộng đồng tâm linh kỳ diệu nhất, họ cũng sẽ chẳng thay đổi cho tốt hơn. Do đó, hãy phát triển một cái tâm mở trống và nhận học hỏi từ người khác.

3. Dù thường như thế nào và tốt như thế nào một người được dạy về các lỗi của luân hồi và đau khổ của các cõi thấp hơn, họ có thể vẫn thiếu bất cứ sự hiểu biết chân thực nào đó. Họ không có quyết tâm giải thoát chính họ bằng cách dấn thân tu tập Pháp. Do đó, họ cần nghiên cứu và chiêm nghiệm *Bốn Tin Quyết của Khước Từ*.

4. Những người không có niềm tin nơi thầy và giáo lý không có chìa khóa mở cửa Pháp. Do đó, hãy dùng thời gian chiêm nghiệm tiềm năng của bạn và phát triển niềm tin nơi khả năng của Pháp giúp bạn đạt tiềm năng ấy.

5. Một vài người thực tế nhận khoái lạc bằng thân, ngữ và ý của họ một cách không đức hạnh. Không kiểm soát được ý nghĩ, lời nói và hành động của họ, họ không thể tu tập Pháp vì họ đã quay đi với nó. Do đó, hãy luôn luôn chú tâm vào những hành động của bạn, cẩn thận về những hậu quả mà chúng sẽ có trên chính bạn và những người khác.

6. Những người khác cũng rất vô cảm về giá trị của việc tu dưỡng đức hạnh hay tầm quan trọng của các giáo lý mà họ không bao bao giờ đem chính mình đến tu tập Pháp. Giống như con chó bị cho ăn cỏ, nó không bao giờ thích. Do đó, hãy tập trung vào những nghiên cứu của bạn về sự hiểu biết *Nghiệp Luật Nhân Quả*.

7. Bất cứ ai đã tu tập Phật giáo và rồi phá các thệ nguyện về hành xử đạo đức, nếu không có chủ ý chân thật sửa chữa, sẽ tái sinh ở các cõi thấp hơn, không có cơ hội tu tập Pháp. Do đó, bất cứ những hướng dẫn đạo đức gì bạn quyết định phối hợp vào đời sống của bạn, hãy chắc chắn giữ chúng suốt đời.

8. Bất cứ một hành giả tâm linh tiên tiến nào phá những cam kết thiêng liêng của họ với Bậc thầy, hay với các đạo hữu, và không có sự hối hận chân thật trong một thời kỳ nhất định nào đó, sẽ mang lại sự sụp đổ không những của chính họ mà còn của những người khác trong cộng đồng tâm linh. Hãy nhận lấy những cam kết tâm linh của bạn một cách nghiêm túc và hãy gắng sức giữ chúng thanh tịnh.

Tận Dụng Cơ Hội

Ngay bây giờ, trong giây phút này, bạn đã có phúc gặp được các giáo lý của Pháp đích thực. Việc kế tiếp của bạn là hãy lựa chọn để không bỏ cơ hội này, lãng phí đời người của bạn và tự đặt mình ở thế bất lợi do không tu dưỡng đức hạnh và tâm linh. Do đó, hãy quyết định một cách khôn ngoan, vì để được thức tỉnh trước sự quí báu của đời người, quay lưng lại với cơ hội là một vận xấu.

Đại Thánh Milarepa đã nói:

Dùng tốt, thân này là chiếc bè đưa chúng ta đến tự do,
Dùng tệ, thân này neo chúng ta vào chỗ luân hồi,
Thân này trả giá cho cả tốt lẫn xấu.

Bây giờ là lúc tạo nỗ lực chân thành để sống cuộc sống có ý nghĩa bằng cách theo con đường tâm linh, và cống hiến công đức của chúng ta để đạt sự tái sinh vị lai qua đó chúng ta có thể làm lợi ích cho chính mình và người khác qua tu tập Pháp chân thật.

Trong *Bồ tát Đạo* có nói:

Như thế tìm được tự do của đời người,
Nếu bây giờ tôi không tu luyện mình trong đức hạnh,
Cuồng điên nào to lớn hơn có thể có bao giờ?
Làm sao tôi có thể phản bội chính mình?

TÓM TẮT CHƯƠNG TÁM

- Có hai phẩm tính chúng ta cần thừa nhận về tình thế hiện tại của chúng ta: Nó tặng cho chúng ta cơ hội quí báu và cơ hội này quá hiếm hoi.

- Có mười tám duyên định rõ sự tái sinh làm người quí báu: Tám tự do và mười lợi thế. Những tự do miêu tả sự vắng mặt của những chướng ngại nhất định ngăn trở tu tập, trong khi những lợi thế miêu tả các duyên ủng hộ sự tu tập của chúng ta.

- Mười tám tự do chia thành hai nhóm bốn: Bốn cảnh giới phi nhân thiếu bất cứ sự nhàn rỗi nào vì những kinh nghiệm cực đoan về khoái lạc hay đau đớn, và bốn điều kiện của con người trực tiếp ngăn chặn sự dấn thân hoàn toàn với tu tập Pháp.

- Mười lợi thế cũng được chia ra thành hai nhóm năm: Năm lợi thế cá nhân miêu tả những đặc trưng đặc biệt mà một người có thể sở hữu khiến họ đặc biệt thích hợp với tu tập Pháp, và năm lợi thế về hoàn cảnh liên hệ với các đặc trưng về được sinh vào một thời gian và nơi đặc thù.

- Sự thẩm định về sự hiếm có của đời người quí báu được phát triển bằng cách chiêm nghiệm các nhân đòi hỏi để tạo ra một đời sống như thế, nhiều thí dụ minh họa sự hiếm hoi đạt được một đời sống như thế và sự phân tích về những con số chúng sinh tương đối để thiết lập xác xuất đạt được đời sống này.

- Để nhận ra tiềm năng mà chúng ta có, chúng ta chiêm nghiệm những lợi ích có thể đạt được trên căn bản đời này, nghĩa là: Một sự tái sinh cao hơn, sự giải thoát khỏi tồn sinh luân hồi và sự giác ngộ đầy đủ.

- Có nhiều chướng ngại khác nhau có thể xuất hiện làm suy yếu khả năng tu tập của chúng ta. Có tám hoàn cảnh tạm thời nên tránh và tám thái độ không tích hợp nên bỏ.

Tư Duy Về Chết Và Vô Thường

Tu tập Pháp thường đòi hỏi chúng ta đi ngược lại dòng khuynh hướng thói quen của riêng chúng ta và những ưu tiên của các xã hội chúng ta sống trong đó được chấp nhận một cách thông thường. Bằng cách thừa nhận tiềm năng quí báu mà đời sống này cống hiến, chúng ta được viễn tượng mới về cái gì là quan trọng, nhưng điều này không luôn luôn phù hợp với cái thấy thông thường.

Quy luật: bạn đi học, tìm được việc làm, rơi vào tình ái, có gia đình, làm việc, về hưu và chết. Đó là cái mẫu lập đi lập lại mãi khắp thế giới. Thực tế không có điều đó, nó là một viễn tượng có giới hạn mà người ta chỉ ngộ nhận ở đời hiện tại này.

Như thế khi chúng ta bắt đầu hướng tâm mình đến Pháp, chúng ta đi vào một tiến trình hòa giải giữa cái thấy của thế gian mà nó đã ở với chúng ta từ khi chúng còn nhỏ và cái thấy của tâm linh, mà hiện tại chúng ta đang chứng kiến. Ban đầu có thể cảm thấy nó như một sự đối lập giữa hai cái thấy, vì các thói quen của chúng ta liên tục và tự khẳng định chúng nhiều lần. Các thói quen của chúng ta thường thắng. Chúng ta bắt đầu xin thứ lỗi như không có đủ thời gian hay bị nhiều phân tán, cho rằng ngay bây giờ thì rất là khó, nhưng sớm như thế này và như thế kia hay cái này và cái kia là đầy đủ, rồi chúng ta sẽ tu tập. Nói chung là viện dẫn nhiều lý do làm trì trệ việc thực hành và đến với pháp.

Pháp có thể biến hóa một cách không thể tin được trong đời bạn, nhưng nó sẽ không làm cho bạn bất cứ điều tốt nào nếu bạn nhốt nó vào một thế giới ảo tưởng mà nó có thể hay không thể xảy ra. Chúng ta cần đem nó vào giây phút hiện tại này như thể chúng ta có được lợi ích từ nó. Điều này cần làm khẩn cấp thay vì khuynh hướng trì hoãn một sức mạnh của tâm cho phép chúng ta bơi ngược dòng. Sức mạnh này đến qua thiền định tại mục chết và vô thường.

Dù biết hay không, đa số cho rằng vẫn còn thì giờ để làm những việc ta muốn. Sẽ trở nên hoàn toàn tốt nếu chúng ta lập kế hoạch cho đời sống của mình theo nhiều cách khác nhau. Tất cả những kế hoạch này giả định rằng bạn sắp trải nghiệm chúng, cho rằng chúng cần phân tích. Vì trên căn bản của giả định này, chúng ta thường dời lại cái gì quan trọng nhất ưu ái dấn thân vào một hành động nhất thời nào đó mà nó có thể hay không thể đưa đến kết quả chúng ta mong muốn. Cứ như vậy sẽ tiêu phí cả đời vào một lối làm việc không hướng đến kết quả. Theo cách này, đời bao giờ có cơ hội tốt vì chúng ta đã hoang phí sự tái sinh làm người quí báu này.

Đối với một số người, cái chết là một điều đáng sợ và không muốn nó xảy ra. Văn hóa phương Tây có xu hướng lảng tránh chủ đề này. Điều này cũng liên quan với quan điểm coi cái chết là hư vô tựa như sự hủy diệt, nó cũng là dấu chấm hết của mọi thứ nên cần phải tránh cái chết bằng mọi giá.

Các tác phẩm văn học thường hướng đến các giá trị của sự trẻ trung và xinh đẹp. Họ cố gắng che giấu cái chết với hy vọng rằng nó sẽ biến mất.

Theo quan điểm Phật giáo, nắm giữ cái thấy này không lợi ích gì cả. Qua sự hiểu biết nghiệp và sự tồn sinh luân hồi, chúng ta đi đến nhận ra rằng chết không phải là chấm dứt, mà chỉ làm một sự biến đổi. Thà là thực tế đầy tiềm năng to lớn và có thể dùng theo những cách phi thường để phát triển chính mình về mặt tâm linh còn hơn là sợ một cái gì đó. Bằng cách tư duy về bản tính của chết và vô thường, chúng ta có khả năng làm giảm bớt sự chấp trước vào sự vật của đời này và do đó vun vén một phương pháp tiếp cận hiện thực và thực dụng hơn để chúng ta sống đời mình như thế nào. Điều quan trọng nhất, chết nhắc chúng ta rằng đời thì ngắn ngủi và chúng ta không thể cung cấp để lãng phí ngay cả một giây trong những hoạt động tầm phào. Vì lý do này, nó dự trữ lửa quyết tâm của chúng ta và lái chúng ta hướng tới, cho chúng ta sức mạnh cần để vượt qua bất cứ chướng ngại nào khi đối mặt với chúng.

VÔ THƯỜNG THÔ VÀ VÔ THƯỜNG VI TẾ

Bản tính của ngoại thực tại là vô thường – liên tục thay đổi từ giây phút này đến giây phút khác. Trong thực tại không có vật gì không thay đổi. Mọi sự vật chúng ta trải nghiệm ở tầng mức này là một *hiện tượng hữu vi*. Nghĩa là nó phát sinh trong sự tương tùy với sự đến cùng nhau của nhân và duyên.

1. **Vô thường thô:** Ở tầng mức hiển nhiên, chúng ta có thể thấy các hiện tượng phát sinh như thế nào, trụ một thời gian nào đó rồi diệt. Chẳng hạn, chúng ta sinh, chúng ta già và rồi chúng ta chết. Cũng như hạt giống gieo mọc thành mầm, lớn lên thành cây, sinh quả, cuối cùng suy đổi và tan rã trở lại thành đất. Thường quá trình này diễn ra qua những thời kỳ nối dài và chúng ta không chú ý đến nó cho đến khi chúng ta so sánh tình trạng hiện tại với tình trạng trước của hiện tượng. Hãy nghĩ so sánh bạn bây giờ trông như thế nào với bạn lúc còn bé. Quá trình thay đổi hiển nhiên này được biết như là *vô thường thô*.

2. **Vô thường vi tế:** Ở tầng mức sâu hơn, chúng ta có thể nói về *vô thường vi tế* liên hệ với cơ chế căn bản lèo lái những hình thức thay đổi hiển nhiên hơn. Thay đổi không xảy ra đột ngột. Chúng ta không thay đổi từ trẻ thành già trong nháy mắt. Nó không vận hành như thế. Thay vì chúng ta tiến hóa trong dòng suối không ngừng của những gia số rất nhỏ ở mức một phần triệu giây. Với mỗi giây phút phát sinh, nó mang theo nó các nhân cho sự diệt của riêng nó. Bởi vì nó chỉ hiện hữu trong thoáng chốc đơn độc, lúc ấy nó tạo cơ hội cho một thoáng chốc khác phát sinh ở chỗ của nó. Tuy vậy thoáng chốc mới đó, được một nhóm duyên hơi khác

chút ít thiết lập, dẫn đến những dị biệt cực kỳ vi tế nơi các hiện tượng do đó mà ra.

Đối với mắt trần, tuy mọi vật trông như ở yên, trong khi ở tầng mức rất vi tế mọi vật thay đổi. Qua thời gian, những thay đổi bé nhỏ này tích lũy cho đến bây giờ có sự thay đổi đáng chú ý ở tầng mức hiển nhiên. Vì bình thường chúng ta chỉ nhận thức những thay đổi hiển nhiên, chúng ta phát triển niềm tin rằng các hiện tượng cứ như vậy qua thời gian. Chúng ta qui cho chúng một cảm giác về sự thường hằng trong đó chúng ta có thể nhận diện rõ ràng một vật thể như là "cùng" một vật như đã gặp trước kia. Đây là một ảo tưởng. Trong khi về mặt khái niệm chúng ta có thể dán nhãn hiệu chúng như là phần của cùng một loạt của những thay đổi liên tục, không có gì của thoáng chốc trước cố chấp vào thoáng chốc hiện tại. Chúng có thể tương tự, nhưng không phải là cùng một.

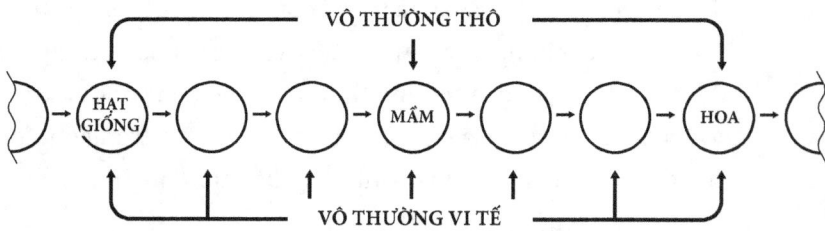

Hình 9-1: Vô thường thô và vi tế qua thời gian.

Một thí dụ hay về nó vận hành như thế nào là nghĩ về một dòng sông. Khi gặp dòng sông này, chúng ta có thể thấy nước chảy qua. Nếu chúng ta cố định cái nhìn của mình trên một phần dòng sông, chúng ta có thể thấy rằng nước đi qua phần đó thì đang thay đổi liên tục. Không bao giờ có một giây phút nào dòng sông đông cứng. Nếu chúng ta trở lại ngày kế, chúng ta có thể chắc chắn rằng nước của cùng một phần của dòng sông sẽ hoàn toàn khác với nước của ngày hôm trước. Dòng sông chỉ tiếp tục chảy trong một dòng thay đổi vững vàng. Trong khi chúng ta có thể dán nhãn hiệu tập hợp của những thay đổi "dòng sông", tuy nhiên không có gì cố định hay ổn định cho cái nhãn hiệu đó.

Vô thường vi tế chỉ có thể nhận thức trực tiếp bởi những người đã đạt độ chứng ngộ cao chiêm nghiệm. Qua thực hành thiền định chỉ,[11] tập trung tâm đến độ như thế trở nên có thể, có thể nhặt lấy trên dòng chảy vi tế của thay đổi chốc lát. Một chứng ngộ như thế cho vị hành giả tuệ kiến trực tiếp vào bản tính của thực tại của họ và có thể đưa đến sự thay đổi có ý nghĩa theo cách người đó liên hệ với thế giới bên ngoài. Đối với những ai trong chúng ta chưa đạt tới những tầng mức chứng ngộ như thế, chúng ta cần nương tựa vào tri kiến gián tiếp về hiện tượng này qua khái niệm.

BẢY CHIÊM NGHIỆM VỀ VÔ THƯỜNG THÔ

Dù cho chúng ta thấy khó hiểu vô thường vi tế một cách trực tiếp, sự hiểu biết về vô thường thô cực kỳ hữu dụng để làm bớt đi sự chấp trước hiện tượng thế gian, như những sở hữu vật chất, những mối quan hệ và địa vị. Nắm giữ những khía cạnh này như là những nguồn hạnh phúc lâu dài kết quả sẽ chỉ ở trong đau khổ và không thỏa mãn. Do đó quan trọng là cần thận phát hiện và phân tích tầng mức vô thường thô, và tư duy về nó ảnh hưởng như thế nào lên đời sống riêng của chúng ta cũng như thế giới mà chúng ta sống trong đó. Theo dòng *Nyingthig* của Phật giáo Tây Tạng, có bảy chiêm nghiệm về vô thường thô. Bây giờ chúng ta sẽ khám phá chi tiết từng chiêm nghiệm một.

1. Sự Tiến Hóa của Thế Giới Bên Ngoài

Nơi dễ nhất để chú ý dòng vô thường chảy liên tục là nhìn vào sự tiến hóa của thế giới tự nhiên. Trong thiên nhiên, chúng ta có thể thấy các chu kỳ thời gian đóng vai trò quan trọng như hiện tượng bốn mùa, con nước xuống và dòng chảy thủy triều nơi đại dương và những mô hình thời tiết

---

11 Anh: *placement meditation.*

thay đổi hằng ngày. Toàn bộ điều này đang xảy ra vì sự chuyển động của hành tinh này liên hệ với các hành tinh khác trong hệ mặt trời, đến lượt nó chuyển động liên hệ với những hành tinh trong các hệ mặt trời khác, đến phiên nó chuyển động liên hệ với các hành tinh trong những thiên hà khác. Mọi vật chuyển động và thay đổi trong một vũ điệu vô tận của vũ trụ.

Như vậy vũ trụ mênh mông này thành hình như thế nào? Nó sẽ tùy thuộc vào người bạn hỏi là ai. Đối với một vài người, vũ trụ này do một đấng toàn năng sáng tạo. Những người khác tin nó phát sinh từ không có chi. Nếu chúng ta hỏi các nhà khoa học, có nhiều quan niệm khác nhau, nhưng đa số tin vào thuyết nó bắt đầu bằng một đơn thể vật chất cô đọng nổ ra trong sự bành trướng nhanh chóng, được biết như là cái "nổ bùng lớn"[12]. Theo quan điểm Phật giáo, thuyết này không phải không đúng, chỉ là nó không đầy đủ. Cái nó không chứng minh được là tại sao một sự việc này lại xảy ra trước sự việc khác.

Căn cứ vào sự hiểu biết về ảnh hưởng tương hỗ giữa thực tại tâm và vật, Phật giáo định lý rằng vũ trụ này bắt đầu từ những tập khí nghiệp tập thể của những chúng sinh hữu tình cư ngụ trong hư không. Trong khi không có căn bản vật lý nào cho những chúng sinh thô như người và súc sinh, những chúng sinh thuần tâm trí như các thần ở các cõi sắc và vô sắc vẫn hiện hữu. Khi đó nghiệp đã tiếp xúc với năng lực đưa đến một cái nổ lớn.

Trong giai đoạn đầu của vũ trụ, nhiều yếu tố dị biệt xuất hiện. Điều này tạo duyên cho chúng sinh hữu tình nhận sự sinh trong hình thức thô hơn gia tăng. Do đó những người đầu tiên nhất là quả tự nhiên chín muồi của những chúng sinh trong các cõi trời. Dĩ nhiên những người này mang chút ít tương tự với chính chúng ta. Họ đã thanh tịnh hơn rất nhiều với thân vi tế làm bằng năng lượng.

---

12   Anh: *"big bang"*.

Một khi đã mang thân thì họ bắt đầu phản ứng với những cảm giác phát sinh trong tâm họ. Khởi đầu những người này không có tính sở hữu, chia xẻ mọi vật họ có với nhau. Chỉ nhìn nhau là đủ cho họ sự thỏa mãn đầy đủ về tình dục. Nhưng qua thời gian, cảm giác yêu thích và ham muốn tăng trưởng, đưa đến cái thấy của họ về thực tại trở nên kiên cố hơn và thô hơn. Cuối cùng, bây giờ họ đòi hỏi nhiều nỗ lực hơn để hoan lạc. Ở chỗ một lần một cái nhìn đã đủ, bây giờ họ cần thấy nụ cười và rồi cuối cùng kinh nghiệm sự tiếp xúc thân xác.

Sự ham muốn của họ càng phát triển, thế giới của họ càng trở nên có bản chất. Những ngôi sao bắt đầu thành hình và những hành tinh theo quĩ đạo xuất hiện. Thân họ càng rắn chắc, họ càng cảm thấy trở thành cá nhân. Người ta phát triển một cảm giác về tính sở hữu hướng về những loại đối tượng khác nhau. Họ bắt đầu dấn thân vào những hành động tiêu cực để có được những đối tượng ấy. Trên căn bản này, sự không hòa hợp phát sinh ở các cộng đồng của họ. Để tránh xung đột, họ thiết lập luật lệ xã hội và chọn người lãnh đạo tăng thêm sức mạnh cho luật lệ. Những người không tuân theo những luật lệ này bị trừng phạt.

Khi nhiều phiền não khác nhau trở nên mạnh hơn, chúng sinh hữu tình bắt đầu mang những hình thức mới. Ban đầu chỉ có một vài súc sinh, nhưng cuối cùng con số đó tăng lên. Mỗi chúng sinh này đều vô minh, chấp trước và oán ghét khiến cho chúng tái sinh vào cõi ngạ quỉ và các cõi địa ngục. Sáu cõi xuất hiện theo cách này.

Ở một giai đoạn nào đó, tâm con người thoái hóa đến độ họ mang hình thức giống với súc sinh. Cái chúng ta gọi là sự tiến hóa của con người thực tế là sự chín muồi dần dần của nghiệp qua dòng thời gian hàng ngàn năm. Trong khi nó có thể hiện ra bên ngoài mặc dù chúng ta đã cải thiện đáng kể từ tổ tiên thời kỳ băng hà Neanderthal, khi so sánh với sự thanh tịnh của hình thức hiện hữu trước kia, chúng ta đã thoái hóa một cách đáng kể.

Quá trình tiến hóa này tiêu biểu cho một thời kỳ suy thoái. Khi nhìn theo viễn tượng các chu kỳ của vũ trụ, ấy chỉ là một phần của một quá trình sáng tạo và hủy diệt. Khi vũ trụ hiện tại này suy thoái hơn nữa, cuối cùng nó sẽ bắt đầu phân tán. Quá trình này bắt đầu khi nhiều chúng sinh đạt được những giai đoạn tiên tiến của thiền định. Điều này sẽ đưa họ đến tái sinh ở các cõi sắc và vô sắc. Đối với những người mà nghiệp tiêu cực của họ quá mạnh, những con số gia tăng sẽ bắt đầu tái sinh ở các hệ mặt trời khác, làm trống rỗng cõi vật lý đặc thù này một cách hiệu quả. Không có nghiệp tập thể để làm nó vĩnh viễn, lớp khí quyển của thế giới này sẽ sụp đổ và mặt trời sẽ bành trướng, thiêu hủy một cách có hiệu quả thế giới ấy trong một siêu sao băng bừng lửa.

Làn sóng thứ nhất của mặt trời bành trướng sẽ thiêu rụi toàn bộ các cây mang quả và những khu rừng. Làn sóng thứ nhì sẽ làm bốc hơi tất cả những dòng suối, khe nước và ao, trong khi làn sóng thứ ba và thứ tư sẽ làm khô cạn tất cả những sông và hồ lớn. Trong giai đoạn thứ năm, tất cả các đại dương mênh mông lúc ấy sẽ dần dần bốc hơi đến những mức độ khác nhau. Phần nước biển còn lại sẽ co rút thành một khu vực nhỏ đến độ không thể làm đầy một dấu chân. Vào thời gian sáu làn sóng của mặt trời bành trướng xảy ra, toàn thể trái đất và những ngọn núi tuyết phủ của nó sẽ bùng lên thành những ngọn lửa. Với sự bành trướng thứ bảy, ngay cả yếu tính vi tế nhất của trái đất cũng sẽ bị ngập trong ngọn lửa, cùng với mọi dấu vết còn lại của thế giới vật lý.

Với sự hủy hoại của thế giới vật lý thô, năng lượng của lửa sẽ tiếp tục bành trướng và thiêu hủy ngay cả những cõi vi tế hơn: trước hết những ngạ quỉ, rồi những chúng sinh địa ngục, và cuối cùng các tầng trời khác nhau. Ở giai đoạn này, tất cả những gì còn lại là những chúng sinh siêu việt cõi dục và nương náu nơi các cõi sắc và vô sắc.

Nguyên nhân hoại diệt của cõi sắc là sự vô năng của những chúng sinh không duy trì được trạng thái tâm vi tế, cũng như sự bỏ không thẩm xét và phân tích của những chúng sinh lên đến cõi sắc thứ nhất. Vì trạng thái này được đặc trưng bởi một năng lượng giống như lửa, rồi chúng mẫn cảm với sự phá hoại của lửa trong bảy làn sóng phá hoại. Rồi những đám mây bão sẽ hình thành trong cõi sắc thứ hai và một trận mưa lớn như trút nước. Như muối tan trong nước, mọi vật trong cõi sắc thứ hai sẽ tan rã. Điều này gây ra cũng là do sự vô năng không duy trì được một tâm thái vi tế và sự thất bại không bỏ được hỉ lạc thế gian do những chúng sinh của cõi sắc thứ nhì. Vì tâm thái này có năng lượng giống như lửa, họ không được nước cứu thoát sự hủy hoại.

Sau bảy lần bị nước tàn phá, một cơn gió xâm nhập tất cả sẽ khởi lên từ đáy vũ trụ. Giống như bụi bị gió ấy tung bay rải rác, mọi vật bay lên đến kể cả cõi trời của cõi sắc thứ ba sẽ bị thổi bay hoàn toàn. Điều này xảy ra như là kết quả của sự thiếu vi tế trong thiền định và sự không bỏ sự xả của những chúng sinh của cõi sắc thứ ba đặc trưng bởi năng lượng giống như gió và do đó những chúng sinh này mẫn cảm với sự phá hoại của gió.

Vào lúc chấm dứt quá trình này, tất cả những gì còn lại là hư không và chúng sinh cõi vô sắc. Họ sẽ ở lại trong tâm định cực kỳ vi tế của họ cho đến khi đến điểm như thế khi nghiệp của họ không còn, lúc ấy nó kích hoạt toàn bộ quá trình bắt đầu trở lại. Bằng cách này, chúng sinh hữu tình đang liên tục lèo lái sự thay đổi ở cả mức độ cá nhân lẫn tập thể.

Bài Luyện tập 9.1 – Sự Vô Thường của Môi Trường

- *Trong một tư thế thư giãn, hãy thiết lập một tâm trung tính qua thực hành Quán niệm hơi thở.*

- *Khi tập trung vào thế giới tự nhiên xung quanh bạn, hãy nhận diện những mô hình khác nhau của sự thay đổi xảy ra qua khoảng một năm. Chẳng hạn, hãy xem những dấu hiệu chỉ cho bạn mỗi mùa khác nhau. Những dấu hiệu này có thống nhất toàn cầu hay chúng được kinh nghiệm bằng những cách khác nhau? Cái gì dẫn đến thay đổi của các mùa? Hãy xem cả những nhân vật lý và những nhân của nghiệp cho sự dị biệt này trong kinh nghiệm.*

- *Bây giờ hãy xem sự dị biệt của phong cảnh trên hành tinh này.*

- *Hãy nghĩ về những chỗ cư trú khác nhau và làm sao chúng có thể trợ giúp nhau trong một hình thức sống khác nhau. Hãy nghĩ về mối quan hệ giữa một chúng sinh và môi trường họ cư trú. Họ ảnh hưởng nhau như thế nào? Khi một chúng sinh hòa hợp với môi trường kết quả là gì? Trái lại, cái gì xảy ra khi một chúng sinh không hòa hợp với môi trường?*
- *Hãy mở rộng phạm vi của bạn xem những cách mà môi trường của chúng ta bị những thiên thể xung quanh nó ảnh hưởng như thế nào. Chẳng hạn, mặt trăng có ảnh hưởng gì đối với trái đất?*
- *Chúng ta có những dấu hiệu gì chỉ ảnh hưởng này? Hãy xem mặt trời thay đổi như thế nào qua các năm? Hãy nghĩ về sự tiến hóa của một ngôi sao và điều đó có nghĩa gì đối với đời sống trên hành tinh này.*
- *Hãy cố gắng tìm một ý nghĩa cho sự tương liên của nhân và duyên mà nó đang lèo lái sự tiến hóa không ngừng của thế giới này. Hãy nhận ra tính vô thường của nó và để tâm bạn nghỉ trong sự chắc chắn này.*

2. Sự vô thường của chúng sinh thế gian

Từ cõi trời cao nhất Sắc-cứu-cánh[13] đến địa ngục thấp nhất, không một chúng sinh đơn độc nào có khả năng thoát khỏi cái chết. Như *Lá Thư Khuyên Nhủ*[14] đã viết:

> *Trên mặt đất hay ở mọi cõi trời,*
> *Có chúng sinh nào không chết?*
> *Hay nghe về chuyện này xảy ra?*
> *Hay tưởng tượng rằng có thể?*

---

13 Phạn: *Akanistha.*
14 Anh: *Letter of Consolation.*

Trong tất cả mọi cõi, không một ai gặp một chúng sinh nào có sinh mà không chết. Chết là điều chắc chắn, và sống trong một thời đại mà tuổi thọ hoàn toàn không thể đoán trước được. Không biết sẽ chết như thế nào, ngày nào hay giờ nào, cũng không biết sẽ đi đâu sau khi chết. Chết xảy ra giữa từng sát na của hơi thở và có thể xảy ra bất cứ lúc nào. Như trong Tập *Những Lời Nói Cẩn Trọng:*[15]

> *Ai chắc được ngày mai mình sẽ chết? Thời hạn sẽ sẵn sàng bây giờ,*
> *Đối với sứ giả của Diêm Vương;*
> *Họ có phải là bạn của bạn?*

Long Thọ[16] cũng nói:

> *Đời leo lét trong cơn gió ngàn bệnh,*
> *Mong manh hơn một bọt nước trong dòng.*
> *Trong giấc ngủ, mỗi hơi thở đến và đi;*
> *Kinh ngạc biết bao chúng ta thức dậy với đời!*

Mặc dù biết sẽ chết một ngày nào đó, chúng ta thường không nói chuyện về nó và hiếm khi suy nghĩ về nó. Chúng ta liên tục lập kế hoạch và lo lắng về tương lai của mình và hành động như sẽ sống mãi mãi. Chúng ta làm việc không mệt mỏi để đạt một cuộc sống hạnh phúc hơn cho đến khi cái chết chợt đến. Vào lúc này, không cái gì có thể giúp chúng ta: quyền lực, giàu sang, thông minh, sắc đẹp, hay sức khỏe bất cứ cái gì cũng vô dụng. Phật Dược Sư hay bất cứ vị thần nào cũng không thể trì hoãn cái chết dù cho họ xuất hiện bằng người thật. Một khi chết xảy ra, da bắt đầu tái nhợt, mắt trở nên lòa, đầu và tay chân trở nên cứng ngắc, và dưới sự kiểm soát của nghiệp, chúng ta bị quét nhanh đến lần tái sinh kế tiếp.

---

15   Anh: *The Collection of Deliberate Sayings.*
16   Phạn: *Nagarjuna.*

3. Sự vô thường của các nhà cai trị vĩ đại

Có những vị thần và những tiên nhân[17] có thể sống rất lâu đến đại kiếp, nhưng cuối cùng họ cũng phải chết. Ngay cả những nhà cai trị chúng sinh, như Brahma (Phạm Thiên), Indra (Đế Thích), Vishnu, Ishvara và những vị thần vĩ đại khác, đều không qua khỏi nghiệp và cái chết. Suốt dòng lịch sử đã có nhiều vị hoàng đế quyền lực và những nhà cai trị thế lực như Julius Caesar, Alexander Đại Đế, Thành Cát Tư Hãn và Napoleon. Họ thành tựu những việc vĩ đại, đạt được danh vọng bao la và sự giàu sang vật chất, nhưng cuối cùng họ ngã quỵ trước cái chết giống như tất cả những chúng sinh khác và không thể mang được một thành tựu hay quyền lực thế gian nào theo họ.

Lịch sử Tây Tạng là một thí dụ hoàn hảo về vô thường. Tây Tạng mang một quá khứ đầy màu sắc qua hàng ngàn năm, nhất là từ thời vua Nyatri Tsenpo, người được xem là tái sinh của một đại Bồ tát. Bốn mươi bốn vị vua trị vì, qua những triều đại khác nhau, tất cả với những chính sách khác nhau. Có những thời Tây Tạng cai trị nhiều nước láng giềng như Trung Quốc, Mông Cổ và nhiều phần đất của Ấn Độ và Miến Điện, nhưng đúng với bản tính của thay đổi và vô thường không thể tránh được, những thời vinh quang này bây giờ chỉ là một ký ức và người dân Tây Tạng hiện thời đang đấu tranh với sự mất tự do chính trị và ngay cả bản thân văn hóa của riêng họ. Vinh quang trước kia của Tây Tạng tựa như một giấc mộng đối với đa số người Tây Tạng vì tình thế của họ bây giờ hoàn toàn đảo ngược. Những việc như thế này đã được lặp đi lặp lại vô số lần suốt lịch sử thế giới.

Chiêm nghiệm những vấn đề như thế có thể giúp chúng ta hiểu sự vô dụng khi bám chấp vào bất cứ điều gì với ý nghĩ nó là thường hằng và không thay đổi. Sự chấp trước những khía cạnh như sở hữu vật chất, những mối quan hệ và địa vị thế gian càng lớn, chúng ta sẽ thấy sự mất mát sầu muộn và đau đớn càng nhiều.

---

17 Phạn: *rishi.*

4. Sự Vô Thường của Những Bậc Giác Ngộ

Tất cả những gì còn lại của những bậc thánh cao cả từ các truyền thống tâm linh vĩ đại của thế giới, như Jesus Christ, Abraham, Mohamed và Krishna, là những câu chuyện của họ.

Trong đại kiếp hiện tại bốn vị Phật đã xuất hiện, mỗi vị với con số lớn những đệ tử Thanh văn và A La Hán của riêng họ; những bậc đã thành tựu sự giải thoát khỏi cuộc tồn sinh luân hồi. Ngày nay tất cả những gì chúng ta có là giáo lý còn lại của vị Phật đương thời nhất – Phật Thích-ca Mâu-ni.

Ở Ấn Độ, những lời dạy của Phật Thích-ca Mâu-ni đã được năm trăm vị A La Hán kết tập. Từ lúc đó có nhiều hành giả vĩ đại như *Hai Bậc Vô Thượng* (Long Thọ và Vô Trước), *Sáu Trang Nghiêm*, *Tám Mươi Bậc Đại Thành Tựu* và nhiều người khác. Họ nắm vững tất cả những yếu tố của những con đường và tất cả những tầng mức chứng đắc khả hữu, đạt sự thấu thị vô giới hạn và những năng lực kỳ diệu. Tuy nhiên bây giờ, tất cả những gì còn lại của họ là những câu chuyện thần tiên về họ đã sống như thế nào. Ở Tây Tạng cũng có nhiều hành giả xuất chúng như ngài Liên Hoa Sinh vĩ đại và Bậc Đại Thành Tựu Panchen Dawa Gonpo, đã đạt được những phẩm tính giác ngộ phi thường và những năng lực kỳ diệu. Tất cả các dòng Phật giáo Tây Tạng đã thịnh phát và Pháp Luân Kalachakra đã chuyển thuần thục và giải thoát chúng sinh.

Trên khắp thế giới có nhiều người đã đạt được những năng lực kỳ diệu như vậy, nhưng giờ đây chỉ còn là những câu chuyện về họ. Hãy lấy tất cả cái còn lại đó của những người vĩ đại như thế và những câu chuyện thần tiên về họ đã sống như thế nào, đem so sánh với cuộc sống đầy nghiệp chướng của chúng ta và hãy chiêm nghiệm điều này về cuộc sống vô thường của chính mình.

Bài Luyện tập 9.2 – Sự vô thường của chúng sinh hữu tình

- *Trong một tư thế thư giãn, hãy thiết lập một tâm trung tính qua thực hành Quán niệm hơi thở.*

- *Hãy đem đến tâm, bất cứ người nào bạn biết đã ra đi trong đời bạn. Bây giờ hãy xem tất cả những người đã chết mà bạn không biết. Hãy tư duy về số người chết đích thực mỗi ngày.*

- *Rồi hãy mở rộng phạm vi của bạn bao gồm tất cả súc sinh. Hãy xem những người chết qua nguyên nhân tự nhiên, những người bị người khác giết hay sinh mạng của họ mất đi do tai nạn.*

- *Qua lịch sử hãy nghĩ và nhận diện những người nổi tiếng nhất mà bạn có thể nghĩ đến. Bây giờ họ ở đâu? Bạn biết có người nào chạy trốn được cái chết? Hãy xem những người nắm đại quyền chính trị hay những người giàu có. Có người nào trong những người đó tránh được chết?*

- *Hãy nghĩ về những bậc đại hiền triết của thế giới. Ngày nay họ còn lại gì? Hãy xem tất cả các vị thánh đến sau họ. Có ai trong các vị ấy sống còn không?*

- *Hãy thừa nhận rằng tất cả chúng sinh sẽ chết ở một thời điểm nào đó, hãy để sự tỉnh giác của bạn nghỉ trong sự chắc chắn này.*

5. Thêm những thí dụ về vô thường

Bốn mùa liên tục là một bài học về vô thường như là sự lên và xuống của các chính phủ và những người lãnh đạo. Quá trình già cũng cho chúng ta bằng chứng hằng có của quãng thời gian ấy. Trong tất cả thành viên gia đình của chúng ta những người đã sống một trăm năm qua, thực hiện tất cả những cam kết của họ với việc làm và đời sống gia đình, bây giờ còn ai? Tất cả những mối quan hệ của con người đều phải chịu thay đổi. Người yêu đến và đi, bạn cũ tản mác qua năm tháng và bạn mới được rèn luyện. Dù cho chúng ta hạnh phúc lấy nhau và dường như chúng ta cùng nhau mãi mãi, cuối cùng một người sẽ chết, như vậy cuộc sống đâu có thoát khỏi sự chi phối của vô thường.

Trong một trăm năm ai sẽ còn lại trong tất cả những người gọi là nổi tiếng của thời đại chúng ta? Những người này có thể đầy đủ những thứ mà mọi người ưa thích. Người ta ước mong giống như họ và làm chủ những gì họ sở hữu, nhưng trong một trăm năm những người này chắc chắn sẽ chết và họ sẽ ở đâu lúc ấy? Nếu họ phạm nhiều hành động tiêu cực, họ có thể lang thang quanh quẩn nơi các cõi địa ngục, hay nếu họ có sự chấp trước lớn với những sở hữu thế gian họ có thể bị lưu đày sống như một con chim làm tổ dưới mái hiên của một người giàu có.

Muốn hiểu vô thường một cách sâu xa hơn, chúng ta chỉ cần chiêm nghiệm các chu kỳ thăng trầm, hay sự lên xuống của dòng đời qua hàng ngàn năm. Trong dĩ vãng xa xôi, khi bắt đầu đại kiếp này, theo viễn tượng Phật giáo, con người hoàn toàn nương tựa vào ánh sáng từ bản tính nội tại của riêng họ. Không một thiên thể ngoại tại nào, như mặt trời hay mặt trăng, được yêu cầu ban cho những chúng sinh này ánh sáng và sự ấm áp. Họ có thể di chuyển tùy ý qua thời gian và không gian và họ cao hơn những người trung bình ngày nay sáu lần.

Những chúng sinh này tồn tại trong môi trường bình an, bi mẫn, bằng lòng và họ sống như chính các vị thần, được nuôi dưỡng bằng tiên đơn diệu dược. Đúng với bản tính vô thường, cuối cùng sự bất hòa hợp đâm rễ giữa những người này và họ trở thành nạn nhân cho những lỗi lầm phán xét và những xúc cảm tiêu cực khác. Họ dần dần thoái hóa thành những người tì vết ngày nay.

Trong giáo thuyết Phật giáo người ta nói rằng chu kỳ thoái hóa này sẽ tiếp tục, với Pháp ngừng hiện hữu sau nhiều ngàn năm, với nhiều người chết trong thời chiến tranh và bệnh dịch. Khi đó những người còn lại sẽ chỉ cao một mét và thọ mạng chỉ mười năm. Một sinh thân của Phật Di Lặc lúc ấy sẽ xuất hiện, hướng dẫn những người sống còn khỏi những cách hành xử không đưa đến giác ngộ. Nhờ phúc đức và sự hướng dẫn của Phật Di Lặc, con người sẽ bắt đầu tự phục sinh chính họ như một dân tộc. Họ sẽ dần dần gia tăng thọ mạng trở lại từ mười năm đến hai mươi năm và tiếp tục cho đến khi đạt đến tám chục ngàn năm. Thế tôn Di Lặc lúc ấy sẽ xuất hiện trong nhục thân, thị hiện như một vị Phật và chuyển Bánh Xe Pháp.

Khi mười tám chu kỳ như thế giữa phát triển và suy thoái xảy ra, Phật Nguyện Vọng Vô Cùng sẽ xuất hiện và sống lâu như tất cả ngàn Phật khác của Hiền Kiếp này hợp lại. Cuối cùng, ngay cả đại kiếp này cũng sẽ chấm dứt trong hủy diệt. Do đó, không có gì ở bên kia tầm với của vô thường.

6. Chết

Chiêm nghiệm những điểm trên sẽ giúp bạn phát triển một sự hiểu biết chung về sự xâm nhập của vô thường trong tất cả các lĩnh vực của đời sống chúng ta. Tuy nhiên, đa số người ta vẫn bám chặt vào quan niệm cho rằng bằng cách nào đó họ sẽ là ngoại lệ đối với luật lệ này. Khi thức dậy vào buổi sáng, với cuộc sống tiếp nối, chúng ta lập những kế hoạch trải dài cho tương lai, mong sẽ được hưởng thụ. Để vượt qua những thói quen đã bám rễ vào tiềm thức của mình, hãy đặc biệt thiên định về cái chết sẽ đến với chúng ta như thế nào.

Sự Chắc Chắn của Cái Chết

Có rất ít cái chắc chắn trong đời, trừ cái chết. Không cái gì cả, dù là cái động hay cái tĩnh, có thể trốn thoát sự thật rằng mọi vật sinh ra cuối cùng sẽ diệt. Trong toàn thể vũ trụ không có cái gì có thể gọi là một thực thể thường hằng, mọi vật đều thay đổi.

Cái thân quí báu này chúng ta cho nó ăn, mặc, và chăm sóc nó, cũng sẽ rơi rớt và bị bỏ lại phía sau vào lúc chết. Chính cái tâm một mình sẽ du hành qua các giai đoạn trung gian sau khi chết. Không có đồng hành vào lúc này cũng như tất cả những mối quan hệ của chúng ta sẽ được để sang một bên. Nơi nương náu duy nhất của chúng ta sẽ là những tập khí tích lũy mà chúng ta đã góp nhặt qua những chủ ý vị tha hay ích kỷ của mình. Đây là thứ duy nhất sẽ đi cùng ta đến bất cứ nơi đâu.

Đời của chúng ta đầy một dòng suối bất tận những thăng trầm, không một tình thế đơn độc nào miễn nhiễm với những tàn phá của thời gian. Có rất nhiều đến độ ở bên kia sự kiểm soát của chúng ta. Do đó hãy tự khuyến khích mình buông lơi sự chấp trước tu dưỡng lòng từ ái và những phẩm hạnh tốt khác. Tự nhiên điều này sẽ lôi kéo sự chú ý của bạn đến với Pháp. Nếu chân thật phát nguyện hướng về giác ngộ, chúng ta nên thiền định về chân tướng của vô thường như vậy lòng sùng mộ của chúng ta đối với những thành tựu thế gian có thể chuyển hóa thành sự sùng mộ hướng đến các bậc thầy và các giáo lý sẽ giải thoát chúng ta.

Với sự chắc chắn của cái chết , chúng ta nên nắm lấy mọi cơ hội để thực hiện mục đích cao nhất trong khi vẫn còn ở trong kiếp người quý báu này. Khi tuổi đã xế chiều, ta sẽ còn rất ít cơ hội để đạt được khả năng dẫn đến giải thoát, vì thế, đừng trì hoãn, vạn vật đều chịu sự thay đổi, những cam kết mang lại lợi ích tối hậu cho mình, cho người, đó chính là con đường tu tập Pháp và cũng là cơ hội để bạn khám phá chân lý thiêng liêng của mình.

Bài Luyện tập 9.3 – Không Gì Lâu Dài Mãi Mãi

* *Trong một tư thế thư giãn, hãy thiết lập một tâm trung tính qua thực hành Quán niệm hơi thở.*

* *Qua thời gian hãy nhìn lại và nhận diện những người đã gần gũi với bạn ở những giai đoạn khác nhau trong đời bạn. Bao nhiêu người trong những người đó vẫn còn hiện diện? Hãy nghĩ đến những người bạn lúc còn trẻ, những đồng nghiệp và những mối quan hệ lãng mạn. Hãy xem lại mỗi quan hệ trong các quan hệ đó đã thay đổi như thế nào qua thời gian.*

* *Bây giờ hãy xem người mà bạn đã là ở những giai đoạn khác nhau trong đời bạn. Hãy nghĩ đến những điều mà bạn thích thú vào*

những lúc đó. Những sự ưa thích và không ưa thích của bạn đã tiến triển như thế nào qua thời gian? Những hoạt động gì trước kia bạn thích thú mà bây giờ bạn không còn thích nữa? Nếu bạn so sánh người mà bạn đã là lúc đó, với người mà bạn đang là bây giờ, bạn thấy tương tự như thế nào?

- *Hãy nghĩ về những thay đổi nơi thân bạn. Hãy đem đến tâm bạn trông và cảm thấy như thế nào ở những giai đoạn khác nhau? Bạn khác nhau như thế nào về mặt vật lý? Phần gì của các thân trước của bạn vẫn còn hiện hữu trong thân hiện tại của bạn?*

- *Cái gì làm cho bạn khác với những người khác? Bạn có thể nghĩ đến một lý do tốt nào đó tại sao bạn sẽ không chết? Hãy chấp nhận rằng bạn cũng chỉ là vô thường như họ, hãy nghĩ trong sự chắc chắn rằng sớm hay muộn đời bạn cũng sẽ chấm dứt.*

Sự bất định của thời gian chết

Khi đã sinh, thì chắc hẳn chúng ta sẽ chết và mọi giây phút sau sinh chúng ta đang trở nên gần với cái chết của mình hơn. Chúng ta không bao giờ biết về thời gian và nơi cái chết sẽ xảy ra, chúng ta cũng sẽ không biết nguyên nhân. Có một vài điều trên thế giới này ưu ái sự sống và nhiều cái đe dọa nó. Như Đại Luận sư lỗi lạc của Phật giáo Đại Thừa Thánh Thiên[18] chỉ ra:

Nguyên nhân chết có nhiều;
Nguyên nhân sống thì ít,
Và ngay cả chúng có thể trở thành nguyên nhân của chết.

Có vô số hoàn cảnh có thể đưa đến cái chết của chúng ta, như tai nạn xe cộ, đau tim, lửa hay lụt. Ngay cả những vật bình thường lợi ích cho chúng ta, như thức ăn hay thuốc, có thể giết chết chúng ta. Chúng ta có thể mắc cổ thức ăn chúng ta tiêu thụ hay chúng ta có thể kinh nghiệm một phản ứng

---

18   Phạn: *Aryadeva.*

dị ứng đối với một thứ thuốc đặc biệt làm cho chúng ta ngừng thở. Tương tự, ham muốn danh vọng, giàu sang và danh dự có thể đưa đến tranh cãi hay ngay cả chiến tranh có thể gây ra cái chết của nhiều người.

Chúng ta không bao giờ chắc chắn khi bất cứ nguyên nhân nào trong những nguyên nhân này của cái chết có thể ập xuống chúng ta. Một vài người chết trong thai cung của mẹ hay lúc sinh, trong khi những người khác sinh ra trong cảnh nghèo và chết trẻ không thể có được sự trợ giúp y khoa họ cần. Nhiều người chết bỗng nhiên trong khi ăn, nói chuyện, làm việc và du lịch, trong khi những người khác chịu đựng một quá trình dài và đau đớn, chết già và suy yếu. Một vài người ngay cả tự lấy sinh mạng mình, bị những hoàn cảnh của đời họ lèo lái đưa đến thất vọng. Đưa ra sự bất định trọng đại này, tuyệt đối không có sự bảo đảm nào rằng cái chết sẽ không đập vào chúng ta một cách bỗng nhiên. Hoàn toàn có khả năng là ngày mai chúng ta có thể thức dậy trong thân hình của một ngạ quỉ hay một súc sinh. Chết thì không thể tiên đoán được và có thể tấn công bất cứ lúc nào.

Bài Luyện tập 9.4 – Sống Mỗi Ngày Như Là Ngày Cuối Cùng

- *Trong một tư thế thư giãn, hãy thiết lập một tâm trung tính qua thực hành Quán niệm hơi thở.*

- *Vì mỗi đời do một nghiệp đơn độc dự báo, tất cả chúng ta đều có một tuổi thọ tối đa. Sớm hay muộn, năng lượng duy trì đời sống này sẽ được dùng hết. Điều này có nghĩa là mỗi giây, chúng ta đang di chuyển gần hơn đến cái chết. Hãy xem thời gian nó cần để thực hiện những hoạt động khác nhau trong thói quen hằng ngày của chúng ta. Khi bạn thực hiện những hành động này, bạn đang di chuyển gần nhiều hơn đến cái chết. Như mũi tên bắn từ cây cung, kết thúc nhanh chóng đến gần. Hãy tìm ý nghĩa cho bước đi không thể kiểm soát được của thời gian.*

- *Bây giờ hãy xem nhiều cách người ta chết. Thân cần phải chịu bao nhiêu hư hại trước khi nó ngừng làm việc? Những loại sự vật gì có thể gây ra sự hư hại này? Hãy nghĩ đến nhiều sự vật xung quanh bạn và tất cả chúng có thể trở thành duyên cho cái chết.*

- *Hãy xem những vật mà chúng ta nương vào để bảo vệ thân mình. Trong những vật đó có vật nào có thể dùng để giết chúng ta không? Chẳng hạn bình thường thức ăn cần để duy trì thân, nhưng nếu nó kẹt trong khí quản, chúng ta có thể bị nghẹt đến chết. Hãy nhận diện một số thí dụ khác.*

- *Bây giờ, chúng ta có những bảo đảm gì khiến chúng ta sẽ không chết trong hai mươi bốn giờ kế? Bạn biết cái gì sắp xảy ra trong tương lai? Nếu bạn bị những vật có tiềm năng giết chết bạn vây quanh, cái gì khiến bạn chắc chúng sẽ không làm? Hãy xem tất cả những người chết bất ngờ vì tai nạn hay vì những sự cố không thấy trước.*

- *Thừa nhận rằng chết thì cấp bách và có thể xảy ra bất cứ lúc nào, hãy phát triển quyết tâm không lãng phí một giây của thời gian quí báu bạn còn lại. Hãy để sự tỉnh giác của bạn nghỉ trong kết luận này.*

7. Nhận thức về thường hằng và vô thường

Chiêm nghiệm thứ bảy và cuối cùng về vô thường thô xem lợi ích của thiền định qui nhất về chết vào bất cứ lúc nào và trong mọi hoàn cảnh. Dù chúng ta đang nằm trên giường chết, đi làm việc hay thưởng thức cà phê với bạn, chúng ta không bao giờ có thể chắc chắn rằng chúng ta sẽ không chết vào lúc đó. Để duy trì nhận thức về khả năng hằng có của cái chết của chúng ta thì giống như các bậc Đạo sư giáo phái Kadampa Geshes tỉnh giác về cái chết vào tất cả mọi thời. Ban đêm họ sẽ lật ngược bát của họ xuống và để than hồng của họ không phủ kín lại, biết rằng ngày kế có thể không cần đốt lửa hay chuẩn bị bữa ăn.

Tập trung vào sự bất định của thời gian chết có thể cho chúng ta một cảm giác cấp bách trong tu tập Pháp đích thực. Nó có thể buộc chúng ta chiêm nghiệm sự chóng vánh của những hoạt động thế gian và sự vô thường của thân và tâm của chúng ta, nâng cao sự tỉnh giác của chúng ta về sự quí báu của mỗi thoáng chốc.

Được ý nghĩ về vô thường thúc giục, chúng ta có thể cố gắng xem mọi tình thế mà chúng ta gặp với khiêm tốn, biết ơn và nhận thức thanh tịnh. Điều này sẽ giúp chúng ta phát triển sự tập trung sâu xa, nuôi dưỡng chính niệm và sự tỉnh giác của chúng ta có thể hiện diện ngay cả trong lúc ngủ, để phòng những ác mộng do vô minh gây ra.

Hãy nhớ rằng ngay cả những người thương yêu, bạn bè và gia đình cũng là vô thường, vì thế ở một nơi cô đơn khởi lên sự ham muốn giải thoát. Tên và danh vọng đều vô thường, vì thế hãy luôn luôn giữ vị thế thấp. Lời nói là vô thường, vì thế tự khởi hứng tụng lời cầu nguyện và chân ngôn. Ý kiến và ý nghĩ đều vô thường, cũng vậy là niềm tin và lòng ham muốn giải thoát, vì thế hãy làm việc để phát triển một bản tính tốt và làm cho những cam kết của bạn nhất quyết.

Đôi khi người ta cảm thấy kiêu hãnh về những kinh nghiệm của họ trong thiền định nhưng những cái này cũng quá vô thường. Hãy cần mẫn tu tập cho đến khi mọi vật tan biến thành chân tính của thực tại. Vào lúc đó, chu kỳ chết và tái sinh sẽ ngừng và lúc ấy chúng ta sẽ được chuẩn bị đầy đủ cho cái chết. Sự thực, chúng ta ngay cả nhìn nó như là một cơ hội không thể tin được cho giải thoát. Hãy thiền định một cách qui nhất về chết và vô thường cho đến khi bạn đạt đến giai đoạn này và tất cả sự sợ chết được vượt qua.

Như vị đại thánh Tây Tạng Milarepa đã hát:

Sợ chết, ta đã đi vào núi,
Thiền định mãnh liệt về sự bất định của giây phút chết,
Và thấy rằng thành trì bất tử không thay đổi bản tính của tâm,
Bây giờ ta đã đi qua bên kia sợ chết!

Đối với người theo Phật pháp, trong tất cả những đề tài thiền định, tập trung vào sự vô thường là chính yếu nhất. Như Phật Thế Tôn nói:

Thiền định bền bỉ về vô thường cúng dàng chư Phật.
Thiền định bền bỉ về vô thường là được chư Phật cứu khỏi khổ.
Thiền định bền bỉ về vô thường là được chư Phật hướng dẫn.
Thiền định bền bỉ về vô thường là được chư Phật ban phúc.

Padampa Sange giải thích sự chiêm nghiệm này thiết yếu như thế nào qua mọi giai đoạn của con đường tâm linh:

Ban đầu, bị thuyết phục hoàn toàn về vô thường khiến ngươi nhận
    lấy Pháp;
Ở giữa, nó quất ngươi nổi dậy chuyên cần;
Kết thúc, nó mang ngươi đến Pháp thân ngời sáng.

Có nhiều để được trong đời sống thế gian của chúng ta do chiêm nghiệm sâu về vô thường và nhận lấy thông điệp của nó vào tim. Cũng quan trọng là nhận ra rằng không có niềm tin quyết thành thật nơi bản tính vô thường của tất cả sự vật, chúng ta sẽ không thâm nhập nghĩa thật của Pháp, vì thiền định về vô thường là cánh cửa mở lối vào tu tập tất cả Pháp.

Chúng ta nên giống như Geshe Kharak Gomchung, đã đến thiền định trong núi Jomo Kharak ở tỉnh Tsang:

Ở trước hang động của ngài có một bụi gai, nó vướng vào quần áo ngài.
Lúc đầu ngài nghĩ: "Có lẽ ta nên chặt nó đi" nhưng rồi ngài tự bảo:
"Nhưng xét cho cùng, ta có thể chết trong cái hang này. Ta thực sự không
nói trước được là liệu mình còn sống sót để trở ra nữa không. Hiển nhiên,
điều quan trọng hơn là ta phải tiếp tục lo hành trì". Khi ra ngoài, ngài lại
bị những chiếc gai móc vào quần áo. Lúc này ngài nghĩ: "Ta không dám
chắc sẽ còn trở lại hang nữa hay không" và sự việc này tiếp diễn như thế
trong nhiều năm cho tới khi ngài trở thành một Đạo sư thành tựu. Khi
ngài rời hang, bụi gai vẫn còn nguyên.

Bài Luyện tập 9.5 – Gói hành lý của bạn

- Trong một tư thế thư giãn, hãy thiết lập một tâm trung tính qua thực hành Quán niệm hơi thở.

- Hãy tưởng tượng bạn đang trên giường chết. Vì bạn tự chuẩn bị cho giây phút cuối cùng của đời mình, hãy xem bản tính của sự chóng vánh này. Hãy bắt đầu bằng cách tự hỏi, chuyện gì sẽ xảy ra với những sở hữu vật chất của bạn? Bạn có thể đem bất cứ cái gì theo bạn không? Bạn sẽ được lợi ích gì từ chúng sau khi bạn chết? Sự chấp trước những món này có thể ảnh hưởng như thế nào tới sự tái sinh kế tiếp của bạn?

- Bây giờ hãy xem chuyện gì sẽ xảy ra với những mối quan hệ của bạn? Có ai trong gia đình hay bạn bè của bạn có thể đến với bạn trong chuyến du hành này không? Lại nữa, sự chấp trước của bạn vào những mối quan hệ này có ảnh hưởng gì đến tâm bạn?

- Bây giờ hãy nghĩ về nền tảng ý thức của bạn. Hãy nghĩ về tất cả những tập khí nghiệp khác nhau mà bạn tạo ra trong đời này và những đời quá khứ vô thủy. Những tập khí này có biến mất chỉ sau khi chết không? Nếu bạn nghĩ chúng sẽ biến mất, cái gì làm chúng biến mất? Nếu không, thì chúng sẽ ảnh hưởng tâm bạn sau khi chết cách nào?

- Hãy nhận thức rằng vật duy nhất tiếp tục sau khi chết là dòng suối tâm thức và nghiệp duyên của nó. Điều quan trọng nhất để làm với đời này lúc ấy là chắc chắn rằng chúng ta tạo ra những tập khí tích cực nhiều như khả năng có thể làm được. Vì lý do này, hãy phát triển quyết tâm không để cho lười biếng và tu tập Pháp nhiều như có thể làm được. Hãy để sự tỉnh giác của bạn nghỉ trong quyết tâm này.

TÓM TẮT CHƯƠNG CHÍN

- Tư duy về cái chết và sự vô thường là cách tốt nhất để chống lại sự lười biếng và đưa tính cấp bách vào sự tu tập của chúng ta.

- Có hai hình thức vô thường: Thô và tế. Vô thường thô gồm có những thay đổi hiển nhiên có thể thấy được đối với giác quan của chúng ta, trong khi vô thường vi tế ám chỉ dòng suối của thay đổi liên tục xảy ra trên căn bản từ giây phút này sang giây phút khác.

- Thế giới bên ngoài bị vô thường xâm chiếm suốt khắp, được sự tương tác hỗ tương của tâm chúng sinh và môi trường vật lý họ cư ngụ cung cấp nhiên liệu. Vũ trụ có tính chất chu kỳ trong bản chất, phát triển trong một quá trình tăng trưởng và suy đổi không bao giờ chấm dứt.

- Chết là phần tự nhiên của tất cả những hiện tượng duyên khởi.

- Vì hình tướng của một chúng sinh hữu tình thì do nghiệp của nó qui định, rồi cuối cùng nó cũng chết. Mọi người sinh ra trong thế giới này, cuối cùng sẽ chết. Dù bạn có quyền lực hay danh vọng thế nào cũng chẳng là vấn đề. Ngay cả những bậc giác ngộ cũng thị hiện cái chết.

- Có hai sự thức ngộ bạn cần phát triển về sự tất tử của riêng bạn.

- Thứ nhất, bạn nhất định sẽ chết và thứ nhì, bạn không có ý kiến nào khi cái chết xảy ra.

- Bằng cách liên tục tự nhắc mình về cái chết, bạn có thể chắc chắn không lãng phí thời gian với những chuyện tầm phào. Điều này sẽ giữ tâm bạn tập trung vào Pháp.

Hình chụp: Một tăng nhân cô đơn đi qua khu rừng

PHẦN BA

Phát Triển Niềm Tin
Nơi Phật Pháp

Chọn Con Đường Tâm Linh

Bốn Tin Quyết của Khước Từ được thiết kế một cách đặc biệt để giúp chuyển tâm chúng ta hướng đến sự tu tập Pháp. Chúng làm nổi bật những đặc trưng tình thế hiện tại chỉ cho chúng ta thấy những cách mà tâm tiếp tục khổ mãi mãi. Trên căn bản này, có những lựa chọn không phải theo những cách suy nghĩ theo thói quen một cách mù quáng. Thay vì, bốn tin quyết ấy chỉ cho chúng ta thấy rằng có sự lựa chọn. Có thể chọn tiếp tục, hay chọn thay đổi điều này hoàn toàn tùy chúng ta.

Quyết định ra đi trong một chuyến du hành tâm linh là bước vĩ đại thứ nhất. Nó có thể tác động như một loại la bàn, định hướng tâm và dẫn bạn đến mục tiêu của mình. Bạn cần bước những bước thực tế trên con đường tâm linh rất trọng yếu.

Như chúng ta thấy, có nhiều loại pháp khác nhau. Một vài loại có thể giúp bạn đạt được sự thành công vĩ đại hơn trong đời này; một vài loại có thể đem lại cho bạn sự hòa hợp vĩ đại hơn trong những mối quan hệ của mình; một vài loại có thể làm giảm bớt những tâm trạng phiền não; một vài loại có thể cắt đứt vô minh và một vài loại có thể tiết lộ chân tính của bạn. Mặc dù chúng ta có thể biết mình muốn tu tập Pháp, nhưng cần lựa chọn tu tập pháp nào và theo trình tự nào.

Để loại bỏ sự không chắc chắn này, chúng ta cần dựa vào những bản đồ đã được các bậc đại sĩ của thế giới để lại. Những bản đồ này bao bọc trí tuệ phi thời gian theo những con đường đặc biệt định rõ, dùng để giúp chúng ta chuyển nhanh từ một đời sống đầy bất mãn đến một đời sống đầy hạnh phúc chân thật. Chúng là những chiếc chìa khóa để hiện thực sự chuyển hóa đầy ý nghĩa trong đời sống của chúng ta.

CÁC LOẠI CON ĐƯỜNG

Chúng ta tự hỏi, "Có phải tất cả các con đường đều như nhau?". Câu trả lời là không. Vì mỗi con đường phát sinh từ sự cùng nhau đến của những nhân và duyên đặc thù, thì hình tướng chúng mang nhất thiết khác nhau. Sau đây chỉ là một vài con đường mà chúng ta có thể phân biệt.

Những Con Đường Thế tục và Tâm linh

Phạm vi của của một con đường là những kết quả tiềm tàng mà con đường đó có khả năng đem đến; bạn có thể nghĩ nó như là khả năng tối đa của nó. Một vài con đường do bản tính, bị giới hạn nhiều hơn những con đường khác vì các loại hiện tượng chúng tập trung vào. Khi xem phạm vi, chúng ta có thể nhận diện hai phạm trù rộng của các con đường:

1. **Những Con Đường Thế Tục:** Con đường thế tục là một con đường tập trung vào sự áp dụng trí thế gian để phát triển những quả chuyển hóa mức độ kinh nghiệm thô của một người. Một thí dụ về con đường như thế là bằng cấp bốn năm đại học. Khi bạn bắt đầu một con đường như thế, bạn thiếu kiến thức nhất định. Lúc kết thúc, bạn sẽ phát triển kiến thức ấy và những kỹ năng cho phép bạn vận hành như một người chuyên môn trong bất cứ lĩnh vực gì bạn đã học. Trong khi loại đường này không có khả năng đem lại cho bạn hạnh phúc chân thật lâu dài, nó có khả năng giúp bạn tạo những điều kiện cho hạnh phúc thế gian tạm thời. Bởi vì kiến thức này thì nông cạn do bản tính nó chỉ lợi ích trong đời này và phần lớn sẽ bị mất trong quá trình phân tán giữa đời này và đời sau.

2. **Những Con Đường Tâm Linh:** Con đường tâm linh là con đường tập trung vào phát triển trí tuệ trong liên hệ với bản tính của thực

tại. Qua trí tuệ này, người ta có khả năng làm tâm thanh tịnh và do đó tạo ra các duyên cho kinh nghiệm hạnh phúc chân thật phát sinh. Mức độ tâm được thanh tịnh sẽ tùy thuộc vào con đường được dùng. Bởi vì những con đường này vận hành bằng cách đem hành giả đến gần thực tại như thực hơn, lúc ấy chúng có khả năng phát triển một mức độ chuyển hóa sâu hơn một con đường thế tục. Những thay đổi chúng phát sinh thường dài hạn hơn theo bản tính, đưa vào nhận xét sự tiếp tục kinh nghiệm sau giây phút chết.

Vì mục tiêu của chúng ta ở đây là kinh nghiệm hạnh phúc chân thực, tôi sẽ tập trung chủ yếu vào những con đường tâm linh từ điểm này. Nói thế có nghĩa là, hãy tỉnh giác rằng những con đường thế tục có thể rất hữu dụng để tạo những điều kiện ủng hộ sự tu tập con đường tâm linh của bạn và do đó không nên không quan tâm hoàn toàn. Thay vì, chúng ta chỉ đơn giản cần nhận ra các giới hạn của chúng và tập trung sự chú ý của chúng ta vào những con đường có khả năng cung cấp những kết quả mà chúng ta tìm kiếm sau cùng.

Những Đường Đặt Căn Bản trên các Nguyện

Trong phạm trù những con đường tâm linh, chúng ta có thể phân biệt một số những loại khác nhau căn cứ trên những động cơ khác nhau do những hành giả khác nhau nắm giữ. Những động cơ này tác động thêm giới hạn tiềm năng mà có một con đường có để phát triển những quả nào đó trong tâm của một cá nhân. Nói chung, chúng ta có thể nhận diện ba loại động cơ tinh thần:

1. **Nguyện cải thiện các duyên trong đời vị lai của mình:** Động cơ này tập trung vào đời theo ngay sau khi chết. Những đường căn cứ trên động cơ này có khuynh hướng nhấn mạnh sự dấn thân vào hoạt động đức hạnh sẽ tạo ra các nhân chín nhảy dòng ở một cõi trời.

2. **Nguyện loại bỏ những nhân gây đau khổ của mình:** Động cơ này tìm cách đạt những gì được biết như là sự giải thoát khỏi cuộc tồn sinh luân hồi. Những con đường được thiết kế xung quanh động cơ này thường sẽ nhấn mạnh sự tu dưỡng trí tuệ loại bỏ các nhân của khổ. Những con đường khác nhau sẽ định nghĩa giải thoát có nghĩa là gì theo những cách khác nhau, đưa đến sự dị biệt thêm nữa trong các phương pháp dùng để đạt cảnh giới này.

3. **Nguyện loại bỏ các nhân gây khổ cho mình và người khác:** Động cơ cuối cùng này không những chỉ tìm cách chấm dứt sự khổ của mình mà còn chấm dứt sự khổ của mọi người khác trong cuộc tồn sinh luân hồi. Loại nguyện vọng vì người khác này cực kỳ hiếm hoi và số con đường khích lệ nó cũng hiếm hoi như vậy. Nó đặt căn bản trên sự hiểu biết thâm sâu về bản tính tương tùy của thực tại chúng ta và được bi tâm vì chúng sinh cung cấp nhiên liệu. Những loại đường này có thể xem là đường đến giác ngộ.

Theo viễn tượng Phật giáo, động cơ thứ nhất bị giới hạn nhiều nhất, trong khi động cơ thứ ba mở rộng nhiều nhất. May mắn, những động cơ không bị cố định và do đó chúng có thể thay đổi qua thời gian. Trong khi một hành giả có thể chỉ có khả năng đi xa như thế với cách suy nghĩ đặc thù, họ vẫn có thể phát triển những nền móng cho phép họ sau này chấp nhận theo một động cơ rộng rãi hơn mà đến lượt nó sẽ cho họ cơ hội hiện thực tiềm năng của họ nhiều hơn. Theo cách này, chúng ta thấy rằng trong dòng đời của mình, chúng ta có thể dấn thân với nhiều con đường thực hiện những nhu cầu đặc biệt phù hợp với nơi mà sự phát triển tâm linh của chúng ta hiện thời nhắm đến.

Phạm vi	Động cơ	Thí dụ
Thế tục	Lợi ích đời này	– Bằng cấp đại học – Tập sự chuyên môn
Tâm linh	Lời ích đời kế	– Hệ thống niềm tin bên ngoài (Ấn-độ giáo, Do-thái giáo, Ky-tô giáo, hồi giáo) – Hệ thống niềm tin bên trong (Kỳ-na giáo, Phật giáo, Đạo giáo)
	Sự giải thoát cá nhân	
	Giác ngộ	

Bảng 10-1: Những động cơ cho các loại đường khác nhau.

Những Con Đường Căn Cứ trên Tính Chính Tông

Trong khi phạm vi giới hạn tiềm năng tối đa của con đường và động cơ giới hạn tiềm năng của cá nhân hành giả, chúng không chỉ ra đường ấy thực tế có khả năng nhận ra tiềm năng hay không. Toàn bộ điểm quan trọng của sự nương tựa vào con đường tâm linh là giúp chúng ta phát sinh trí tuệ một cách hiệu quả hơn. Nếu con đường ấy không có khả năng làm việc này thì không có lý do gì để theo nó. Do đó, nếu phân tích tính hiệu quả của con đường, chúng ta có thể nhận diện hai phạm trù:

1. **Những Con Đường Chính Tông:** Con đường chính thống là tri thức phát sinh từ trí tuệ, qua những phương pháp và kết quả của việc tu dưỡng, nó đã tự chứng minh được tính chính thống của mình.

2. **Những Con Đường Suy Thoái:** Một con đường suy thoái là một khối lượng tri thức phát sinh từ vô minh hay đã bị vô minh làm méo mó và do đó chỉ có khả năng sinh thêm vô minh. Những con đường này vốn đã có thể bắt đầu như những con đường chính tông nhưng qua thời gian, những giải thích sai xen vào làm sai lệch các giáo lý và do đó giới hạn tiềm năng.

Phán xét một con đường là chính tông hay không là rất khó. Do đó, quan trọng là dùng sự hiểu biết của chúng ta về nhận thức có giá trị giúp chúng ta đánh giá sự chính tông của con đường đã chọn. Như ở chương hai, có hai cách để biết điều này:

1. **Tin vào Thẩm Quyền:** Bình thường chúng ta bắt đầu cuộc du hành tâm linh bằng cách nương vào thẩm quyền của những người khác (như bạn bè, gia đình hay xã hội rộng lớn hơn) giúp đề nghị những con đường khác nhau mà chúng ta có thể theo.

2. **Lý Luận Hợp Lý:** Sơ khởi chúng ta có thể làm điều này bằng cách nghiên cứu các giáo lý của con đường mà chúng ta đang xem xét để theo. Quan trọng ở giai đoạn này là có tính cách tìm hiểu như có thể được để trắc nghiệm những phẩm tính của con đường. Qua chủ động nghi vấn những gì được nói đến, chúng ta có thể làm rõ ràng hơn thực tế nó có khả năng sinh những quả mong muốn không. Nếu là con đường chính tông, thì nó sẽ chịu sự phân tích vì nó được đặt căn bản trên trí tuệ hợp với sự vật thực tế hiện hữu như thế nào.

3. **Kinh Nghiệm Trực Tiếp:** Trên căn bản phân tích khái niệm của chúng ta về con đường ấy, bạn có thể thấy mình phát triển sự tin tưởng đầy đủ ở mức ít nhất thử nó một lần. Bạn có thể không hoàn toàn bị thuyết phục, nhưng ít nhất bạn có thể thừa nhận tiềm năng nhận lợi ích. Bằng cách đưa những phương pháp của con đường ấy vào thực hành, bạn bắt đầu kinh nghiệm thực tế các giáo lý và trên căn bản của kinh nghiệm đó bạn có thể xác định các giáo lý ấy có chính tông hay không.

Bài Luyện tập 10.1 – Nhận diện những con đường Tâm linh đích thực

- *Trong một tư thế thư giãn, hãy thiết lập một tâm trung tính qua thực hành Quán niệm hơi thở.*

- *Hãy bắt đầu trước hết bằng cách phân biệt giữa những con đường thế tục và tâm linh. Hãy nghĩ một vài thí dụ về tri thức hay kỹ năng mà bạn thấy hữu dụng để có trong đời sống này. Bây giờ hãy xem những con đường khác nhau người ta có thể đi để thu lượm được tri thức này hay học những kỹ năng này. Đây là những con đường thế tục.*

- *Mặt khác, hãy xem loại tri thức cần để vượt qua đau khổ. Để làm điều này bạn có thể nghĩ đến những con đường gì? Làm sao bạn phân biệt chúng với những con đường thế tục? Chúng có những phẩm tính gì mà con đường thế tục không có? Đây là những con đường tâm linh.*

- *Bây giờ hãy xem một vài con đường tâm linh mà bạn biết.*

- *Động cơ thống trị phía sau những con đường này là gì? Hành giả của những con đường này đang nhắm đến cái gì? Họ mong có thể đạt được loại kết quả gì? Hãy chọn một số thí dụ và xem nếu bạn có thể so sánh chúng ít nhất với một trong ba loại động cơ ấy. Bạn có thể nghĩ đến những động cơ khác nhau mà hành giả có thể có trong một con đường đơn độc? Hãy nhận diện các thí dụ.*

- *Khi dùng những con đường bạn đã nhận diện, hãy xem những con đường trong đó chúng có thể là đích thực hay sai lạc. Hãy cố gắng phân biệt giữa thông điệp chính yếu của con đường và những cách méo mó mà theo đó người ta có thể hiểu nó. Hãy nhận ra những hậu quả khác nhau do những sự bóp méo này tạo ra.*

Các nghiên cứu trên giúp nhận diện một con đường có đúng thực hay không, bây giờ bạn đối mặt với một thách thức mới. Trong những con đường tâm linh đích thực khả dụng hiện hữu trong thế giới này, con đường nào thích hợp với những nhu cầu đặc biệt của bạn nhất? Để trả lời câu hỏi này bạn cần học làm cách nào đánh giá một trật tự những niềm tin để nhận diện sự thích hợp toàn bộ của một con đường đã cho.

Quá trình này sẽ nhờ vào khả năng nhận ra những lợi ích của bạn mà những niềm tin dị biệt đa dạng có thể cống hiến. Qua giới thiệu chính mình với nhiều viễn tượng, bạn có thể phát triển một toàn cảnh rộng rãi những chọn lựa khả dụng của mình. Lúc ấy bạn có thể so sánh những chọn lựa này và có được tuệ kiến những phương pháp tiếp cận khác nhau này làm việc như thế nào và chúng nhấn mạnh ở chỗ nào.

Khi bạn làm điều này, một vài ý kiến nào đó có thể thực sự đến với bạn. Bạn có thể thấy thích thú nổi lên và bạn được lôi kéo đến chỗ biết nhiều hơn. Đây là dấu hiệu tốt có thể chỉ bạn có nghiệp hiện hữu với con đường đặc thù. Căn cứ vào sức mạnh kết nối trực giác của bạn, bạn có thể phát triển một độ tin kiên quyết có ý nghĩa về muốn dấn thân hơn vào con đường này.

Bằng cách dấn thân vào một sự phân tích như thế, sự chọn lựa con đường của bạn sẽ căn cứ vào sự kết hợp niềm tin trực giác và hợp lý mà nó sẽ đem lại sức mạnh và quyết tâm lớn hơn cho sự tu tập của bạn. Không có niềm tin như thế, bạn có thể thấy khó cam kết thực sự với bất cứ một truyền thống nào. Điều này sẽ dẫn đến một phương pháp tiếp cận hỗn hợp mà bạn tiếp tục nhảy từ con đường này đến con đường khác, không bao giờ thực sự tiến xa theo bất cứ chiều hướng nào. Loại tiếp cận này cũng có thể gia tăng tiềm năng cho những sai lầm trong tu tập của bạn mà nó có thể làm giảm thiểu hiệu quả chung của những con đường bạn đang theo.

THIẾT LẬP MỘT TRIẾT LÝ KHÔNG BỘ PHÁI (RIMÉ)

Ở Tây Tạng chúng tôi dùng từ "Rimé" để miêu tả cái tâm "không thiên lệch". Nó là một thái độ đặc biệt giúp người ta làm việc với sự thay đổi khác nhau theo cách ủng hộ sự phát triển cá nhân của họ, cùng lúc, khích lệ sự hòa hợp nhiều hơn với những người giữ những cái thấy khác nhau. Chúng ta có thể gọi thái độ này là *"Triết lý Không Bộ Phái"*.[18]

Khi chúng ta bắt đầu, trước tiên một cuộc du hành tâm linh, có một Triết Lý Không Bộ Phái có thể cung cấp cho bạn một căn bản để lựa chọn con đường. Rồi, khi bạn bắt đầu tiến bộ theo con đường đó, nó có thể giúp bạn vượt qua những chướng ngại bằng cách chỉ cho bạn những cách thay thế suy nghĩ về một tình thế có sẵn. Và cuối cùng, khi bạn tiến đến những giai đoạn tiên tiến, nó cung cấp cho bạn sự uyển chuyển nhiều hơn của tâm phù hợp với một tầm dị biệt rộng lớn hơn của các tình thế và do đó giúp bạn đem lại lợi ích nhiều hơn cho những người xung quanh bạn. Bằng cách này, Triết Lý Không Bộ Phái hữu ích ở đầu, giữa và cuối.

Chúng ta có thể chia thái độ này thành bốn phẩm tính phân biệt phát triển trong một quá trình tiệm tiến qua thời gian. Khi bạn làm mạnh một phẩm tính, tự nhiên nó tạo ra những điều kiện cho phẩm tính kế tiếp phát sinh. Bằng cách này, chúng ta có thể nghĩ Triết Lý Không Bộ Phái tựa như một đóa hoa bắt đầu từ một hạt giống và cuối cùng nở thành một sự trưng bày đẹp của màu sắc.

Bao dung

Phẩm tính thứ nhất chúng ta cần phát triển là sự bao dung, xây trên căn bản tương kính. Một cái tâm thiếu loại bao dung này là công khai phản đối hướng về những người giữ những cái thấy khác nhau. Nó là cái tâm nắm bắt rất mạnh những niềm tin riêng của người ta và cảm thấy bị sự hiện

---

18 Anh: *Rimé Philosophy*.

diện của những quan điểm khác đe dọa. Chúng ta cần thả lỏng cái nắm chặt này để có thể giao thiệp theo cách có ý nghĩa.

Phát triển tinh thần bao dung đặt căn bản trên quan điểm mở rộng, thái độ tôn trọng lẫn nhau. Kính trọng có nghĩa là có thể kết nối với một người theo cách như thế, mà ngay cả nếu chúng ta không đồng ý với những cái thấy của họ, chúng ta vẫn có thể đánh giá quyền giữ những cái thấy đó của họ. Chìa khóa để phát triển loại bao dung này là tách rời sự hợp lý của một ý kiến và sự hợp lý của người giữ ý kiến ấy. Phía sau mọi ý kiến là động cơ được hy vọng và nỗi ám ảnh sợ hãi. Nếu chúng ta có khả năng nhận diện động cơ tiềm ẩn này, chúng ta sẽ thấy ước mong tìm được hạnh phúc và tự tại với đau khổ. Một cách tối hậu, tất cả chúng ta đều muốn cùng một thứ, chúng ta chỉ đi đến đó bằng những cách khác nhau. Sự kính trọng nhau có thể phát triển do hiểu biết tính chất chung căn bản này của động cơ hợp nhất chúng ta như những con người. Nếu bạn kết nối với động cơ căn bản đó, thì bạn sẽ thiết lập đối thoại một cách hài hòa.

Bài Luyện tập 10.2 – Nền tảng của kính trọng

- *Trong một tư thế thư giãn, hãy thiết lập một tâm trung tính qua thực hành Quán niệm hơi thở.*

- *Hãy dùng một ít thời gian suy nghĩ về những cái thấy mà bạn không đồng ý một cách mãnh liệt. Hãy đem ý kiến ấy đến tâm và ghi nhớ bất cứ sự gớm ghét nào xuất hiện. Nếu bạn thấy sự gớm ghét ấy quá mạnh không thể chịu được, hãy tìm một vài thí dụ khác.*

- *Khi bạn tìm được một đề tài, hãy tưởng tượng một tình thế mà bạn có thể đã gặp một người giữ cái thấy này. Hãy tưởng tượng người này bắt đầu kể với bạn về những gì người ấy tin.*

- *Bất chấp phản ứng sơ khởi của bạn là gì, hãy dùng một chút thời gian bước lùi lại và hãy xem người này đang nói gì. Hãy xem tại sao người ấy có thể giữ một cái thấy như thế. Dù cho bạn biết nó sai, những lý do gì có thể đưa người ta đến chỗ tin theo cách này? Tiếp tục thăm dò động cơ của họ, hãy tự hỏi mình, tại sao, tại sao, tại sao? Hãy cố gắng giảm bớt động cơ xuống đến mức tối thiểu nhất.*

- *Bây giờ hãy xem, đây có phải là động cơ mà bạn đã có thể có?*
- *Đây có phải là cái mà bạn có thể liên hệ? Hãy nghĩ đến những thí dụ lấy từ đời sống của bạn mà bạn đã hành động với một động cơ tương tự.*
- *Có kết nối với động cơ sâu xa này, bạn có thể phát hiện sự thay đổi trong cách bạn nhận thức người này như thế nào không? Nếu bạn nhận thức người ấy một cách khác, nó có thể thay đổi cách bạn liên hệ với chính cái thấy không?*
- *Hãy nghỉ trong bất cứ tuệ kiến nào xuất hiện.*

Mẫn cảm

Bao dung khiến có thể thiết lập được sự kết nối căn bản với người khác. Trên căn bản của sự kết nối đó, lúc ấy bạn có thể bắt đầu mở ra sự giao thiệp khả hữu. Tất cả các hình thức giao thiệp can dự vào sự các hình thức trao và nhận các ý kiến đó. Ở điểm này, tiêu điểm chính của chúng ta là thu nhận tin tức mới và do đó chúng ta cần nuôi dưỡng phẩm tính mẫn cảm lớn hơn.

Ý kiến căn bản ở phía sau tính mẫn cảm là tạo khoảng trống trong tâm cho những ý kiến mới. Chừng nào tâm chúng ta còn đầy, nó vẫn không thể thu nhận bất cứ cái gì mới và do đó chúng ta vẫn không thể học bất cứ điều gì. May mắn, trong bản chất tâm thì vô cùng và do đó nó có khả năng thích ứng nhiều như chúng ta thích. Chỉ vì sự nắm bắt của chúng ta mà chúng ta giới hạn khả năng ấy một cách có hiệu lực. Chúng ta định hình nó, làm nó kiên cố, khiến nó khó phát triển. Phản lại khuynh hướng tự đóng kín này, chúng ta cần tu dưỡng cái tâm khiêm tốn và không nắm giữ. Sự khiêm tốn phản lại sự kiêu mạn bảo rằng chúng ta biết mọi thứ. Điều này có thể phát triển qua chiêm nghiệm tính độc nhất vô nhị của các duyên khởi lên một tình thế đặc biệt. Khi chúng ta có thể nhận ra tiềm năng đặc biệt như thế, nó trở nên cởi mở hơn trong giao tiếp.

Trong khi nhận theo cái tâm mà nó không nắm giữ là liều thuốc trực tiếp chữa trị viễn tượng nhỏ hẹp và cố định. Tâm này thường có thể phát triển một cách chính thức qua thiền định tỉnh giác hay một cách không chính thức qua niệm về giây phút hiện tại. Bằng cách nào, yếu tính của sự tu tập này là nhận theo khả năng quan sát một cách đơn giản những gì đang xảy ra mà không bị những phán xét quá độ hay những ý nghĩ phân biệt khác mang đi.

Bài Luyện tập 10.3 – Cởi mở với những người khác

- *Trong một tư thế thư giãn, hãy thiết lập một tâm trung tính qua thực hành Quán niệm hơi thở.*

- *Hãy bắt đầu bằng cách nhận diện một người giữ những cái thấy khác với cái thấy của bạn. Họ có thể là bất cứ người nào mà ý nghĩ và lời nói đối với bạn đều gớm ghiếc. Hãy tưởng tượng người này đến gần bạn trên đường phố và bắt đầu nói chuyện. Hãy quan sát xem bạn cảm thấy thế nào. Bạn có thể phát hiện bất cứ hàng rào nào giữa bạn [và người ấy]? Có sự phản kháng nào khi nghe không? Hãy cố gắng tìm một cảm giác cho sự khép kín tâm này.*

- *Bây giờ hãy đưa sự tỉnh giác của giây phút hiện tại vào kịch cảnh. Khi bạn gặp người này, hãy tập trung vào những gì đang xảy ra ở đây và bây giờ. Hãy buông lịch sử bạn có với người này, chỉ đơn giản quan sát những gì nói trong giây phút này. Tương tự, hãy buông bất cứ mong mỏi nào nơi mà cuộc nói chuyện này có thể dẫn đến. Hãy ở lại trong hiện tại, dẫn thân và tỉnh giác về những gì đang xảy ra. Điều này thay đổi cách bạn chiêm nghiệm vở kịch này như thế nào?*

- *Bây giờ hãy xem cái gì đang xảy ra với bạn? Đây là một người.*

- *Một người có những hy vọng và những giấc mộng độc nhất. Một người có những kinh nghiệm độc nhất. Người này thuộc loại chỉ có một. Không một ai khác có viễn tượng đúng y như người này có về cuộc đời, và ngay bây giờ người này ở đây. Cuộc gặp gỡ này có thể dạy bạn điều gì bằng cách nào? Hãy nghĩ về tiềm năng, không những chỉ bằng từ ngữ của tin tức thực tế mà còn bằng từ ngữ bạn là ai như một người và bạn phản ứng những điều khác nhau như thế nào. Hãy đi qua vở kịch này trở lại và hãy tưởng tượng những cách khác nhau mà bạn thực sự có thể tận dụng tình thế này.*

- *Hãy nghỉ trong bất cứ tuệ kiến nào xuất hiện.*

Tò mò

Khi bạn càng lúc càng mở rộng mình ra với những bài học mà đời sống cống hiến, tự nhiên bạn sẽ bị tin tức mà bạn nhận được ảnh hưởng. Khi những ý kiến mới được giới thiệu với tâm, chúng sẽ đi qua một quá trình phối hợp toàn vẹn trong đó tâm cố gắng hòa giải tin tức mới này có nghĩa là gì trong liên hệ với những ý kiến hiện hữu.

Ở điểm này bạn có sự lựa chọn. Bạn có thể chọn không quan tâm đến tin tức mới ấy, trong trường hợp nào bạn bị bỏ lại không tốt hơn khi bạn bắt đầu, bạn có thể chọn cách chủ động tìm hiểu những ám chỉ của tin tức mới này, đưa bạn đến một cái tâm cường tráng và toàn vẹn hơn. Nếu bạn chọn cái sau, bạn sẽ cần phát triển phẩm tính tò mò.

Tò mò là một cái tâm tìm tòi muốn hiểu. Trong một cách chúng ta có thể nói rằng tò mò là một phản ứng đối với sự không chắc chắn. Khi cái tâm như thế thấy hai ý kiến mâu thuẫn, nó muốn hòa giải sự không chắc chắn về ý kiến nào có ý nghĩa hơn. Điều này đưa đến việc hỏi câu hỏi và khi hỏi, chúng ta được câu trả lời. Tin tức mới mà những câu trả lời này cung cấp, giúp chúng ta lấp đầy những lỗ hổng trong sự hiểu biết của chúng ta, đưa đến sự loại bỏ cái không chắc chắn.

Tu dưỡng cái tâm như thế, cần nuôi dưỡng sự khao khát hiểu biết, cần chống lại cái tâm thụ động mà nó chỉ hấp thụ sự vật một cách tự mãn. Điều này có thể làm được bằng cách tham gia vào trò chơi xếp hình, nếu một miếng bị mất trong trò chơi trò chơi xếp hình không thành tựu.[19] Chúng ta hưởng thụ niềm vui khi làm việc có hiệu quả và niềm vui trong những thách thức mà cuộc sống tặng chúng ta. Theo cách này, mọi vật trở nên hấp dẫn khi chúng có khả năng dạy chúng ta điều gì đó. Đây là cái tâm tò mò.

Bài Luyện tập 10.4 – Sự kỳ diệu của đời sống

- *Trong một tư thế thư giãn, hãy thiết lập một tâm trung tính qua thực hành Quán niệm hơi thở.*

- *Hãy tưởng tượng bạn đang ra đi trong một cuộc phiêu lưu lớn tìm một kho tàng không thể tin được. Bạn không có ý kiến bạn sẽ gặp ai và chuyện gì sẽ xảy ra dọc đường. Hãy cho phép sự tiên liệu phát sinh trong tâm bạn, sự rùng mình vì không biết chuyện gì sẽ xảy ra.*

- *Bây giờ hãy tưởng tượng về những hoạt động khác nhau trong ngày. Hãy lấy một kịch cảnh để làm việc. Chẳng hạn, chơi với đứa con của bạn hay lái xe đi làm. Hãy tưởng tượng có nhiều đầu mối tiềm ẩn trong kinh nghiệm này. Những đầu mối sẽ chỉ cho bạn về phía kho tàng. Như một đứa trẻ con trong cuộc săn tìm trứng ngày lễ phục sinh, hãy lấy một sự thích thú mãnh liệt nơi những gì đang xảy ra. Hãy nhìn mọi chi tiết, đẫm ướt trong kinh nghiệm nhiều tầng mức như có thể.*

---

19   Anh: *puzzle*: Trò chơi lắp ráp nhiều miếng nhỏ bằng gỗ hay bằng nhựa được cắt ra từ một miếng lớn theo những hình dạng khác nhau, khi ráp xong, chúng hợp trở lại thành miếng lớn như khi chưa cắt. Trò chơi này dành cho người già và trẻ em, rất phổ biến ở Mỹ. ND.

- *Bây giờ hãy bắt đầu nghĩ về những hình mẫu khác nhau mà bạn quan sát. Giống như trò chơi puzzle (trò chơi xếp hình), hãy bắt đầu đặt các miếng lại với nhau. Hãy xem loại hình ảnh gì xuất hiện. Hình ảnh này nói gì với bạn về chân tướng của tình thế?*
- *Hãy tư duy về những ám chỉ của những quan sát của bạn.*
- *Những loại câu hỏi gì phát sinh? Hãy tưởng tượng mỗi câu hỏi là một mẩu bánh mì nhỏ, dẫn bạn càng lúc càng đến gần kho tàng hơn. Làm sao bạn có thể tìm được những câu trả lời cho các câu hỏi này?*
- *Hãy nuôi dưỡng lòng ham muốn khai mở sự bí mật, theo những mẩu bánh mì nhỏ, phát hiện kho tàng. Hãy để sự tỉnh giác của bạn nghỉ trong ham muốn này.*

Uyển chuyển

Ba phẩm tính: Bao dung, Mẫn cảm, và Tò mò cùng nhau tạo thành một công cụ đầy năng lực cho sự thu thập tin tức. Một người đã tu dưỡng tất cả những phẩm tính này sẽ rất giống một cái bọt biển. Họ sẽ lôi vào nhiều như bất cứ khi nào họ có thể, bởi vì họ chủ động dấn thân, chứng tỏ sự hiểu biết của họ, phẩm tính cái thấy của họ sẽ rất mạnh và rất rộng.

Có cái thấy như thế cung cấp cho hành giả một cơ hội rất độc đáo. Càng học nhiều về những phương pháp tiếp cận với những vấn đề tương tự, bạn càng có thể phô bày sự uyển chuyển của tâm nhiều hơn. Bạn có thể bắt đầu thấy những ý kiến khác nhau thích hợp hơn cho các điều kiện khác nhau như thế nào. Như thế khi những điều kiện đó phát sinh, bạn có thể đáp ứng theo cung cách thích hợp mà nó có khả năng gây lạc quan lợi ích cho chính bạn và những người khác.

Loại uyển chuyển này phát sinh từ sự tỉnh giác có thể được nuôi dưỡng bằng cách phô bày tâm trước sự dị biệt rộng rãi những hoàn cảnh và rồi nhìn vào những hoàn cảnh đó từ nhiều góc độ.

Làm như vậy làm giảm bớt sự nắm giữ thực tại như là một cách duy nhất và khuyến khích cái tâm nhu thuận có thể thích ứng rất dễ với sự biến đổi.

Bài Luyện tập 10.5 – Thay Đổi quan điểm

- *Trong một tư thế thư giãn, hãy thiết lập một tâm trung tính qua thực hành Quán niệm hơi thở.*

- *Hãy đem đến tâm một vài sự cố khác nhau gần đây của bạn trong đó bạn đang tương tác với một người khác. Hãy chọn một sự cố và thiết lập chi tiết của kịch cảnh trong tâm bạn. Làm nó sống động bằng hết khả năng.*

- *Hãy đi qua kịch cảnh từ những viễn tượng khác nhau. Trước hết, hãy tái tạo kinh nghiệm của riêng bạn về sự cố ấy. Hãy cố gắng tìm một ý nghĩa cho cách bạn đã phản ứng, cả những ý nghĩ phát sinh trong tâm của bạn và những cảm giác chủ quan.*

- *Bây giờ hãy lôi viễn tượng của bạn ra và quan sát sự cố theo viễn tượng của người thứ ba (như con ruồi trên bức tường). Hãy đi qua trở lại trình tự ấy. Hãy nhìn cả hai người phản ứng như thế nào. Họ làm những hành động gì? Những hành động khác nhau liên hệ như thế nào?*

- *Bây giờ hãy mang viễn tượng của người khác. Hãy cố gắng tìm một ý nghĩa cho những tâm thái điều động những hành động khác nhau mà bạn đã quan sát trước kia.*

- *Căn cứ trên những quan sát của bạn về sự cố, hãy xem bạn có thể đã làm gì để tạo lạc quan cho sự tương tác. Có cách nào khác bạn có thể nói những gì bạn đã nói? Có những hành động mà bạn có thể tránh được không? Hãy dùng tri thức của bạn nhiều như bạn có thể để lấy toàn bộ lợi thế của những cơ hội mà sự cố này tặng bạn.*

- *Hãy lặp lại bước cuối cùng nhiều lần như bạn có thể, nghĩ về những cách khác nhau mà kịch cảnh này có thể diễn theo cách lợi ích. Luôn luôn có những lựa chọn. Hãy khám phá tiềm năng của tình thế.*

Phát triển một thái độ không thiên lệch không có nghĩa là tất cả những con đường đều giống nhau, vì điều này không đúng. Mỗi viễn tượng có sự ưa thích và sức mạnh riêng, do đó, những gì chúng ta đang cố gắng làm là phát triển sự tỉnh giác nhiều hơn về những gì sự cống hiến dị biệt này. Mục tiêu của chúng ta là phân biệt rõ ràng sự khác nhau của chúng, mỗi con đường là một phương tiện thiện xảo để dẫn dắt những chúng sinh khác nhau đi đến hạnh phúc lớn hơn.

Chúng ta có thể nghĩ về những con đường này giống như thuốc chữa bệnh. Chúng ta có nhiều chứng bệnh như vô minh, chấp trước và ác cảm. Chúng ta cần giúp đỡ, quay về các bậc thầy của thế giới này giống như những y sĩ. Những bác sĩ này xem xét từng trường hợp riêng biệt và kê đơn cho từng nhóm bệnh riêng để làm vơi bớt sự đau khổ. Họ sẽ xem xét từng trường hợp để dạy mỗi người một cách phù hợp.

Tương tự, khi một bác sĩ thăm khám hai bệnh nhân có các triệu chứng khác nhau, bác sĩ cho mỗi bệnh nhân một thứ thuốc phù hợp với nhu cầu của họ. Ví như, một người bị đau đầu thì thuốc nhức đầu là thuốc tốt nhất và tất cả những thuốc khác vô dụng. Mỗi người sẽ nhận được lợi ích trong những hoàn cảnh đúng để thuốc hữu dụng. Đây là thái độ chúng ta cần phát triển trong quan hệ với con đường tâm linh.

Chúng ta cần tránh việc bám chấp vào cái thấy của mình, cho rằng nó là siêu việt hơn những cái thấy khác. Đó là sự kiêu mạn sẽ đưa chúng ta vào xung đột với những người khác. Thay vì xem những cái thấy khác nhau như là đối nghịch, cần xem chúng như là niềm tin của mỗi người để thích ứng với những hoàn cảnh nhất định.

Bằng cách này, Chúng ta cần có sự tôn trọng của những người khác khi tu tập, phát triển tâm linh của mình để thấy chúng không trái ngược nhau. Tức là khéo léo phối hợp pháp tu cá nhân với các pháp tu khác giúp chúng ta hiểu biết toàn diện hơn về thực tại, cũng là suy nghĩ sâu hơn về thói quen tu tập của chúng ta, giúp chúng ta kết nối với những người khác và giúp hiểu họ hiểu thế giới như thế nào. Sự kết nối này cho thấy chúng ta không sống trong cô lập có thể chia xẻ nghiệp tập thể sinh ra trong cùng thế giới, làm hài hòa các mối liên hệ với nhau. Đó là những phẩm tính kỳ diệu của niềm tin.

Bài Luyện tập 10.6 – Hệ Thống Niềm Tin của Thế Giới

- *Trong một tư thế thư giãn, hãy thiết lập một tâm trung tính qua thực hành Quán niệm hơi thở.*
- *Hãy dùng thời gian để đọc về một tín ngưỡng khác với Phật giáo. Hãy bắt đầu bằng cách nghiên cứu lịch sử phát triển của tín ngưỡng đó. Những sự cố chính là gì và chúng đã ảnh hưởng thế nào đến xã hội? Hãy nghiên cứu những ảnh hưởng khác nhau về địa lý và chính trị của tín ngưỡng đó.*
- *Bây giờ hãy nhìn những niềm tin cốt yếu xác định cái thấy của tín ngưỡng bạn đang nghiên cứu. Những niềm tin này được kiến trúc như thế nào? Chúng khám phá những loại đề mục gì? Tại sao bạn biết về những hiện tượng đặc thù này quan trọng đối với tín ngưỡng đó thế nào?*
- *Căn cứ vào cái thấy của họ, hãy tìm xem những phương pháp dị biệt dùng trong tín ngưỡng này. Hãy xem những loại phẩm tính mà những pháp thực hành này sản sinh nơi các hành giả. Loại chuyển hóa nào đã được phát triển?*
- *Cuối cùng, hãy phân tích sự dị biệt bên trong tín ngưỡng, hãy tìm những cách khác nhau mà những niềm tin cốt yếu hay những thực*

hành thông thường được giải thích. Những hành giả phân chia
chính họ theo những cách gì? Hãy cố gắng hiểu động cơ phía sau
những phân chia này. Lợi ích gì đến từ những cách thay thế sự dấn
thân với tín ngưỡng này?

- *Căn cứ vào những gì bạn đã đọc, hãy xem những chủ đề chính mà*
  bạn cảm thấy chúng đặc trưng cho tín ngưỡng. Những chủ đề này
  đối với bạn quan trọng như thế nào? Bạn cảm thấy có loại kết nối
  gì đối với chúng?

TẦM QUAN TRỌNG CỦA SỰ NƯƠNG TỰA VÀO MỘT DÒNG CHÍNH TÔNG

Khi bắt đầu nghiên cứu về các con đường tâm linh, chúng ta sẽ thấy các ý kiến và phương pháp rất đa dạng. Bạn có thể thử bắt đầu góp nhặt những cách tu tập căn cứ trên bất cứ cái gì "hấp dẫn" bạn nhiều nhất. Điều này đưa đến một loại hệ thống niềm tin tập tục vay mượn chút ít ở chỗ này chút ít ở chỗ kia. Tôi sẽ giới thiệu ngược lại phương pháp tiếp cận này vì những lý do sau:

Thứ nhất, chọn một phương pháp tu tập chỉ dựa trên căn bản những gì bạn thích là cách tốt không bao giờ thực sự thách thức với chính mình. Hãy nhớ rằng tu tập Pháp là thuần tâm và có nghĩa là chúng ta phải đối mặt với những thói quen xấu của chúng ta và học cách làm việc với chúng, có lúc nó sẽ không dễ chịu, nhưng sự không dễ chịu ấy là bằng chứng phương thuốc đang có hiệu lực.

Thứ hai, xã hội phương Tây thường coi trọng chủ nghĩa cá nhân, biết rõ cái gì tốt nhất cho chính mình. Điều này đưa đến chỗ tin rằng sự phán xét của mình luôn luôn "đúng", theo nghiên cứu sự phát triển của tâm linh vấn đề này lại không phù hợp. Khi tu tập tâm linh chúng ta cần có liên hệ với thế giới, đôi lúc chúng ta tin tưởng cái tâm của chúng ta hơn tin tưởng trí tuệ của các bậc hiền triết vĩ đại đã đi trước chúng ta. Dòng trí tuệ không đứt đoạn được biết như là một dòng truyền thừa. Khi chọn phương pháp tiếp cận "tập quán" của riêng mình, chúng ta đang bỏ qua dòng truyền thừa thay vì nương tựa vào tâm thái nhầm lẫn của mỗi người, giống như một bệnh nhân pha trộn cồn với thuốc giảm đau trái với những chỉ dẫn của y sĩ. Kết quả của việc làm như vậy chỉ đưa đến đau khổ.

Thứ ba, tất cả chúng ta đều muốn được và không muốn mất. Trí tuệ đã được gắn trong các hệ thống niềm tin khác nhau của thế giới đã được phát triển qua hàng ngàn năm là những phương pháp hiệu quả nhất để đạt sự chuyển hóa tâm linh sâu xa và tránh nhiều rủi ro. Khối tri thức kết hợp mà chúng tiêu biểu thực sự đáng kể, nếu chúng ta chọn không quan tâm đến trí tuệ tập thể, tức là đang cố phát minh lại cái bánh xe. Đó chỉ là sự lãng phí thời gian, mà thời gian là một thứ mà không một ai trong chúng ta được lãng phí. Đời sống rất này quí báu nhưng cũng rất mong manh như một tia chớp sẽ qua. Chúng ta cần tận dụng mọi phương tiện để giúp mình tiến bộ theo con đường này.

Nương tựa vào một dòng truyền thừa chính tông là cách tốt nhất để làm điều này. Bởi vì cơ cấu của con đường đã được thiết lập trước, chúng ta có thể lấy kết quả dự đoán để tập trung vào các giáo lý, vào tu tập cho tâm của chúng ta. Nương tựa vào trí tuệ của những người đã đi trước giúp chúng ta tìm được những phương pháp hiệu quả nhất để vượt qua những chướng ngại mà chắc chắn chúng ta phải đối mặt. Nhận diện rõ ràng những vùng nào trong tâm cần việc chữa trị sửa đổi. Thay vì chỉ đơn giản duy trì tình trạng hiện hữu, chúng ta có thể can đảm lặn vào bùn và bắt đầu quá trình chữa lành.

THIẾT LẬP CON ĐƯỜNG PHÁP THỜI LUÂN KIM CƯƠNG

Con đường chúng ta khám phá trong bộ sách này là *Con Đường Pháp Thời Luân Kim Cương* (Kalachakra Path) hợp với truyền thống *Jonang-Shambhala* của *Phật giáo Tây Tạng*. Trong suốt hơn 2.500 năm, *Pháp tu Thời Luân Kim Cương* của dòng truyền thừa *Jonang-Shambhala* đã có nhiều hành giả chứng ngộ, đạt cảnh giới cao được ghi nhận và tôn vinh.

Trong Quyển Hai và Quyển Ba của bộ sách này chúng ta sẽ khám phá dòng truyền này một cách chi tiết, nghiên cứu triết lý thâm sâu và các phương pháp tu tập có thể đưa đến cảnh giới giác ngộ. Để làm điều này cần có các công cụ đảm bảo cho quá trình trình có hiệu quả và hữu hiệu.

Trong các chương sau, tôi sẽ trình bày ba pháp tu chính của Phật giáo, theo những viễn tượng khác nhau chúng ta sẽ phát triển một sự hiểu biết rộng rãi và khang kiện hơn về thực tế Pháp Thời Luân Kim Cương thích hợp ở chỗ nào.

TÓM TẮT CHƯƠNG MƯỜI

- Một con đường là một trình tự liên tục của những tu tập có thể dùng để phát triển những phẩm tính đáng mong muốn.

- Căn cứ vào phạm vi, có hai loại đường: Một là con đường thế tục tập trung vào sự thu thập tri thức, kỹ năng để có hạnh phúc thế gian; hai là con đường tâm linh cung cấp tri thức và các kỹ năng nuôi dưỡng hạnh phúc chân thật.

- Những con đường tâm linh căn cứ vào động cơ của hành giả chia thành các nhóm: Hành giả nguyện cải thiện những duyên cho đời sau của họ; hành giả nguyện loại bỏ những nhân đau khổ của chính họ và những người khác.

- Những con đường tâm linh được xem là chính tông nếu chúng có khả năng cải thiện sự ngộ nhận, làm sai lệch các giáo lý bằng cách ngăn chặn chúng sinh ra những kết quả không mong muốn.

- Chúng ta chỉ có thể phán xét sự chính tông của một con đường tâm linh qua những nhận thức có giá trị. Trước tiên nương vào những thẩm quyền được tin cậy giúp nhận diện những con đường có tiềm năng, tin tưởng vào khả năng của con đường đó và đưa giáo lý vào tu tập, chúng ta có thể thấy những kết quả chúng ta đang tìm.

- Chọn một con đường tâm linh là đang tìm phương pháp tiếp cận pháp tu tập nào phù hợp nhất với những điều kiện đặc biệt của bạn. Điều này đòi hỏi một sự hiểu biết rộng rãi về những chọn lựa của bạn, phát triển những tiêu chuẩn để lựa chọn.

- Triết Lý Không Bộ Phái là một thái độ đặc biệt chúng ta có thể phát triển để tạo thuận tiện làm việc với những cái thấy dị biệt.

Nó gồm sự tu dưỡng bốn phẩm tính: Bao dung, mẫn cảm, tò mò, và uyển chuyển.

- Phát triển một cái thấy không thiên vị sẽ có thể phân biệt rõ ràng giữa những đặc trưng của những cái thấy khác nhau và hiểu mỗi cái thấy có thể lợi ích cho những loại người đặc biệt như thế nào.

- Chúng ta cần có niềm tin vào dòng truyền thừa chính tông để phát triển một cách có hiệu quả nhất những phẩm tính để đạt mục tiêu tối hậu của mình.

Hình chụp: Tháp Đại Bồ-đề (Mahabodhi Stupa) xây trên vùng đất Phật giác ngộ ở Bodhgaya, Ấn Độ

Dẫn Nhập Vào Phật Giáo

Thuật ngữ "Buddhism" (Phật giáo) không phải là tôn giáo thuần túy, là tập hợp các giáo lý do Đức Phật truyền dạy. Như chúng ta đã thấy, đức Phật đã thuyết giảng nhiều giáo lý khác nhau phù hợp với căn cơ của các đệ tử. Đây đó người ta đến với Phật giáo vì lòng sùng mộ hay tín ngưỡng như chúng ta cũng đã thấy ở phần thứ nhất của tập sách này, ở góc độ khác Phật giáo là một khoa học về tâm, một môn tâm lý học với các phương pháp nghiên cứu có tính cách chiêm nghiệm. Phật giáo có tính chất triết học hơn trong bản chất, khiến cho sự sử dụng luận lý học và nhận thức luận rộng rãi hơn. Như thế trong khi chúng ta có thể nói rằng Phật giáo thực sự có những khía cạnh tôn giáo, chúng ta không thể nói rằng nó là một tôn giáo *đích thị* theo nghĩa Do Thái giáo và Cơ Đốc giáo.

Phật giáo là tập hợp những giáo lý của đức Phật và phương pháp cách thực hành Phật pháp còn gọi là Buddha dharma. Nói theo nghĩa đen thuật ngữ này có nghĩa là, "lời dạy của đức Phật". Theo cách này, chúng ta có thể nói Cơ Đốc pháp (Christian dharma) chỉ những lời dạy của chúa Jesus, Hồi pháp (Muslim dharma) chỉ những lời dạy của Muhamed, và vân vân. Nói thế có nghĩa là, vì thế giới phương Tây rất quen dùng tiếp vĩ ngữ "ism" để miêu tả các truyền thống trí tuệ, để đơn giản chúng ta sẽ tiếp tục dùng thuật ngữ "Buddhism" (Phật giáo). Chỉ nhớ rằng chúng ta đang dùng nó như một từ đồng nghĩa cho một thuật ngữ chính xác hơn Buddha dharma (Phật pháp).

Ở Tây Tạng, một người theo Phật pháp được biết như là một "nangpa" có nghĩa người bên trong là người đã quay vào trong trong cuộc tìm kiếm hạnh phúc vĩ đại hơn của họ. Thay vì tìm hạnh phúc nơi những hiện tượng nhất thời của thế giới bên ngoài, họ nhận ra rằng hạnh phúc chân thật phát sinh bên trong thế giới nội tại của tâm. Vì lý do này, họ đặt nghiên cứu và tu tập Phật-Pháp vào hàng ưu tiên trong đời để thuần tâm họ.

Suốt tập sách này chúng ta nương tựa vào một vài khía cạnh phổ biến hơn của những lời dạy của đức Phật để được tuệ kiến lớn hơn đi vào tâm chúng ta làm việc như thế nào và huấn luyện tâm chúng ta như thế nào có thể đưa đến một đời sống có ý nghĩa và mục đích hơn. Trong khi chúng ta đã khám phá một lượng đáng kể về thế giới quan Phật giáo, chúng ta làm như thế theo viễn tượng chung của người bên ngoài nhìn vào. Cách tiếp cận này cho phép chúng ta được lợi ích nhiều nhất từ các kỹ thuật trong khi không đòi hỏi chúng ta theo bất cứ một hệ thống niềm tin đặc biệt nào.

Tuy nhiên, Khi chúng ta tiếp tục học nhiều hơn về cách mà đức Phật thuyết giảng về thực tại, chúng ta bắt đầu nhận diện một cách mạnh hơn với tư liệu này. Thà chỉ kết nối với những ý kiến này ở mức thuần lý trí, tâm chúng ta có thể trở nên rất hứng khởi đến độ bây giờ chúng ta chủ động tìm những cách dấn thân với những lời dạy này theo cách thâm sâu hơn.

Những chương tiếp theo sẽ cung cấp cho bạn cái thấy tổng quát của những giáo lý được coi là có tính cách Phật giáo uyên nguyên. Cho bạn sự hiểu biết những giáo lý khác nhau phù hợp và liên hệ với nhau như thế nào. Sự khác biệt trong những lời dạy của đức Phật cung cấp cho một hành giả Phật giáo nhiều lựa chọn để họ thực tế dấn thân vào tu tập. Do hiểu bức tranh lớn hơn, bạn sẽ được trang bị tốt hơn để quyết tâm nếu bạn thích dùng Phật giáo làm con đường tâm linh chủ yếu của bạn.

CUỘC ĐỜI CỦA ĐỨC PHẬT

Chúng ta bắt đầu về người sáng lập Phật giáo – Đức Phật lịch sử của đại kiếp cát tường – Phật Thích Ca Mâu Ni. Chúng ta có giáo lý Phật giáo trong thế giới này, vào thời đại này, khả hữu là chỉ do sự xuất hiện của bậc thầy vĩ đại tạo nên. Bằng cách theo dấu chân của ngài chúng ta có cơ hội hiếm có làm cho đời sống chúng ta thực sự có ý nghĩa.

Các nhà sử học đã xác định niên đại chính xác thời gian Đức Phật ra đời, được đa số người ta chấp nhận rằng Đức Phật lịch sử đã ra đời xấp xỉ ba ngàn năm tại vườn Lâm-tì-ni (Lumbini Park – là Nepal ngày nay). Mẹ ngài, Hoàng hậu Maha Maya đang trên đường đến Koliya (quê hương của tổ tiên Hoàng hậu) để sinh con. Bà đã dừng lại để nghỉ trong một khu vườn, bên dưới những cây sa-la, vào ngày trăng tròn rất cát tường bà đã sinh ra Thái tử.

Cha của đức Phật, Vua Tịnh Phạn[20] đã mừng ngày sinh của con ông với một nghi lễ đặt tên phù hợp với phong tục. Nhiều bậc trí giả khác nhau đến dự lễ, xem xét đứa bé và thấy thân của nó được trang nghiêm bằng một số tướng rất cát tường. Một nhà tiên tri đã nhận ra đây là một đứa bé rất đặc biệt và tiên đoán người sẽ trở thành một nhà cai trị, là vị vua vĩ đại nhất trong tất cả các vị vua. Trái lại, nếu ngài chọn con đường tôn giáo, thì sẽ đạt được sự thành tựu tối hậu và trở thành một vị Phật (một bậc giác ngộ). Đứa bé được đặt tên là Siddharta (Tất Đạt Đa), có nghĩa là "người hoàn thành những ước mong của mình".

Vị hoàng tử trẻ bắt đầu sự học vấn vào lúc tuổi còn rất trẻ và nhanh chóng cho thấy tài năng cao trong mọi để tài nghiên cứu, học với tỉ lệ nhanh hơn nhiều so với các bạn cùng trường. Bất kể cuộc thi đua gì, Thái tử Tất Đạt Đa luôn luôn là người giỏi nhất, nhanh nhất, mạnh nhất và lanh lợi nhất. Chàng cũng là người trí tuệ nhất, đem lại cho mình rất nhiều sự kính trọng từ các vị thầy và với tấm lòng vị tha, bản tính ân cần, những ai đã từng gặp Ngài đều rất yêu thương quý mến.

Khi Tất Đạt Đa bắt đầu biểu lộ nhiều tài năng, nhà Vua bắt đầu lo sợ lời tiên tri do những bậc trí giả đã cảnh báo. Nếu Thái tử gặp cảnh đau khổ, chắc chắn nhất chàng bị xúc động mà nhận lấy con đường tôn giáo.

---

20 Phạn: *Shuddodhana.*

Sợ sẽ mất người thừa kế duy nhất ngôi vua của mình, nhà Vua quyết tâm ngăn cản vị Thái tử trẻ nhìn thấy nỗi khổ. Ông cho xây những lâu đài khác nhau được thiết kế một cách đặc thù để ngăn Tất Đạt Đa không nhìn thấy cảnh khổ trong bất cứ hình thức nào. Cho dù sống trong cung điện xa hoa nhưng vị Thái tử vẫn không thỏa mãn, muốn tìm hiểu sự thật của cuộc sống.

Nhà Vua đã giới thiệu nhiều cô gái đẹp trong họ có cô gái trẻ tên là Yashodhara (Da-du-đà-la) thu xếp cưới vợ cho con. Tất Đạt Đa rất xúc động vì sắc đẹp của nàng Yashodhara, chàng đã tặng nàng món quà hứa hôn và họ đã sớm kết hôn.

Sống trong tường vách vây kín của hoàng cung, Tất Đạt Đa bắt đầu cảm thấy như một nhà tù, chàng cầu xin cha cho phép viếng thăm các ngôi làng láng giềng. Khi Thái tử rời hoàng cung, chàng bị hình ảnh của một ông lão đập vào mắt mình. Trở về hoàng cung, chàng đã suy tư về tuổi già là tất yếu vì không thể tránh.

Lần thứ hai, Tất Đạt Đa rời khỏi thành, chàng thấy một người đàn ông bị bệnh tàn phá. Trở về hoàng cung với suy tư thân mang trọng bệnh của kiếp người là không thể tránh khỏi.

Lần thứ ba rời khỏi hoàng cung, Tất Đạt Đa gặp một đám tang đang khiêng một xác chết đến giàn hỏa táng. Quay về hoàng cung chàng suy tư cái chết trong kiếp người là không tránh khỏi. Thái tử muốn tìm cách giải thoát nỗi khổ bởi sinh, lão, bệnh, tử.

Vào chuyến đi dạo lần thứ tư ra khỏi hoàng cung, Thái tử Tất Đạt Đa đến một công viên khi chàng thấy một vị tu sĩ choàng áo Ca sa ngồi bên đường. Người này trông rất hạnh phúc, vì thế Thái tử hỏi ông ấy là ai. Người hầu cận của Thái tử giải thích rằng ông ta đã dâng hiến đời mình để khám phá làm sao có được bình an và tự tại với đau khổ. Hoàng tử tức khắc biết đây là những gì mình muốn và thức ngộ rằng chừng nào mình còn ở lại trong hoàng cung có đầy đủ của cải vật chất xung quanh thì mình sẽ không bao giờ có điều kiện thực hiện mục tiêu tinh thần này. Thái tử

*Hình 11-1: Những sự kiện quan trọng từ đời sống của Phật Thích
Ca Mâu Ni.*

quyết tâm bỏ cuộc sống đầy đủ để tìm câu trả lời về sinh lão bệnh tử và chia xẻ nó với mọi người.

Không lâu sau đó, chàng chọn từ giã cuộc sống hoàng gia, trốn khỏi hoàng cung trên lưng ngựa giữa đêm thanh vắng. Với quyết tâm mãnh liệt, chàng bỏ lại phía sau người vợ yêu thương, đứa con trai mới sinh, tất cả những bạn bè và gia đình, từ bỏ danh hiệu Thái tử và những đặc quyền của nó, bao gồm tài sản thừa kế, tập trung, qui nhất vào con đường giải thoát. Chàng đã cạo tóc để trở một nhà tu khổ hạnh. Chàng sớm được người ta biết đến như là *Shakyamuni* (Thích Ca Mâu Ni), có nghĩa là nhà "Hiền triết của Bộ tộc Thích Ca".

Tập trung vào việc đạt tự do không đau khổ, Tất Đạt Đa tìm được những bậc sư thiền định được kính trọng nhiều nhất trong vùng: Alara Kamala và Uddaka Ramaputta. Dưới sự chỉ dẫn của họ, chàng tiến bộ nhanh chóng trên đường đạo, ngang bằng với sự chứng ngộ của họ và đạt được những cảnh giới cao của thiền định. Song chàng vẫn không thỏa mãn.

Rồi Tất Đạt Đa quyết định dấn thân vào tu tập khổ hạnh và tự hành xác. Cùng với năm hành giả khác, chàng tu tập tinh tấn trong sáu năm dọc theo bờ sông Nairanjana, chỉ ăn một nắm thực phẩm mỗi ngày. Khi thân thể bị tiều tụy, Tất Đạt Đa đã hiểu rằng con đường mình đã chọn là sai lầm. Chàng nhận ra rằng tâm và thân tạo thành một thực thể duy nhất không thể tách rời và do đó hành hạ thân là chỉ làm hại tâm.

Trong giây phút hoàn toàn kiệt quệ, chàng được một người con gái Bà-la-môn trẻ tên là Sujata cúng dàng một bát cháo nếp có pha sữa với mật ong. Khi ăn bữa ăn, thân của Tất Đạt Đa đã được hồi phục và sắc mặt của chàng mang ánh sáng hoàng kim. Chàng lập tức chú ý đến phẩm chất thiền định của mình đã được cải thiện, có sự trong sáng nhiều hơn và trở nên bình an hơn. Tin rằng Tất Đạt Đa đã sa đọa, năm nhà tu khổ hạnh đã bỏ chàng ra đi.

Vào tuổi ba mươi lăm, Thái tử Tất Đạt Đa du hành đến Bodhgaya (Bồ-đề đạo tràng) ở Bắc Ấn Độ và ngồi dưới gốc Cây Bồ đề, nguyện ở lại đó cho đến khi đạt được giác ngộ viên mãn. Chính ở đó chàng đã đương đầu với tất cả những sức mạnh tiêu cực trong tâm, chiến thắng dụ dỗ của nội, ngoại ma khủng bố và dụ dỗ làm hại.

Vào rạng đông của buổi sáng hôm sau, Tất Đạt Đa đã vượt qua những chướng ngại của nhận thức vi tế nhất và đạt giác ngộ viên mãn. Vượt qua sự vô minh về chân tính thực tại, ngài cảm thấy như là mình được phóng thích khỏi nhà tù đã giam hãm mình trong hàng ngàn kiếp. Làn sóng ý nghĩ mê hoặc đã ủng hộ vô minh của ngài, chướng ngại tâm ngài chỉ như trăng sao ẩn phía sau những đám mây, đã tan biến và bị đánh bại. Ngài thấy trực tiếp sự tương tùy của tất cả sự vật trong vũ trụ, và chúng sinh đau khổ vô tận do sai lầm phân chia thực tại thành chủ thể và khách thể như thế nào. Cái thấy sai lầm này đưa đến sự chấp trước, oán ghét và vô số những hành động có hại chỉ tạo đau khổ càng ngày càng nhiều. Ngài cũng thấy tiềm năng giác ngộ nơi mỗi chúng sinh. Từ đây ngài được biết như là đức Phật, Bậc Giác Ngộ.

Để chứng minh sự thâm sâu và quí báu sự chứng ngộ của mình, ban đầu đức Phật quyết định không thuyết giáo lý cho đến bảy tuần lễ sau, khi các vị thần vĩ đại như Phạm Thiên và Đế Thích yêu cầu ngài chuyển Bánh Xe Pháp, đặt vào sự chuyển động của một chu kỳ mới của giáo lý.

Nhiều ngày sau, đức Phật gặp năm người bạn khổ tu trước đây tại vườn Lộc Uyển ở Varanasi. Bất chấp sự lưỡng lự lúc đầu, họ chào ngài sau khi ngài bỏ con đường khổ hạnh, họ sững sờ vì vẻ sáng ngời của ngài và trở thành những người đầu tiên theo ngài. Đức Phật chuyển Bánh Xe Pháp thứ nhất bằng giáo lý *Bốn Chân Lý Cao Quí* và mỗi một trong những người theo ngài, dưới sự hướng dẫn của ngài, đã đạt được cảnh giới *A la hán* trong ba tháng. Người ta cũng nói rằng nhiều chúng sinh "vô hình" theo những giáo lý này và được lợi ích vô cùng. Như thế lần đầu tiên ba ngôi Tam Bảo: Phật, Pháp, Tăng đã được biết đến trên thế giới này.

Cho đến khi ngài diệt độ, đức Phật đã tổ chức bốn mươi lăm kỳ nhập thất mùa hạ và nhiều lần chuyển Bánh Xe Pháp, xiển dương các giáo lý cả định nghĩa và quyền nghĩa, theo nhu cầu và khí chất của người theo. Giáo lý của ngài được ban cho những đệ tử chính của ngài là Xá Lợi Phất[21] và Mục Kiền Liên,[22] cùng với một hội chúng lớn các tỳ kheo, tỳ kheo ni, những hành giả tại gia, những Bồ tát và những chúng sinh phi nhân. Giáo lý của ngài luôn luôn chứng minh sự vô thường và khởi hứng sự khước từ chân thật nơi những người theo Ngài.

Như là một tỳ kheo vinh dự, Đức Phật Thích Ca Mâu Ni đã dạy ở những chỗ có thể đến được như thành Vương Xá,[23] núi Linh Thứu và Vaisali ở Bắc Ấn Độ, và bằng những khả năng kỳ diệu, ngài đã dạy ở những cõi khác cho những chúng sinh phi nhân như các trời, rồng và quỉ. Ngài cũng xuất hiện trong những hình tướng khác để thuần hóa những đệ tử tiên tiến hơn theo con đường tâm linh của họ. Thí dụ, ngài hiện thân như là thần Kalachakra (Pháp Thời Luân Kim Cương) để thuyết pháp cho vua Suchandra và đám đông tùy tùng tại Amaravati ở Nam Ấn Độ.

Lúc tuổi tám mươi, ở thành Kushinagar, đức Phật nằm xuống trên phía hông bên phải của ngài giữa hai cây Sa la và ban cho lời dạy cuối cùng trong hình tướng người của Ngài. Rồi ngài nhập Niết bàn vô dư.

Theo một viễn tượng, chúng ta có thể nói đức Phật như là người độc nhất trong đời ngài đã hoàn thành sự tu luyện và đạt được giác ngộ, tuy nhiên đây chỉ là một cách giải thích về cuộc đời của đức Phật. Theo một viễn tượng khác, Tất Đạt Đa đã là một vị Phật đã giác ngộ viên mãn mà bây giờ thị hiện như là một con người, giáng xuống cõi người từ Cõi Đâu Suất thanh tịnh. Người mà chúng ta biết như là vị Phật lịch sử Thích Ca Mâu Ni đã thị hiện dạy chúng ta Pháp và chỉ cho chúng ta làm sao vượt qua những xúc cảm phiền não và những ám chướng ẩn kín. Tuy nhiên trong thực tướng, Phật không già, không bệnh, không chết và không tái sinh vì nghiệp. Ngài chỉ đến theo cách như mộng dạy Pháp như mộng trong thế

---

21   Phạn: *Shariputra*.
22   Phạn: *Maudgalyayana*.
23   Phạn: *Rajagriha*.

giới như mộng. Tất cả chúng ta có thực tướng này; nó là bản tính giác ngộ của chúng ta. Cho đến khi chúng ta khám phá chân lý thiêng liêng này, Phật tự nhiên thị hiện vì chúng ta trong nhiều cách khác nhau, trong cả hình tướng bình thường và kỳ diệu của ngài.

BA LẦN CHUYỂN PHÁP LUÂN

Khi chúng ta xem tất cả những giáo lý đức Phật ban cho trong đời ngài, có thể nhận diện một số chủ đề tái hiện. Đức Phật dạy những chủ đề này căn cứ vào khả năng của những đệ tử đặc thù vì ngài nhận biết rằng không phải mọi người đều đã sẵn sàng cho những ý kiến thâm sâu nhất định. Thay vì làm họ bối rối một cách không cần thiết, ngài đã cung cấp cho họ những giáo lý tốt nhất tẩy sạch những ám chướng trong tâm đã ngăn chặn họ đến với chân lý.

Khi chúng có thể phân những giáo lý của Đức Phật thành ba giai đoạn tượng trưng cho làm thế nào một hành giả loại bỏ được ám chướng thô, gia tăng ám chướng vi tế, cuối cùng đưa đến sự chứng ngộ tự tính thanh tịnh của họ. Những giai đoạn này được là *Ba Lần Chuyển Bánh Xe Pháp*. Hãy nhớ rằng đây một trình tự theo chủ đề không phải là trình tự theo thời gian. Chẳng hạn, trong thời kỳ trực tiếp theo sau sự giác ngộ của ngài, được Phật ban nhiều giáo lý cho những đệ tử, từ chuyển Pháp luân Thứ Nhất, Thứ Hai, Thứ Ba cho đến khi nhập Niết bàn, chủ đề mỗi bánh xe tập trung vào những giáo lý giúp người học loại bỏ ám chướng. Ba Lần Chuyển như sau:

1. **Chuyển Bánh Xe Pháp Lần Thứ Nhất** xoay quanh chủ đề nhân quả, một cách đặc biệt trong quan hệ với đau khổ phát sinh như thế nào và làm sao đạt được giải thoát. Giáo lý nền tảng nhất trong chu kỳ này được biết như là *Bốn Chân Lý Cao Quí* như đã được xiển dương ở Sarnath, Ấn Độ. Qua phát triển sự hiểu biết về nhân và quả, hành giả có thể bỏ nhân của đau khổ và vun trồng nhân

cho hạnh phúc chân thật. Những phương hướng này của tâm chúng ta đối với Pháp và giúp tích lũy công đức như thế chúng ta có thể thâm nhập sâu hơn vào bản chất của kinh nghiệm.

2. **Chuyển Bánh Xe Pháp Lần Thứ Hai** tập trung vào đề tài tính không. Những giáo lý này buộc chặt nhất với *Các Kinh Bát nhã Ba la mật*, được dạy cho nhóm bồ tát trên đỉnh núi Linh Thứu ở thành Vương Xá. Trong những giáo lý này, đức Phật bàn về làm sao những hiện tượng chúng ta nhận thức là trống rỗng của cuộc tồn sinh cố hữu mà chúng ta dự báo về chúng. Ngài chỉ ra rằng sự vô minh của chúng ta đối với chân tướng của các hiện tượng như thế nào, là gốc rễ của tất cả đau khổ của chúng ta và do đó qua thiền định về tính không, có thể tẩy sạch ngộ nhận này.

3. **Chuyển Bánh Xe Pháp Lần Thứ Ba** trình bày những giáo lý quyết định về đề mục thâm sâu nhất của các đề mục – *Tính Phật* nội tại của chúng ta. Những giáo lý này được ban cho vào những dịp hiếm hoi ở những địa điểm khác nhau qua thời gian trong đời của Đức Phật. Chúng miêu tả rất chi tiết vô số phẩm tính cao cả của tâm giác ngộ hiện diện nơi mọi người chúng ta. Chính tâm này khi tách rời khỏi những ám chướng nhất thời, có khả năng thị hiện như một vị Phật giác ngộ đầy đủ. Ở giai đoạn này, không còn ám chướng nào để loại bỏ.

PHẠM TRÙ CỦA CÁC THỪA PHẬT GIÁO

Một thừa (chiếc xe) là một thiết bị chở người ta từ nơi này đến nơi khác. Thí dụ một chiếc xe đạp, một chiếc ô-tô và một chiếc máy bay tất cả là những thí dụ về thừa. Trong khi nhiệm vụ căn bản giống nhau, chúng khác nhau mà có thể đạt được kết quả giống nhau theo cách khác nhau.

Hãy nói bạn muốn du hành đến một thành phố. Bạn có thể đạp xe đạp đến đó nhưng phải mất một thời gian lâu. Nếu đi ô-tô thì nhanh hơn. Nếu thành phố mà bạn muốn đến ở đầu kia của đất nước, chiếc ô-tô sẽ mất thời gian lâu. Thay vì, nếu bạn đi máy bay, bạn có thể đến đó trong vòng một ngày.

Dù chúng ta tiến bộ nhanh như thế nào theo cuộc du hành tâm linh, thực tế đi được bao xa vào lúc đó sẽ tùy thuộc vào thừa (cái xe) mà ta chọn. Cái thừa đúng sẽ tùy thuộc vào động cơ cá nhân và sự trưởng thành tâm linh của chúng ta. Người nào dùng chiếc xe đạp sẽ đi qua thị trấn. Tuy nhiên, nếu lái ô-tô, bạn cần phát triển một nhóm kỹ năng đặc biệt trước khi ngồi phía sau tay lái. Mặt khác, với một cái máy bay, bạn có thể đi nhanh hơn nhiều, nhưng nếu bạn không chuẩn bị đúng đắn bạn có thể rất dễ bị va chạm và bốc cháy.

Khi chúng ta xem một tầm rộng giáo lý đức Phật đã ban cho, chúng ta có thể thấy ngài đang trình bày những loại thừa khác nhau cho những loại hành giả khác nhau. Ngài có thể thấy rằng tất cả chúng ta đến trong đời này với những tập khí nghiệp khác nhau và do đó một người sẵn sàng cho xe đạp, trong khi những người khác sẵn sàng cho máy bay.

Ở một giai đoạn phát triển tâm linh, chúng ta sẽ luôn có phương pháp phù hợp. Khi quen thuộc với một thừa, chúng ta có thể thấy sẵn sàng chuyển sang một thừa khác. Các thừa tiêu biểu cho con đường tiệm tiến giúp chúng ta tập trung vào một giai đoạn đặc biệt của cuộc du hành tâm linh.

Những đoạn sau đây miêu tả những cách khác nhau chúng ta có thể chia giáo lý để giúp phân biệt sự nhấn mạnh đang được vun bồi vào bất cứ giây phút nào. Đừng nghĩ những phạm trù này nhiều như một hệ thống đẳng cấp giữa các thừa, thay vì hãy nghĩ chúng như những lát cắt của cùng một cái bánh. Bạn chọn lát nào sẽ tùy thuộc vào lát đó có vẻ ngon miệng nhất đối với bạn.

Các Cách Truyền Thừa

Trong quãng thời gian năm mươi năm Đức Phật có ba cuộc chuyển giáo lý. Không phải tất cả những giáo lý này được truyền tức thời cho công chúng. Nó cần thời gian cho số người đủ trưởng thành về mặt tâm linh để lĩnh hội những giáo lý thâm sâu hơn. Điều này đưa đến sự khai thị dần dần các giáo lý thành hai thừa chính:

1. **Thừa Căn Bản hay Tiểu Thừa (Hinayana):** Những giáo lý của Lần Chuyển Thứ Nhất dễ tiếp cận đối với mọi người và do đó chúng được dạy từ thời của Đức Phật. Những giáo lý này hình thành những căn bản của tất cả sự tu tập Phật giáo và có khuynh hướng nhấn mạnh pháp điển, hành xử của tự viện (vinaya) như là phương pháp hiệu quả nhất để đạt sự giải thoát cá nhân ra khỏi cuộc tồn sinh luân hồi.

2. **Đại Thừa (Mahayana):** Những giáo lý của Cuộc Chuyển Thứ Nhì và Thứ Ba được dạy cho một số ít những người có căn cơ cao. Điều này có nghĩa là chúng không được truyền rộng rãi cho đến nhiều thế kỷ sau khi đức Phật diệt độ. Những giáo lý này trở nên rất phổ biến trong cộng đồng cư sĩ vì họ có khuynh hướng nhấn mạnh lý tưởng dấn thân xã hội vì người khác và đạt giác ngộ vì tất cả chúng sinh. Bằng cách này, Phật giáo phát triển trở nên phối hợp trọn vẹn với tất cả các tầng lớp của xã hội Ấn Độ.

Các thuật ngữ: Tiểu Thừa (Hinayana) (có nghĩa đen là chiếc xe "nhỏ hơn") và Đại Thừa (Mahayana) (có nghĩa là chiếc xe "lớn hơn") được dùng để chỉ phạm vi của thừa ấy. Bởi vì các giáo lý Tiểu Thừa tập trung vào sự giải thoát cá nhân và Đại Thừa tập trung vào giác ngộ vì người khác, chúng ta có thể nói Đại Thừa có phạm vi rộng lớn hơn. Điều này không có nghĩa là phẩm chất của các giáo lý thừa này thượng đẳng hơn đối với thừa kia, chỉ vì thừa này có sự tập trung hạn hẹp hơn.

Truyền thống	Chuyển Bánh Xe	Chủ yếu nhấn mạnh
Tiểu thừa	Chuyển thứ nhất	Nhân và quả
Đại thừa	Chuyển thứ nhì	Tính không
	Chuyển thứ ba	Tính phật

Bảng 11-1: Các thừa theo cách truyền.

Các Thừa Đặt Căn Bản Trên Cách Tiếp Cận

Đối với những đệ tử có căn cơ cao nhất, Đức Phật tự thị hiện trong sự dị biệt rộng rãi những hình tướng thanh tịnh để truyền những giáo lý bí mật miêu tả làm sao dùng Tính Phật riêng của mình một cách thiện xảo như là căn bản cho sự tiến bộ nhanh chóng trên đường đạo. Những phương pháp năng lực phi thường này được trao truyền trong sự bí mật nghiêm túc từ thầy sang trò trong nhiều thế hệ. Một cách tập thể, những giáo lý này trở nên được biết như là những *Mật Điển Phật giáo*, trong khi những giáo lý hiển giáo được biết như là những *Kinh Điển Phật giáo*. Cả hai nhóm giáo lý này có khả năng giống nhau đưa hành giả đến giác ngộ. Chúng khác nhau ở hiệu quả của cách tiếp cận mà chúng dùng sinh ra kết quả ước muốn quả Phật. Nếu chúng ta chia các giáo lý giữa kinh điển và mật điển, chúng ta đi đến các thừa sau đây:

1. **Các Thừa Kinh Điển (Sutrayana):** Những thừa này chủ yếu nương tựa vào những lời dạy trong kinh. Theo cách tiếp cận này, một chúng sinh được xem là thanh tịnh trong bản chất, bị tâm phiền não của nó thống trị. Để cho một chúng sinh như thế đạt giác ngộ, trước nhất cần phải bỏ tất cả những tâm thái tiêu cực, trong khi cùng lúc tu dưỡng tất cả những phẩm tính tích cực. Những chúng sinh chậm phát triển tâm họ cho đến khi họ đạt được cảnh giới Phật quả. Tiến trình này thường mất nhiều hơn ba vô số đại kiếp mới đạt được.

2. **Các Thừa Mật Điển (Tantrayana):** Những thừa này chủ yếu nương tựa vào các giáo lý mật điển. Chúng vận hành theo tiền đề bản tính căn bản của chúng ta là tính Phật. Tính này vốn thanh tịnh và do đó thực tế không có cái gì cần phải làm. Thay vì làm để phát triển những phẩm tính, mục tiêu là những ám chướng di động ngăn che tính thanh tịnh không thị hiện một cách tự nhiên. Bằng cách tiếp cận này, hành giả nhận ra bản tính giác ngộ từ kinh nghiệm hiện tại của họ và có thể dùng một cách thiện xảo những kinh nghiệm giống nhau đó ủng hộ họ tu tập. Bởi vì chúng hợp tác với quả (Tính Phật) trong giây phút hiện tại, những thừa này được nói đến như là *hợp tác*. Qua những phương pháp này hành giả có thể đạt giác ngộ trong một đời duy nhất.

Căn cứ vào chỗ đặt lượng nhấn mạnh lớn nhất, chúng ta có thể tóm lược các thừa này và những mối liên hệ của chúng với ba kỳ chuyển chuyển theo cách sau:

Loại	Chuyển Bánh Xe	Nhấn Mạnh Chính
Kinh Điển	Chuyển thứ nhất	Nhân và Quả
	Chuyển thứ hai	Tính Không
Mật Điển	Chuyển thứ ba	Tính phật

Bảng 11-2: Các thừa theo cách tiếp cận.

Các Thừa Đặt Căn Bản Trên Cách Nhấn Mạnh

Căn cứ vào các phạm trù trước, chúng ta có thể thấy rằng trong khi Thừa Căn Bản (Hinayana) hoàn toàn căn cứ vào giáo lý trong các Kinh, Đại Thừa bao gồm cả các khía cạnh của cả kinh điển và mật điển. Điều này đưa đến sự phát triển ba loại tu tập khác biệt mà mỗi loại truyền trong các thời kỳ khác nhau và các vùng địa lý:

1. **Thừa Căn Bản (Hinayana):** Giáo lý của thừa căn bản là những giáo lý đầu tiên của Đức Phật và hợp tác nhiều nhất với phong cách tu tập Phật giáo ngày nay được theo ở Thái Lan, Sri Lanka, Cambodia, Miến Điện và Lào. Phong cách tu tập này được biết phổ thông nhất là *Phật giáo Theravada*, tên đặt theo trường phái duy nhất sống còn chủ trương hình thức tu tập này. Họ theo các giáo lý được ghi chép trong Kinh Tạng Pali – kết tập kinh điển được ghi chép sớm nhất của lần Chuyển Thứ Nhất.

2. **Đại Thừa (Mahayana):** Những giáo lý chung của Đại Thừa tiến triển dần dần và thường kết hợp với phong cách tu tập Phật giáo được theo ở Tây Tạng, Trung Quốc, Triều Tiên, Nhật Bản và Việt Nam. Họ theo Kinh Tạng Sanskrit (Phạn ngữ) và dính líu nhiều nhất với hệ thống nghiên cứu có học vị và tu tập được thiết lập ở Đại học Nalanda ở Trung Ấn Độ. Thường được gọi là *Truyền thống Nalanda*, chính hệ thống này được theo một cách chặt chẽ trong các trường phái Phật giáo Tây Tạng. Một vài truyền thống trong những truyền thống khác phát triển ở các nước như Trung Quốc và Nhật Bản (nổi tiếng như là Phật giáo Thiền, Chan hay Zen) theo phương pháp tiếp cận tập trung ít hơn vào nghiên cứu và nhiều hơn vào sự tu tập thiền định được hướng một cách chặt chẽ, được thiết kế để làm tâm trống rỗng tất cả mọi khái niệm.

3. **Kim Cương Thừa (Vajrayana):** Những giáo lý của Kim Cương Thừa hầu như tuyệt đối tìm thấy ở Tây Tạng và thông thường được chấp nhận là xuất hiện từ những giáo lý không cùng chung của Phật giáo Đại Thừa. Nó cũng được biết như là *Thừa Lưỡi Tầm Sét* vì nó được xem là con đường đưa đến tỉnh giác nhanh nhất. Kim Cương Thừa có vô số phương pháp thiện xảo, như quán tưởng, chân ngôn và những kỹ thuật đối với các kênh, các năng lượng bên trong của thân, làm cho hành giả có thể kết nối trực tiếp với Tính

Phật của họ. Để loại bỏ những chướng ngại đối với giác ngộ, Kim
Cương Thừa tập trung vào thấy, biết và nhổ rễ bất cứ vấn đề nào
hay giới hạn nào trong tâm, trong khi Thừa Kinh Điển tập trung
vào sự tu dưỡng những phẩm hạnh tốt. Vì Kim Cương Thừa có
thể là con đường khó, nó không được giới thiệu cho tất cả những
người học Phật.

Mặc dù Đại Thừa và Kim Cương Thừa nhấn mạnh vào sự Chuyển Bánh Xe
Pháp Thứ Hai và Thứ Ba theo cách riêng của mình, họ không mâu thuẫn
với giáo lý thấy trong Phật giáo Theravada tập trung vào lần Chuyển Thứ
Nhất. Giáo lý Theravada là nền tảng cho sự tu tập Phật giáo và do đó thiết
yếu là nó có một nền móng quán triệt trong hệ thống này để tu tập thành
công Phật pháp Đại Thừa. Những truyền thống Tây Tạng, thí dụ, nghiên
cứu Giới Luật Theravada một cách toàn diện như nó chứng minh pháp
điển đạo đức đòi hỏi nơi các cộng đồng tự viện. Cũng vậy, các giáo lý của
Kim Cương Thừa tùy thuộc vào các giáo lý của Đại Thừa. Không có sự
thiết lập nền tảng của một động cơ và cái thấy, không thể đạt quả giác ngộ
qua sự tu tập Kim Cương Thừa.

Giáo lý	Truyền thống	Nhấn mạnh	Tu tập ở
Kinh điển	Thừa Căn Bản	Chuyển Thứ Nhất	Sri Lanka, Miến Điện, Thái Lan, Cam-pu-chia và Lào
	Đại Thừa	Chuyển Thứ hai	Trung Quốc, Triều Tiên, Nhật Bản và Việt Nam
Mật điển	Kim Cương Thừa	Chuyển Thứ Ba	Tây Tạng, Mông Cổ và vùng Hy-ma-lay-a

Bảng 11-3: Các thừa theo sự nhấn mạnh.

ĐẾ – CON ĐƯỜNG VÀ KẾT QUẢ

Khi phân tích các thừa khác nhau, có thể hữu ích là dùng một khung hình đơn giản tập trung sự phân tích và cung cấp cho chúng ta căn bản để so sánh. Tất cả các thừa có thể hiểu với ba khía cạnh liên hệ:

1. **Đế:** Nền tảng của bất cứ thừa nào là cái thấy dùng để miêu tả bản tính của thực tại. Chính qua cái thấy này hành giả có thể nhận diện khía cạnh nào của thực tại là không thỏa mãn và làm sao họ có thể vận hành với thực tại này để sản xuất kết quả đáng ham muốn. Gọi nó là *đế* bởi vì tất cả những cách tu tập được xây trên đỉnh của sự hiểu biết và nó là thực tướng mà chúng ta cùng vận hành qua đường đạo.

2. **Con Đường:** Một khi bạn đã nhận diện được vấn đề, thì bạn có thể bắt đầu bổ sung các chiến lược cho sự thay đổi tình thế. *Con đường* tiêu biểu cho tất cả các phương pháp do thừa ấy cung cấp cho mục đích chuyển hóa kinh nghiệm của hành giả về đế. Những con đường thường được thiết kế tiệm tiến theo bản chất – như cái thang, từng nấc đưa bạn gần hơn với kết quả mong muốn. Có hai cách chính để làm điều này là qua những cách tu tập thiền định và sự hướng dẫn khác nhau.

3. **Kết Quả:** Qua sự dấn thân với con đường, một số dị biệt những *kết quả* được sinh ra. Mỗi thừa được thiết kế để mang bạn đến một điểm nhất định nào đó. Một khi bạn đã đạt được kết quả tối đa mà một thừa có thể cống hiến, bạn cần đổi qua một thừa khác để đi thêm nữa. Theo cách này, bạn có thể nói một vài thừa nào đó tương đối "cao hơn" những thừa khác, cho đến đây chúng có thể dẫn dắt bạn đến một kinh nghiệm thâm sâu hơn về thực tướng. Kết quả tối hậu của việc dùng những thừa này là hiện thực đầy đủ sự giác ngộ.

Để minh họa những nguyên tắc này, chúng hãy nhìn vào đế – con đường và kết quả trong những hình thức của Phật giáo. Những đề mục này hình thành sự hiểu biết nền tảng nhất về những giáo lý của đức Phật và sẽ mở rộng hơn nữa trong các chương sau.

Đế – Tứ Pháp Ấn

Tứ Pháp Ấn chính là yếu tính của cái thấy Phật giáo. Không chúng sinh nào có, hay sẽ có, đạt đến giác ngộ mà không hiểu biết chúng, nếu chúng ta thực sự thức ngộ chúng thì không thể nào thất bại trên con đường Phật giáo. Tứ Pháp Ấn được đặt tên như thế bởi vì bao lâu một tài liệu có niêm dấu trên đó, nó được tin là thực. Cùng cách ấy, đối với một cái thấy thực sự là Phật giáo, nó phải chứa những dấu ấn này. Nếu chúng ta hiểu đúng, thì chúng ta có thể biết cái gì khiến Phật pháp độc nhất vô nhị, và chúng ta có thể nhận ra rõ ràng sự khác nhau giữa cái thấy Phật giáo và tất cả những triết lý, hệ thống niềm tin hay tôn giáo khác.

Khi xem xét mỗi dấu ấn bạn đã gặp ở vài chủ đề trong những chương trước. Đây là nét chung trong Phật pháp. Thường một chủ đề đơn độc sẽ được phân tích theo nhiều góc độ để phát triển sự hiểu biết đầy đủ hơn về hiện tượng. Đây không phải là sự lặp đi lặp lại chỉ vì lặp đi lặp lại. Thay vì nó là một phương tiện thiện xảo giúp chúng ta tiến bộ theo con đường. Càng tư duy về những đề mục này, cái thấy của chúng ta càng tiến triển. Khi cái thấy của bạn thay đổi, bạn được cung cấp một viễn tượng mới mà với nó chúng ta hiểu thực tại. Điều này khuyến khích sự chiêm nghiệm nhiều hơn mà tối hậu nó đưa đến tiềm năng cho trí tuệ vĩ đại hơn phát sinh.

1. Tất Cả Những Hiện Tượng Phức Hợp Đều Vô Thường

Mọi sự hiện hữu có thể biết được do tâm đều là phức hợp. Điều này có nghĩa là dù cho một vật gì đó có thể có vẻ rắn chắc và có thực bởi chính nó, thực tế nó được tạo nên bằng nhiều bộ phận và tùy thuộc vào những nhân và duyên cho nó hiện hữu. Do đó, tất cả những hiện tượng phức hợp như thế chịu sự thay đổi và vô thường.

Thí dụ, một cái bàn bằng gỗ thì tùy thuộc vào những miếng gỗ mà từ đó nó được tạo nên và cây cung cấp gỗ. Mỗi cây tùy thuộc vào một hạt giống, cũng như đất, nước và ánh sáng mặt trời giúp nó tăng trưởng. Không có bất cứ một duyên nào trong những duyên này, nó sẽ không hiện hữu. Khi chúng ta xem những cây đó bị cắt xuống và chuyển hóa thành những tấm gỗ dày, rồi được người ta chuyên chở và sắp xếp trong một nhà máy như thế nào, chúng ta có thể thấy quá trình tương tùy gồm nhiều pháp khác nhau. Hãy tưởng tượng: những chiếc xe tải chuyên chở gỗ là nguyên liệu của nhà máy chế tạo cái bàn, nếu một trong những khâu này vắng mặt, sẽ không thể có cái bàn.

Bởi vì tất các những vật hiện hữu tùy thuộc vào nhân và duyên để đến hiện hữu, các nhân và duyên này không kéo dài mãi mãi, bất cứ vật nào đến hiện hữu, cũng sẽ thay đổi và biến mất một cách tự nhiên – đó là vô thường. Trong khi cái bàn có thể là một thí dụ hiển nhiên về một hiện tượng vô thường, chúng ta cũng có thể thấy những thí dụ vi tế hơn về vô thường trong những hiện tượng như thế như những nét nhân cách, ý nghĩ hay xúc cảm của chúng ta.

Bạn có biết bạn sẽ ở chỗ nào trong mười năm? Bạn sẽ còn sống trong cùng ngôi nhà ấy hay vẫn còn mặc cùng những bộ quần áo ấy? Hãy nghĩ về điều đó. Mười năm qua bạn có thể có những ý kiến hay cái thấy khác nhau so với bây giờ. Có thể bạn đã đầy tuổi trẻ và sinh lực, nhưng bây giờ bạn có thể bắt đầu có tuổi và bắt đầu có nếp nhăn. Nếu bạn đã một lần hai mươi và bây giờ đang ở ba mươi hay bốn mươi, thì bạn có thể quan sát thấy những khác biệt gì nơi thân bạn? Đây là những thí dụ về sự vô thường ở mức độ hiển nhiên hay thô mà mọi người có thể thấy dễ dàng.

Ở tầng mức vô thường vi tế, tất cả những hiện tượng phức hợp ở trong trạng thái chuyển biến liên tục, với mỗi thay đổi xảy ra trong quãng thời gian rất nhỏ. Giáo lý của đức Phật nói 160 sát na đi qua trong thời gian một cái khảy móng tay. Điều này có nghĩa là mọi sự vật chúng ta nhận thức đang thay đổi nhiều lần trong mọi giây. Nếu sự vật không thay đổi qua một quãng bé tí như thế làm sao chúng có thể thay đổi trong một giây, một phút, một giờ hay ngay cả toàn năm? Chính khía cạnh thay đổi liên tục này giải thích mọi vật trở nên già cỗi, suy tàn, và chết đi.

Một cách thông thường dù chúng ta không thể thấy một vật như lòng bàn tay chúng ta hôm nay hầu như khác so với hôm qua. Đây là lúc chúng ta chỉ có thể nhận thức các hiện tượng thô. Nếu chúng ta đi đến một con sông, mặc dù chúng ta biết nó thay đổi vào giây phút chúng ta thấy nó, chúng ta đã phát triển thói quen suy nghĩ rằng nó là cùng dòng sông chúng ta đã thấy năm ngoái. Chúng ta nghĩ chúng ta có cùng bàn tay, cùng cha mẹ và cùng "mọi vật" nhưng trong thực tại nó luôn luôn đang thay đổi. Các nhà khoa học đang đi đến cùng một cái thấy như là những cái tiên tiến trong công nghệ đã khiến nó có thể quan sát những vật ở mức độ rất nhỏ. Những bậc chứng ngộ cao đã phát triển tâm họ qua tu tập thiền định, thực tế có thể nhận thức một cách trực tiếp các hiện tượng thay đổi một cách liên tục từ giây phút này sang giây phút khác.

Bài Luyện tập 11.1 – Tính Bất Định của Nhân và Quả

- *Trong một tư thế thư giãn, hãy thiết lập một tâm trung tính qua thực hành Quán niệm hơi thở.*

- *Hãy chọn một hiện tượng bạn thích để phân tích. Hãy dùng một thoáng chốc để tư duy về những đặc tính của hiện tượng này. Hãy cố gắng quán triệt như mình có thể.*

- *Bây giờ hãy xem các nhân và duyên đã đến cùng nhau cho hiện tượng này phát sinh trong tình trạng bạn có thể quan sát ngay bây giờ. Trước hãy nhận diện nhân chủ yếu của hiện tượng ấy, rồi hãy xem các trợ duyên khác nhau đã ảnh hưởng hiện tượng ấy tiến triển như thế nào qua thời gian.*

- *Hãy tư duy về hiện tượng này sẽ thay đổi như thế nào nếu bất cứ duyên nào trong các duyên ấy có khác. Hiện tượng ấy là giống y như vậy, tương tự hay sẽ hoàn toàn trở thành không hiện hữu? Hãy chọn một số duyên và chơi trò xem thử với tất cả những kết quả khả hữu.*

- *Bây giờ hãy nghĩ về các duyên duy trì hiện tượng này trong tình trạng bạn đang quan sát ngay bây giờ. Hãy xem những ảnh hưởng thay đổi đang làm cho hiện tượng này suy đổi qua thời gian. Hiện tượng này có kéo dài lâu không? Hay nó sẽ phân tán trong một quá trình tương đối nhanh?*

- *Hãy nghĩ về những cách bạn có thể thay đổi các duyên để kéo dài hay xúc tác sự chuyển hóa của hiện tượng ấy. Chẳng hạn, cái gì sẽ xảy ra nếu bạn thêm sức nóng vào hiện tượng ấy? Còn lạnh thì thế nào?*

- *Hãy lặp lại quá trình phân tích này với nhiều loại hiện tượng.*

- *Nếu có sự chắc chắn nào phát sinh về phần bản tính vô thường của những hiện tượng phức hợp, thì một cách đơn giản là hãy nghỉ trong sự chắc chắn ấy.*

2. Tất Cả Những Hiện Tượng Phức Hợp Đều không Thỏa Mãn

Bất cứ những hiện tượng nào chúng ta kinh nghiệm qua những thấu kính méo mó của những phiền não trong tâm chúng ta, do bản tính của nó, sẽ không thỏa mãn – nghĩa là, bản tính của chúng là đau khổ. Sự thật này theo rất gần phía sau thực tại mà bất cứ vật nào vô thường thì nó bất định do bản tính. Khi một vật nào đó bất định, nó tạo ra sự không chắc chắn trong tâm chúng ta. Điều này đưa đến lo âu, không thỏa mãn và đau khổ ở những mức độ khác nhau một cách không thể tránh được. Bởi vì tất cả nhân và duyên khởi lên hiện tượng đặc thù ở bên kia khả năng biết hiện tại của chúng ta, rồi mỗi hiện tượng biểu hiện một mức độ có ý nghĩa của sự bất định đối với chúng ta. Sự bất định thâm nhập tất cả này có nghĩa là luôn luôn có tiềm năng để một hiện tượng hành tác như là một duyên cho đau khổ phát sinh trong tâm chúng ta.

Chẳng hạn, hãy tưởng tượng bạn làm chủ một chiếc ô-tô đắt tiền luôn luôn mong nó như thuở ban đầu. Bạn làm ngơ bản tính bất định (hay không thỏa mãn) của chiếc xe. Chiếc xe sẽ bị trầy, kim loại sẽ bị rỉ sét hay đầu máy sẽ hao mòn một cách không thể tránh được. Dù bạn mong ước nó vẫn như nó bao nhiêu, thực tại là chiếc xe không có khả năng đó. Kinh nghiệm không thỏa mãn này được biết như là cái khổ do thay đổi.

Cũng vậy, khi chúng ta cố gắng mỉm cười với ai đó, chúng ta thường mong ước rằng họ sẽ mỉm cười lại. Nhưng nếu họ không cười lại, chúng ta có thể kinh nghiệm một tầng mức thất vọng. Chúng ta cảm thấy thất vọng bao nhiêu, liên hệ đến chúng ta mong nụ cười đáp trả bao nhiêu. Vì thế thông thường chúng ta có thể nói rằng chúng ta cảm thấy sự khốn khổ của tâm nhiều hay ít tùy thuộc vào chúng ta muốn kết quả đặc thù mãnh liệt thế nào. Điều này được biết như là khổ do đâu.

Thuật ngữ khổ được dùng một cách rộng rãi để miêu tả ý kiến này, những các thí dụ này cho thấy rằng nghĩa đầy đủ của nó không chỉ bao gồm cái khổ thô như cái đau kịch liệt, phiền muộn hay bệnh, mà đúng ra là một "mức độ không thỏa mãn" thông thường hơn miêu tả bản tính của chính đời sống. Nên nói "đời là không thỏa mãn" tốt hơn là tuyên bố "bản tính của đời là khổ", vì hiểu lầm thuật ngữ "khổ" có thể đưa người ta đến chỗ nghĩ rằng những người Phật giáo quá bi quan.

Tuy nhiên, cái thấy này là nhầm lẫn, vì Phật giáo không bi quan cũng không lạc quan, thấy thực tại như nó đang có. Giáo lý Phật giáo là "hiện thực" vì chúng cho thấy bản tính tương tùy của kinh nghiệm. Có thể thấy rằng hiện tại là kết quả của quá khứ, cũng vậy, vị lai sẽ là kết quả của hiện tại. Mặc dù chiêm nghiệm bản tính của thực tại này có thể sinh một cảm nhận phiền muộn, vì thấy tất cả sự khổ và vô ích của nhiều vật trong thế giới này, nó cũng đưa đến một sự biết ơn và thẩm định không mưu tính vì nhiều điều kỳ diệu mà thế giới phải cống hiến; vì cơ hội quí báu cần phải cải thiện tình thế của chúng ta và giúp người khác cũng được như vậy. Theo cách này, Phật giáo không nghĩ rằng đời luôn bất công, thấy nó đầy những tiềm năng.

Bạn có thể nghi ngờ: "đời là không thỏa mãn". Với những người có kinh nghiệm đau đớn, mất mát, nó là một khái niệm không khó hiểu, với những người khác họ không hiểu được những vấn đề này. Với những người có trải nghiệm hạnh phúc, họ sẽ cần nhìn sâu hơn, để hiểu rằng sự vật không thể tiên đoán được, chỉ là nhất thời, vì thế hạnh phúc không hấp dẫn như họ nghĩ.

Cách phân tích điều này tốt nhất là tìm hiểu đời sống hàng ngày, quan sát chúng ta liên tục đuổi theo hạnh phúc như thế nào. Hãy nhìn kỹ những hành động của bạn để thấy cái gì thúc đẩy bạn. Tại sao bạn không ngừng thay đổi từ hoạt động này sang hoạt động khác? Tại sao chúng ta không chấp nhận những giây phút hiện tại không thỏa mãn? Điều gì đó không hoàn toàn đúng? Bất chấp nỗ lực tìm kiếm hạnh phúc trong công việc, cuối cùng chúng ta vẫn không được thỏa mãn theo cách này hay cách khác. Sự bất an này chính là bản tướng của sự không thỏa mãn.

Bất cứ những hành động gì chúng ta làm, bất cứ chúng có thể là hiện thực hay không hiện thực, và bất kể những chủ ý của chúng ta khôn ngoan hay ngu dại thế nào, mục đích tối hậu của chúng ta luôn luôn là tìm hạnh phúc. Cách mà chúng ta dùng theo đuổi hạnh phúc tùy thuộc vào một cái gì đó bên ngoài. Chúng ta không bao giờ có thể hoàn toàn thỏa mãn hay tìm được hạnh phúc ổn định, lâu dài khi hạnh phúc tùy thuộc vào những hiện tượng không ổn định. May thay đức Phật đã không dừng lại chỉ để nhận diện vấn đề này. Ngài đã tiếp tục cung cấp cho chúng ta những phương pháp để làm vơi đi sự khổ và cuối cùng giải thoát chúng ta ra khỏi nó.

Bài Luyện tập 11.2 – Kinh Nghiệm về Không Bao Giờ Thỏa Mãn

- *Trong một tư thế thư giãn, hãy thiết lập một tâm trung tính qua thực hành Quán niệm hơi thở.*

- *Hãy chọn một ngày đã qua để phân tích. Hãy phác họa một số hoạt động chủ yếu mà bạn đã dấn thân trong thời gian này.*

- *Bây giờ hãy quan sát từng hoạt động, xem tại sao bạn làm những hoạt động đó. Trước hãy nghĩ về những gì bạn đã muốn đạt được với hoạt động ấy. Rồi hãy nghĩ tại sao bạn muốn đạt được kết quả này ở vị trí thứ nhất. Bị mất hay thiếu cái gì từ giây phút hiện tại khiến bạn muốn thay đổi điều gì?*

- *Chẳng hạn, nếu hoạt động ấy là đang làm bữa ăn, điều kiện không thỏa mãn là khổ vì cảm thấy đói. Vì không thích cảm giác này, bạn muốn ăn vì bạn biết điều này sẽ làm bạn bớt đói.*

- *Hãy tiếp tục qua từng giây phút trong ngày của bạn. Hãy tự hỏi tại sao bạn đã chọn ngừng một hoạt động đặc thù. Ở điểm nào chính hoạt động đã trở nên không thỏa mãn? Lại nữa, cái gì thúc đẩy bạn thay đổi tiêu điểm?*

- *Hãy tiếp tục phân tích những kinh nghiệm khác nhau mà bạn có thể nhớ được từ cuộc đời bạn. Khi sự chắc chắn về bản tính bất an của đời bạn bắt đầu phát sinh, hãy để sự thức tỉnh của bạn nghỉ trong cảm giác này.*

3. Tất Cả Mọi Hiện Tượng Đều Thiếu Sự Hiện Hữu Đích Thực

Trong hai dấu ấn trước, chúng ta đã thấy tất cả những hiện tượng phức hợp là vô thường và do đó bất định như thế nào. Sự bất định này đưa đến không thỏa mãn, không thể tránh được khi chúng ta tìm kiếm hạnh phúc lâu dài, chân thật. Bây giờ chúng ta cần nhìn sâu hơn nữa vào tình thế này và tự hỏi tại sao những hiện tượng này vô thường ở vị trí đầu tiên và tại sao chúng ta kinh nghiệm rất nhiều đau khổ liên hệ với thực tại này?

Câu trả lời là bởi vì chúng ta nắm bắt thực tại vô thường này như là nó thường hằng. Rồi chúng ta thấy những hiện tượng này như là những nguồn cố hữu của hạnh phúc chân thật. Cả hai cái này đều là những ngộ nhận, hay những méo mó đưa chúng ta đến chỗ hình thành một trật tự rộng rãi những mong mỏi sai lầm về thực tại không thể thực hiện được.

Trong tất cả những hiện tượng mà chúng ta nhận thức theo cách này, ngộ nhận nhiều năng lực nhất là nhận thức về một cái ta (ngã) đơn độc, có thực chất và cố hữu. Nó là cái ta mà chúng ta dùng như là điểm đối chiếu để hiểu mọi thứ về trải nghiệm của chúng ta và vì lý do này, nếu chúng ta diễn dịch sai cái ta của chúng ta thực tế hiện hữu như thế nào, thì sự hiểu lầm đó sẽ được dự báo lên mọi thứ khác.

Khía cạnh thứ nhất của ngộ nhận này là tin rằng các hiện tượng là đơn độc trong thiên nhiên. Khi chúng ta nhìn một cái bàn với những vật trên mặt nó, chúng ta có thể nhận diện những đồ vật cá thể, như quyển sách, cái bình đựng viết hay cái bình cắm hoa; mỗi vật hiện hữu tách rời với những vật khác. Cũng vậy, khi chúng ta nhìn cái ta của mình, chúng ta thấy một người đơn độc. Nó là một vật, nó khác với những vật khác. Bạn ở đây, trong khi những người khác ở đó.

Khi thẩm xét quan niệm này có thể thấy rằng nó sai. Trong khi chúng ta có thể nghĩ mình là một vật, thực tế chúng ta đã dựng lên nhiều vật. Như đã thấy trong các chương trước, chúng ta có thân và có tâm. Thân có thể chia thành đầu, mình, tay và chân. Tâm có thể chia thành tám thức và năm mươi mốt tâm pháp. Chúng cũng có thể chia thành năm uẩn: sắc, thọ, tưởng, hành và thức. Tuy nhiên, dù chia sự vật như thế nào, điểm chính là chúng ta không phải là đơn độc trong thiên nhiên. Sự kết tập của những hiện tượng mà chúng ta trải nghiệm đơn giản chỉ là cái dán nhãn hiệu "ta".

Khía cạnh kế tiếp của ngộ nhận là tin rằng cùng một người thì không thay đổi qua thời gian. Khi thức dậy vào buổi sáng chúng ta có cảm giác rằng chúng ta là cùng một người như khi chúng ta đi ngủ đêm trước. Đây là cảm giác về sự liên tục, một sợi chỉ buộc tất cả những hiện tượng này với nhau.

Thẩm xét niềm tin này, sẽ thấy rằng mỗi khoảnh khắc phát sinh sẽ tan biến cùng lúc – mỗi khoảnh khắc mới phát sinh lại không giống khoảnh khắc trước. Cái mà chúng ta gắn cho là một hiện tượng "đang tồn tại" chỉ đơn thuần là một chuỗi các khoảnh khắc giống nhau mà chúng ta không thể phân biệt theo bất cứ cách nào đáng kể. Vì lý do này, khi chúng ta chỉ nhìn bề ngoài của người hôm nay và người của hôm qua, đa số các khía cạnh đều có vẻ giống nhau. Tuy nhiên ở một tầng mức vi tế hơn nhiều, chúng ta không thể tìm được bất cứ vật gì đích thực giống nhau.

Cuối cùng, khía cạnh thứ ba của ngộ nhận của chúng ta là niềm tin rằng cái "tôi" được nhận thức một cách cố hữu từ chính nó. Ý kiến này cho thấy chất lượng nhận thức được của một hiện tượng với bản chất của hiện tượng ấy sẽ làm kiên cố thành một thực thể tự hữu. Khi thấy một cái tách, chúng ta tin bản tính của vật này sẽ là cái tách – nó có cái "tính chất của cái tách" cố hữu. Cũng như một bông hoa thì vốn nó là một bông hoa, một con voi thì vốn là một con voi và một người thì vốn là một người.

Khi thực tế tìm kiếm bản tính cố hữu này, chúng ta không thể tìm được nó. Hãy lấy cái bàn làm thí dụ. Thấy cái bàn, chúng ta nghĩ, "đây nhất định là cái bàn". Nhưng cái bàn mà chúng ta đang nhận thức ở đâu? Cái bàn được làm thành bằng những bộ phận, như thế lý luận rằng cái bàn phải là cùng những bộ phận ấy hay tách rời chúng. Chúng ta có thể bắt đầu bằng cách trước nhất nhìn từng bộ phận bàn cố gắng tìm bất cứ vật nào chúng ta có thể nhận diện như là một cái bàn trong các bộ phận đó. Khi nhìn vào những cái chân, chúng ta không thấy cái bàn, chúng ta thấy những cái chân. Cũng vậy, khi nhìn cái sườn, chúng ta không thấy cái bàn, chúng ta thấy cái sườn. Khi nhìn mặt cái bàn, chúng ta không thấy cái bàn, chúng ta thấy mặt cái bàn. Dù chúng ta nhìn vào những bộ phận nào, cũng không có cái gì chúng ta có thể nhận diện rõ ràng là cái bàn. Như vậy nếu những bộ phận không phải là cái bàn, thì cái bàn phải hiện hữu tách rời với những bộ phận này.

Để trắc nghiệm điều này, chỉ đơn giản bỏ bớt đi những bộ phận của vật ấy cho đến khi nó không còn có thể nhận diện được là vật ấy. Hãy bắt đầu với một chân của cái bàn. Trong khi cái bàn ba chân thì khá bất ổn, nó vẫn là cái bàn. Khi chúng ta lấy đi một chân khác, một bên ngã xuống và trông nó giống như chiếc bàn gãy vỡ. Bởi vì nó không nằm bẹp, nó không còn có khả năng thực hiện nhiệm vụ của một cái bàn trợ giúp các vật. Hãy lấy đi cái mặt bàn và bây giờ chúng ta còn lại một cái gì đó chỉ cho dấu hiệu ám chỉ cái bàn. Hãy loại bỏ hai chân cuối cùng và hình tướng của cái bàn hoàn toàn biến mất. Quá trình này cho chúng ta thấy rằng cái "bàn" chúng ta rất chắc chắn nó vốn hiện hữu như vậy, chỉ là một nhãn hiệu chúng ta dự báo lên một tập hợp những vật hay nói cách khác, lên một loại hình tướng đặc biệt phát sinh trong tâm. Cái bàn chúng ta đang tìm không hiện hữu nơi vật thể, nó chỉ hiện hữu trong tâm tùy thuộc vào nhân và duyên. Chúng ta gọi đây chỉ là sự vắng mặt của sự hiện hữu vốn có, "tính không" của vật thể. Tất cả những hiện tượng đều có phẩm tính này và do đó chúng ta có thể nói rằng tính không là bản tính của chúng.

Những ý kiến này hoàn toàn hợp lý, và do đó bạn không thể trải nghiệm sự thâm sâu mà chúng miêu tả, vì khi chúng ta nhận ra tính không sẽ nhận thức thế giới kinh nghiệm của bạn như thế nào. Mọi vật sẽ trở thành như mộng trong bản chất và quan niệm về thực tại "thật" sẽ phân tán theo sau. Khi loại bỏ ngộ nhận ám chướng, chân lý thiêng liêng của chúng ta sẽ hiện ra, không bị dòng suối dự báo vô tận ảnh hưởng – giống như những vùng sâu của đại dương không bị những làn sóng trên mặt nước khuấy động. Khi chúng ta thực sự hiểu tính không, chúng ta sẽ không còn ở dưới sự kiểm soát của những tâm thái phiền não và do đó chúng ta sẽ tự tại với tạo nghiệp. Khi chúng ta ngừng tạo nghiệp, chúng ta ngừng hiện hữu theo chu kỳ [luân hồi] và tất cả những kinh nghiệm không thỏa mãn mà cuộc hiện hữu này gây ra.

Bài Luyện tập 11.3 – Tìm Ngã

- *Trong một tư thế thư giãn, hãy thiết lập một tâm trung tính qua thực hành Quán niệm hơi thở.*

- *Hãy bắt đầu bằng cách trước tiên thiết lập cách mà theo đó chúng ta nhận thức thực tại. Người này đang ngồi ở đây thiền định, đây là một hay nhiều? Bạn có cảm thấy giống như nhiều người không? Hay bạn cảm thấy giống như một người, tách rời với mọi vật xung quanh bạn?*

- *Bây giờ hãy xem người này qua thời gian. Bạn cảm thấy giống như cùng một người từ một tuần qua? Đừng lo phân tích ngay bây giờ, chỉ tìm một ý nghĩa cho bạn cảm thấy thế nào.*

- *Bây giờ hãy xem những phẩm tính của bạn. Cái gì khiến bạn là bạn? Bạn có cảm giác rằng có một cái gì đó nơi bạn là có một không hai khác với mọi người khác không? Một cái gì đó làm bạn khác hẳn? Có những nét đặc biệt mà bạn cảm thấy nó xác định bạn là một người? Hãy đem những phẩm tính này đến tâm và quan sát cái ta hiện ra với bạn như thế nào.*

- *Khi đã phát triển một kinh nghiệm mạnh mẽ về cái ta, bây giờ chúng ta sẽ bắt đầu tìm cái ta này hiện hữu ở đâu. Khi bạn nghĩ về cái ta, bạn đang ám chỉ cái gì? Hãy nghĩ về mọi vật mà cái ta này có. Chẳng hạn, cái ta của bạn có thân và tâm. Cái ta mà chúng ta đang tìm có thể chỉ hiện hữu theo hai cách: hoặc nó là phần của thân hay tâm, hoặc nó tách rời với thân và tâm. Không có lựa chọn nào khác.*

- *Hãy bắt đầu tìm cái ta nơi thân bạn, chọn những phần khác nhau để xét. Hãy đặt câu hỏi, "Phần này là tôi ư?". Nếu bạn trả lời, "Phải" thì hãy thẩm xét hiện tượng này và xem hay là nó cũng được tạo ra bằng các phần. Nếu thế, thì hãy đi qua từng phần và cố gắng tìm phần nào là bạn. Hãy tiếp tục làm như vậy cho đến khi bạn không thể phân chia hiện tượng này thêm nữa hay một cách đơn giản là không thể tìm được bất cứ vật gì bạn có thể nói là bạn.*

- *Khi bạn bắt đầu loại bỏ những nơi tiềm năng để tìm cái ta, bạn có thể bắt đầu cảm thấy nghi ngờ về hay là cái ta này chẳng hiện hữu. Bạn càng thẩm xét, cảm giác này có thể phát sinh càng mạnh hơn. Khi nó như vậy, hãy đơn giản nghỉ trong cảm giác này chừng nào nó còn kéo dài.*

- *Bây giờ hãy tìm cái ta như một vật gì đó tách rời với tất cả những phần này. Hãy tưởng tượng đang chia thân bạn thành tất cả các phần của nó. Hãy đi qua từng miếng, biệt lập nó và đặt nó sang một bên thành những đống nhỏ. Khi bạn lấy đi các miếng ra khỏi thân bạn, hãy tiếp tục tự hỏi câu, "có phải tôi vẫn là tôi?". Hãy khám phá bạn mất bao nhiêu lâu để ngừng cảm giác giống như thực tế có đủ để nhận diện chính mình. Một khi bạn tháo gỡ hoàn toàn thân bạn, cũng hãy đi qua những phần khác nhau của tâm bạn, tìm một cái gì đó độc lập và tách rời với tất cả những cái này.*

- *Ở một điểm nào đó trong quá trình này, bạn có thể có kinh nghiệm về cái ta đúng là biến mất. Không có gì để nắm bắt. Đừng sợ cảm giác này, nó là tự nhiên. Chỉ nghỉ trong sự vắng mặt của cái ta.*

4. *Niết bàn Là sự Bình An tuyệt đối*

Trong quá trình nghiên cứu sự vật, chúng ta có thể thấy mình đang hiện hữu vào thực tại dưới hình dáng này hay hình dáng khác. Đây là *cái thấy thường hằng*. Từ cái thấy này chúng ta tư duy về một Thượng Đế vĩnh cửu hay về một linh hồn bất biến.

Theo kinh nghiệm chúng ta sẽ thấy nhận thức của mình là sai lầm. Nhiều giả định hóa ra là sai lầm bởi các phân tích chuyên môn. Nhiều sự việc tưởng như rất kiên cố nay trở nên giống như mộng. Chúng ta có khuynh hướng giao động theo chiều hướng khác nhau, cho rằng không có gì hiện hữu. Đây là cái *thấy của chủ nghĩa hư vô [đoạn diệt]*. Mọi hiện hữu tưởng như là cố nhiên nay là hoàn toàn không hiện hữu.

Đức Phật thấy rằng cách duy nhất để đạt bất cứ nghĩa thực nào của bình an là tìm được cái thấy thăng bằng để vượt qua hai cực đoan này. Khi bạn bỏ cái thấy thường hằng, bạn sẽ loại bỏ sự nắm giữ và do đó bạn mở tâm mình với tất cả mọi khả hữu. Khi bạn bỏ được cái thấy của chủ nghĩa hư vô, bạn thừa nhận khả năng các hiện tượng phát sinh trong mọi thị hiện, cho phép diễn đạt một cách sáng tỏ.

Trụ trong cảnh giới *Niết bàn* – cảnh giới tối hậu của bình an vô thượng. Nó không phải là một cái gì đó do bạn tạo ra, là trạng thái tự nhiên, không hư cấu khi chúng ta loại bỏ mọi thứ nhân tạo hay mờ ám. Chúng ta làm điều đó là qua thức ngộ trực tiếp tính không của cái ta và nhờ đó loại bỏ sự vô minh của phiền não trong tâm.

Bài Luyện tập 11.4 – Tìm Trung Đạo

- *Trong một tư thế thư giãn, hãy thiết lập một tâm trung tính qua thực hành Quán niệm hơi thở.*

- *Hãy bắt đầu bằng cách trước tiên nhận diện cái thấy thường hằng trong đời bạn. Hãy nhận diện những loại hiện tượng bạn gặp trên căn bản hàng ngày. Hãy đi qua những kịch cảnh khác nhau của quá khứ gần đây của bạn, thêm gia vị vào câu chuyện cá nhân của bạn. Bạn càng đi vào chi tiết, thực tại của bạn càng trở nên kiên cố. Điều này sẽ thị hiện trong cảm giác chắc chắn rằng những điều này thực tế đã xảy ra và chúng nhất định hiện hữu bên trong của chính chúng. Đây là nắm giữ sự vật như là thường hằng.*

- *Bây giờ hãy áp dụng cùng một quá trình cho sự thẩm xét cái ta (hãy tham khảo bài luyện tập 11.3) đối với một hiện tượng trong đời sống của bạn. Hãy chọn một người bạn hay một thành viên trong gia đình, hay có lẽ một sở hữu. Một cái gì đó bạn cảm thấy một cách tin tưởng nó hiện hữu theo cách nó xuất hiện với bạn.*

- *Khi bạn phân tích, hãy nhìn sự tin tưởng của bạn thay đổi như thế nào. Khi bạn không thể tìm được bất cứ người nào hay vật gì hiện hữu cố nhiên, điều này làm bạn cảm thấy thế nào? Khi bạn thành công trong sự thiết lập mà nó không hiện hữu, hãy nghỉ trong sự không chắc chắn đó. Đây là đang nắm giữ sự vật như là không hiện hữu.*

- *Bây giờ hãy xem khi chúng ta phân tích, thực tế cái gì biến mất?*

- *Chẳng hạn, nếu chúng ta phân tích một cái tách, hiện tướng ấy có hoàn toàn biến mất, hay khái niệm của chúng ta về hiện tướng là cái tách biến mất? Tuyệt đối không có gì còn lại với chúng ta hay có cái gì đó không?*

- *Hãy thẩm xét có thể có một kinh nghiệm mà không có những nhãn hiệu dự báo chăng? Chúng có cần thiết không? Bạn có thể kinh nghiệm một hiện tướng mà không cần định nghĩa nó? Khi bạn đặt một nhãn hiệu lên một vật nào đó, có cần thiết phải tin rằng vật ấy thực sự là cái mà bạn đặt nhãn hiệu?*

- *Khi bạn phân tích bạn loại bỏ những ngộ nhận. Bạn quan sát các trải nghiệm phát sinh từ điểm thuận lợi mới như thế nào. Bạn có thể tìm thấy hiện tượng đó giống như mộng. Hãy để sự tỉnh giác của bạn nghỉ trong cảm nhận này.*

Con Đường – Ba Pháp Tu Cao Hơn [Tam vô lậu học]

Căn cứ vào bốn dấu ấn, khoa phương pháp học xuất hiện. Có thể thấy chúng ta còn liên hệ với thế giới qua vô minh, mọi sự vật sẽ là vô thường và bất định, đưa đến đau khổ rộng lớn. Nguyên nhân gốc của hình thức hiện hữu này là sự vô minh nắm giữ các hiện tượng như là có nguồn gốc cố hữu. Do đó, bằng cách nhổ rễ vô minh này, chúng ta sẽ ở trong cảnh giới tự tại với đau khổ.

Phát triển khái niệm về bản tính của thực tại là đúng hướng, bởi vì nó đang vận hành ở tầng mức thô của thức. Để đạt được hiệu quả lâu dài không thoái chuyển, chúng ta cần siêu việt các khái niệm và kinh nghiệm thực tướng của tính không qua nhận thức trực tiếp, có thể làm điều này bằng *Ba Pháp Tu Cao Hơn*:

1. **Giới (sila):** Như chúng ta đã thấy, những tâm phiền não tác động tâm của ta bị sai lệch và bất an. Chúng ta đang bị ba độc oán giận, chấp trước và vô minh làm không thể tập trung tâm mình đầy đủ để thấy được những tầng mức vi tế hơn của hiện hữu. Đức Phật đã dạy những cách hành xử đạo đức trong hình thức thệ nguyện ở nhiều tầng mức khác nhau. Trước tiên hành giả cần kiểm chế những hành vi của thân, ngữ và ý của họ, cần tập trung vào tâm của mình. Thông qua tâm, họ có thể làm giảm bớt ảnh hưởng của những phiền não và nhờ đó tạo ra các duyên cho những pháp tu chiêm nghiệm trở nên hiệu quả hơn.

2. **Định (samadhi):** Tính không là một thí dụ về các hiện tượng tiềm ẩn. Nó hoàn toàn vi tế và do đó để quan sát nó một cách trực tiếp, chúng ta cần tĩnh lặng cái tâm thô hoàn toàn và tập trung sự chú ý của chúng ta theo cách rất chính xác. Đây là lý do tại sao tu tập thiền định rất quan trọng trong Phật giáo. Chỉ qua phát triển chú ý của mình qua thiền định người ta có thể thiết lập cái tâm mà thực tế nó có thể quan sát tính không của các hiện tượng.

3. **Tuệ (prajña):** Khi đã có những điều kiện cần thiết để quan sát tính không, hành giả cần tự làm quen với hiện tượng này. Sự vô minh của chúng ta hoàn toàn có tính chất thấm nhập vì đã quá quen nắm giữ mọi sự vật. Dù có kinh nghiệm trực tiếp về tính không trong một thoáng chốc ngắn ngủi, sức mạnh của thói quen sẽ đưa chúng ta nắm giữ trở lại. Chúng ta cần để tâm trụ trong tính không. Mỗi lần như thế sẽ làm yếu đi sức mạnh của luân hồi và làm mạnh tăng

thêm khả năng trụ nơi Niết-bàn. Cuối cùng, sự nắm giữ bị loại bỏ hoàn toàn, tâm thái phiền não sẽ hết. Chúng ta có thể trụ trong tự tính của mình, an nhiên tự tại với tất cả sự khổ.

Hai pháp tu luyện đầu được hiểu là phương tiện thiện xảo. Cung cấp những phương tiện tạo điều kiện cho hành giả gặp bản được tính của tâm. Về bản chất chúng là tạm thời, chỉ là phương tiện để chấm dứt. Mục đích tu tập chúng là để phát triển trí tuệ của pháp tu luyện thứ ba, ta có thể nghĩ chúng như hai cánh của một con chim.

Một con chim không thể bay khi không có hai cánh, cũng như một hành giả không thể tiến bộ trên đường đạo khi không có cả hai phương pháp và trí tuệ. Nếu bạn chỉ thực hành các phương pháp, bạn có thể đạt một vài kết quả kỳ diệu nhất thời, nhưng bạn sẽ không kinh nghiệm bất cứ sự chuyển hóa nào nếu không có rễ sâu bền. Cũng như nếu bạn chỉ tu tập trí tuệ, thì bạn cũng chỉ có thể thâm nhập đến tầng mức của những ám chướng đương thời của mình. Điều này có nghĩa là loại trí tuệ bạn phát triển sẽ chỉ là nông cạn trong bản chất. Vì lý do này, chúng ta cần làm quân bình phương pháp và trí tuệ như nhau. Khi làm đúng, phương pháp trợ giúp trí tuệ và trí tuệ trợ giúp phương pháp, cho phép chúng ta càng lúc càng tiến sâu hơn cho đến khi đạt được mục tiêu của mình.

Quả – Hai Sự Tích Lũy

Luân hồi (samsara) là một cách diễn dịch thực tại đặt trên vô minh. Con đường để tích lũy trí tuệ và nhờ đó loại bỏ vô minh và tất cả những tâm thái phiền não phát sinh. Trong quá trình này, hành giả sẽ có những hành động khác nhau đưa đến một trật tự tương đương với các kết quả, có hai loại chính:

1. **Công đức:** Cho đến khi bạn có thể nhận ra tính không, tâm bạn vẫn bị xáo trộn giữa nắm giữ và vô minh, do đó bất cứ hành động nào của bạn sẽ vẫn còn tạo nghiệp và do đó chúng sẽ qui định sự

tồn sinh của bạn. Nếu những hành động này được thúc đẩy bởi đức hạnh một cách có chủ ý thì sẽ hạnh phúc hơn là đau khổ. Điều này sẽ tạo ra những điều kiện cần thiết cho sự tiến bộ trên con đường tu học đạo (như đạt sự tái sinh làm người quí báu).

2. **Trí tuệ:** Qua tích lũy công đức, đã tạo ra tính điềm tĩnh, sự tin tưởng, sự tỉnh giác nhiều hơn, nhiều tâm thái tích cực sẽ tạo ra những tuệ kiến thâm sâu hơn. Cái thâm sâu nhất trong đó là kinh nghiệm trực tiếp về chân lý thiêng liêng khi chúng ta nhận ra tính không. Bất cứ hành động nào từ viễn tượng trí tuệ cũng sẽ hành tác như là nguyên nhân cho sự đoạn diệt các thói quen của chúng ta. Cuối cùng những thay đổi này sẽ đưa đến sự tự do lâu dài và vững chắc đối với tất cả những hình thức ràng buộc của nghiệp.

Kết quả cuối cùng do hai sự tích lũy này sẽ thay đổi tùy thuộc vào thừa đang được tu tập. Đối với hành giả thuộc Thừa Căn Bản, kết quả là sự giải thoát hoàn toàn với khổ. Đối với hành giả thuộc Đại Thừa, những tích lũy này phát sinh cảnh giới toàn giác của giác ngộ viên mãn. Chúng ta sẽ nhìn kỹ hơn những kết quả này trong các chương tương ứng theo trình tự.

TÓM TẮT CHƯƠNG MƯỜI MỘT

- Phật pháp là một thuật ngữ chính xác để chỉ những gì thông thường được biết như là "Phật giáo". Nó chỉ sự kết tập những giáo lý đã được Đức Phật tuyên thuyết.

- Đức Phật lịch sử là Thái tử Tất Đạt Đa. Ngài đã từ bỏ cuộc sống vương giả của mình và trở thành một nhà khổ hạnh, lang thang là Phật Thích Ca Mâu Ni. Qua sự tu luyện tinh tấn, ngài đã có được một tuệ kiến về bản tính của thực tại và nhờ đó Ngài đã được tự tại với nhân và duyên.

- Cuộc đời của ngài, Đức Phật đã dạy nhiều giáo lý khác nhau có thể chia thành Ba thời chuyển Pháp luân. Trong lần chuyển Pháp luân thứ nhất, ngài đã dạy hầu hết về nghiệp luật nhân quả. Trong lần chuyển Pháp luân thứ nhì, ngài đã xiển dương các giáo lý về tính không. Trong lần chuyển Pháp luân thứ ba, ngài đã trình bày những đặc tính thâm sâu của Tính phật.

- Những giáo lý này là một phạm vi đa dạng các thừa, thuận lợi cho sự chuyển hóa đặc thù đặt căn bản trên sự phát triển tâm linh của từng hành giả.

- Dựa trên căn bản của các giáo lý được truyền bá chúng ta có thể nhận diện Thừa Nền Tảng (Hinayana) và Đại Thừa (Mahayaya).

- Khi phân chia đặt căn bản trên cách tiếp cận gồm hai thừa: Thừa Nguyên Nhân (Thừa Kinh Điển) căn cứ vào những bài thuyết giảng công khai của đức Phật (Sutra); Thừa Hợp Tác (Thừa Mật Điển) căn cứ vào những giáo lý bí mật ban cho các đệ tử đặc biệt một cách riêng tư (Tantra).

- Căn cứ vào sự nhấn mạnh đặt vào lần chuyển luân nào, chúng ta có thể nhận diện ra ba: Thừa Căn Bản tập trung vào lần chuyển thứ nhất, Đại Thừa chủ yếu tập trung vào các giáo lý kinh điển của lần chuyển thứ nhì, và Kim Cương Thừa chủ yếu tập trung vào các giáo lý kinh điển của lần chuyển thứ ba và những giáo lý bí mật khác nhau.

- Khi phân tích các thừa, hữu ích là xem ba điểm cốt yếu: Địa, Con đường và Kết quả. Địa là cái thấy để giải thích thực tại hiện hữu như thế nào. Con đường nhận diện những phương pháp có thể dùng để chuyển hóa địa đó. Và kết quả chứng minh những gì có thể mong đợi khi hoàn thành con đường.

- Để căn bản của tất cả sự tu tập Phật giáo là Tứ Pháp Ấn: Tất cả những hiện tượng phức hợp đều vô thường; tất cả những hiện tượng duyên khởi đều không thỏa mãn; tất cả những hiện tượng đều thiếu sự thực hữu, và Niết bàn là sự bình an hoàn toàn ở bên kia các cực đoan.

- Con đường cốt yếu được các hành giả Phật giáo sử dụng đặt căn bản trên Ba Pháp Tu Cao Hơn: Giới, định, và tuệ.

- Những kết quả của sự dấn thân vào con đường này là hai sự Tích Lũy về công đức và trí tuệ. Những tích lũy này sẽ sản sinh những kết quả khác nhau tùy thuộc vào thừa dùng tu tập.

CHƯƠNG MƯỜI HAI

Thừa Nền Tảng (Căn Bản)

Giáo lý đầu tiên Đức Phật thuyết giảng sau khi giác ngộ là đề tài Bốn Chân Lý Cao Quí. Ngài đã thuyết giảng giáo lý này ở Vườn Nai cho năm hành giả khổ tu là bạn đồng hành của ngài trước kia. Những ai đã được nghe giáo lý này thì đều đạt được cảnh giới A La Hán, giải thoát khỏi những mối ràng buộc của tồn sinh luân hồi. Phần đời còn lại, Đức Phật đã ban cho vô số giáo lý được triển khai về những đề mục trình bày trong giáo lý cốt yếu này.

Sau khi đức Phật nhập Niết-bàn, các bậc trưởng lão của cộng đồng tăng lữ đã tập hợp lại để kết tập các giáo lý, mỗi người tụng các bản kinh khác nhau mà tự họ đã được nghe từ Đức Phật. Theo truyền thống sẽ truyền tụng bằng miệng, nghĩa là mỗi năm hay khoảng như vậy họ gặp nhau để tụng đầy đủ kết tập các giáo lý để bảo đảm họ vẫn là chính tông.

Từ căn bản của các giáo lý này, nhiều trường phái khác nhau của Phật giáo phát sinh. Những phân chia này chủ yếu là về diễn giải giới luật (vinaya) như thế nào. Đức Phật đã bài trừ những hoạt động khác nhau có lợi ích nhất cho cộng đồng tự viện và trợ giúp giới cư sĩ. Trước khi ra đi, ngài bảo Tôn giả A-nan-đa, rằng một số các lời thệ nguyện là nền tảng, trong khi những lời kia là tạm thời và có thể bỏ đi nếu văn cảnh xã hội thay đổi. Không may, ngài đã không nói cụ thể là thệ nguyện nào nên đã đưa đến những quan điểm khác nhau, kết quả hình thành những trường phái khác nhau.

Vài trăm năm sau đó, dưới sự hộ pháp vua Ashoka, kinh thư Phật giáo phát triển thành *Tam Tạng kinh điển*:

1. **Giới Luật (vinaya):** Kết tập của những bản văn pháp điển về sự hành xử dùng trong các cộng đồng tăng già (sangha: Tăng già). Trong khi những đệ tử nguyên thủy có cuộc sống du mục tâm linh, Giới luật giúp tạo lối sống ổn định hơn, đặc biệt khi các tu viện được thành lập, các tu sĩ sống ổn định. Sự kết tập này bao gồm các luận thư về cách hành xử của xã hội khuyến khích sự hòa hợp nội bộ tăng đoàn tại các tu viện và áp dụng trong quan hệ với cộng đồng tại gia.

2. **Những Bài Thuyết Giảng của Đức Phật (sutra):** Kết tập này bao gồm hơn 10.000 giáo lý công khai do Đức Phật thuyết giảng khi còn tại thế và những bài thuyết giảng của những đệ tử gần gũi với Đức Phật sau khi Phật nhập diệt. Căn cứ vào độ dài hay để tài, những kinh thư này chia thành từng nhóm theo đề mục để luyện tâm hay để loại bỏ khổ.

3. **Những Giáo Lý Cao Hơn (Abhidharma: Thắng pháp):** Kết tập các luận thư này do nhiều đệ tử gần gũi của đức Phật, dựng nền tảng khoa học về tâm của đức Phật. Nó trình bày những luận thư miêu tả rất chi tiết các quá trình tâm và thân. Như thế, kết tập này là căn bản giáo thuyết triết học của Đức Phật.

Ba kết tập giáo lý này trước tiên được viết bằng tiếng Pali trên đảo Sri Lanka, ở phía nam Ấn Độ. Truyền thống được theo ở đó được biết như là Phật giáo Theravada (Thượng tọa bộ).

Truyền thống này phát triển về hướng đông đến Burma, Thái Lan, Cam pu chia và Lào.

Truyền thống Phật giáo Theravada đặc trưng bằng cách tiếp cận thực nghiệm để tu tập dựa trên giới luật cực kỳ nghiêm khắc. Khước từ đời sống thế gian là một chủ đề trung tâm, các hành giả được khuyến khích hiến thời gian của họ cho những cuộc ẩn tu kéo dài và tu tập thiền định.

CÁC THỪA NỀN TẢNG

Trong phạm trù chung của Himayana (Tiểu Thừa), có hai thừa: *Thừa Thanh Văn* và *Thừa Độc Giác*. Truyền thống Phật giáo Theravada là Thanh văn thừa. Cả hai thừa này trợ giúp hành giả đạt sự giải thoát cá nhân khỏi luân hồi thông qua thiết lập sự chứng ngộ vô ngã bằng cách kết hợp thiền định chỉ (samatha) và thiền quán (vipashyana). Sau đây là tóm lược hai thừa này.

Hình 12-1: Sự truyền bá của Phật giáo Theravada.

Thừa Thanh Văn (shravakayana)

Thừa Thanh Văn được biết như là Thừa của Người Nghe, vì nó can dự vào sự nghe những giáo lý nền tảng của đức Phật về sự khổ của tồn sinh luân hồi và sự giải thoát. Tu tập theo cách Đức Phật đã dạy để vượt qua đau khổ, hành giả sẽ được hỗ trợ bởi sự khước từ và không ảo tưởng với lối sống thế gian (đã trình bày tại mục *Tám Pháp Thế Gian*). Sự sùng mộ đối với con đường này phụ thuộc vào đời sống thanh tịnh, hàm súc của một vị tăng hay một vị ni tu hành trong tăng đoàn.

Hành giả sẽ nhận giới luật Vinaya và tu tập *Bốn Chân Lý Cao Quí và Bốn Niệm Xứ*. Điều này tạo những điều kiện lý tưởng để phát triển sự tập trung qui nhất toàn hảo (shamatha) và trí tuệ cần thiết để loại bỏ những phiền não là cái nguồn của đau khổ. Khi chứng ngộ vô ngã của cá nhân và vượt qua tất cả những phiền não do cảm xúc, họ đạt cảnh giới *A La Hán Thanh Văn*. Những hành giả kiên trì nhất có thể đạt cảnh giới của A La Hán Thanh Văn trong ba đời, nghĩa là các đệ tử A La Hán của đức Phật được kết nối với những giáo lý trong những đời trước.

Con đường Phật giáo Theravada này thích hợp với những hành giả chân chính muốn giải thoát khỏi tồn sinh luân hồi càng nhanh càng tốt. Đối với những người như thế Đức Phật đã từ chối thăm dò những câu hỏi nhất định như về nguồn gốc của vũ trụ, như những suy lý phân tán xa rời con đường và không nói sự thật của đau khổ. Chẳng hạn, nếu một mũi tên trúng mắt bạn, tốt nhất là nhổ nó ra ngay hơn là hỏi nhiều câu hỏi về ai ném nó và làm sao nó đến đó. Thay vì bị lạc vào những suy luận khái niệm tỉ mỉ, Đức Phật dạy các đệ tử của Ngài trực tiếp yếu tính bằng cách dùng kinh nghiệm cá nhân.

THỪA DUYÊN GIÁC (PRATYEKABUDDHAYANA)

Gọi là Thừa Duyên giác bởi vì hành giả của con đường này nương tựa hoàn toàn vào những tập khí thói quen đã được xây lên trong các đời trước. Điều này cho phép họ phát triển sự chứng ngộ ở tầng mức có tính cách thuần bản năng, không đòi hỏi họ lắng nghe giáo lý trong đời hiện tại của họ. Những hành giả như thế chỉ xuất hiện trong những thời kỳ không một giáo lý nào của Đức Phật hiện hữu.

Những hành giả trên con đường này bắt đầu bằng cách xem xét kỹ những qui ước của đời sống thế gian, thẩm xét sâu xa câu hỏi về khổ và nguồn gốc của nó. Họ phát triển trí tuệ bằng cách dùng phân tích, được những đức hạnh và nguyện vọng vun trồng trong các đời trước phú cho. Dùng pháp tu Bất tịnh định về chết và vô thường, họ sống cuộc đời cô đơn và khước từ. Dần dần họ khám phá *Thập nhị nhân duyên Tùy Thuộc Phát Sinh* điều hành sự hành tác của luân hồi, nhận ra những nhân và duyên từ vô minh đến chết và ngược lại từ chết đến vô minh. Bằng cách này họ thức ngộ trình tự của sinh và diệt của luân hồi, theo dấu vết đau khổ trở lại nguồn của nó trong sự vô minh về chân tính của thực tại và cấu trúc giả hiệu của cái ta thực sự hiện hữu. Như là kết quả của sự tu tập phi thường, cuối cùng họ đạt được cảnh giới của *A La Hán Duyên giác* (Pratyeka Arhat) thường mất một trăm đại kiếp, đại kiếp là thời kỳ một đời hiện hữu giữa thành và hoại của một hệ thống vũ trụ.

Các vị A La Hán cả Thanh Văn và Duyên giác đã thành tựu Niết bàn, quả cuối cùng theo truyền thống Phật giáo Theravada. Những thành đạt thế gian như sự bỏ tạm thời phiền não có thể đạt được qua thiền định Shamatha khi một người thành tựu tâm cảnh của định hữu tướng và vô tướng (jhanas), song các tập khí do phiền não vẫn còn im lìm. Các A La Hán Thanh Văn và Độc Giác đi qua bên kia những thành tựu này và chứng ngộ vô ngã, nhờ đó vượt qua tất cả những phiền não và rồi đạt được sự bình an lâu dài của Niết bàn. Bởi vì A La Hán Duyên giác tích lũy rất nhiều công đức qua dòng thời gian hàng tỉ kiếp, họ có thể chứng ngộ không chỉ vô ngã của con người mà còn chứng ngộ phần vô ngã của thế giới hiện tượng.

Bây giờ chúng ta xét chi tiết các giáo lý nền tảng của đức Phật như đã được Lần Chuyển Pháp Luân Thứ Nhất thiết lập và được trình bày trong con đường Phật giáo Theravada.

ĐẾ – BỐN CHÂN LÝ CAO QUÍ

Giáo lý nền tảng của *Bốn Chân Lý Cao Quí* (Phạn: catvāryārya-satyāni) gọi là *Bốn Chân Lý Arya* hay *Bốn Chân Lý của các Bậc Arya*. Arya (tiếng Phạn) có thể dịch là "cao quí", "thanh tịnh", và "không tầm thường". Từ "bậc Arya" trong Phật giáo thường dùng để chỉ một vị anh hùng hay Hiện thân tâm linh – một vị có sự hiểu biết trực tiếp về Bốn Chân Lý Cao Quí.

Cung cấp nền tảng cho tất cả mọi hành giả, Bốn Chân Lý Cao Quí có thể ví với dấu chân một con voi, vì toàn bộ giáo lý Phật giáo đều bao hàm trong đó. Theo lần chuyển Chuyển Pháp Luân Thứ Nhất, khi đức Phật dạy Bốn Chân Lý Cao Quí ngài đã tuyên bố:

> *Đây là chân lý Cao Quí về khổ.*
> *Đây là chân lý Cao Quí về nguyên nhân của khổ.*
> *Đây là chân lý Cao Quí về sự diệt của khổ.*
> *Đây là chân lý Cao Quí về con đường đưa đến sự diệt của khổ.*

Mỗi chân lý này có thể xem xét và chiêm nghiệm chi tiết hơn bằng cách chia chúng thành những tiết mục đặc biệt, cho chúng ta một tổng số mười sáu khía cạnh khác nhau. Một hành giả Thanh Văn sẽ thiền định về mười sáu đề mục theo trình tự, như thế là thiết lập cái thấy của họ qua kinh nghiệm trực tiếp.

Chân Lý về Khổ

Chân Lý Cao Quí Thư Nhất giải thích bản tính của dukkha (khổ) – tiếng Pali chỉ sự khổ và dịch là "không thỏa mãn", "không có khả năng thỏa mãn", và "phiền muộn". Khổ là khuyết điểm chính của luân hồi và làm đặc trưng cho kinh nghiệm của chúng ta trong cuộc tồn sinh luân hồi này. Nó thấm nhập toàn bộ vũ trụ của chúng ta không ngoại trừ và là những gì chúng ta phải thừa nhận. Chúng ta làm điều này qua sự hiểu biết Tứ Pháp Ấn sau đây:

Vô Thường

Trái với nhận thức thế gian của chúng ta, tất cả những hiện tượng phức hợp đều vô thường. Điều này không phải chỉ nói những hiện tượng vô thường hiển nhiên như già và chết. Bất cứ hiện tượng vô thường nào, như năm uẩn tạo nên thân và tâm thì vô thường một cách tự nhiên. Không đòi hỏi những nhân thứ yếu, chúng chịu thay đổi liên tục theo bản năng. Tầng mức vi tế này của vô thường là một khía cạnh của khổ (khổ vì thay đổi) mà các bậc Thánh (Arya) nhận thức trực tiếp.

Khổ

Không ai muốn khổ, nhưng vì vô minh chúng ta chìm ngập trong chu kỳ khổ và không biết làm sao thoát khổ. Một bậc Thánh có khả năng thấy năm uẩn ô nhiễm như là những hiện tượng phải chịu cái khổ thấm nhập tất cả, mà nó là căn bản cho sự khổ của thay đổi và đau đớn. Vì mọi hiện tượng phức hợp do nhân duyên hợp thành, chính bản tính của nó vô thường và do đó không thể tin cậy. Vì vậy, nó có đặc tính của khổ bất chấp nó xuất hiện như thế nào.

Bao lâu năm uẩn của chúng ta còn bất tịnh và bị những ám chướng tiêu cực ô nhiễm, chúng ta không thể trốn thoát cái khổ vì bất định. Các bậc Thánh chứng ngộ trực tiếp bản tính của khổ và nguồn gốc của nó và do đó có khả năng tự giải thoát họ khỏi sự khổ này. Bằng cách tập trung vào thực tại này và tự nhắc nhở mình về bản tính nền tảng của khổ, chúng ta có thể từ từ biết thôi bám vào hiện tượng và dần dần đạt được giải thoát khỏi sự tồn sinh luân hồi.

Tính không

Tất cả chúng sinh trong luân hồi nhận thức hiện tượng là thực sự hiện hữu. Trong thực tại chẳng cái gì thực sự hiện hữu, song chúng ta qui kết sự hiện hữu cho sự vật, thành lập những khái niệm và tin chúng là có thực. Một vật thực sự hiện hữu sẽ là một thực thể tách rời không có nhãn hiệu trên căn bản các phần của nó. Do đó, tất cả mọi hiện tượng đều tương tùy và chỉ bị qui kết thực sự hiện hữu. Những chúng sinh luân hồi nhận thức không đúng cho hiện tượng là độc lập và thực sự hiện hữu và đây là nguyên nhân đau khổ của họ. Tuy nhiên, thực tại chân thực là mọi vật không có hiện hữu trong bất cứ cách có bản thể nào, đây là cái thấy về tính không của Phật giáo. Điều này không có nghĩa là sự vật không hiện hữu mà đúng hơn là sự vật không hiện hữu như là chúng ta nhận thức chúng hiện hữu. Khía cạnh này của khổ chỉ được những bậc Thánh nhận thức trực tiếp.

Vô ngã
Mọi chúng sinh luân hồi tự nhận thức mình như là sở hữu chủ thật của năm uẩn. Tuy nhiên trong thực tại, chỉ là những hiện tượng bên ngoài không có sự thực hữu, một sở hữu chủ hay ngã cũng không thực sự hiện hữu. Để một cái ngã thực sự hiện hữu nó phải được chứa bên trong hay độc lập với năm uẩn: sắc, thọ, tưởng, hành và thức. Khi khảo sát chúng ta thấy rằng đây chẳng phải là trường hợp ấy. Chúng ta không thể tìm được cái "ngã" của mình tách rời với năm uẩn cũng không ở trong uẩn nào của năm uẩn, đúng hơn "ngã" của chúng ta tùy thuộc vào tất cả những uẩn đó. Một bậc Thánh đã nhổ rễ thói quen đã có về ngã tưởng, chứng ngộ vô ngã một cách trực tiếp và không còn tưởng ngã như là hiện hữu một cách độc lập. Tuy nhiên họ vẫn có ngã tưởng nội tại mà nó vẫn ở với chúng ta từ thời vô thủy, hành tác không tùy thuộc vào những niềm tin hay lý luận sai.

Chân lý về Tập (Nguồn gốc)
Chân Lý Cao Quí Thứ Nhì tương tác với nghiệp, nói về nguồn gốc của dukkha (khổ) và những lý do tại sao chúng ta khổ. Người Phật giáo tin rằng nguyên nhân gốc của sự không thỏa mãn của chúng ta phát sinh từ ba độc (tham, sân, và si), mà chúng là căn bản cho tất cả những tâm thái phiền não của chúng ta. Nó là những tâm trạng mà chúng ta phải bỏ. Bốn khía cạnh của chân lý này là:

Nguồn gốc phát sinh

Nếu còn phiền não thì luân hồi sẽ còn phát sinh. Điều này không phải là ngẫu nhiên – nó là chắc chắn. Nguồn gốc của tất cả những phiền não này là vô minh và bám vào những khái niệm qui kết như là chúng có thực. Cảm giác mạnh mẽ về ngã hình thành những tập khí nghiệp. Yêu thích và nắm giữ sẽ để lại dấu ấn cho lần tái sinh luân hồi kế tiếp qua các tập khí nghiệp trong sự miên tục của tâm. Do đó chúng sinh sẽ tái sinh theo cách không thể kiểm soát trong ba loại cõi: cõi dục, cõi sắc hay cõi vô sắc. Đây là khía cạnh của nguồn gốc phát sinh chỉ các bậc Thánh chứng ngộ trực tiếp cho phép chúng ta phát triển tâm khước từ.

Sự tái sinh của các bậc Thánh không bị những dự tưởng về các phiền não này làm ảnh hưởng. Dù họ có hay không những tập khí nghiệp, vì tâm họ không bị yêu thích và nắm giữ qui định, sẽ không có dự báo một sự tái sinh trong luân hồi.

Nhân

Nguyên nhân gốc của luân hồi là những phiền não vì vô minh, yêu thích và oán ghét, và không có một vật đơn độc nào phát sinh mà không có những nguyên nhân này. Sự hiện hữu luân hồi phát sinh như là kết quả của những hành động đức hạnh và không đức hạnh, nhưng ngay cả những hành động đức hạnh luân hồi cũng bị chi phối bởi những phiền não gốc này ô nhiễm. Do đó, hạnh phúc trong luân hồi vẫn bị ô nhiễm. Tuy nhiên, những hành động đức hạnh của các bậc Thánh không bị ô nhiễm bởi vì họ tự tại với tưởng về một cái ta thực sự hiện hữu. Sự chứng ngộ này ngăn ngừa những phiền não phát sinh.

Duyên

Những phiền não vì yêu thích và nắm giữ không chỉ là nguyên nhân chính của sự tái sinh của chúng ta trong luân hồi, chúng còn vận hành như là những duyên thứ yếu cho kinh nghiệm của chúng ta. Điều này có nghĩa là những phiền não của chúng ta gây nên những hạt giống nghiệp hay những tập khí trong dòng tâm thức, cung cấp những trợ duyên cho các hạt giống chín muồi. Ví dụ, nếu một người ăn cắp một vật gì đó, ăn cắp là nguyên nhân chính để y đi tù, nhưng ăn cắp cũng hành tác như là một nguyên nhân thứ yếu khiến cho gia đình y khổ trong khi y thi hành bản án. Tương tự, đức hạnh hay không đức hạnh mà chúng ta dấn thân vào bây giờ luôn luôn hành tác như là những duyên góp vào cho sự chín muồi của những tập khí nghiệp nhất định, giống như phân bón và mưa làm duyên cho cây phát triển. Điều quan trọng cần biết là chúng ta cũng có cơ hội thay đổi những tập khí chín muồi do tu tập Pháp.

Các bậc Thánh đã bỏ nắm giữ khi họ nhận ra không có ngã nào cả để nắm giữ. Do đó, phiền não này không thể hành tác như là nguyên nhân cho một chu kỳ tái sinh không có kiểm soát hay như một duyên thứ yếu. Hiểu đầy đủ vai trò của các duyên cho chúng ta thấy làm sao chúng ta có thể kiểm soát dần dần tất cả các duyên xung quanh trong đời sống chúng ta, như thế là không ủng hộ tập khí nghiệp chín muồi.

Quả

Nghiệp đức hạnh hay không đức hạnh bị ô nhiễm không nhất thiết dự báo chỉ một quả. Một hành động nghiệp mạnh có thể kết quả trong nhiều kinh nghiệm và nhiều lần tái sinh trong sáu cõi, tất cả không có sự lựa chọn. Như chúng ta biết, nghiệp do chính bản tính của nó cũng có tiềm năng gia tăng.

Một hành động nhỏ hay đơn độc không luôn luôn đưa đến một quả nhỏ hay đơn độc và thực tế có thể chịu những hậu quả nghiệp lớn. Ví dụ, giết cha mẹ hay phá những cam kết mật điển có thể dự báo một người đến các cõi địa ngục trong nhiều đại kiếp. Mọi vật tự nhiên tăng trưởng và gia tăng theo thời gian và những duyên khác, giống như hạt giống trở thành mầm non, rồi thành thân và rồi thành cây. Cũng vậy, quả của những nhân luân hồi tiếp tục gia tăng. Tập trung vào quả phản đối cái thấy sự vật tự tiến hóa hay chuyển hóa, mọi vật tùy thuộc vào nhiều nhân và duyên khác nhau.

Bốn khía cạnh này của nguyên nhân của khổ cho thấy bất cứ hành động hay xúc cảm nào đến từ bản ngã cũng bất tịnh và luôn luôn đưa đến đau khổ, một cách trực tiếp hay gián tiếp. Trên căn bản sự chứng ngộ này, phải hiểu rằng nhân gốc của khổ là những phiền não của tâm, mà chúng là vô thường và có thể loại bỏ bằng nỗ lực ở một độ nào đó.

Chân Lý về Diệt

Sự diệt của khổ là Chân Lý Cao Quí Thứ Ba và chỉ ra rằng sự khổ của chúng ta có thể chấm dứt bằng cách chuyển hóa sự vô minh và những tâm thái phiền não của chúng ta. Đây là điều phải được thành tựu. Để hiểu bản tính của sự diệt phải chiêm nghiệm bốn khía cạnh sau đây:

Diệt

Không diệt không có sự đắc thành bền vững lâu dài nào cả. Chúng ta cần chọn sự diệt khổ thay thế sự loại bỏ vô minh căn bản bám vào kiến chấp sai lầm về một cái ngã thực sự hiện hữu. Cuối cùng khi nhổ rễ sự ô nhiễm này, chúng ta đạt được sự diệt khổ và điều này bao gồm sự loại bỏ tất cả những phiền não của tâm như tham và sân, mà chúng không còn có thể tái hiện. Đây là sự đắc thành Niết bàn vô song, cảnh giới của các bậc Thánh đắc nhập. Có niềm tin quyết vào chân lý diệt dần dần giảm bớt sự nương tựa vào khái niệm và qui lỗi, và cuối cùng cho phép chúng ta loại bỏ tất cả những bất tịnh của tâm, tin rằng có thể có sự tự do hoàn toàn của diệt.

Bình an

Diệt là một trạng thái vĩnh viễn của sự bình an tuyệt đối, không thể so sánh. Đây là sự tự do chân thật của Niết bàn. Vô minh và bản ngã hoàn toàn vắng mặt, như thế chúng ta có thể ở trong chân tính nguyên thủy của mình, cái mà tất cả chúng ta đều có nhưng không phát hiện. Một bậc Thánh không chỉ nhằm phát hiện cảnh giới này mà còn hiện thực và trở nên quen thuộc với nó. Tập trung vào sự bỏ những ý nghĩ biện biệt và ba độc tham, sân và si, đem chúng ta đến sự bình an tối hậu này, hoàn toàn tự do với tất cả đau khổ.

Thù thắng

Đạt được diệt là thù thắng và tuyệt đối không thể so sánh được bởi vì chúng ta chia ly vĩnh viễn với những xúc cảm phiền não. Không có gì được ước mong thành tựu cao hơn sự giải thoát chân thật này. Tập trung vào sự thù thắng thúc đẩy chúng ta với nhiệt tâm đạt sự diệt bằng cách loại bỏ tất cả những dấu vết của những tâm thái phiền não và đau khổ. Nó cũng phản đối cái thấy Niết-bàn có thể đạt được qua một mình thiền định shamatha. Trong khi shamatha là một dấu ấn đáng kể, không nên xem nó là kết quả mà là một phương tiện để đạt tuệ kiến trực tiếp chân tính của thực tại sự chứng ngộ không có "ngã" hiện hữu.

Niết Bàn

Đạt Niết bàn có nghĩa là chúng ta đạt được kết quả của sự khước từ hoàn toàn ở đó chúng ta buông toàn bộ những gì trói buộc chúng ta với vô minh, tự do với khổ và nguyên nhân của khổ. Khi đã khước từ tất cả những mối quan tâm thế gian, bao gồm cả những khía cạnh tích cực và tiêu cực của luân hồi, chúng ta thoát khỏi mãi mãi chu kỳ tái sinh, già không thể kiểm soát được, và cái chết không thể tránh được.

Khi chúng ta nhận thức sự vô hiệu quả của những mối quan tâm của thế gian như: ca tụng, được mất, địa vị và khoái lạc, đưa chúng ta đến hạnh phúc chân thật lâu dài, sự khước từ tự nhiên xuất hiện. Chúng ta nhận ra rằng thực hành Phật đạo không nương tựa vào bất cứ sự thành đạt thế gian hay tài nguyên vật chất nào. "Niết Bàn" từ luân hồi, kinh nghiệm sự diệt khổ và nhập vào sự bình an tự nhiên của Niết bàn, khước từ là pháp thiết yếu.

Chân Lý về Đạo

Bốn Chân Lý Cao Quí cho chúng ta biết rằng có một đạo nếu tu dưỡng, sẽ đưa đến sự diệt khổ (dukkha) và đây là điều chúng ta phải tu tập. Sự quí báu của thân người, chiêm nghiệm về chết và vô thường, giá trị của giải thoát là những thí dụ về tu tập. Bất cứ sự tu tập nào trong truyền thống Phật giáo cũng có thể kết nối trở lại với Bốn Chân Lý Cao Quí này và trong khi một số giáo lý và phép tu vận hành ở tầng mức căn bản, những giáo lý và phép tu khác phức tạp hơn. Dù các phép tu này mang bất cứ hình thức nào đều có nguồn gốc chung, không có khả năng nào trái ngược. Bốn khía cạnh của đạo là:

Con đường

Pháp (Dharma) là con đường chân thật duy nhất để đạt Niết bàn. Pháp có nghĩa là tu luyện tâm của mình theo những lời dạy của Đức Phật mà chúng trở thành con đường giải thoát chúng ta khỏi cuộc tồn sinh hữu vi tầm thường. Đây là cách duy nhất chúng ta có thể khám phá toàn bộ tự do của giác ngộ.

Các bậc Thánh đã khám phá ra chân lý này, và bằng cách theo con đường chính tông với cái thấy tập trung về vô ngã, họ tiếp tục làm sâu sự chứng ngộ của mình khi họ du hành hướng đến Niết bàn và giải thoát. Sự hiểu biết này đặc biệt phản đối những ngộ nhận:

1. Không có đường nào để theo
2. Một cái ngã kiên cố hay linh hồn hiện hữu
3. Một người nào khác có thể giải thoát chúng ta.

Lý luận

Phát triển con đường này qua tu luyện tâm và tu dưỡng thái độ đúng với mục đích đạt Niết bàn, là khía cạnh lý luận như là phương tiện thích đáng. Với sự tỉnh giác phân biệt và phân tích luận lý bất bại về chân lý về khổ và nguồn gốc của nó; người ta hiểu rằng không có cách nào khác hay con đường thay thế nào dẫn đến mục đích này. Tu tập con đường nằm này đòi hỏi giới luật, thiền định và bi tâm kết hợp với trí tuệ. Qua đây chúng ta có thể đạt được sự loại bỏ cả tạm thời và vĩnh viễn khổ và nguồn gốc của nó. Tập trung vào lý luận cho chúng ta sự tin quyết rằng con đường đến Niết bàn chắc chắn có thể đạt được.

Thành tựu

Thành tựu có giá trị nhất là khả năng tu tập con đường đúng của Phật pháp. Đây là cách duy nhất để tu luyện tâm mình và qua sự tu luyện như thế, có sự bảo đảm tuyệt đối rằng chúng ta sẽ đạt được mục đích giải thoát của mình. Yếu tố có ý nghĩa nhất của con đường là hiểu nhu cầu bỏ những ám chướng phiền não và những cái thấy sai lầm, như những cái thấy chủ nghĩa thường và chủ nghĩa đoạn tiêu biểu niềm tin vào một đấng sáng tạo thường hằng hay niềm tin rằng đời chẳng có mục đích hay ý nghĩa gì. Tập trung vào sự thành tựu tự do với những ô nhiễm và sự chứng ngộ vô niệm đúng ở bên kia hai cái thấy cực đoan này, giúp chúng ta nhận ra rằng có một con đường đúng và chính xác để theo. Điều này trái với niềm tin rằng một con đường khác nào đó hiện hữu sẽ đưa chúng ta đến chân giải thoát.

Tự do Hoàn toàn

Mục đích của tu tập Phật giáo là thành tựu sự tự do hoàn toàn với cuộc tồn sinh luân hồi. Để đạt được điều này chúng ta cần nhổ rễ vô minh nền tảng và tất cả những tập khí của nó, để phòng những phiền não hay ám chướng không tái hiện nữa. Đây là sự tự do hoàn toàn. Hiểu ý kiến này đối lập với cái thấy rằng chúng ta có thể tìm được tự do trong tâm nhị nguyên (với một chủ thể và một khách thể). Khía cạnh này của chân lý về con đường chỉ các bậc Thánh nhận thức được.

Trình tự của Bốn chân lý cao quí

Như chúng ta thấy, Thừa Căn Bản (Hinayana) mang phương thức tiếp cận rất thực nghiệm. Đức Phật đi thẳng vào yếu tính của vấn đề, giống như một bác sĩ phẫu thuật chia vùng nơi một mô ung thư. Trình tự mà Đức Phật dạy bốn chân lý này do đó cũng có ý nghĩa.

Bốn cái này là những cặp, chúng ta có thể thấy có hai cặp quan hệ về nhân. Có nguồn gốc của khổ là nhân cho quả khổ. Có con đường là nhân cho quả khổ diệt. Cặp thứ nhất miêu tả luân hồi, trong khi cặp thứ hai tập trung vào Niết bàn. Như thế tại sao Đức Phật không dạy chúng theo trình tự luận lý?

Câu trả lời nằm trong sự tập trung của Đức Phật vào sự tu tập. Theo chủ ý của chúng ta là để phát triển sự hiểu biết thuần lý trí về bốn chân lý này, thì nhìn chúng theo thứ tự nhân quả có thể hữu ích, tuy nhiên, chúng ta không nhắm vào việc chỉ hiểu tin tức. Chúng ta đang nhìn vào tự tại với đau khổ. Đức Phật đã nhận ra điều này và vì thế đã dạy phù hợp với sự cần thiết của đệ tử của ngài.

Ngài bắt đầu bằng cách trình bày Chân lý về Khổ, bởi vì đây là thế giới mà chúng ta sống trong đó nó là kinh nghiệm trực tiếp của chúng ta. Nếu chúng ta không nhận ra bản tính không thỏa mãn của cuộc tồn sinh này, thì chúng ta sẽ không có động cơ tìm kiếm sự thay đổi. Ngài theo sau chân lý này bằng Chân lý về Nguồn gốc, bởi vì trừ phi chúng ta hiểu bản tính chứng bệnh của mình, chúng ta sẽ không nhận ra tiềm năng để chúng ta thay đổi tình thế. Chân lý này được Chân lý về Diệt theo sau bởi vì hiện tại chúng ta không thể ngay cả trong tưởng tượng một thế giới không có đau khổ. Bằng cách giới thiệu bản tính của Niết bàn với chúng ta, Đức Phật cho chúng ta thấy rằng hạnh phúc chân thật có thể có được, cho chúng ta một mục đích có ý nghĩa để nhắm đến. Cuối cùng, Ngài trình bày Chân lý về con đường, bởi vì đây là phương pháp để đạt mục tiêu ấy. Bằng cách này, Đức Phật thiện xảo hướng dẫn hành giả lìa bỏ luân hồi và hướng về Niết bàn.

Kinh nghiệm	Chân Lý Cao Quí	Quan hệ	Khía cạnh
Luân hồi	Khổ	Quả	– Vô thường – Khổ – Tính không – Vô ngã
	Tập	Nhân	– Sự phát sinh – Nhân – Duyên – Quả
Niết-bàn	Diệt	Quả	– Diệt – Bình an – Thù thắng – Hiện ra
	Đạo	Nhân	– Con đường – Lý luận – Thành tựu – Hoàn toàn tự do

Bảng 12-1: Bốn Chân Lý Cao Quí.

CON ĐƯỜNG BÁT CHÍNH ĐẠO

Khi phát triển cái thấy có căn cứ qua Bốn chân lý cao quí, những hành giả Theravada lúc ấy nương tựa vào *Tám Thánh Đạo* như là phương pháp chủ yếu để tu luyện tâm. Con đường này cung cấp tám khía cạnh độc đáo để hiện thực từng nội dung trong Ba tu luyện cao hơn về giới luật, thiền định, và trí tuệ, tối hậu đưa đến quả giải thoát cá nhân.

Sự nhấn mạnh ở đây đặt trên những kỹ thuật tu tập giúp tu dưỡng trí tuệ và bi tâm bằng cách phát triển cái tâm ý thức đầy đủ hơn về những ý nghĩ và hành động của nó. Chỉ qua sự hợp nhất những hành động của thân, ngữ và ý mà chúng ta có thể hy vọng giải thoát chính mình khỏi chấp trước và mê hoặc.

Tu Luyện Cao Hơn [Tam Học]	Tám chính đạo
Trí tuệ	1. Chính kiến
	2. Chính tư duy
Giới luật	3. Chính ngữ
	4. Chính nghiệp
	5. Chính mạng
Thiền định	6. Chính tinh tấn
	7. Chính niệm
	8. Chính định

Bảng 12-2: Bát Chính Đạo trong quan hệ với Ba Tu Luyện Cao Hơn [Tam Học].

Theo truyền thống, Tám Thánh Đạo được trình bày theo thứ tự làm nổi bật một vài mối quan hệ khác nhau của mỗi phép tu luyện có. Tuy nhiên, chúng ta không nên bám quá chặt vào trình tự này vì tất cả những phép tu luyện này tương tùy trong bản tính. Vì lý do này, nên tu tập chúng một cách đồng bộ cung cấp sự hỗ trợ tương xứng để đạt những cảnh giới của tâm càng lúc càng thâm sâu hơn. Có thể giúp ích là suy nghĩ chúng như tám sợi bện vào nhau tạo thành một sợi dây thừng đủ sức lôi bạn lên. Tám phép tu này như sau:

1. Chính kiến
Thấy đúng cũng có thể gọi là "quan điểm đúng" hay "đại quan đúng". Nó được xem là cái đi trước toàn bộ con đường vì nó cung cấp sự hướng dẫn cho tất cả mọi khía cạnh khác, khiến chúng ta có thể hiểu được điểm bắt đầu và điểm đến. Có cái thấy đúng là thấy sự vật thực sự như chúng là,

như đã được Bốn Chân Lý cao Quí nhận thức. Thấy đúng có thể xếp thành
những phạm trù:

1. **Thấy đúng có tính chất khái niệm:** Một cái thấy miêu tả sự hiểu
   có tính cách lý trí về những khía cạnh như luật nhân quả và tính
   vô thường và trống rỗng của tất cả mọi vật. Nó tạo nền tảng cho
   sự đạt thành cái thấy đúng có tính chất kinh nghiệm.

2. **Thấy đúng có tính chất kinh nghiệm:** Đây là cái thấy đã được thiết
   lập qua năng lực của nhận thức trực tiếp.

Cái thấy của chúng ta, dù có được diễn đạt hay không, nó vẫn điều hành
thái độ, sự lựa chọn, và mục đích của chúng ta, và như thế nó tạo ra cái
khuôn mà trong đó chúng ta đáp ứng thế giới. Có cái thấy sai dẫn đến
những hành động kết quả trong đau khổ, trong khi giữ cái thấy đúng
khuyến khích những hành động kết quả trong sự tự do với đau khổ.

2. Chính tư duy

Chủ ý đúng là năng lượng của tâm kiểm soát những hành động của chúng
ta và cũng có thể gọi là "ý nghĩ đúng" hay "nguyện vọng đúng". Nó là khía
cạnh thứ nhì trên con đường giữa thấy đúng và lời nói đúng vì ý định của
chúng ta tạo thành cái nhân duyên giữa quan điểm nhận thức và sự dấn
thân chủ động của chúng ta với thế giới. Hiểu đúng về cái thấy đúng sẽ trợ
giúp minh bạch giữa chủ ý đúng và sai, tuy nhiên, có "ý định đúng" không
thể luôn luôn khiến cho những gì xuất hiện là những thành quả thích thú.
Nó từ những ý nghĩ rằng chúng ta phát triển các mục tiêu và lý tưởng và
như thế chúng trở thành cái đi trước những hành động của chúng ta. Điều
này đưa chúng ta đến pháp kế tiếp lời nói đúng.

3. Chính ngữ

Lời nói rất năng lực. Chúng có khả năng tạo ra bạn và thù, khởi động chiến tranh hay tạo ra hòa bình. Do đó, lời nói đúng là pháp đầu tiên liên hệ với sự hành xử. Đức Phật đã minh định lời nói đúng bao gồm:

1. Không nói lời giả dối, như nói những điều lừa dối có chủ ý.
2. Không nói lời phỉ báng hay ác độc.
3. Không nói lời thô bạo.
4. Không nói chuyện nhàn rỗi, như tán gẫu.

Cũng có ba khía cạnh để xem với mọi hành động:

1. **Chủ ý:** Cái này liên hệ trở về với Chủ ý đúng. Ở đây chúng ta phải xem sự tác động của lời nói chúng ta. Động cơ chúng ta nói với người khác là gì? Nó sẽ có lợi hay có hại đối với họ?

2. **Kỹ năng:** Cùng với khả năng nói là khả năng lắng nghe của chúng ta, hay chọn giữ im lặng. Biết lời nói của chúng ta nên mang hình thức nào trong liên hệ với văn cảnh tình thế của chúng ta là cách ứng dụng trí tuệ của Thấy đúng.

3. **Kết quả/Đáp ứng:** Khía cạnh thứ ba cần được xem là kết quả. Đây có thể xếp thành phạm trù kết quả ngắn hạn hay dài hạn. Chúng ta cần phát triển tỉnh giác về hậu quả của hành động của chúng ta và theo đó chọn chỉ dấn thân vào những hành động sẽ đem lại lợi ích cho chúng ta hay người khác.

Nếu chúng ta có thể đảm bảo rằng tất cả ba khía cạnh đều có ảnh hưởng của trí tuệ, thì chúng ta có thể có sự tin tưởng lớn rằng lời nói của chúng ta là lời nói đúng.

4. Chính nghiệp

Pháp thứ tư trên con đường là hành động đúng quan hệ với những hành động của thân hài hòa với những khía cạnh khác của con đường. Hành động đúng bao gồm những hành động phù hợp với những nguyên tắc đạo đức và những hành vi đức hạnh. Hành động tự nó có thể là bên ngoài, ví dụ những hành vi hiển nhiên của thân, hay bên trong, như sự chuyển hóa tâm linh, là hành động của Tâm. Trong yếu tính, hành động đúng ám chỉ các giới luật:

1. Không giết hại những chúng sinh khác.
2. Không lấy những gì không được cho.
3. Không tà dâm.

Những loại hành động bất thiện này đưa đến những trạng thái không lành mạnh của tâm và tạo ra đau khổ, đưa chúng ta ra xa sự giải thoát.

5. Chính mạng

Sống đúng có nghĩa là chúng ta nên sống một đời sống theo cách thức hợp pháp và hòa bình. Phép tu này đặc biệt thiết lập để giúp chúng ta phát triển sự hòa hợp nhiều hơn trong văn cảnh xã hội như thế để cung cấp những điều kiện cần thiết cho tâm bình an và thuần thục. Như là sự nối dài của hành động đúng, nó nêu ra một cách cụ thể rằng chúng ta nên tránh bốn cách sống gây hại cho những chúng sinh khác (trực tiếp hay gián tiếp):

1. Buôn bán vũ khí.
2. Buôn bán giữa các chúng sinh (như mãi dâm và buôn bán nô lệ).
3. Buôn bán súc vật cho lò sát sinh.
4. Buôn bán chất làm say hay thuốc độc (như thuốc nghiện và chất cồn).

Sống đúng cũng ám chỉ tránh bất cứ nghề nghiệp nào vi phạm Hành động đúng và Lời nói đúng.

6. Tinh tấn

Ba pháp trước thương lượng về cách hành xử của đời sống bên ngoài trong khi ba pháp sau quan hệ với tu luyện tâm. Quá trình này bắt đầu với Nỗ lực đúng, là tiên đề cho tất cả mọi tu luyện khác. Không nỗ lực, chúng ta không thể đạt thành bất cứ điều gì. Vì cùng một loại năng lượng tinh thần nuôi dưỡng những trạng thái tiêu cực của tâm và cả những trạng thái đức hạnh, do đó chúng ta phải cố gắng đạt những gì được biết như là *Bốn nỗ lực lớn*:

1. Ngăn ngừa sự khởi lên của những ý nghĩ bất thiện.
2. Bỏ những ý nghĩ bất thiện một khi đã phát sinh.
3. Khơi dậy những ý nghĩ thiện.
4. Duy trì những ý nghĩ thiện đã phát sinh.

Khi chúng ta có thể nuôi dưỡng bốn loại hoạt động này bằng cách phát triển niềm tin quyết vào những lợi ích và sự hoan hỉ của chúng khi chúng ta dấn thân vào chúng một cách thành công.

7. Chính niệm

Nói một cách đơn giản, Tâm niệm đúng là tỉnh giác khả năng thấy sự vật như chúng là một cách rõ ràng. Ấy là khả năng nhìn tâm mình và thấy nó đang đi đâu và nó đang làm gì, không bị những ý nghĩ xen vào lôi đi. Tâm bình thường của chúng ta thường chạy theo đối tượng của các giác quan, trong khi tâm của Tâm niệm đúng cung cấp một vị trí nhất định cho sự nhận thức rõ ràng bằng cách cho phép chúng ta chủ động quan sát và kiểm soát tư tưởng của chúng ta đi đâu. Chúng ta có thể làm điều này bằng cách tu luyện Tâm chúng ta niệm bốn lĩnh vực kinh nghiệm khác nhau:

1. Niệm thân.
2. Niệm thọ.
3. Niệm tâm.
4. Niệm pháp.

8. Chính định

Khía cạnh cuối cùng của Tám thánh đạo là Thiền định đúng và được định nghĩa như là sự hợp nhất thiện hay sự qui nhất của tâm. Phương pháp Phật giáo để tu dưỡng tập trung là thiền định yên tâm trên một đối tượng duy nhất, không có sự phân tán. Rồi phương pháp tu tập này có thể áp dụng một cách tự nhiên với những tình thế hàng ngày. Theo thời gian, tâm có thể trở thành một dụng cụ đầy năng lực, tĩnh lặng và tập hợp; có khả năng chuyển hóa tuệ kiến thành trí tuệ. Kết hợp với Tâm Niệm Đúng, Thiền Định Đúng cuối cùng sẽ dẫn chúng ta đến kinh nghiệm trực tiếp về tất cả mười sáu khía cạnh của Bốn Chân Lý Cao Quí.

QUẢ – SỰ GIẢI THOÁT CÁ NHÂN

Khi một hành giả Theravada dấn thân vào Tám thánh đạo, họ sẽ đi qua một số giai đoạn thành đạt chính. Tổng số, có năm giai đoạn đánh dấu sự tiến bộ của một chúng sinh hữu tình từ suốt cả cuộc tồn sinh luân hồi đến sự chứng đạt Niết bàn. Chúng ta gọi năm giai đoạn này là *Năm con đường chứng đắc*:

1. **Con Đường Tích Lũy:** Hành giả Theravada sống lối sống rất hẻo lánh và đơn giản, tránh dấn thân vào những hoạt động thế gian. Họ tự hạn chế mình và cần rất tối thiểu để sống còn. Họ tu tập tự giới luật nghiêm túc theo lời dạy của Ba Tạng và chú tâm mọi hành động của thân và tâm, như khi họ đi, ngồi, đứng hay ngủ (được biết như là bốn tư thế).

    Minh họa điều này, khi bước một tăng nhân Theravada sẽ niệm mọi phút giây như là thân di chuyển. Ông ấy sẽ thực hiện một bước rất chậm theo sau bước kia với sự tỉnh giác về mỗi cử động, từ giây phút này sang giây phút khác. Khi bàn chân rời mặt đất và khi nó được đặt ở phía trước bàn chân kia để thực hiện hiện một bước, ông ta vẫn ở trong sự tỉnh giác đầy đủ. Hành giả Theravada mong ước sống với tâm niệm như thế trong mọi hành động suốt toàn bộ đời mình. Sự tu luyện này có tính cách nền tảng và trong khi đa số chúng ta có thể không có khả năng duy trì một sự tỉnh giác cao độ như thế, chắc chắn chúng ta có thể được lợi ích từ việc mang sự chú tâm ở mức độ lớn hơn vào đời sống hàng ngày của mình. Một cách đơn giản ngay cả trong khi chúng ta pha một tách trà.

Như kết quả trong sự cư xử không tì vết, tâm niệm dâng hiến và sự tu tập Pháp kiên trì, hành giả Theravada thu thập những khối lượng công đức to lớn cần thiết để tạo điều kiện cho sự tiến bộ trên đường đạo. Vì lý do này, giai đoạn này được biết như là *Con đường tích lũy.*

2. **Con Đường Chuẩn Bị:** Với sự hành xử đạo đức không lầm lỗi và chính niệm liên tục như là nền tảng, hành giả Theravada phát triển sự tập trung qui nhất qua tu tập thiền định. Sự tập trung này là căn bản để đạt những mức độ thành tựu khác nhau, gồm cả tâm *Shamatha* và *Bốn thiền cõi sắc* (Four Form Jhanas). Ở một điểm nào đó, họ bắt đầu tu luyện trong trí tuệ hay tuệ kiến bằng cách tập trung vào *Bốn Niệm xứ* (thân, thọ, tâm, và pháp). Theo văn cảnh này, niệm pháp (hiện tượng) gồm thiền định về năm uẩn, sáu căn, năm chướng (tham dục, giận hờn, mê ngủ, xao động buồn rầu, nghi ngờ chính pháp), mười hai nhân duyên tùy thuộc phát sinh, và quan trọng nhất, Bốn chân lý cao quí.

Vì các thiền định này chuẩn bị cho tâm của hành giả trực tiếp nhận ra bản tính của vô ngã, giai đoạn này được gọi là *Con Đường Chuẩn Bị.* Nó là kết quả trong sự hợp nhất của Shamatha và Vipashyana.

3. **Con Đường Tuệ Kiến:** Khi trực thức nhận ra mười sáu khía cạnh của Bốn chân Lý Cao Quí khai mở, và đạt được nhận thức trực tiếp về vô ngã, hành giả ấy trở thành một bậc Thánh (Arya). Sự

kiện này đánh dấu sự nhập vào giai đoạn kế tiếp được biết như là *Con Đường Tuệ kiến.*

4. **Con Đường huân tập:** Bây giờ người ta có thể tu tập Tám Thánh Đạo một cách thanh tịnh mà không có qui chiếu về một "cái "ngã", những hành động của thân, ngữ và ý không còn bị ô nhiễm nữa. Những tuệ kiến và chứng ngộ kinh nghiệm trước kia trên Con Đường Chuẩn Bị bây giờ được tịnh hóa hoàn toàn qua năng lực chứng ngộ vô ngã của hành giả. Quá trình này huân tập triệt để hành giả đối với sự chứng ngộ này, do đó giai đoạn này được biết như là *Con Đường Huân Tập.*

5. **Con đường không còn học nữa:** Bậc Thánh đạt đến trình độ *không còn gì phải học thêm nữa.* Vô học ví như vàng ròng, không cần tinh luyện nữa.

Bốn Hạng Thánh Nhân

Giáo lý thừa Căn Bản (Hinayana) nói về bốn hạng Thánh nhân (Arya) khác nhau xác định khi những phiền não nào đó đã bị bỏ. Một trong bốn hạng này có giai đoạn Nhập và Đắc quả vì thế có tổng số tám giai đoạn. Tám giai đoạn này có thể mở rộng thêm thành hai mươi phạm trù của hành giả, và rồi có chia nhỏ thêm nữa.

Theo truyền thống, về tám mươi loại thành viên Tăng già (bốn nhóm, mỗi nhóm hai mươi) được nghiên cứu trong một bản văn được biết như là *Giáo nghĩa về hai mươi thành viên tăng già.* Đây là một bản văn cực kỳ phức tạp, tăng nhân phải mất một thời gian dài để nghiên cứu thấu đáo, và do đó chúng ta sẽ không bàn chi tiết ở đây. Vì thế, để giản dị chúng ta sẽ tập trung vào tám giai đoạn sau đây vẽ ra lộ trình một hành giả Theravada tiến bộ như thế nào theo năm con đường:

1. **Bậc vào dòng:** Đây là hành giả đã nhập vào Con đường tích lũy bằng cách đầu tiên đạt tâm hiểu con đường đến giải thoát và nhằm loại bỏ những phiền não có căn bản khái niệm hợp tác với các giới dục, sắc và vô sắc. Nó tiếp tục suốt cho đến kết thúc Con đường chuẩn bị.

2. **Bậc Chứng quả vào dòng:** Hành giả này đã loại bỏ tất cả những phiền não có căn bản khái niệm. Họ trực tiếp chứng ngộ vô ngã lần đầu tiên và đã vào Con Đường Tuệ kiến. Theo Kinh Tạng Pali, họ đã loại bỏ ba trong mười kết sử. *Kết sử* trong văn mạch này ám chỉ sự ràng buộc của tâm xiềng xích chúng sinh với luân hồi. Ba kết sử bị loại bỏ ở giai đoạn này là: thấy có một cái ngã thực sự hiện hữu đồng nhất hay liên hệ với năm uẩn (được biết như là thấy đồng nhất); nghi ngờ Tam Bảo và giá trị của Phật đạo; tin rằng những sự tuân giữ bên ngoài như các nghi thức và những pháp tu khổ hạnh có thể đưa đến giải thoát. Tổng quát, họ có nhiều nhất bảy lần tái sinh loài người hay cõi trời.

3. **Bậc vào trở lại một lần:** Đây là hành giả đã vào Con Đường Huân Tập. Họ nhằm loại bỏ sáu loại đầu trong chín loại phiền não bẩm sinh hợp tác với dục giới.

4. **Bậc chứng quả trở lại một lần:** Theo các bản văn Tây Tạng, Bậc Chứng Quả Trở Lại Một Lần đã loại bỏ sáu trong chín loại tâm thái bẩm sinh của dục giới. Họ sẽ đạt quả A La Hán chỉ sau một đời nữa, vì thế họ được gọi là "bậc trở lại một lần". Theo Theravada, tham, sân và si suy yếu nhưng không có kết sử mới nào bỏ ở giai đoạn này.

5. **Bậc vào không trở lại:** Hành giả này nhằm loại bỏ ba loại cuối cùng trong chín loại cảm xúc quấy rầy đột nhiên xuất hiện hợp tác với tham dục.

6. **Bậc chứng quả không trở lại:** Hành giả này đã loại bỏ ba phiền não cuối cùng trong chín phiền não bẩm sinh của dục giới. Họ được biết như là "bậc không trở lại" bởi vì họ sẽ đạt quả A La Hán trong đời này và không bao giờ tái sinh trở lại trong luân hồi. Nói theo ngôn ngữ kết sử, tham dục và giận hờn sẽ bị loại bỏ trong giai đoạn này.

7. **Bậc Vào A La Hán:** Hành giả này nhằm loại bỏ chín loại phiền não bẩm sinh hợp tác với mỗi bình diện trong hai bình diện hiện hữu luân hồi cao hơn, các cõi sắc và vô sắc.

8. **Bậc Đắc Quả Alahán:** Hành giả này đã loại bỏ tất cả chín loại phiền não hợp tác với các cõi sắc và vô sắc. Khi đã loại bỏ tất cả những xu hướng căn cứ trên tâm tự nắm giữ, họ đạt đến mục đích hoặc của quả Alahán Thanh Văn hoặc Alahán Duyên giác. Đây cũng được biết như là *Con đường không còn học nữa*. Ở giai đoạn này, họ đã loại bỏ năm kết sử cao hơn: ham muốn hiện hữu trong các cõi sắc hay vô sắc, tự kiêu, bất an và vô minh.

Một vài hành giả Phật giáo chọn tu tập con đường shamatha và những cảnh giới jhana tập trung sâu vào khắc phục phiền não, nó được biết như là con đường thế gian. Khi thành tựu được điều này họ không bị phiền quấy và an trú trong bình an. Cuối cùng, để đạt được cảnh giới của bậc Thánh (Arya) họ hướng tâm đến Bốn chân lý cao quí khiến họ có thể hoàn toàn vượt qua được những cấu uế vi tế của vô minh.

Con đường thế gian cũng được thực hành bởi những hành giả không phải Phật giáo, đạt shamatha cùng với các định hữu tướng và vô tướng khác nhau. Tuy nhiên, điều này không đưa đến sự thành tựu của một A La Hán. Những ai tập trung vào con đường thế gian có khả năng loại bỏ được nhiều khuyết điểm của dục giới và làm cho phiền não lắng xuống với ngoại lệ những cấu uế vi tế của vô minh. So sánh những tâm thái của cõi dục với những tâm thái bình yên của các cõi cao hơn, hành giả ấy phát khởi sự ly cách với sự tồn sinh trong cõi dục và gắng sức đạt những cảnh giới tâm cao hơn. Điều này làm giảm bớt những phiền não đến mức chúng không còn tạo ra sự phiền quấy cho tâm. Con đường siêu việt, trái lại, được sự chứng ngộ Bốn Chân Lý Cao Quí đi kèm.

Bảng sau đây trình bày đơn giản bốn giai đoạn chính của con đường Theravada cùng với những kết sử hay phiền não bị loại bỏ ở các giai đoạn khác nhau. Nên chú ý rằng giai đoạn đầu tiên trong bốn giai đoạn chứng quả biểu thị trong bản bắt đầu ở mức con đường tuệ kiến. Ở điểm này, con đường tích lũy và con đường chuẩn bị đã được đi qua và sự chuyển hóa từ một người thường đến một bậc Thánh.

Con Đường	Giai Đoạn	Kết sử	Lần Sinh Còn Lại
1. Tích lũy 2. Chuẩn bị	Vào dòng	Không có	Tiếp tục tái sinh luân hồi không kiểm soát
3. Tuệ kiến nữa	1. Chứng quả vào dòng	1. Thấy đồng nhất 2. Nghi ngờ 3. Giữ sai luật, nghi thức Tất cả phiền não đã có	Nhiều nhất sinh bảy lần cõi người và cõi trời
4. Huân tập	2. Trở lại dục	Làm suy yếu tham, một lần Sáu trong chín phiền não của cõi dục	Sinh một lần nữa ở cõi sân, si
	3. Không trở lại	4. Tham dục 5. Oán giận Ba phiền não bẩm sinh cuối cùng của cõi dục	Tự động tái sinh trong cõi sắc

Con Đường	Giai Đoạn	Kết sử	Lần Sinh Còn Lại
5. Không còn học nữa	4. A La hán	6. Ham thích tồn sinh trong cõi sắc 7. Ham thích tồn sinh trong cõi vô sắc 8. Tự kiêu 9. Bất an 10. Vô minh Chín phiền não của các cõi sắc và vô sắc	Không còn tái sinh luân hồi

Bảng 12-3: Sự Tiến Bộ Qua Bốn Giai Đoạn của Con Đường Theravada.

TÓM TẮT CHƯƠNG MƯỜI HAI

- Thừa Căn bản phát triển ra công chúng các giáo lý do Đức Phật ban cho. Họ nhấn mạnh kỷ luật đạo đức và tu tập thiền định để đạt giải thoát cá nhân.

- Các giáo lý Phật giáo Theravada được kết tập trong Kinh Điển Pali. Kết tập này được chia thành ba phần được biết như là Ba Tạng: Pháp điển về sự hành xử trong tự viện (vinya: Luật), những bài thuyết giảng của đức Phật (sutra: Kinh) và những giáo lý cao hơn (abhidharma: Luận).

- Có hai thừa liên hệ với kiểu tu tập này: Thừa Thanh văn và thừa Duyên giác.

- Cơ sở của thừa Căn Bản là Bốn Chân Lý Cao Quí: Chân Lý về Khổ, Chân Lý về Nguồn gốc của Khổ, Chân lý về sự diệt của Khổ và Chân lý về con đường dẫn đến sự diệt này.

- Con đường của thừa này là Tám Thánh Đạo, cung cấp tám hình thức tu luyện đưa hành giả đến đạt sự giải thoát cá nhân. Tám cái này là: Thấy Đúng, Tư Duy Đúng, Lời Nói Đúng, Hành Động Đúng, Cách Sống Đúng, Nỗ Lực Đúng, Tâm Niệm Đúng, và Thiền Định Đúng.

- Kết quả của thừa này là năm Con Đường Chứng Đắc: Con đường tích lũy, con đường chuẩn bị, con đường tuệ kiến, con đường huân tập và con đường không còn học nữa.

- Theo con đường này, có bốn bậc thánh có thể nhận diện: Bậc vào dòng, bậc trở lại một lần, bậc không trở lại, và bậc A La Hán. Nếu xem mỗi một trong các bậc này theo viễn tượng nguyện đạt cảnh giới và thực sự đạt cảnh giới, thì chúng ta có thể nói có tám giai đoạn tất cả.

Bồ tát Di lặc, Hiện thân tâm linh của Đại thừa

Đại Thừa

Khi Đức Phật thuyết pháp cho tất cả những ai có mặt, họ đều có thể hiểu theo căn cơ, khả năng cá nhân riêng của họ. Khía cạnh độc nhất vô nhị này của của các giáo lý của Đức Phật có nhiều dị bản khác nhau đặt căn bản trên căn cơ người lắng nghe. Thừa Căn bản trình bày ở chương trước đã giải thích điểm đặc biệt này của ngài.

Đại Thừa (Mahayana) là kết quả của một cách giải thích khác phát sinh từ những người chứng ngộ cao cũng dự nghe những lời dạy của Phật. Trên đỉnh núi Linh Thứu bên ngoài thành Vương Xá (Raja-griha) (ở đông bắc Ấn Độ ngày nay), Đức Phật đã Chuyển Bánh Xe Pháp Thứ Nhì bằng cách xiển dương *Kinh Bát-nhã Ba la mật-đa*. Trong thời gian này, Đức Phật đã được hàng trăm ngàn bậc chứng ngộ từ mười phương diện kiến. Học giả đã nghe cùng một giáo lý theo những cách khác nhau, đưa đến tám phiên bản của kinh này có từ 300 đến 100.000 câu.

Vào những lần khác đức Phật dạy về đề tài Phật tính ở Shravasti, Kushinagar và nhiều cõi hữu của hàng phi nhân. Những giáo lý này chỉ được ban cho những người chứng ngộ cao nhất trong hàng chúng sinh vì chúng miêu tả một bình diện thực tại rất thâm sâu.

Nhiều năm sau khi đức Phật nhập bát Niết bàn, các vị này đã tập hợp ở nam Ấn Độ để kết tập các giáo lý mà họ đã thọ nhận. Được các vị đại Bồ tát Di Lặc, Văn Thù dẫn đầu, họ thiết lập các *Kinh Đại Thừa*, khi chi tiết các giáo lý làm sao phát triển Tâm bồ đề, những pháp tu luyện của một Bồ tát quảng bá những giáo lý thâm sâu về tính không của sự tồn sinh cố hữu.

Căn cứ vào hai cuộc kết tập kinh điển kế tiếp, hai dòng truyền đã thành hình. Bồ tát Manjushri (Văn Thù) đã làm rõ thêm các giáo lý ấy khiến cho giáo nghĩa cô đọng hơn qua sự nhấn mạnh để tài tính không. Dòng truyền này được biết như là *Dòng Thâm Kiến* và được bậc Đại luận sư Phật giáo Ấn Độ Bồ tát Nagarjuna (Long Thọ) chủ xướng. Về sau nó được các Ngài Chandrakirti (Nguyệt Xứng) và Shantideva (Tịch Thiên) triển khai.

Trong khi Bồ tát Maitreya (Di Lặc) cũng tổ chức pháp hội nhấn mạnh các giáo lý của Cuộc Chuyển Pháp luân thứ ba nhất là để tài Phật tính. Đây là *Dòng Quảng Hạnh* và được Bồ tát Asanga (Vô Trước) chủ trương; về sau nó được các Ngài Bồ tát Vasubandhu (Thế Thân) và Đạo sư Chandragomin (Nguyệt cung) triển khai.

Truyền thống Phật giáo Đại Thừa phát sinh trên căn bản của hai dòng truyền thừa này được phổ biến rộng rãi ở bắc Ấn Độ. Các giáo lý này bằng Phạn ngữ và lan truyền khắp lãnh thổ, tạo con đường bắc tiến qua Kashmir và rồi đông tiến vào Trung Hoa qua Con đường tơ lụa. Ở Trung Hoa, một số tông phái đã phát sinh, mỗi tông phái tập trung vào những phần khác nhau của các Kinh Đại thừa, sau đó các tông phái lan truyền sang Triều Tiên, Nhật Bản và Việt Nam.

Các giáo lý Đại Thừa có đặc trưng nhấn mạnh rất nhiều về sự tu dưỡng ham muốn vị tha để đạt giác ngộ vì lợi ích của tất cả chúng sinh. Động cơ độc nhất này được biết như là *Tâm Bồ đề*, phân biệt nó với Thừa Căn bản mà mục đích của mỗi hành giả là đạt sự giải thoát cá nhân khỏi luân hồi của riêng họ. Trên căn bản của cái thấy triển khai và bao gồm tất cả này, các hành giả Đại Thừa chủ động tìm kiếm một phong cách sống dấn thân khiến họ có thể làm việc trực tiếp với sự mang lại lợi ích cho người khác. Khía cạnh này làm cho Đại Thừa trở nên lôi cuốn hơn một cách đáng kể cho một cộng đồng đang phát triển của những hành giả cư sĩ đang tìm kiếm những phương cách thay thế cho đời sống khước từ của một tăng nhân Phật giáo.

Một phân biệt cốt yếu khác giữa Thừa nền tảng và Đại thừa nằm trong cách hiểu khác nhau về trở nên giác ngộ có nghĩa là gì. Đối với một hành giả Phật giáo Theravada, giác ngộ có nghĩa là đạt được toàn bộ sự giải thoát khỏi cuộc tồn sinh luân hồi. Điều này được thực hiện qua sự làm sạch tất cả sự bảo thủ và như thế đạt được cảnh giới của một A La Hán Thanh văn hay Độc Giác.

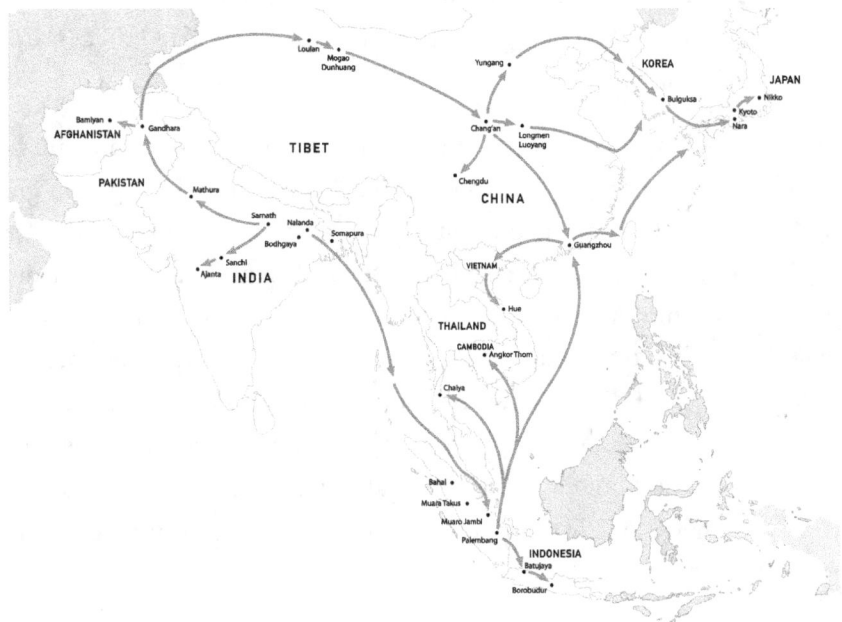

Hình 13-1: Sự Truyền Bá của Phật giáo Đại Thừa.

Đối với một hành giả Phật giáo Đại thừa, hình thức giải thoát này không đầy đủ vì nó không thể loại bỏ được những ám chướng vi tế sản sinh ra hiện tướng của tồn sinh cố hữu. Khi những ám chướng do nhận thức này còn các hành giả sẽ bị giới hạn trong lợi ích họ có thể mang lại cho người khác. Do đó, hành giả Phật giáo Đại Thừa dấn thân vào một phạm vi rộng lớn của phương tiện thiện xảo cho phép họ tích lũy những kho công đức lớn cần để đạt cảnh giới của một vị Phật giác ngộ viên mãn. Khi họ bị sự ham muốn trợ giúp và đem lại lợi ích cho người khác lôi kéo, mức độ chứng đắc là cách tối hậu để đạt mục đích. Cảnh giới này đặc trưng bởi bốn khía cạnh:

1. Tự do hoàn toàn với sự khổ của Luân Hồi (Niết bàn).
2. Hiện thực *Chân Thân* (dharmakaya: pháp thân) và *Sắc Thân* của một vị Phật.
3. Hiện thực những phẩm tính Phật không giới hạn.
4. Phát triển khả năng tự phát thị hiện trong bất cứ cách nào chúng sinh cần.

Theo quan điểm Đại Thừa, sau khi một A La Hán mãn báo thân, tâm họ sẽ tan vào tính không và trú trong cảnh giới hoàn toàn không nắm giữ, cách ly họ với tất cả những hình thức khổ. Đây là một thành tựu vì không làm bất cứ điều gì cho chúng sinh tiếp tục khổ. Người ta tin rằng trong một tương lai, một Alahán đã giải thoát hoàn toàn cũng vẫn cần được khởi nhập định để họ có thể nhận tái sinh một lần nữa. Với chủ ý nhập vào con đường Phật giáo Đại thừa, một Alahán hoàn toàn không có sự nắm giữ nào, không còn khổ theo cách một người thường trải nghiệm. Điều này khiến họ rất khó khởi dậy độ bi mẫn cần thiết cho sự phát sinh tâm Bồ đề. Vì lý do này, Đức Phật dạy rằng tốt nhất là đi vào con đường Đại Thừa trước khi đạt giải thoát.

BỒ TÁT THỪA (BODHISATTVAYANA)

Bồ tát là bất cứ một chúng sinh nào đã thiết lập trong tâm họ sự kiên định đạt giác ngộ đầy đủ vì tất cả chúng sinh. Một chúng sinh như thế được xem là một *hiện thân tinh thần* bởi vì họ đã dâng hiến đời họ cho mục đích này và tự nguyện đối mặt với bất cứ thách thức và chướng ngại gì có thể phát sinh để đạt nó. Một vị Bồ tát sẽ không ngừng cống hiến cho mọi chúng sinh được giải thoát, thoát khỏi khổ.

Có thể hiểu Phật giáo Đại thừa theo quan điểm của cả Kinh điển và Mật điển. Bồ tát Thừa tiêu biểu cho việc thâm nhập kinh điển và phát Bồ để tâm. Chính tâm này thay đổi hoàn cảnh mà hành giả đang dấn thân, trở thành nguyên nhân dẫn đến cảnh giới giác ngộ.

Vì động cơ này, một hành giả Bồ tát sẽ nhận ra tính vô ngã không chỉ ở nơi bản thân họ mà còn ở tất cả những hình thức của hiện tượng nữa, sẽ biết rõ *Sáu Ba la mật*: Bố thí, Trì giới, Nhẫn nhục, Tinh tấn, Thiền định và Trí huệ.

Qua ba pháp tu này, một Bồ tát sẽ đạt được biển công đức vô lượng. Năng lượng tích cực này cắt đứt cái tâm ái kiến về ngã, thức ngộ đầy đủ chân tính của thực tại. Một hành giả biết trụ nơi trí tuệ thức ngộ tính không, đồng thời chủ động dấn thân vào thế giới hư huyễn của những tùy thuộc phát sinh. Điều này được biết như là đạt *sự hợp nhất của phương tiện thiện xảo và trí tuệ*. Bằng cách tu tập theo phương pháp này trong ba a tăng tỳ kiếp, vị Bồ tát ấy có thể loại bỏ hết tất cả những hình thức của ám chướng và do đó đạt được cảnh giới của một vị Phật giác ngộ viên mãn.

ĐẾ – HAI CHÂN LÝ

Đức Phật không trực tiếp dạy triết lý theo cách có hệ thống. Ngài xiển dương những nguyên lý khác nhau, đem lại lợi ích cho người lắng nghe. Nhiều năm sau một phương pháp tiếp cận có tính cách hệ thống hơn được tạo ra, khi một số tông phái triết học về tư tưởng phát sinh từ sự tranh luận phong phú giữa những hành giả Phật giáo.

Các tông phái đều phát triển giáo lý cốt tủy của đức Phật về *Hai Chân Lý*. Đó là có hai bình diện mà chúng sinh có thể trải nghiệm thực tại: Bình diện tương đối và Bình diện tối hậu. Những gì có thể xem là " Chân" sẽ tùy thuộc vào Bình diện bạn đang hành tác. Do đó, một vài hiện tượng sẽ là Chân theo quan điểm tương đối, trong khi những hiện tượng khác là Chân theo quan điểm tối hậu. Theo cách này chúng ta có thể nói hai loại chân lý:

1. **Chân lý Tương đối (Tục đế):** Mọi sự vật tạo nên thế giới này chúng ta kinh nghiệm hiện thời, tất cả những hiện tượng chúng ta gặp,

người và nơi chốn, thân và tâm của chúng ta, tất cả là những thí dụ về chân lý tương đối. Nó là thế giới đầy những chủ thể và khách thể. Có những người khác nhau với những viễn tượng khác nhau, mỗi một tương tác với tất cả cung cách của sự vật. Trong thực tại này, không có hai người nào thấy y nhau cùng một sự vật, mà thay vì, mỗi người là một trung tâm vũ trụ của riêng họ, kinh nghiệm thế giới theo lợi điểm độc nhất và đặc quyền. Tuy nhiên, khi so sánh những kinh nghiệm của mình, chúng ta có thể thấy có những cái tương tự. Trên căn bản của những cái tương tự này có thể đồng ý theo những qui ước nào đó và trên căn bản của những qui ước đó chúng ta có thể truyền đạt với nhau để thiết lập cái gì là đúng theo quan điểm.

Trong khi chân lý tương đối có thể là đúng đối với một người hay một nhóm người, nó không nhất thiết là đúng đối với một người hay một nhóm người khác. Chẳng hạn, hãy xem sự khác nhau giữa các vị trong thức ăn của chúng ta. Một người có thể kinh nghiệm một món ăn đặc thù là ngon, trong khi một người khác có thể thấy nó hoàn toàn phản lại. Cả hai sự diễn giải này đều đúng theo quan điểm cá nhân. Cũng theo cách theo đó những chúng sinh khác nhau trải nghiệm thế giới khác nhau. Chẳng hạn, cách một con kiến kinh nghiệm vũng nước trên đường đi của nó sẽ hoàn toàn khác với cách một người kinh nghiệm cùng vật ấy.

Đây là lý do tại sao các chân lý tương đối tùy thuộc vào bản tính. Chúng chỉ hiện hữu tùy thuộc vào viễn tượng của cá nhân.

Nếu cái thấy của cá nhân đó bị sự hiện diện của những tâm thái phiền não làm sai lệch, thì các chân lý tương đối họ nhận thức cũng sẽ bị sai lệch theo. Đây là một trong những lý do chính tại sao chúng ta tạo ra rất nhiều đau khổ trong đời sống của chúng ta. Chúng ta nắm giữ thực tại tương đối của mình như là thực tại duy nhất, và điều này đưa chúng ta đến những giả định sai lầm về những gì chúng ta đang thực tế kinh nghiệm.

2. **Chân lý Tối hậu (Chân đế):** Khi chúng ta loại bỏ tất cả những ngộ nhận của mình về thực tại thực sự hiện hữu như thế nào, chúng ta còn lại với chỉ một kinh nghiệm về thực tại của nó. Chính tâm cảnh này được biết như là chân lý tối hậu. Chúng ta có thể dùng thuật ngữ này để chỉ: cảnh giới của tâm biết tất cả tự tại với tất cả mọi ám chướng; bản tính tối hậu của kinh nghiệm chúng ta được biết như là "tính không"; trí tuệ trực tiếp chứng ngộ bản tính đó; hay Phật tính tiềm năng nội tại đạt giác ngộ.

Khi so sánh với bản tính tối hậu của chúng ta, những chân lý tương đối tỏ ra nhất thời và nông cạn, như một giấc mộng. Theo quan điểm của một người đã tỉnh mộng, mọi sự vật họ đã tin là thật trong giấc mộng ấy thực tế là giả. Cũng vậy, theo quan điểm của một cái tâm trú trong bản tính thực tại tối hậu của riêng nó, tất cả những những chân lý tương đối chúng ta bám giữ rất chặt, thực tế cũng là giả.

Theo cách này, chân lý tương đối thì giống như đại dương và chân lý tối hậu thì giống như bờ biển. Muốn sống còn trong đại dương chúng ta phải học bơi, và một khi chúng ta đã có những kỹ năng cần thiết, chúng ta có thể dùng đại dương (chân lý tương đối) để đi đến bờ biển ấy (bản tính tối hậu). Qua tu tập Pháp chúng ta dùng chân lý tương đối để khám phá chân lý tối hậu. Khi xem Hai Chân Lý [Nhị Đế] liên quan với *Tứ Pháp Ấn*, chúng ta có thể thấy rằng hai dấu ấn đầu đặc trưng bởi vô thường và khổ, và do đó chúng có thể được nhận diện như là miêu tả chân lý tương đối. Hai dấu ấn cuối cùng ám chỉ chân lý tối hậu nói một cách trực tiếp về tính không và giác ngộ.

Khi kinh nghiệm trực tiếp chân lý tối hậu, chúng ta thấy rằng những gì hiện đang xuất hiện với chúng ta như là hai chân lý, sự thật chỉ là hai khía cạnh của một thực tại. Khi nhận ra chân lý sâu xa này qua kinh nghiệm trực tiếp là khám phá ra nhất thể tối hậu của hai chân lý.

Các trường phái tư tưởng Phật giáo

Vấn đề Hai Chân Lý, họ không đồng ý về những hiện tượng thuộc về phạm trù chân lý tương đối và thuộc về phạm trù chân lý tối hậu. Khi chúng ta sắp xếp những cái thấy khác nhau đặt căn bản trên cái hiểu vi tế của họ về chân lý tối hậu, chúng ta đi đến những hệ thống sau:

1. **Trường phái Tì-bà-sa (vaibhashika):** Những hành giả giữ cái thấy này tin rằng những hiện tượng giống như tâm, những sự vận hành khác nhau của tâm ấy, thế giới vật chất của sự vật tạo bằng những phân tử, những hiện tượng vô vi như hư không và kinh nghiệm nhất thời về quá khứ và vị lai, tất cả đều được xem là thực sự hiện hữu. Họ tin những vật thô phát sinh trong liên hệ với sự đến cùng nhau của những yếu tố không thực hữu. Ví dụ, khi giác quan của mắt gặp một vật thể, nó phát sinh một cảm thức và tất cả những khía cạnh này được xem là chân lý tối hậu. Sự nhận ra rằng cái gì phát sinh trong tâm là một "quả táo", là chân lý tương đối. Ấy chỉ là một sự qui cho của tâm.

2. **Trường phái Kinh lượng bộ (Sautrantika):** Trường phái này tinh lọc cái hiểu của cái thấy Tì-ba-sa. Họ thừa nhận rằng những hiện tượng vô vi như là hư không, sự nhận thức về tính liên tục hiện hữu thực sự (hoặc vật chất hoặc tinh thần), và sự nhận thức về những giây phút quá khứ và vị lai của thời gian tất cả chỉ là những qui cho và do đó nên xem là những chân lý tương đối. Những hành giả của cái thấy này chủ trương rằng chỉ những vật thực sự được thiết lập là những phân tử nhỏ và những giây phút tức thời của ý thức. Dùng các thí dụ trước, "giác quan", "thức", và "vật thể" tất cả

đều là chân lý tương đối, qui cho trên sự định hình tương tùy của những phân tử vật lý do một giây phút của tâm nhận thức.

3. **Trường phái Duy Thức (Chittamatra):** Theo trường phái này, mọi vật xuất hiện trước tâm là đang xuất hiện trong chính tâm, như những hình ảnh trong một giấc mộng. Do đó, không gì có thể thiết lập được bên ngoài lãnh vực kinh nghiệm này. Nói thế nghĩa là, vì chúng ta chỉ có thể kinh nghiệm thế giới vật lý như là những cái xuất hiện trong tâm, thì không có căn bản nào để xác nhận sự hiện hữu của thế giới đó như là một cái gì khác hơn là tâm. Do đó, những hiện thể khách quan của nhãn quan nhận thức một hình ảnh và kinh nghiệm chủ quan của nhãn thức, cả hai đều là những sự qui cho. Tâm bình thường có thể yên nghỉ trong tỉnh giác bất nhị về sự không thể phân chia của chủ và khách, được xem là chân lý tối hậu.

4. **Trường phái Trung Đạo (Madhyamaka):** Trường phái này được xem là chủ trương cái thấy vi tế nhất của tất cả các trường phái tư tưởng Phật giáo. Trong trường phái này có hai diễn giải chính đặt căn bản trên hai dòng truyền Phật giáo Đại Thừa qua Bồ tát Long Thọ (Nagarjuna) một trong những luận sư vĩ đại nhất của lịch sử Phật giáo và Bồ tát Vô Trước (ASanga) một đại luận sư Phật giáo Ấn Độ, người sáng lập Duy Thức tông. Cả hai đồng ý sự xác quyết của Duy Thức rằng ý thức bất nhị thông thường không đúng và một ý thức như thế vẫn nắm giữ hình thức vi tế của tính chủ thể biến nó thành chân lý tương đối. Cả hai đồng ý rằng tất cả mọi hiện tượng do tâm nhận thức chỉ là những qui cho, hoàn toàn trống rỗng không có bất cứ hình thức nào thực hữu. Chỗ mà họ không đồng ý là về bản tính của chân lý tối hậu. Đối với một nhóm, chỉ sự vắng mặt của những hiện tượng cố hữu mới được xem là chân lý tối hậu. Đối với nhóm khác, chỉ sự vắng mặt này tiêu biểu cho

bản tính của chỉ những chân lý tối hậu, Chân lý tối hậu là cảnh giới Tuệ giác bất nhị siêu việt tất cả mọi qui ước và đầy những phẩm tính giác ngộ. Chúng ta sẽ thảo luận những phân biệt giữa hai cách diễn giải này đầy đủ hơn trong Tập Hai của bộ sách này.

Tóm lại, mọi hệ thống Phật giáo thống nhất rằng tất cả những hiện tượng hữu vi không thực hữu nhưng không có nghĩa là không có gì hiện hữu. Mọi sự vật xuất hiện (kể cả chính chúng ta) tùy thuộc vào những nhân và duyên khác nhau, qua quá trình nhân quả chúng tham dự trong đó. Quan trọng là hãy luôn luôn giữ điều này trong tâm, mặt khác không quan tâm cái thấy chúng ta nói sau, chúng ta ở trong nguy hiểm vì rơi vào cực đoan của thuyết đoạn diệt (chủ nghĩa hư vô).

Trong bốn trường phái này, hai trường phái đầu tiêu biểu cho hai cái thấy của Thừa Căn Bản trong khi hai trường phái sau cùng tiêu biểu cho những cái thấy của Phật giáo Đại Thừa. Như chúng ta có thể thấy, mỗi trường phái tinh luyện những xác quyết của những trường phái đi trước nó. Theo cách này, một hành giả có thể làm việc để thiết lập mỗi cái thấy theo cách thức dần dần, chuyển từ thô sang tế.

Thừa	Trường phái	Chân lý Tương đối	Chân lý Tuyệt đối
Tiểu thừa	Tì-bà-sa	Vật thô	Phân tử vật chất, tâm, không gian và thời gian
	Kinh lượng	Vật thô, không gian và thời gian	Phân tử cực vi, sát-na ý thức

Thừa	Trường phái	Chân lý Tương đối	Chân lý Tuyệt đối
Đại thừa	Duy thức	Hiện tướng khách quan và chủ quan	Y thức bất nhị thông thường
	Trung đạo	Tất cả hiện tướng tự hữu	1. Duy sự vắng mặt của nhị nguyên thô và vi tế
			2. Tuệ giác bất nhị siêu việt

Bảng 13-1: Phân biệt các trường phái khác nhau hiểu Hai Chân Lý như thế nào.

CON ĐƯỜNG – ĐẠO CỦA BỒ TÁT

Con đường của Bồ tát thừa được thiết kế riêng xoay quanh sự loại bỏ Tâm chỉ có cái "ta". Thái độ sai lệch bám vào cái "ta", coi cái "ta" là quan trọng nhất, cho mọi sự vật là thứ yếu. Chính cái tâm này, duy trì sự tập trung biệt lập của dòng tâm thức cá nhân nên nó là cái tâm tác động như là một ám chướng cho cảnh giới toàn hảo của một vị Phật.

Tâm Bồ đề

Phát sinh Tâm bồ đề là nhiên liệu để một vị Bồ tát phát triển nguyện vọng chân thật làm bất cứ điều gì để giải thoát chúng sinh khỏi khổ trong khi con đường duy nhất để việc này thành tựu là đạt khả năng vô cùng của một bậc giác ngộ đầy đủ, vì chúng sinh mà phát nguyện tâm dâng hiến đời này (và các đời kế tiếp) để đạt cảnh giới Phật quả.

Tâm bồ đề phải được phát sinh theo cách có dự tính. Thay vì sự phát nguyện nhiều, trong nhiều thời gian phát sinh một cách tự phát. Có nhiều cách phát triển tâm này, ở Tây Tạng có những cách như sau:

1. **Phương pháp Bảy Điểm Nhân Quả:** Theo phương pháp này, hành giả tập trung vào các thiền định giúp họ thiết lập sự kết nối tâm

từ bi với tất cả chúng sinh. Thông qua tư duy về tình thương giữa người mẹ và đứa con hãy quán tưởng rằng họ đã một lần là mẹ. Đặt trên căn bản này, hành giả thiền định về sự khổ của chúng sinh đó cho đến khi bi tâm của mình trở nên mạnh đến độ nó là động cơ để hành giả thực hành Bồ tát hạnh. Từ việc phát tâm vô ngã vị tha, hành giả quyết tâm đạt giác ngộ vì người mẹ chúng sinh thân yêu của mình.

2. **Tu dưỡng Bốn Vô lượng tâm:** Một kỹ thuật khác là qua sự tu dưỡng bốn phẩm tính phổ biến cung cấp các duyên cho tâm Bồ để phát sinh: Từ, Bi, Hỷ và Xả. Tất cả những phẩm tính này vận hành để hóa giải tâm cái ngã (ta) và tập trung vào phúc lợi của người khác.

3. **Phương pháp Vô Ngã Vị Tha:** Phương pháp cuối cùng này dùng để nâng cao hai phương pháp trên. Nó gồm một loạt những lý luận hợp lý chứng minh tại sao cái ta của mình đặt trên lợi ích của người khác là không hợp lý. Những chiêm nghiệm này đưa hành giả đến chỗ nhận thức rằng tâm chấp trước về cái ngã (ta) thì cực kỳ có hại và nên bỏ đi. Điều này mở cánh cửa vào sự tu dưỡng tâm từ và bi vô lượng.

Qua những pháp tu này, các Bồ tát hứng khởi gắng sức làm cho tâm họ quen với nguyện vọng này, cuối cùng nó trở thành động cơ tiên quyết cho mọi hành động họ dấn thân. Ở điểm này, hành giả thực tế trở thành một Bồ tát và nhập vào Bồ tát đạo.

Sáu Ba la mật

Sự tu luyện của một Bồ tát gồm Sáu Ba la mật. Sự phối hợp các pháp tu này từng bước đạt cảnh giới Phật. Sáu Ba la mật gồm:

Bố Thí

Ba la mật đầu tiên là một phép giải độc cho cái Tâm chấp trước, bám vào sự vật vì chính nó. Qua thực hành bố thí, vị Bồ tát biết tập trung vào bất cứ thứ gì có thể mang lợi ích đến cho họ. Ba loại bố thí:

1. **Bố thí vật chất:** Vị Bồ tát quán chiếu thấy rằng chừng nào chúng sinh còn vật lộn mưu sinh, chừng ấy họ sẽ không thể dấn thân vào tu tập tinh thần. Do đó, bố thí bằng cách cho chúng sinh nhu cầu cần thiết về vật chất.

2. **Bố thí sự bảo vệ khỏi sợ hãi:** Một trong các nhu cầu căn bản của con người là không bị lo âu hay sợ hãi. Đây là một chướng ngại của tu tập Pháp, do đó vị Bồ tát đem đến sự an tâm cho chúng sinh bằng cách cống hiến cho họ sự bảo vệ.

3. **Bố thí Pháp:** Cuối cùng, dù cho một người có khả năng tu tập Pháp, nhưng có phương pháp, họ sẽ không thể vượt qua những phiền não. Do đó, vị Bồ tát làm việc cần mẫn để cung cấp cho chúng sinh giáo lý để tạo nhân cho hạnh phúc chân thật là bố thí Pháp.

Giữ Giới

Ba la mật thứ nhì giúp Tâm của một vị Bồ tát có sức mạnh qua sự thực hành giữ giới. Nó là sự tỉnh giác trong từng hành động để chuyển hóa thành cơ hội đem lại lợi ích cho người khác. Điều này làm bằng ba cách:

1. **Tránh những hành động tiêu cực:** Bằng cách từ bỏ những hành động tiêu cực, vị Bồ tát bỏ sự làm hại người khác trong cả hai cách trực tiếp và gián tiếp.

2. **Phát sinh những hành động phẩm hạnh tích cực:** Qua sự tu dưỡng những phẩm tính đạo đức, vị Bồ tát cải thiện khả năng đem lại lợi ích cho chúng sinh.

3. **Đem lại lợi ích cho người khác:** Bằng cách quan tâm đến nhu cầu của chúng sinh, vị Bồ tát bỏ ngã mạn và biến nó thành cái nhân cho chúng sinh thoát khỏi đau khổ.

Nhẫn nhục

Con đường tu Bồ tát đạo rất dài và rất khó, vị hành giả phải phát Tâm nhẫn nhục trước mọi khó khăn phát sinh trên con đường của mình. Do đó, quan điểm nhẫn nhục này có hình thức đa dạng như kỷ luật và tha thứ. Bất cứ hoàn cảnh nào, Bồ tát phải luôn luôn kiên định. Mức độ quyết tâm này phát triển qua các pháp tu sau đây:

1. **Nhẫn nhục tha thứ:** Tâm gây phiền não vì giận dữ có khả năng hủy diệt những khối lượng lớn công đức trong tâm vị Bồ tát. Do đó, vị ấy phải tu luyện cách phản ứng với phiền não qua thực hành tha thứ; nhẫn nhục với những người đối xử tệ với mình.

2. **Nhẫn nhục như là sức mạnh và can đảm đối với Pháp:** Con đường ấy đầy những chướng ngại mà một Bồ tát cần vượt qua. Qua tu tập nhẫn nại về khó nhọc, như lạnh và đói, vị ấy học cách buông xả những chấp trước của mình vào những tiện nghi thế gian.

3. **Nhẫn nhục để không sợ trước Chân Lý Thâm Sâu:** Khi vị Bồ tát tiến bộ trên đường đạo, chân lý thực tại bắt đầu thị hiện rõ hơn. Chân lý này có thể khó chấp nhận. Pháp tu luyện này được thiết kế đặc biệt để vượt qua sự nghi ngờ phiền não ngăn trở Bồ tát thức ngộ bản tính thâm sâu của mình.

Tinh Tấn

Con đường Bồ tát là một quá trình hoàn thiện chậm chạp làm tâm trưởng thành qua ba vô số đại kiếp. Muốn duy trì sự liên tục tu tập này, một Bồ tát phải phát triển sự cần mẫn không lay chuyển hoan hỉ dấn thân vào sự tu tập đức hạnh, bất chấp thời gian bao lâu và đòi hỏi những gì. Sự tu luyện tinh tấn được thiết kế để phản ứng với ba hình thức lười biếng qua sự tu dưỡng ba hình thức cần mẫn:

1. **Vỏ bọc của Cần mẫn:** Đây là phương thuốc giải độc cho sự thiếu tự tin. Nó là một loại lười biếng tin rằng người ta đơn giản là không đủ tốt và do đó không nên phiền cố gắng làm gì.

2. **Cần mẫn hành động đúng:** Đây là phương thuốc giải độc cho sự trì hoãn. Nó là sự lười biếng đẩy tu tập vào vị lai. Qua pháp tu này, vị Bồ tát học biết cách nhận ra những cơ hội cho đức hạnh và liền dấn thân vào sự thị hiện đức hạnh ấy.

3. **Cần mẫn nhiệt tâm mãi mãi:** Pháp tu này là sức mạnh phản lại đối với sự bất động. Nó tập trung vào việc phát triển tâm luôn luôn cố gắng vì giác ngộ. Loại cần mẫn này cho phép vị Bồ tát hoàn thành bất cứ điều gì vị ấy bắt đầu làm.

Định

Bồ tát Thừa là con đường dấn thân. Vị Bồ tát chủ động làm việc với mọi sự việc xảy ra trong đời mình, chuyển hóa những sự cố ấy thành cơ hội lợi ích người khác. Do đó, vị ấy phải có khả năng đánh giá chính xác tình thế và nhận ra các chiều hướng hoạt động tiềm năng. Khả năng của vị ấy làm điều này tùy thuộc vào sức mạnh và phẩm tính của tâm mình, nó phải được tập trung, uyển chuyển, và không bị phân tán. Điều này đạt được qua sự phát triển các hình thức định:

1. **Định do người thường tu tập:** Đây là cái tâm thấm nhập trong kinh nghiệm cực lạc, không có mặt ý nghĩ, và sự trong sáng sinh động. Nó được phát triển qua tu tập thiền shamatha (Thiền chỉ). Trong cảnh giới, những tâm trạng phiền não ngủ yên, biến nó thành một căn cứ hoàn hảo để thẩm xét bản tính của thực tại.

2. **Định phân biệt:** Đây là cái tâm không có nắm giữ cho phép vị Bồ tát ở lại trong xả ngay cả khi vị ấy chủ động dấn thân vào phân tích một hiện tượng đặc thù. Nó được phát triển qua pháp tu thiền Vipashyana (Thiền quán).

3. **Định thù thắng:** Đây là cái tâm hoàn toàn không có mọi hình thức ám chướng và do đó có khả năng ở liên tục trong cảnh giới dấn thân bất nhị với bản tính của thực tại. Nó được phát triển qua sự hợp nhất của thiền Shamatha và thiền Vipashyana.

Tuệ

Tất cả những Ba La Mật trước cung cấp các duyên cho vị Bồ tát gia tăng phát triển các hình thức trí tuệ vi tế. Nó là trí tuệ cho phép vị Bồ tát không chỉ giải thoát chính mình khỏi khổ mà còn hiểu được trận pháp mênh mông của hiện tượng và làm sao có thể dùng chúng một cách thiện xảo để dẫn dắt chúng sinh đến cùng cảnh giới giác ngộ đó. Điều này được thực hiện qua sự tu dưỡng ba hình thức trí tuệ:

1. **Trí tuệ nghe:** Đây là trí tuệ phát sinh qua quá trình lắng nghe hay học các giáo lý. Nó sản sinh sự chắc chắn về những gì đã được nói và những ý kiến ấy đã được thông truyền như thế nào.

2. **Trí tuệ tư duy:** Đây là trí tuệ phát sinh từ suy nghĩ và tư duy về tin tức đã thu thập được qua nghiên cứu. Nó sản sinh sự trong sáng của tâm hiểu đầy đủ nghĩa của những ý kiến khác nhau và có thể áp dụng chúng như thế nào đối với những tình thế khác nhau.

3. **Trí tuệ thiền định:** Đây là trí tuệ chuyển hóa sự hiểu biết thành kinh nghiệm. Nó là hình thức trí tuệ có khả năng trực tiếp tẩy sạch vô minh của tâm phiền não và nhờ đó cắt đứt cả hai ám chướng phiền não và sở tri.

Trong sáu Ba La Mật này, năm cái đầu được xem là những phương tiện thiện xảo, trong khi cái cuối cùng được xem là trí tuệ. Khi so sánh chúng với Ba Sự Tu Luyện Cao Hơn (Tam Học), chúng ta có thể thấy rằng ba cái đầu liên hệ với trì giới, hai cái sau là định và huệ theo thứ tự, và cái thứ tư được chia sẻ với cả ba.

Tu luyện cao hơn	Ba la mật	Tu tập
Giới	Bố thí	1. Bố thí vật chất
		2. Bố thí sự bảo vệ khỏi sợ hãi
		3. Bố thí pháp
	Giữ giới	1. Tránh hành động tiêu cực
		2. Phát sinh hành động và đức hạnh tích cực
		3. Đem lợi ích đến người khác
	Nhẫn nhục	1. Nhẫn nhục tha thứ
		2. Nhẫn nhục như là sức mạnh và can đảm vì pháp
		3. Nhẫn nhục để không sợ trước Chân lý Thâm sâu
Tất cả ba	Tinh tấn	1. Cần mẫn như chiếc áo giáp
		2. Cần mẫn hành động đúng
		3. Cần mẫn nhiệt tâm mãi mãi
Định	Định	1. Định người thường tu tập
		2. Định phân biệt
		3. Định thù thắng
Tuệ	Trí tuệ	1. Trí tuệ do nghe
		2. Trí tuệ do tư duy
		3. Trí tuệ do thiền định

Bảng 13-2: Sáu Ba la mật.

QUẢ - GIÁC NGỘ

Những hành giả cả Phật giáo Theravada và Phật giáo Đại Thừa đều tiến bộ theo năm con đường tích lũy, chuẩn bị, tuệ kiến, huân tập và không còn học nữa. Tuy nhiên, vì động cơ dấn thân vào tu tập có sự khác nhau đáng kể trong bản chất, quả những con đường này sinh ra cũng sẽ khác nhau đáng kể. Trong khi con đường Theravada có khả năng sản sinh một A La Hán, con đường Đại Thừa có khả năng sản xuất một vị Phật giác ngộ viên mãn. Bây giờ chúng ta sẽ xem lại năm con đường này theo viễn tượng của một hành giả Bồ tát.

1. **Con Đường Tích Lũy:** Chúng ta nhập vào Con Đường Tích Lũy bằng cách phát triển Tâm Bồ đề chân thật, và ở tại điểm này chúng ta trở thành một Bồ tát. Con đường nhấn mạnh tích lũy những biển lớn hành động công đức và bao gồm ba mức độ theo trình tự: nhỏ, trung bình và lớn. Những người ở mức tu tập nhỏ và làm chủ sự chiêm nghiệm thân, thọ, tâm và pháp (hiện tượng). Những người ở mức tu tập trung bình và đạt kiên định tránh những ý nghĩ hay hành động bất thiện, bỏ những ý nghĩ hay hành động bất thiện đã phát sinh, phát triển những ý nghĩ hay hành động thiện mới và duy trì những ý nghĩ hay hành động thiện đã được phát triển. Những người ở mức tu tập cao hơn có sự ham muốn và sự tập trung không bị phá vỡ, không bị phá vỡ trong khi tập trung, và sự tập trung phân tích không bị phá vỡ.

   Công đức tạo được trên Con Đường Tích Lũy cuối cùng trở thành nhân cho khả năng hóa thân của một vị Bồ tát trong vô số thế giới và làm lợi ích vô số chúng sinh khi vị ấy trở thành một vị Phật. Đây được biết như là Sắc thân (Rupakaya) gồm cả Báo thân (Sambhogakaya) và Hóa thân (Nirmakaya). Khởi đầu con đường này, một hành giả Phật giáo Đại Thừa trước tiên đạt được Tâm Bồ đề chân thật, trở thành một Bồ tát, song vẫn còn tích lũy những lượng công đức lớn để làm mạnh hơn và vững hơn Tâm Bồ đề giác ngộ. Cuối cùng, tâm vị ấy hoàn toàn thấm nhập trong mong muốn tất cả chúng sinh giác ngộ viên mãn và tâm họ phát triển đến độ họ nhận trách nhiệm đầy đủ về việc này.

Một vị Bồ tát đạt chính quả ở pháp tu Con Đường Tích Lũy sẽ có sự quân bình thiền định lớn cùng với khả năng giao tiếp với các vị Phật và Bồ tát ở những cõi khác và lắng nghe giáo lý của họ.

2. **Con Đường Chuẩn Bị:** Là giai đoạn một vị Bồ tát đang chuẩn bị đạt mức thứ ba của năm con đường đạt thành; con Đường Tuệ Kiến, nơi vị ấy trực nhận chân thực tại hay tính không lần đầu tiên. Con Đường Chuẩn Bị được chia thêm thành bốn mức: hơi nóng, đỉnh, nhẫn nhục và những hiện tượng tối thượng của thế gian.

Ở mức thứ nhất, vị Bồ tát nhận nhiều dấu hiệu hay điểm triệu[24] mà vị ấy sẽ thấy chân lý tối hậu, và đây được biết như là hơi nóng. Cái này giống như hơi nóng khi người ta đến gần lửa. Ở mức thứ nhì, được biết như là đỉnh, vị Bồ tát thấy những dấu hiệu của các phẩm tính thiện lần đầu tiên. Những phẩm tính này là đỉnh của những đức hạnh thế gian và được biết như là năm căn. Đó là tin, lực, niệm, định và tuệ.

Ở giai đoạn thứ ba, vị Bồ tát bắt đầu có được lòng tin vượt qua sự sợ hãi kinh nghiệm tính không của các hiện tượng tương đối. Điều này được biết như là nhẫn nhục. Mức thứ tư và là cuối cùng của Con Đường Chuẩn Bị bảo đảm rằng vị Bồ tát ấy sẽ kinh nghiệm nhận thức trực tiếp về tính không của chân lý tương đối ở giai đoạn theo sau. Mức này như thế được gọi là những hiện tượng tối thượng của thế gian và là sự thức ngộ bình thường cuối cùng trước khi trở thành một bậc Thánh. Trong mức độ này năm căn được phát triển đầy đủ và trở thành năm thần lực: tin, tinh tấn, niệm, định và tuệ. Đây là giai đoạn tâm thế gian cuối cùng chấm dứt và tâm siêu việt bắt đầu.

---

24 Điềm triệu.

3. **Con Đường Tuệ Kiến:** Khi ở Con Đường Tuệ Kiến, vị Bồ tát trực nhận ra tính không của chân lý tương đối, nhổ rễ tất cả thường là một sự biểu hiện kỳ diệu từ Thượng Đế. Đôi khi Sa Tan cũng có quyền năng thấy những điểm triệu. Các Thánh Hữu nên tìm kiếm các ân tứ của Thánh Linh nhưng không nên tìm kiếm những điểm triệu để thỏa mãn tính tò mò hay củng cố đức tin.

Những ngộ nhận đã thu thập và những cái thấy sai lầm về chân tính của hiện tượng đặt căn bản trên sự suy nghĩ sai lầm có tính chất khái niệm dính mắc trong đời này và những đời trước. Vị ấy đạt được niệm, phân biệt, tinh tấn, hỉ, tĩnh, định và xả, được biết như là Bảy yếu tố đưa đến giác ngộ và giải thoát được phát sinh và đi đến viên mãn tâm bồ đề. Từ giai đoạn này cho đến cảnh giới Phật, vị Bồ tát ấy được biết như là một bậc Thánh (Arya). Vị ấy có được những năng lực phi thường và có thể thị hiện ở hàng trăm nơi khác nhau, dẫn dắt hàng trăm người theo chỉ trong một thoáng chốc. Thấy chân lý tối hậu lần đầu tiên, con đường tuệ kiến giống như thoáng thấy đại dương. Qua Con Đường Huân Tập, cái thấy càng ngày càng rộng lớn hơn được tu dưỡng cho đến khi thấy toàn bộ đại dương trong tất cả vẻ huy hoàng của nó.

4. **Con Đường Huân Tập:** Đã loại bỏ những ám chướng đã có trên Con Đường Tuệ Kiến, vị Thánh Bồ tát chuyển vào Con Đường Huân Tập. Ở đây vị ấy tự mình làm quen với sự chứng ngộ tính không của chân lý tương đối, loại bỏ những ám chướng vốn có đối với cảnh giới Phật. Quá trình huân tập này là thiết yếu bởi vì những ám chướng bẩm sinh của chúng ta đã ở với chúng ta từ thời vô thủy, hành tác theo cách của chúng không tùy thuộc vào những niềm tin hay lý luận sai. Trong quá trình này, vị Thánh Bồ tát sùng mộ nỗ lực to lớn để đạt sự làm chủ *Thập Ba La Mật*: Bố thí Ba la mật, Trì giới ba la mật, Nhẫn nhục ba la mật, Tinh tấn ba la mật, Thiền định ba la mật, Bát nhã ba la mật, Phương tiện thiện xảo ba

la mật, Nguyện ba la mật, Lực ba la mật, Trí tuệ ba la mật. Thập ba la mật là mười điều đại hạnh của Bồ tát, là mười pháp tu cứu cánh để đạt đến Phật quả.

5. **Con Đường Không Còn Học Nữa:** Vào giây phút cuối cùng của giai đoạn này, vị ấy nhập vào cảnh giới thiền định gọi là thiền định như kim cương, trong đó những chướng ngại vi tế nhất còn lại đối với cảnh giới Phật. Vị ấy từ định này xuất ra như là một vị Phật và Chính biến tri (cái biết cùng khắp không gian thời gian, chẳng có năng sở đối đãi). Điều này có nghĩa là tất cả mọi hiện tượng của quá khứ, hiện tại và vị lai đều được biết một cách trực tiếp, đồng thời và không dụng công. Đây gọi là Con Đường Không Còn Học Nữa, vì không cần đi thêm nữa.

Mười Địa của Bồ tát

Vị Thánh Bồ tát loại bỏ dần dần những ám chướng phiền não và nhận thức bẩm sinh qua một loạt các mức độ. Từ Con Đường Tuệ Kiến tiến tới, người ta đạt mười địa hay căn cứ của Bồ tát trước khi đến cảnh giới Phật. Mỗi một trong mười địa này đều có lối vào không bị ngăn trở và giai đoạn giải thoát. Ở giai đoạn nhập vào, sự đạt được của vị Bồ tát không thể bị cản trở bởi những ám chướng, chúng bị giải trừ và tịnh hóa một cách tự nhiên ngay khi chúng xuất hiện, trong khi ở giai đoạn giải thoát, cánh cửa đối với những ám chướng bị khóa và không thể mở lại được. Nói cách khác, chúng đã bị hoàn toàn nhổ tận gốc rễ vô minh.

Hơn nữa, trong thời gian mỗi một trong mười địa, một trong mười ba la mật (paramita) thành tựu, có nghĩa là người ta phát triển hay hoàn thiện những phẩm tính nào đó đến độ lớn nhất có thể có.

Trong chín Địa của Con Đường Huân Tập, ba địa đầu được biết như là con đường nhỏ, ba địa kế tiếp như là con đường giữa, và ba địa cuối cùng được biết như là con đường lớn. Con Đường Huân Tập thường mất hai vô số đại kiếp, mặc dù không có thời gian cố định cho mỗi cá nhân.

Thời gian không phải là vấn đề cho một vị Thánh Bồ tát không quan tâm việc mất bao lâu, vị ấy tiếp tục kinh nghiệm niềm hoan hỉ bao la vì mang lại lợi ích cho người khác. Hơn nữa, thời kỳ dài bao la này được quyết định theo quan điểm của những người khác, khi theo quan điểm kinh nghiệm riêng của của vị Bồ tát ấy, những mức độ này có thể đi qua nhanh hơn rất nhiều.

Mười địa của Bồ tát sẽ được miêu tả vắn tắt dưới đây. Từ địa thứ nhì trở đi, những giai đoạn khác nhau đạt được khi những ám chướng nào đó bị nhổ rễ qua các mức thiền định sâu hơn dần dần. Những ám chướng nặng nề nhất được nhổ rễ trước, theo sau là những ám chướng nhẹ hơn. Những con đường nhỏ, trung bình và lớn, mỗi đường được chia thành ba mức chứng ngộ: thấp nhất, trung bình và cao nhất, theo những ám chướng nào bị loại bỏ. Có ba loại ám chướng: nặng, trung bình và nhẹ, mỗi loại được thêm thành ba mức khác nhau. Với rất nhiều mức như vậy trong các giai đoạn, nó tựa như dùng quá nhiều chi tiết, tuy nhiên chúng ta nên nhớ rằng đây là một con đường thành tựu và thâm sâu không thể tin được, nó nhận diện những vi tế của tâm rất khó cho người thường hiểu được.

Địa thứ nhất – Hoan Hỉ

Địa thứ nhất được biết như là cực hoan hỉ bởi vì vị Bồ tát đã đạt được con đường tuệ kiến trực tiếp lần thứ nhất và do đó vui vẻ tột cùng. Nói cách khác, vị ấy đã trực tiếp nhận ra rằng ngã không hiện hữu một cách độc lập và mọi người và mọi vật đều tương tùy. Với cái hiểu này, vị ấy vượt qua ý kiến sai lầm rằng năm uẩn tạo nên một cái ngã thực hữu. Ở giai đoạn này vị Bồ tát đạt những năng lực thần thông và có thể thị hiện ở hàng trăm chỗ khác nhau cùng một lúc, với khả năng dẫn dắt hàng trăm người theo trong một sát na duy nhất. Vị Bồ tát ấy hoàn toàn không chấp trước vào những hiện tượng khi trực tiếp thấy chúng là không có bản thể và phải chịu khổ, suy tàn và chết.

Bố thí Ba la mật đạt được ở địa thứ nhất, có nghĩa vị Bồ tát có khả năng cho đi bất cứ thứ gì mà không luyến tiếc và không có ý nghĩ gì về ca tụng hay báo đáp. Vị ấy sẽ cho ngay cả bất cứ bộ phận nào trong cơ thể của mình nếu nó hữu dụng đối với một người khác nào đó. Vị ấy làm điều này với sự hoan hỉ to lớn, và mặc dù vị ấy kinh nghiệm sự đau đớn thể xác, trong tâm vị ấy không kinh nghiệm sự đau khổ nào cả. Ở những mức độ cao hơn, ngay cả sự đau đớn thể xác cũng không hiện diện đối với một vị Thánh Bồ tát vì tâm đã huân tập rất mạnh với tính không của chân lý tương đối. Những vị Bồ tát ở mức thứ nhất đầu tiên là do niềm tin làm động cơ. Họ tu luyện trong cách hành xử thuần đạo đức để tịnh hóa tâm họ những ám chướng phiền não và chuẩn bị mình cho sự thiền định của địa thứ nhì. Vào lần này họ hoàn toàn loại bỏ những khuynh hướng hướng về cách hành xử bất tịnh, chúng sẽ không tái hiện.

Địa thứ nhì – Ly Cấu

Địa này đạt được khi mức chứng ngộ thấp nhất của con đường nhỏ loại bỏ ám chướng nặng nhất. Ở mức này ba la mật giữ giới hoàn thiện đầy đủ và tự điều chỉnh của vị Bồ tát trở nên đầy đủ đến độ không một ý nghĩ vô đạo đức nào phát sinh, ngay cả trong giấc mộng. Bất cứ cử động hay hoạt động nào của thân, ngữ và ý cũng được tịnh hóa những ô nhiễm vi tế nhất. Vị ấy đạt thành những hành động đức hạnh của thân, ngữ và ý, gồm cả hoan hỉ không làm bất cứ hình thức nào của sát sinh, trộm cắp, tà dâm, cố ý làm hại và tà kiến.

Ở giai đoạn này vị Bồ tát đạt được những năng lực thần thông cho phép vị ấy thị hiện ở hàng ngàn nơi khác nhau cùng một lúc, với khả năng dẫn dắt hàng ngàn người theo trong chốc lát.

Những khả năng và lực thần thông này tiếp tục gia tăng khi vị Bồ tát ấy tiến bộ qua các địa theo trình tự. Vì vậy, tâm của vị Bồ tát ấy trở nên thanh tịnh và trú trong xả. Vị Bồ tát ấy cũng đạt bốn thiền định của các cõi sắc, cao hơn các định của thế gian; những thiền định này vững vàng hơn, thâm sâu hơn và hữu dụng hơn trong việc phát triển tâm vi tế.

Qua sự thuần thục của những phẩm tính này, sự hoàn thiện về hành xử đạo đức của họ trở thành tối thượng. Những vị Bồ tát này xuất hiện như là những bậc quân vương phổ biến để giúp chúng sinh, hay những chủ nhân của bốn châu huy hoàng và bảy món quí: Bánh xe quí, voi, ngựa, ngọc, hoàng hậu, quan thượng thư và tể tướng. Loại tài sản này tự nhiên thuộc về họ, giúp họ đến lượt làm lợi ích người khác.

Địa thứ ba – Phát Quang
Địa này đạt được khi những ám chướng nặng thứ nhì bị mức chứng ngộ trung bình của con đường nhỏ vượt qua. Nó được gọi là Phát Quang bởi vì khi đạt được lửa trí tuệ thiêu cháy những đối tượng của tư tưởng nhị nguyên. Sự phát sáng này, do chính bản tính của nó, nó có thể dập tắt tất cả những định chế tỉ mỉ nhị nguyên trong lúc thiền định. Đây là giai đoạn khi Ba la mật nhẫn nhục được hoàn thiện đầy đủ theo cách vượt xa nhận thức người thường về nhẫn nhục.

Sự xả của vị Bồ tát ấy trở nên rất thâm sâu ở mức này dù cho có người chầm chậm và dần dần lột đi thịt hay xương của thân họ, vị Bồ tát ấy sẽ không trở nên giận dữ hay rối loạn. Nhận ra người dày vò của họ là không ý thức một cách vô minh về luật nhân quả và bị những ý nghĩ phiền não thúc đẩy gieo những hạt giống khổ cho vị lai, thay vì họ cảm thấy sự thương xót không thể chịu đựng được đối với họ. Những người được huấn luyện ở mức thứ ba vượt qua tất cả những khuynh hướng đi đến giận dữ và không bao giờ phản ứng bằng thù ghét (hay ngay cả bằng sự phiền hà) đối với bất cứ lời nói hay hành động nào. Đúng hơn, sự xả của họ vẫn thường xuyên và tất cả chúng sinh đều được xem với lòng từ và bi vô điều kiện.

Những vị Bồ tát ở mức độ này cũng tu dưỡng bốn thiền định vô tướng, cao hơn các định vô tướng về không vô biên xứ, thức vô biên xứ, vô sở hữu xứ, và phi tưởng phi phi tưởng xứ. Ở giai đoạn này, bốn tâm vô lượng từ, bi, hỷ, và xả được tinh luyện, cũng như năm thần thông: mắt trời (khả năng thấy những hình tướng vi tế và ở xa), tai trời (khả năng những âm thanh vi tế và ở xa), những năng lực thần diệu (khả năng sinh hình tướng qua năng lực của tâm), biết tâm người khác, và nhớ lại các đời trước.

Địa thứ tư – Diệm Tuệ

Địa thứ tư, DiệmTuệ, đạt được với sự nhổ rễ tầng mức thấp nhất của những ám chướng nặng nề do sự chứng ngộ mức thứ ba của con đường nhỏ. Ở thời gian này Ba la mật tinh tấn, Ba la mật thứ tư, thành tựu và vị Bồ tát lúc giờ nhập vào con đường trung bình. Mức này được đặt tên là Diệm Tuệ bởi vì địa thứ tư các Bồ tát thường hằng phát ra hào quang của trí tuệ cao. Họ đốt cháy những ám chướng phiền não và sở tri bằng hào quang trí tuệ.

Nhập vào những thiền định tiến sâu hơn và đạt được sự uyển chuyển đầy năng lực của tâm, họ loại bỏ sự lười biếng và gia tăng khả năng tu tập thiền định trong các thời kỳ kéo dài. Họ diệt những phiền não cắm rễ sâu và tu dưỡng ba mươi bảy phần Bồ đề, bắt đầu với bốn pháp tu niệm. Qua tu luyện ba mươi bảy phần Bồ đề này, các Bồ tát phát triển sự thiện xảo lớn trong thiền định và tu dưỡng trí tuệ, làm yếu đi những ám chướng sở tri dẫn đến sự hiểu sai thực tại.

Địa thứ năm – Nan Thắng

Mức độ này đạt được với sự nhổ rễ những ám chướng trung bình thuộc tầng mức thô nhất bằng sự chứng ngộ thiền định mức thứ nhất của con đường trung bình. Nó là nơi Ba la mật thiền định hoàn thiện và được gọi là "Khó Tu Dưỡng" bởi vì nó liên can tới những pháp tu nhiệt tình đòi hỏi một lượng lớn nỗ lực để hoàn thiện. Nó cũng được gọi là "Nan Thắng" (Khó Vượt Qua) bởi vì khi một Bồ tát đã hoàn tất sự tu luyện ở mức độ này, vị ấy đã có trí tuệ và tuệ kiến thâm sâu khó vượt hay phá ngầm. Tu dưỡng ba la mật thiền định, vị ấy vượt qua các khuynh hướng phân tán và đạt thiền định tối thượng.

Địa thứ sáu – Hiện Tiền

Địa thứ sáu thành tựu khi những ám chướng thuộc mức thứ nhì bị mức chứng ngộ thứ nhì của con đường trung bình vượt qua. Ở đây Ba la mật trí tuệ, Ba la mật thứ sáu, phát triển. Mức thứ sáu được gọi là Hiện Tiền bởi vì vị Bồ tát ấy trở nên quen với sự chứng ngộ sự phát sinh tùy thuộc và vô tướng. Vô tướng ám chỉ sự kiện các hiện tượng dường như sở hữu những phẩm tính hiển nhiên do bản tính riêng của chúng và không là phần bản tính của những vật thể chúng xuất hiện đặc trưng.

Vị Bồ tát thị hiện trí tuệ thiền định và khước từ chấp trước sự tồn sinh luân hồi hay Niết bàn. Vượt qua tất cả những ràng buộc này, các Bồ tát ở mức này có thể đạt Niết bàn, nhưng vì lực của tâm tỉnh giác, họ quyết định ở lại thế gian để làm lợi ích những chúng sinh khác. Họ tu dưỡng Ba la mật trí tuệ, qua đó họ nhận thức tất cả mọi hiện tượng như là thiếu sự hiện hữu nội tại, tương tự như mộng, huyễn, ảnh phản chiếu hay những vật do huyễn thuật tạo ra. Tất cả những ý niệm về "tôi" và "người khác", cùng với những khái niệm như "hiện hữu" hay "không hiện hữu" đều bị siêu việt. Những vị Bồ tát ở mức thứ sáu này trụ trong sự chiêm nghiệm tính không bằng cái tâm không bị những ý kiến sai lầm quấy rầy.

Địa thứ bảy – Viễn Hành

Ở mức này mức tinh vi nhất của những ám chướng trung bình bị sự chứng ngộ ở mức cao nhất của con đường trung bình nhổ rễ, và Ba la mật phương tiện thiện xảo hoàn thành.

Sáu địa trước được biết như là những mức bất tịnh bởi vì chúng vẫn còn bị những ám chướng phiền não và sở tri tiêm nhiễm, vẫn còn đòi hỏi một nỗ lực nào đó để loại bỏ. Theo quan điểm của đa số Đại Thừa và Kim Cương Thừa, tất cả những phiền não của tâm bị giai đoạn này loại bỏ, chỉ để lại những ám chướng vi tế nhất đối với Chính biến tri (cái biết cùng khắp không gian thời gian, chẳng có năng sở đối đãi) tất cả. Nếu bạn bỏ tỏi vào một đồ chứa trong một thời gian rồi lấy nó ra và rửa đồ chứa, người ta có thể vẫn nghe mùi tỏi còn lại trong một lúc. Cùng cách ấy, những ám chướng vi tế này, cũng được biết như là những khuynh hướng của thói quen, còn kéo dài.

Các vị Bồ tát ở mức này phát triển khả năng chiêm nghiệm không bị gián đoạn và nhập định trong những thời kỳ kéo dài, như thế vượt qua bên kia những con đường của các A La Hán cả Thanh văn và Duyên giác. Vì lý do này địa thứ bảy được gọi là Viễn Hành (Đi Xa). Ở mức này họ hoàn thiện các phương tiện thiện xảo trong khi thực hành thiền định và cũng ở thời sau thiền định và có khả năng phi thường thích ứng các giáo lý của họ theo nhu cầu cá nhân của người nghe. Họ cũng phát triển khả năng biết ý nghĩ của người khác và họ có thể thực hành tất cả các ba la mật trong mọi giây phút. Tất cả ý nghĩ và hành động đều tự tại với phiền não, và họ luôn luôn hành động một cách tự phát và hiệu quả vì lợi ích của người khác.

Địa thứ tám – Bất Động

Ba địa còn lại, thứ tám đến thứ mười, được biết như là ba địa thanh tịnh, bởi vì ở ba địa này, chỉ còn lại những phiền não vi tế đối với Chính biến tri, và không cần bất cứ nỗ lực nào để loại bỏ những phiền não này.

Giai đoạn thứ tám đạt được khi những ám chướng nặng nhất trong các ám chướng bị mức chứng ngộ thứ nhất của con đường lớn vượt qua. Ở thời gian này Ba la mật nguyện vọng thành tựu đầy đủ. Mức này được gọi là Bất Động bởi vì qua vô niệm, các vị Bồ tát đã vượt qua tất cả những phiền não về tướng, vì thế mọi vật được nhận thức một cách hiện hiện tất cả và trực tiếp và tâm họ thấm nhập hoàn toàn trong Pháp tất cả mọi thời. Không có khả năng nào họ có thể lung lay trên đường đạo và họ được định sẵn cho cảnh giới Phật, không có khuynh hướng tìm Niết bàn cá nhân. Nguyện vọng của họ là tu dưỡng ba la mật, nghĩa là họ đảm đương thực hiện những thệ nguyện khác nhau, vì chúng họ tích lũy nhân cho những đức hạnh nữa. Mặc dù họ quyết tâm làm việc giải thoát cho người khác và sinh lòng bi mẫn đối với tất cả chúng sinh trong vũ trụ, những Bồ tát này đã siêu việt hoàn toàn khuynh hướng tưởng tượng rằng có bất cứ chúng sinh nào để giải thoát.

Sự lĩnh hội về tính không của các vị Bồ tát này đầy đủ đến độ nó đảo ngược tất cả những cái thấy phiền não, và thực tại xuất hiện trong một ánh sáng hoàn toàn mới. Họ được so sánh với những người thức tỉnh khỏi mộng, và tất cả những nhận thức của họ chịu ảnh hưởng từ sự tỉnh giác mới này. Họ đạt được cảnh giới thiền định gọi là vô sinh nhẫn, vì thế họ không còn suy nghĩ bằng những thuật ngữ nhân hay không nhân. Họ cũng phát triển khả năng thị hiện trong nhiều hình tướng để dạy người khác; bi tâm và phương tiện thiện xảo đều tự phát và hoàn toàn không suy tính. Không cần lập kế hoạch hay chiêm nghiệm làm sao lợi ích tốt nhất cho người khác, những Bồ tát này tự thích ứng với mọi tình thế.

Địa thứ chín – Thiện Tuệ

Địa thứ chín đạt đến khi những ám chướng vi tế ở mức trung bình bị sự chứng ngộ ở mức thứ hai của con đường lớn vượt qua. Ở đây vị Bồ tát ấy thành tựu ba la mật về sức mạnh hay năng lực.

Từ điểm này trở đi vị Bồ tát ấy di chuyển nhanh chóng về hướng giác ngộ. Từ địa thứ tám đến thứ mười, sự tiến bộ to lớn đến cảnh giới Phật thành tựu. Ở địa thứ chín họ hiểu đầy đủ ba thừa, những con đường của Thanh văn, Duyên giác, và Bồ tát, và hoàn thiện khả năng dạy giáo lý. Vì họ đạt được sự nắm vững không có lỗi và trọn vẹn về Pháp và có khả năng dạy nó trong tất cả mọi khía cạnh, địa này được gọi là Thiện Tuệ.

Những Bồ tát có được bốn trí phân tích về giáo pháp, ý nghĩa, ngữ pháp, và giải thích. Kết quả họ phát triển biện tài và thiện xảo trong sự trình bày các giáo lý. Trí thông minh của họ vượt qua trí thông minh của tất cả người và trời và họ hiểu tất cả từ, ngữ, nghĩa và ngôn ngữ. Họ có thể hiểu bất cứ câu hỏi nào và có khả năng trả lời bằng một âm thanh duy nhất, mà mỗi chúng sinh hiểu được theo khả năng của họ. Họ tu dưỡng Ba la mật về năng lực và với sức mạnh thiền định và sự làm chủ bốn trí phân tích, họ có thể tu tập sáu Ba la mật với sự cần mẫn không khoan nhượng.

Địa thứ mười – Pháp Vân

Giai đoạn thứ mười đạt được qua sự nhổ rễ những ám chướng vi tế nhất đối với giác ngộ bằng sự chứng ngộ thiền định ở mức cao nhất của con đường lớn. Ba la mật về sự tỉnh giác tối thượng đạt được như thế.

Bây giờ các Bồ tát ở mức thứ mười cần loại bỏ những ám chướng vi tế nhất để trở thành Chính biến tri, ở điểm mà họ sẽ đạt được cảnh giới giác ngộ viên mãn của Phật quả. Ở giai đoạn này họ nhập vào sự thiền định nhiều năng lực nhất và hiện thực khả năng vô giới hạn. Tu dưỡng Ba la mật về trí tuệ cao cả khiến họ có thể gia tăng trí tuệ của họ và tăng thêm sức mạnh cho những ba la mật khác, và kết quả họ trụ liên tục trong niềm vui vô thượng của Pháp.

Những Bồ tát địa thứ mười truyền bá giáo lý trong tất cả mọi phương và mỗi chúng sinh thấm nhập những gì họ cần để tăng trưởng về mặt tâm linh. Họ có được thân và tâm hoàn thiện đã tẩy sạch những dấu vết phiền não vi tế nhất. Họ thị hiện trong vô số hình tướng để làm lợi ích người khác và siêu việt những luật lệ thông thường về thời gian và không gian. Thêm nữa, họ có khả năng đặt toàn bộ các hệ thống vũ trụ vào trong một lỗ chân lông, mà không làm chúng nhỏ lại hay làm tăng kích thước của lỗ chân lông. Những Bồ tát này thọ nhận sự cho phép từ vô số các Phật. Đây được gọi là đại hào quang bởi vì sự quang minh của những vị Bồ tát này chiếu tất cả mọi phương. Sự cho phép này giúp họ nhổ rễ những ám chướng còn lại đối với Chính biến tri và cho họ thêm niềm tin và sức mạnh.

Vào giây phút cuối của giai đoạn này, các Bồ tát ấy nhập vào cảnh giới thiền định gọi là kim cương định, trong đó những chướng ngại vi tế nhất còn lại đối với cảnh giới Phật bị vượt qua. Họ xuất ra từ định này như là những vị Phật và đạt nhất thiết trí. Điều này có nghĩa là tất cả mọi hiện tượng của quá khứ, hiện tại và vị lai được biết một cách trực tiếp, cùng một lúc và không dụng công.

Con đường	pháp tu	Địa	Chứng ngộ – Ám chướng
Tích lũy	Sáu ba-la-mật nhất thiết không hoàn thiện. Vào lúc này chúng được gọi là những đức hạnh		
Chuẩn bị			
Tuệ kiến	1. Bố thí	1. Hoan hỉ	
Huân tập	2. Giữ giới	2. Ly cấu	Nhỏ – Nặng
	3. Nhẫn nhục	3. Phát quang	Nhỏ – Giữa
	3. Tinh tấn	3. Diệm huệ	Nhỏ – Tinh vi
	4. Định	4. Nan thắng	Trung gian – Nặng
	5. Tuệ	5. Hiện tiến	Trung gian Giữa
	6. Nguyện vọng	6. Bất động	Lớn – Nặng
	7. Sức mạnh	7. Thiện tuệ	Lớn – Giữa
	8. Tỉnh giác	8. Pháp vân	Lớn – Tinh vi cao nhất
	9. Không học	9. Ngừng thực hành	Đã Giác ngộ nữa
	10. Nhận thức tối cao	10. Mây pháp	Măreață – Subtile
Ngoài việc học	Nicio practică	Înalt cu desăvârşire	

Bảng 13-3: Các Giai đoạn của Con Đường Bồ-tát.

Cảnh giới Phật

Qua áp dụng sự chứng ngộ tính không của mình vào sự hoàn thiện tất cả những phẩm tính thiện, vị Bồ tát hợp nhất hai sự tích lũy của phương pháp và trí tuệ và sinh ra quả cuối cùng của một vị Phật giác ngộ. Khi một cá nhân đạt cảnh giới như thế, người ấy sẽ thị hiện hai khía cạnh giác ngộ:

1. **Pháp thân (dharmakaya) của một vị Phật:** Đây là kinh nghiệm cá nhân của tâm giác ngộ. Nó là kết quả của sự tích lũy trí tuệ nhổ rễ hoàn toàn mọi hình thức của vô minh, nhờ đó cho phép Phật tính của một người thị hiện không giới hạn. Nó là một cảnh giới tự tại với toàn bộ sự khổ và trống rỗng tất cả những tâm phiền não.

2. **Sắc thân (rupakaya) của một vị Phật:** Đây là sự biểu hiện vô cùng của tâm giác ngộ theo viễn tượng của chúng sinh hữu tình. Nó là kết quả trực tiếp của sự tích lũy của biển công đức mênh mông. Tất cả những phẩm tính thiện được hoàn thiện hoàn toàn trong tâm này, tự động thị hiện phù hợp với nhu cầu của chúng sinh.

Trong khi Pháp thân thực hiện các nhu cầu của cá nhân, Sắc thân thực hiện nhu cầu của người khác. Chính phẩm tính độc đáo này xác định sự giác ngộ đầy đủ và viên mãn.

TÓM TẮT CHƯƠNG MƯỜI BA

- Đại Thừa đặt căn bản trên các giáo lý được những người có thụ nhận ngộ tính cao. Những giáo lý này tập trung vào sự tu dưỡng Tâm bồ đề, một hình thức năng động của sự dấn thân vào xã hội và sự hiểu thâm sâu về bản tính của thực tại (tính không).

- Trong truyền thống kinh điển của Phật giáo Đại Thừa, hai dòng truyền chính đã được thiết lập: Dòng truyền Thấy sâu của Bồ tát Văn Thù và Dòng truyền Hành rộng của Bồ tát Di Lặc.

- Con đường kinh điển của Đại Thừa được biết như là Bồ tát Thừa. Nó cung cấp những phương pháp để đạt giác sự ngộ viên mãn qua dòng thời gian ba vô số đại kiếp. Nó cũng được biết như là Thừa Hoàn Thiện vì nó dựa vào sự hoàn thiện dần dần những phẩm tính khác nhau để đạt quả Phật.

- Địa của Đại Thừa được phân biệt do sự nhấn mạnh của nó trên Hai Chân Lý [Nhị Đế]: Chân lý tương đối và chân lý tối hậu. Chân lý tương đối quan hệ với tất cả mọi hiện tượng như là chân lý tối hậu là bản tính của thực tại.

- Qua thời gian, các trường phái tư tưởng khác nhau nổi lên xác định cách hiểu hai chân lý này như thế nào: Tì ba sa, Kinh.

- Lượng Bộ (một nhánh của tiểu thừa xuất phát từ thuyết nhất thiết hữu bộ), Duy thức, và Trung đạo. Hai trường phái đầu là những cái thấy căn cứ vào Chuyển Pháp luân lần Thứ Nhất, trong khi hai trường phái sau được xem là những cái thấy căn cứ vào các Chuyển Pháp luân lần thứ Thứ hai và Thứ Ba.

- Con đường của Bồ tát thừa được chia thành hai giai đoạn: Phát tâm Bồ đề như là nhập vào con đường và dấn thân tu tập Sáu Ba la mật. Sáu Ba la mật là: bố thí, trì giới, nhẫn nhục, tinh tấn, thiền định và trí tuệ.

- Một hành giả Đại Thừa tiến bộ qua năm giai đoạn theo cách tương tự với hành giả Theravada. Tuy nhiên, những pháp tu và kết quả cụ thể được kinh nghiệm khác nhau do động cơ độc nhất vô nhị tâm Bồ đề.

- Sự tiến bộ của một vị Thánh Bồ tát từ giây phút vị ấy trực tiếp thức ngộ bản tính không của thực tại lên đến sự giác ngộ đầy đủ được chia thành mười giai đoạn được biết như là Mười Địa của Bồ tát. Mỗi địa tiêu biểu cho một mức độ tiến bộ vi tế hơn của sự chứng ngộ tẩy sạch những lớp ám chướng thêm tinh tế. Bảy địa đầu bất tịnh trong đó vị Bồ tát vẫn còn đang loại bỏ những tập khí vì những ám chướng phiền não. Ba địa cuối cùng được biết như là những địa thanh tịnh vì chúng hoàn toàn tự tại với những ám chướng phiền não và chỉ quan tâm loại bỏ những ám chướng sở tri rất vi tế.

- Khi một vị Bồ tát đạt cảnh giới Phật, vị ấy sẽ tự động thị hiện hai khía cạnh giác ngộ: Pháp thân và cả hàng lớp sắc thân.

Kim Cương Thừa

Trong cuộc đời hành đạo, Đức Phật đã thuyết giảng những giáo lý cao nhất và sâu nhất của mình cho một số vị thông thái có khả năng lĩnh hội nghĩa vi tế nhất của những giáo lý ấy. Với sức mạnh của tâm thấm nhập riêng của mình, Đức Phật đã thị hiện tâm Ngài trong nhiều hình thức thanh tịnh khác nhau được biết như là *những vị Thần*. Những vị Thần này chỉ những bậc chứng ngộ cao nhất có thể kinh nghiệm được và đức Phật đã ban cho các vị đệ tử này những giáo lý bí mật của Mật điển (Tantra). Vì sự cực kỳ vi tế của chúng, những giáo lý này vẫn còn tương đối ít được biết đến trong nhiều thế kỷ sau khi đức Phật nhập bát Niết bàn. Chúng được giữ như là một truyền thống thuần truyền khẩu, đòi hỏi sự truyền trực tiếp từ thầy sang trò, có nghĩa là tri kiến của các giáo lý mật điển vẫn hiếm hoi và được bảo vệ.

Khi các giáo lý Đại Thừa được giữ trong Phạn ngữ, chúng trở thành khả dụng với số người nghe rộng lớn hơn ở Ấn Độ cổ đại. Ngày càng nhiều người bắt đầu nghiên cứu những giáo lý này đưa đến sự tạo ra những trường đại học tự viện, đại học lừng danh nhất là Đại Học Phật giáo Nalanda. Học viện duy nhất này đã thành công trong sự thu hút tất cả những tâm hồn Phật giáo vĩ đại của thời ấy vào một nơi duy nhất, dấy nên sự bùng nổ của tranh luận triết học và sự tinh luyện giáo pháp Phật giáo.

Khi các học giả Phật giáo Đại Thừa khám phá sâu xa vào ý nghĩa của các giáo lý kinh điển của Đức Phật, họ đã có thể đạt được những mức chứng ngộ kinh ngạc. Quá trình này đã làm tâm họ chín muồi đến mức độ như thế thì họ trở thành những pháp khí thích hợp cho những giáo lý Mật điển. Kết quả, nhiều học giả giỏi nhất đã rời bỏ trường đại học đi tìm những hành giả Yoga mật điển, có thể dẫn dắt họ trên con đường kim cương.

Trong khi một vài người chính họ đã trở thành những hành giả Yoga, những người khác trở về với các đại học tự viện và tiếp tục sự tu tập của họ trong bí mật. Bằng cách này, nhiều người trong truyền thống Nalanda đã bắt đầu tu tập hai phương pháp. Ban ngày họ công khai nghiên cứu và tu tập các giáo lý kinh điển, ban đêm họ bí mật tu tập theo các giáo lý mật điển.

Từ Đại học Phật giáo Nalanda một số các Đại học Phật giáo chi nhánh phát triển trong vùng. Một học viện đặc thù, trường cao đẳng Mật điển *Vikramashila*, là khí cụ trong việc hệ thống hóa một trật tự rộng lớn các phương pháp đã gắn kết trong các Mật điển. Trong thời kỳ này, hai kiểu dòng truyền các giáo lý bí mật trỗi dậy:

1. **Các dòng truyền giáo lý:** Những dòng truyền này trong bản chất có tính cách lý thuyết rộng, cung cấp chi tiết về những nghi thức và nghi lễ khác nhau liên quan đến những pháp tu mật điển khác nhau, cũng như nhiều lý thuyết khác nhau hậu thuẫn mạnh mẽ những hệ thống khác nhau. Chúng thường được dùng nhất như là cách chuẩn bị những bậc thầy kim cương tiềm năng với những thiện xảo và hiểu biết cần thiết để hướng dẫn họ.

2. **Các dòng truyền tu tập:** Những dòng truyền này gồm những chỉ dạy cốt lõi miêu tả một cách chính xác cách tu tập một hệ thống mật điển có sẵn. Ở Ấn Độ cổ đại những chỉ dạy này được bảo vệ tột độ, chỉ ban cho một số rất ít đệ tử sau khi họ đã chứng minh sự cam kết và lòng sùng mộ của họ với thầy.

Kim Cương Thừa xuất hiện từ những dòng truyền khác nhau này. Đem tất cả những giáo lý của Đức Phật (cả kinh điển và mật điển) lại với nhau, Phật giáo Kim Cương Thừa cho đến đây là sự trình bày đầy đủ và tích hợp nhất về Phật pháp. Trong khi một vài giáo lý này đã tìm được đường đông du vào Trung Hoa và còn đi quá nữa, và số nhiều vô kể đương nhiên được bảo tồn nơi vùng đất của núi tuyết phía Bắc.

PHẬT GIÁO TÂY TẠNG

Cao nguyên Tây Tạng từ xa xưa là quê hương đối với nhiều bộ lạc du mục khác nhau. Những bộ lạc này cuối cùng đoàn kết lại dưới lá cờ của một dòng máu hoàng gia được tin rằng là dòng giống của các thần. Khi những ông vua này tăng trưởng quyền lực, những tham vọng bành trướng của họ cũng tăng theo, và dưới sự lãnh đạo của vua Tây Tạng Songtsen Gampo, đế quốc Tây Tạng nhanh chóng thống trị vùng Trung Á.

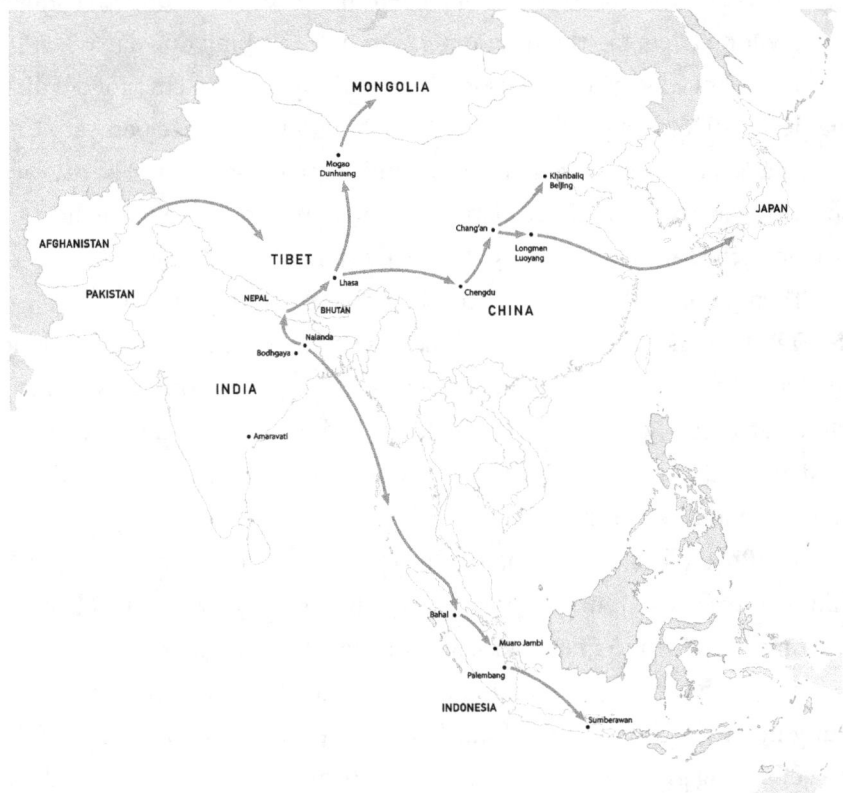

Hình 14-1: Sự truyền bá của Phật giáo Kim Cương Thừa.

Chính trong thời kỳ phát triển nhanh chóng này người Tây Tạng đầu tiên đến tiếp xúc với các nền văn minh cổ đại của các láng giềng. Văn hóa đầu tiên có ảnh hưởng lớn với các vương triều ở phía tây đất Zhang Zhung (nay là phía Tây của Tây Tạng). Đất này bị Songtsen Gampo thôn tính và những niềm tin văn hóa của nó sớm được thừa nhận là tôn giáo quốc gia. Truyền thống này được biết như là *Yungdrung Bön* và đến từ giáo lý của một người giác ngộ khác được biết như là Tonpa Shenrab.

Trong một hành động ngoại giao, nhà vua đồng ý cưới những người con gái của vua Trung Hoa ở phía đông và của vua Nepal ở phía nam. Qua ảnh hưởng của hai vị công chúa này, Tây Tạng được mang mầu sắc Phật giáo Trung Hoa và Ấn Độ. Qua thời gian, ba truyền thống của Zhang Zhung, Trung Hoa và Ấn Độ mỗi truyền thống có ảnh hưởng khác nhau trong vương triều, tạo thành một nền văn hóa Tây Tạng độc đáo.

Trong khi trị vì của vua Trisong Deutsen, Tây Tạng đã gửi một đội dịch giả đến Ấn Độ để nghiên cứu giáo lý Phật giáo và dịch các bản văn. Các dịch giả đã làm một chuyến đi dài và nguy hiểm qua vùng núi Hy-mã-lạp-sơn đến Đại học Phật giáo Nalanda, nơi họ làm việc cùng với các học giả Ấn Độ dịch toàn bộ Kinh Tạng Phạn Ngữ sang tiếng Tây Tạng.

Thêm nữa, nhà vua đã mời một số các bậc sư chứng ngộ cao từ Ấn Độ đến Tây Tạng để ban cho giáo lý. Qua thời gian, căn bản cho một cộng đồng tự viện Phật giáo đã được thiết lập và giáo lý đã ăn sâu trong xứ sở. Trong khi những giáo lý nền tảng của các kinh đã được phổ cập một cách công khai thì những giáo lý mật điển chỉ được cho nhà vua và một vài thành viên chọn lọc của vương triều.

Khi Phật giáo tiếp tục tăng trưởng ở Tây Tạng, những căng thẳng bắt đầu phát triển với những người theo đạo Bön (Bönpos). Dưới sự bảo trợ của ông vua sùng mộ Phật giáo, các hành giả Bön đã nhận thấy sự hạn chế gia tăng, sinh bất an, cuối cùng đưa đến sự ám sát nhà vua. Khi quyền lực đung đưa theo chiều hướng Bön, Phật giáo thấy mình không có sự bảo hộ của hoàng gia. Nhiều học viện Phật giáo cuối cùng bị đóng cửa, khiến cho các hành giả tản mác ở những vùng hẻo lánh của đất nước và trong nhiều thập niên, Phật giáo hầu như biến mất khỏi vùng Trung Tây Tạng.

Dù vậy cuối cùng, một làn sóng mới những dịch giả nổi lên với chủ ý mạnh mẽ làm sống lại giáo lý Phật giáo ở Tây Tạng. Tự nhận lấy trách nhiệm về mình, các dịch giả này du hành với sự nguy hiểm to lớn đối với cá nhân họ đến Ấn Độ nơi họ nghiên cứu với các đại học giả của Đại học Phật giáo Nalanda và Vikramashila. Họ cũng tu tập với nhiều hành giả Yoga thành tựu cao trong thời đó, nhận một kho tàng giáo lý mật điển chôn dấu vô chủ. Rồi họ trở về quê hương và bắt đầu truyền bá các giáo pháp họ đã nhận.

Theo cách này, chúng ta có thể nhận diện hai sự truyền chính của Phật giáo vào Tây Tạng:

1. **Truyền Sớm (Nyingma):** Những giáo lý được giới thiệu từ Zhang Zhung (một nền văn hóa và là một vương quốc cổ đại tại miền tây và tây bắc khu vực Tây Tạng ngày nay) và những giáo góp nhặt từ Ấn Độ qua những nỗ lực có tổ chức của các vua Tây Tạng và các nhà dịch thuật.

2. **Truyền Muộn (Sarma):** Những giáo lý do các dịch giả cá nhân du hành đến Ấn Độ góp nhặt, và được truyền bá sau đó khi họ trở về Tây Tạng.

Trên căn bản hai sự truyền này, sáu truyền thống tâm linh chính phát triển ở Tây Tạng. Mỗi truyền thống chính thường được phân biệt bằng sự trình bày có tính triết học rõ rệt được những người khai sáng thiết lập và các dòng truyền tu tập mật điển làm nó trở nên chuyên biệt. Căn cứ vào thứ tự sáng lập các truyền thống, đó là:

Bön

Truyền thống Bön có thể theo dấu vết trở về với miền đất cổ xưa Vương quốc Zhang Zhung (500–625) và những giáo lý của vị giác ngộ được biết như là Tonpa Shenrab. Nhiều người tin rằng Tonpa Shenrab là một tiền thân của Phật Thích Ca Mâu Ni, khiến cho đạo Bön trở thành một hình thức sớm hơn của Phật giáo mà về sau này phát triển ở Ấn Độ.

Các giáo lý của Bön chứa một sự biến đổi to lớn về các phương pháp để tạm thời hòa hợp với kinh nghiệm thế gian và tối hậu là để đạt giác ngộ viên mãn. Những pháp tu mật điển tìm thấy trong truyền thống này tập trung quanh sự phát triển cái thấy *Đại Hoàn Thiện* (Dzogchen) qua làm yên nghỉ cái tâm một cách không nỗ lực trong sự tỉnh thức tinh tuyền của bản tính riêng của nó. Về hình thức của các nghi thức thấy có nhiều trong Phật giáo Tây Tạng được rút ra từ phương pháp tiếp cận tu tập của đạo Bön.

Nyingma

Truyền thống Nyingma chính yếu khởi lên từ các giáo lý của bậc đại thánh Ấn Độ Padmasambhava (Liên Hoa Sinh), người được biết đến khắp Tây Tạng như là Guru Rinpoche (bậc thầy quí). Với sự trợ giúp của đại học giả Shantarakshita và vị đệ tử chính là vua Tây Tạng Trisong Deutsen, Padmasambhava đã thiết lập thành công Phật giáo Kim Cương Thừa ở Tây Tạng.

Sư cũng có trách nhiệm bảo tồn Phật pháp khi sư và người phối ngẫu trí tuệ của sư là Yeshe Tsogal, dùng các năng lực thần thông niêm phong vô số giáo lý trong hình thức những bản văn bảo tàng. Những viên thuốc thời gian tâm linh này vẫn còn ẩn tàng trong phong cảnh vật lý của Tây Tạng và trong dòng tâm thức phi vật lý của những đệ tử gần gũi nhất của Padmasambhava cho đến khi một thời gian như thế người ta sẵn sàng nhận chúng. Bằng cách này, giáo lý của Nyingma tiếp tục tiến hóa theo thời gian.

Trong khi các pháp tu của Nyingma được rút ra từ một phạm vi rộng của kinh điển và mật điển, chóp đỉnh con đường của họ là *Đại Hoàn Thiện*. Giống như Bön, các hành giả tiến bộ qua nhiều giai đoạn tu tập khác nhau, tịnh hóa tâm họ nhiều lớp ám chướng khác nhau. Khi người hành giả sẵn sàng, họ được giới thiệu bản tính tinh tuyền của tâm họ qua thiền định. Rồi họ tự làm quen với nhận thức này trong mọi khoảnh khắc theo viễn cảnh giác ngộ.

Sakya

Truyền thống Sakya là truyền thống chính đầu tiên xuất hiện trong thời kỳ *Truyền Sau*. Nó vốn được Khön Konchok Gyalpo vĩ đại sáng lập khi sư mất niềm tin vào sự chính thống của các giáo lý Nyingma sống còn sau thời kỳ bị ngược đãi. Sư chủ động chọn tìm kiếm nhiều vị thầy khác nhau đang truyền bá những bản dịch mới và trở thành sức hồi sinh Phật giáo ở Trung Tây Tạng.

Truyền thống này lấy tên theo tự viện do Konchok Gyalpo sáng lập. Nó có nghĩa đen là "đất xám", theo màu nổi bật của nền đất nơi tự viện được xây. Từ thời đó, sự lãnh đạo của Sakya được duy trì trong dòng máu của gia đình họ Khön, truyền từ cha đến con trai hay từ chú bác đến cháu trai.

Đặc trưng độc đáo của truyền thống Sakya họ là những người nắm giữ dòng truyền chính cho hệ thống tu tập được như là *Con Đường Kết Quả* (lamdre). Hệ thống này đặt căn bản trên *Mật Điển Hevejra*, phát nguyên với vị sư thành tựu Ấn Độ Virupa và được Drokmi mang đến Tây Tạng, là đỉnh cao của dòng truyền Giáo lý, cũng được gọi là *Lamdre cho các hội chúng*, và cung cấp những giáo lý nền tảng để phát triển cái thấy phù hợp với kinh. Đỉnh cao dòng truyền thực hành được truyền thụ trong bí mật, còn được gọi là *Lamdre cho đệ tử*. Nó cung cấp những pháp tu độc đáo để hiện thực cái thấy phù hợp với mật điển.

Kagyu

Trong cùng thời kỳ khi Sakya đang thiết lập họ như một học viện tự viện, các truyền thống khác đang hình thành đặt căn bản những giáo lý đặc biệt truyền từ thầy sang trò. Một nhóm của các truyền thống như thế được biết một cách tập thể như là các dòng truyền Kagyu. Đa số các dòng truyền này truy tìm nguồn gốc của họ trở về với Pháp do đại dịch giả Marpa Chökyi Lodrö truyền. Trong khi Marpa có nhiều đệ tử, đệ tử nổi tiếng nhất của sư là hành giả Yoga Tây Tạng thánh Milarepa.

Chính người đệ tử của Milarepa là Gampopa, đã thiết lập thành công một tự viện kết hợp những giáo lý kinh điển sư đã thọ nhận từ các Kadampas (một dòng truyền bắt nguồn từ đại học giả Ấn Độ Atisha Dipamkara) và những giáo lý mật điển sư đã thọ nhận từ Milarepa. Truyền thống mới này trở nên được biết như là Dakpo Kagyu và cuối cùng đã khởi sinh bốn phái chính với tám phái phụ.

Như là một nền tảng, hành giả Kagyu nghiên cứu các giáo lý kinh điển như đã được trình bày trong hệ thống *Các Giai Đoạn của Con Đường* (larim). Sau khi hoàn thành những tu tập sơ bộ khác nhau, hành giả thường sẽ dấn thân vào một trong hai con đường. *Con Đường Giải Thoát* là tập trung vào việc phát triển quan điểm Đại Thủ Ấn phù hợp với kinh điển, trong khi *Con Đường Phương Tiện Thiện Xảo* tập trung vào việc phát triển quan điểm Đại Thủ Ấn dựa trên hệ thống thực hành được gọi là *Sáu Pháp của Naropa*. Thường hai con đường này sẽ được kết hợp, với Mahamudra kinh điển được dùng như là sơ bộ cho sự tu tập Mahamudra mật điển.

Jonang

Trong thời truyền sau, Phật giáo Ấn Độ đã trưởng thành một cách có ý nghĩa với rất nhiều bậc sư chứng ngộ cao. Vào thời này một trong những hệ thống tu tập phổ biến hơn được đặt căn bản trên *Mật Điển Pháp Thời Luân Kim Cương (Kalachakra Tantra)*. Giáo lý rõ ràng độc đáo này được mang vào Tây Tạng do không ít hơn mười bảy người giữ dòng truyền khác nhau luân phiên truyền bá một cách nặng nề ở Tây Tạng. Đại hành giả Yoga Khunphang Thukje Tsondru đã du hành miền đất ấy thu nhận sự truyền của mỗi dòng truyền này và rồi tu tập tất cả chúng một cách rộng rãi ở những nơi hẻo lánh. Cuối cùng, sư đã an định trong một cái am mà sư đã dựng lên trong thung lũng Jomonang. Am này về sau được biết như là Tự Viện Jonang.

Trên căn bản những chứng ngộ thâm sâu về Con Đường Pháp Thời Luân Kim Cương, Thukje Tsondru kết hợp tất cả những chỉ dạy cốt lõi sư đã thọ nhận thành một hệ thống tu tập hợp nhất độc đáo. Qua tu tập hệ thống này Dolpopa Sherab Gyaltsen bậc toàn tri đã đạt được một tuệ kiến đặc biệt rõ ràng về tâm tinh tuyền của Phật tính. Sư tiếp tục thông tri những cái thấy này trong những gì được biết như là *Triết lý Trung Đạo về Tính Không Kia* (Zhenyong Madhyamaka). Giáo lý này phân ly một cách có ý nghĩa từ những trình bày triết học được chấp nhận của những người đương thời của sư và do đó khó cho một vài người trong bọn họ chấp nhận. Mặc dù toàn khắp, Dolpopa đã chuyển hóa cách mà nhiều người đã nghĩ về chân lý tối hậu, hướng dẫn họ một cách khéo léo hướng về chân lý thiêng liêng của riêng họ.

Truyền thống Jonang chuyên biệt trong những giáo lý cao nhất của Hệ Thống Pháp Thời Luân Kim Cương, những pháp tu của giai đoạn hoàn thành được biết như là Sáu Yoga Kim Cương. Những phương pháp Yoga đầy năng lực này cung cấp một cách cực kỳ hiệu quả hướng dẫn những hành giả dâng hiến để đạt giác ngộ trong một đời duy nhất.

Geluk

Truyền thống Geluk do người bí ẩn Je Tsongkhapa, Lopsang Drakpa sáng lập. Tsongkhapa đã học với một số đông các bậc thầy khác nhau từ những truyền thống khác nhau và đặc biệt tập trung vào sự hòa giải tư tưởng Tây Tạng với những giáo lý của các bậc Đại sư Ấn Độ. Đặt căn bản trên sự tìm kiếm rộng rãi của sư nơi các tác phẩm của Long Thọ (Nagarjuna), Vô Trước (Asanga), và nhiều người khác, Đại sư Tsongkhapa phát biểu một sự trình bày rất có cấu trúc và rõ ràng về những gì sư cảm thấy là sự hiểu biết chính xác nhất về Phật pháp.

Đại sư Tsongkhapa đã đặc biệt nhấn mạnh về tầm quan trọng của cộng đồng Phật giáo thọ giới và về sự tranh luận triết học như là phương pháp để tạo hình tâm. Trên căn bản của những nguyên tắc này, ba đại học Phật giáo đã dựng lên quanh giáo lý của các bậc Đạo sư: Ganden, Drepung và Sera. Những học viện này chứa hàng chục ngàn tăng nhân, tất cả đều dấn thân vào một quá trình nghiên cứu và tu tập mãnh liệt phi thường.

Các pháp tu của Geluk tập trung rộng rãi vào các giáo lý kinh điển do học giả triết học Ấn Độ Atisha Dipamkara phát triển. Bằng nhiều cách, Tsongkhapa đã nhận diện truyền thống của riêng sư như là sự tiếp tục của truyền thống Kadam đã hiện hữu vào các giai đoạn đầu của thời kỳ Truyền sau. Như vậy, Geluk nương tựa vào các dòng truyền *Các Giai Đoạn của Con Đường* (larim) và *Tu Luyện Tâm* (lojong) như là nền tảng để thiết lập sự chứng ngộ về khước từ, tâm bồ-đề, và tính không. Trên căn bản này, hành giả bấy giờ dấn thân trong bất cứ hệ thống Mật Điển nào họ cũng có sự kết nối nhiều nhất. Đa số các Gelukpas sẽ tu tập hoặc *Kinh Tam Nghiệp Bí Mật (Guhyasamaja)*, *Kinh Đại Uy Đức Kim Cương (Yamatanka)* và *Kinh Thắng Lạc Kim Cương (Chakrasamvara)*.

Trong sáu truyền thống này, hai truyền thống đầu thuộc về thời Truyền sớm, trong khi bốn truyền thống còn lại thuộc về thời Truyền sau. Trong khi tất cả sáu truyền thống đều được xem là của Phật giáo, Bổn là độc nhất theo cách họ truy tìm dấu vết giáo lý của họ trở về với một người sáng lập khác. Mặc dù nguồn gốc của họ có thể khác, khi xét kỹ kết quả sự tu tập của họ, thì rõ ràng tất cả những truyền thống này đều có khả năng đưa hành giả đến giác ngộ.

Nguồn gốc	Truyền	Truyền thống	Người sáng lập chính
Zhang Zhung	Sớm	1. Bön	Tonpa Shenrab
Ấn Độ		2. Nyingma	Padmasmbhava
	Sau	3. Sakya	Khön Konchok Gyalpo
		4. Kagyu	Gampopa
		5. Jonang	Thukje Tsondru
		6. Geluk	Tsongkhapa

Bảng 14-1: Sáu Truyền Thống Tâm Linh của Tây Tạng.

CHÍN THỪA TIẾN BỘ CỦA TRUYỀN THỐNG NYINGMA

Nếu chúng ta tập trung vào năm truyền thống phát nguyên ở Ấn Độ, chúng ta có thể thấy tất cả những truyền thống ấy dùng con đường có học vị để hướng dẫn hành giả hướng đến các mục đích tinh thần của họ. Mỗi thừa được xem như là chỉ sự hỗ trợ tạm thời giúp hành giả phát triển những thức ngộ cần thiết để tiến bộ trên đường đạo. Một khi những thức ngộ đó đã được hiện thực, thì tiêu điểm chuyển sang thừa kế tiếp. Bằng cách này, một hành giả mang tất cả các giáo lý của Đức Phật từ nền tảng đến những giáo lý bí mật thâm sâu nhất.

Giữa hai sự truyền Sớm (Nyingma) và Sau (Sarma), những hệ thống khác nhau phạm trù hóa những thừa này được hình thành. Phần lớn, những khác nhau này quay quanh những loại mật điển khác nhau được dịch trong từng thời kỳ. Vì truyền thống Nyingma có sự trình bày rộng rãi nhất, tôi sẽ bắt đầu với hệ thống này và rồi khám phá các truyền thống Sarma khác nhau như thế nào.

Các Thừa Nguyên Nhân (Sutrayana)

Sự trình bày của Nyingma về Chín Thừa được tách ra thành ba nhóm. Nhóm thứ nhất thường được biết như là *Các Thừa Nguyên Nhân*, vì tiêu điểm của họ là tạo ra những nguyên nhân cho sự giải thoát khỏi luân hồi hay giác ngộ. Họ cũng được biết như là *Kinh Thừa (Sutra-yana)* bởi vì họ nương tựa vào các giáo lý trình bày trong các kinh. Chúng ta đã nhìn vào các thừa này trong các chương trước, vì thế sau đây chỉ là tóm tắt:

1. **Thừa Thanh Văn:** Thừa này gồm những giáo lý của Ba Tạng mà đức Phật đã dạy một cách công khai, đưa chúng sinh đến cảnh giới *A la hán Thanh Văn* hay sự giải thoát cá nhân.

2. **Thừa Duyên Giác:** Đây là con đường của "những người đơn độc giác ngộ" qua đó chúng sinh đạt cảnh giới *A la hán Độc Giác* bằng cách khám phá cái thấy và con đường của riêng họ. Họ chủ yếu sống trong những đại kiếp âm u khi không có Phật xuất hiện để chuyển bánh xe Pháp.

3. **Thừa Bồ tát:** Thừa này nhấn mạnh những giáo lý thâm sâu của đức Phật về tính không và bi tâm đưa một người dẫn dần tiến đến sự chứng ngộ đầy đủ *Phật quả* qua thời gian ba vô số đại kiếp.

Trong ba thừa này, hai thừa đầu được xem là phần của *Thừa Nền Tảng* (Hinayana) trong khi thừa thứ ba là lối vào *Đại Thừa* (Mahayana).

Các Thừa Kết Quả (Tantrayana)

Sáu thừa còn lại được biết như là *Những Thừa Kết Quả* vì họ tập trung làm việc để đưa sự tỉnh giác về cảnh giới kết quả vào giây phút hiện tại. Những thừa này cũng được biết như là *Thừa Mật Điển* (Tantrayana) bởi vì họ dựa vào những giáo lý trình bày trong các mật điển.

Tất cả những con đường này lấy Thừa Bồ tát làm nền tảng. Điều này có nghĩa là vị hành giả được mong là đã phát nguyện giác ngộ tâm Bồ đề, khiến tất cả những con đường theo sau là phần của Đại Thừa. Sự thực, lý do chính để dấn thân vào sự tu tập Mật Điển là hiện thực cảnh giới Phật một cách nhanh chóng. Đúng hơn là tiêu phí hàng tỉ đời để đạt mục đích của mình, những lớp mật điển khác nhau cung cấp những phương tiện thiện xảo để đạt cùng kết quả chỉ ít như trong một đời, cho phép vị hành giả làm lợi ích nhiều nhất cho chúng sinh nhanh chóng như có thể được.

Nói thế, không phải mọi người đều có thể dùng những kỹ thuật tiên tiến nhất ngay tức thì. Do đó, có một số lớp Mật Điển sơ bộ cho phép hành giả tiến bộ dần dần đến pháp tu cao hơn. Trước khi dấn thân vào bất cứ một pháp tu nào trong những pháp tu này, người ta phải trước tiên thọ nhận sự cho phép từ một vị Đạo sư Phật giáo Kim Cương Thừa đủ phẩm hạnh đăng quang. Những sự cho phép này vận hành đầu tiên làm thuần thục những tập khí nghiệp của hành giả. Trong truyền thống Nyingma, những mật điển này được chia thành hai nhóm:

Ngoại Mật Điển

Trong các thừa này, hành giả biết liên hệ với bản tính giác ngộ của riêng mình qua làm việc với *vị thần thiền định* (yiddam). Vị thần ấy là sự thị hiện biểu tượng của sự hợp nhất giữa hiện tướng và tính không. Họ được xem là bên ngoài cho đến khi nào vị hành giả liên hệ với vị thần ấy như là khác với tự ngã bình thường của mình. Khi vị hành giả tiến bộ qua các thừa này, vị ấy từ từ biết nhận diện với khía cạnh thanh tịnh của thực tại. Ba thừa trong nhóm này là:

4. **Thừa Mật Điển Hành Động (kriyatantrayana):** Trong Mật Điển Hành Động, chúng ta nhận nước và những khai thị đăng quang (crown initiations) và một cách thông thường chúng ta quán tưởng vị thần ấy ngay trước chúng ta, nhận sự cho phép từ vị thần ấy. Ở bình diện chân lý tương đối, vị thần này được xem như là ở bên ngoài và bên trên chính chúng ta và có sự phân chia rõ ràng giữa sự thanh tịnh của thần và sự bất tịnh của chúng ta. Mật Điển Hành Động đặt sự nhấn mạnh rất nhiều lên những hành động bên ngoài như sự tịnh hóa bằng nghi thức được thực hiện để nhận phúc lành từ vị thần ấy.

5. **Thừa Mật Điển Thực Hiện (charyatantrayana):** Mật Điển Thực hiện (cũng được biết như là Upa-Yoga Tantra) hầu như đồng nhất với Mật Điển Hành Động, với những lễ khai thị hoàn thành và đặt tên được ban cho trong một lễ Quán Đình thêm vào nước và những lễ khai thị đăng quang. Vị thần vẫn được thấy như là ở bên ngoài nhưng bây giờ được xem như là một người bạn, bình đẳng thanh tịnh trong hiện tướng đối với chính chúng ta. Pháp tu này cho phép chúng ta khởi tạo chính mình như là một vị thần, dù loại gia trì chúng ta nhận tương tự với sự gia trì nhận được trong Mật Điển Hành Động. Trong khi tu tập Mật Điển Hành Động hay Mật Điển Thực Hiện có thể cho chúng ta kéo dài sinh mệnh của mình để trợ giúp sự tu tập của mình, trong đa số các khía cạnh khác, pháp tu ấy trong bản tính tương tự với thừa kinh điển.

6. **Thừa Yoga Mật Điển (yogatantrayana):** Trong Yoga Mật Điển, thêm vào bốn lễ khai thị trước, chúng ta cũng nhận những lễ khai thị kim cương, chuông, tên, và cam kết, theo sau là sự ban Quán Đình của vị Đạo sư Phật giáo kim cương thừa và những lễ khai thị hộ trợ. Sự tu tập xen vào việc tạo chính chúng ta như là một vị thần giác ngộ, xây dựng sự kết nối với vị thần quán tưởng này trong thiền định và rồi hóa tán sự quán tưởng trở về với tính không. Bằng cách này mọi khía cạnh trí tuệ của vị thần hòa với tâm chúng ta như nước đổ vào nước. Pháp tu Mật Điển Yoga xen vào thiền định về năm biểu tượng của giác ngộ, tiêu biểu bằng mặt trăng, mặt trời, chủng tử, những bổ sung của vị thần và toàn thân hay sắc tướng của vị thần ấy. So sánh với con đường kinh điển, thừa này chứa nhiều phương tiện thiện xảo như năm điểm đã nói trước, và kết quả giác ngộ có thể đạt được [trong thời gian] ít như mười sáu đời tùy thuộc vào khả năng và trí thông minh của chúng ta.

Trong khi sự tu tập của Mật Điển Hành Động đặt sự nhấn mạnh nặng vào những khái niệm thanh tịnh, sạch sẽ, những tiêu đề này không phải trọng yếu trong Mật Điển Thực Hiện và Yoga. Khi vị hành giả tiến bộ đến các giai đoạn cao hơn, tiêu điểm quay vào bên trong nhiều hơn và sự tu tập của họ trở nên ít quan tâm hơn những hình thức hành xử bên ngoài.

Nội Mật Điển

Thông qua *Các Ngoại Mật* Điển, hành giả đang làm việc với hai chân lý như là hai đối tượng được thiền định tách rời nhau. Khi thiền định về vị thần và niệm chân ngôn, là đang làm việc với chân lý tương đối, trong khi thiền định về tính không sau khi vị thần ấy đã phân tán, là đang làm việc với chân lý tối hậu. Khi hành giả chuyển vào *Các Nội Mật* Điển, hai cách thiền định này được kết hợp thành một nhất thể không thể tách rời.

Như chúng ta sẽ thảo luận chi tiết hơn dưới đây, đa số các mật điển được tu tập trên căn bản hai giai đoạn. Trong *giai đoạn khởi tạo*, hành giả làm việc với vị thần thiền định để chuyển hóa cách mà hành giả nhận thức những khía cạnh khác nhau của kinh nghiệm cá nhân của mình. Rồi trong *giai đoạn hoàn thành*, hành giả làm việc để thiết lập một cảnh giới rất năng lực của thiền định có thể dùng để thức ngộ bản tính tối hậu của thực tại.

Đặt căn bản trên các mật điển đã được dịch trong thời kỳ Truyền sớm, truyền thống Nyingma nhận diện ba loại mật điển thuộc về phạm trù này:

7. **Đại Yoga (mahayoga):** Đại Yoga tập trung chính vào giai đoạn khởi tạo. Nó bắt đầu với sự thiền định về tính không hay Tâm Bồ đề tối hậu, nơi tất cả mọi hiện tượng trong bản tính thanh tịnh của chúng được nhận ra như là rỗng không, và từ đây phát sinh sự thức ngộ về Tâm Bồ đề tương đối. Sự hợp nhất của Tâm Bồ đề tương đối và tối hậu được diễn đạt như là một chủng tự, phát ra những tia sáng tịnh hóa toàn bộ môi trường luân hồi. Rồi chủng tự ấy biến thành hiện tướng thanh tịnh của vị thần ấy: thân của họ được thấy như là sắc tướng của vị thần ấy, môi trường bên ngoài

được thấy như là mạn đà la hay cung điện của vị thần ấy và toàn bộ kinh nghiệm được nhận thức như là đám tùy tùng hay hoạt động của vị thần ấy. Thêm nữa, tất cả mọi âm thanh được nhận thức như là trí ban sơ.

8. **A nậu Yoga (anuyoga):** A nậu Yoga tập trung vào giai đoạn hoàn thành, dùng những pháp tu kiểm soát các kênh, các luồng nội khí và tinh chất trong thân vi tế của hành giả. Sự quán tưởng về các vị thần ấy được khởi tạo tức khắc và tất cả những hiện tượng tương đối được thấy như là Mạn Đà La của vị Phật Nguyên Thủy Phổ Hiền nam, trong khi bản tính tối hậu của chúng được nhận thức như là mạn đà la vị Phật Nguyên Thủy Phổ Hiền nữ. Sự hợp nhất của các mạn đà la này là sự thức ngộ về mạn đà la đại cực lạc, tất cả mọi hiện tượng cư ngụ một cách bình đẳng trong đó.

9. **A đề Yoga (atiyoga):** A đề Yoga, cũng được biết như là Dzogchen, là sự thức ngộ trực tiếp về bản tính trống không của tất cả mọi sự vật. Bản tính của tâm được giới thiệu một cách trực tiếp với người học và sự làm quen với cái thấy này được tu dưỡng trong thiền định và rồi được tích hợp thành mọi phút giây kinh nghiệm. Các mật điển Dzogchen được chia thành các phạm trù *Tâm* (Semdé), *Hư Không* (Longdé) và những *Chỉ Dạy Cốt Lõi* (Mengakdé). Trong ba phạm trù, những Chỉ Dạy Cốt Lõi được xem là thượng đẳng vì chúng chứa hai con đường được biết như là "đả thông" (trekchö) và "vượt thoát" (tögal). Trekchö, một hình thức thiền định về trí tuệ siêu việt, phải được thành tựu trước tiên để nhận ra tính thanh tịnh nguyên thủy của tất cả mọi hiện tượng. Pháp tu Tögal thì cho phép chúng "Thấy" những thị kiến thị hiện một cách tự nhiên của những cái đĩa, những tia sáng, các thần và các cõi Phật phát sinh trong kênh chính kết nối tim và mắt.

Kết hợp với nhau, chín thừa này cung cấp một phạm vi rộng những pháp tu thích hợp cho tất cả những hành giả Phật giáo dù họ ở đâu trong cuộc hành trình tâm linh của họ. Về mặt cá thể, mỗi thừa tiêu biểu cho một phương thức tiếp cận tu tập đặc biệt. Sự khác nhau giữa những phương thức tiếp cận này thường được minh họa bằng cách loại suy về một cây độc, mà cây ấy tượng trưng cho những phiền não xúc cảm của chúng ta.

Nhóm người thứ nhất khám phá cây độc này nhận ra sự nguy hiểm của nó và bắt đầu cắt nó xuống. Cũng vậy, hành giả Tiểu Thừa thấy những phiền não xúc cảm như một vật bị bỏ đi và như thế cố gắng tự cách ly mình với chúng nhiều như có thể được. Tiêu điểm chính của họ do đó là con đường khước từ.

Nhóm thứ nhì cũng nhận ra cây ấy nguy hiểm, nhưng nhận thức rằng chỉ cắt nó xuống thì không đủ, vì những rễ còn lại của nó sẽ mọc lên một lần nữa. Như thế họ ném tro nóng hay nước sôi vào rễ để ngăn ngừa cây ấy khỏi mọc lại bao giờ. Điều này miêu tả phương thức tiếp cận của Phật giáo Đại Thừa, mà sự thức ngộ về tính không được dùng như là phương thuốc chống độc vô minh, rễ của tất cả những phiền não xúc cảm.

Và cuối cùng nhóm người thứ ba thấy cây ấy theo quan điểm của một bác sĩ. Họ biết làm sao chuyển hóa độc của cây ấy thành thuốc chữa và đối với một người như thế cũng vậy, không cần phải hủy diệt nó. Bằng trí tuệ có thể biết một cách chính xác làm sao dùng cây ấy để đem lại lợi ích. Cũng vậy, con đường mật điển, năng lực của các phiền não có thể dùng một cách thiện xảo để cắt đứt những ám chướng và bằng cách đó cung cấp nhiên liệu cho quá trình chứng ngộ.

MẬT ĐIỂN YOGA TỐI THƯỢNG THEO CÁC TRUYỀN THỐNG SARMA

Phần lớn, sáu thừa đầu của Truyền Thống Nyingma được chia xẻ chung với các Truyền Thống Sarma. Chỗ khác nhau của chúng là trong những cách xếp loại được dùng để miêu tả những pháp tu tiên tiến nhất. Trong khi Nyingma ám chỉ những hệ thống này như là những Nội Mật Điển, thì Sarma ám chỉ chúng như là *Mật Điển Yoga Cao Nhất*. Những mật điển thực tế bao gồm những loại này cũng khác nhau đặt trên căn bản trên những giáo lý kết tập trong từng thời kỳ.

Trong Mật Điển Yoga Cao Nhất, tu tập ba mật điển thấp hơn của Mật Điển Hành Động hay Thực Hiện không đủ để đạt giác ngộ một cách thực tế. Cuối cùng, tất cả mọi hành giả sẽ cần tu tập Mật Điển Yoga Cao Nhất vì đây là những hệ thống duy nhất thực tế cung cấp các phương tiện để khởi tạo một phạm vi đầy đủ các sắc thân của một vị Phật.

Tất cả những hệ thống ở mức này là những con đường tự chứa cho chính chúng, cung cấp một hành giả đơn độc (với những tập khí đúng) tất cả những phương pháp cần để đạt giác ngộ chỉ trong một đời. Những khác nhau trong các hệ thống, do đó, được đặt căn bản ở chỗ chúng đặt sự nhấn mạnh phù hợp với các nhu cầu đặc biệt của những hành giả theo chúng. Như thế, chúng ta có thể nhận diện ba phạm trù:

1. **Các Mật Điển Cha:** Những mật điển này nhấn mạnh sự khởi tạo những pháp tu như là niệm chú và quán tưởng. Có ba loại mật điển cha đặt căn bản trên xúc cảm phiền não chúng hành tác nhiều nhất: tham, sân và si. Ví dụ các mật điển cha gồm có *Guhya-samaja* và *Yamantaka*.

2. **Các Mật Điển Mẹ:** Những mật điển này nhấn mạnh sự thiền định về tính không cao cả của những pháp tu của giai đoạn hoàn thành. Những con đường này thông thường tập trung vào sự dùng tham dục như là phương pháp khởi sinh sự tỉnh giác cực lạc tập trung. Thí dụ về loại này gồm những mật điển như *Kinh Thắng Lạc Kim Cương (Chakrasamvara), Kim Cương Du Già Thánh Nữ (Vajrayogini), Đức Hô Kim Cương (Hevajra)* và *Chandamaharoshana*.

3. **Các Mật Điển Bất Nhị:** Những mật điển này đặt sự nhấn mạnh tương đương trên cả phương tiện thiện xảo của giai đoạn khởi tạo và trí tuệ thâm sâu của giai đoạn hoàn thành. Tiêu điểm ở đây là về sự hợp nhất của tính không cao cả và đại cực lạc. Thí dụ chính của loại này là *Kalachakra Tantra* (Mật Điển Pháp Thời Luân Kim Cương).

Ngay cả trong Mật Điển Yoga Cao Nhất, có thể một vài pháp tu nhiều hay ít thâm sâu hơn những pháp tu khác. Chính sự thanh tịnh của dòng truyền thừa, những chỉ dạy cốt lõi mà dòng truyền mang theo và khả năng của hành giả, tối hậu quyết định một pháp tu có thể thâm sâu như thế nào. Trong các Truyền Thống Sarma của Phật giáo Tây Tạng, Mật Điển Pháp Thời Luân Kim Cương được xem là sâu xa và quảng đại nhất trong tất cả các mật điển, đã được đức Phật truyền dạy trực tiếp.

Nguồn gốc	Thừa	Nyingma	Sarma
Kinh điển	Tiểu thừa		Thừa
			Thanh văn
	Thừa Độc giác		Đại thừa
Thừa Bồ tát Mật điển	Kim cương thừa		Mật điển Kriya
			Mật điển Charya
		Mật điển Yoga A-nậu Yoga	
		Mật điển Yoga	Anuttarayoga tantra (Cea Cao hơn Yoga Tantra)
		Cao Nhất	
		A-đế Yoga	

Bảng 14-2: Phân loại các Thừa theo Phật giáo Tây Tạng.

ĐẾ – BẢN TÍNH PHẬT

Như chúng ta đã thấy, Phật giáo Đại thừa có thể chia ra thành hai phương thức tiếp cận chính: Kinh điển và Mật điển. Trong Kinh điển, sự nhấn mạnh được đặt trên sự đánh tan ngộ nhận về sự thực hữu qua thiền định về tính không. Vì sự vô minh này ràng buộc chúng ta vào cuộc tồn sinh luân hồi, trước tiên bằng cách nhận ra tính không của cái ngã của chúng ta, chúng ta có thể phá vỡ chu kỳ đó. Rồi bằng cách thức ngộ tính không của tất cả mọi hiện tượng, chúng ta có thể dẹp bỏ sự bảo thủ vi tế sự thực hữu ngăn chặn chúng ta hiện thực cảnh giới biết tất cả (Chính biến tri) của Phật quả.

Khi làm việc với loại tính không này, có thể nói rằng chúng ta đang dùng phương thức tiếp cận phủ định trong đó chúng ta đang phủ nhận cái gì đó không hiện hữu. Trong mật điển, đã thiết lập bản tính tương đối của thực tại (được biết như là sự hợp nhất của hiện tướng và tính không), bây giờ chúng ta có thể chuyển tiêu điểm của chúng ta đến sự vật thực tế hiện hữu như thế nào. Điều này được thực hiện qua làm việc với bản tính tối hậu của thực tại, những gì thường được ám chỉ như là Phật tính.

Trong Mật Điển Yoga Cao Nhất, Phật tính cũng được biết như là Tâm Tịnh quang. Nó là căn cứ địa nền tảng nhất trên đó toàn bộ kinh nghiệm phát sinh. Thông thường có hai khía cạnh đặc trưng tâm này:

1. **Tạo Hiện Tướng (Sự Rõ Ràng):** Tâm như hư không, có tiềm năng vô cùng và hoàn toàn không có tất cả mọi biên giới. Trong hư không này, bất cứ vật gì cũng có thể phát sinh. Bởi vì chính tâm này không có sự thực hữu mà nó có khả năng khởi sinh tất cả mọi loại hiện tướng tùy thuộc.

2. **Tỉnh Giác (Tính Quang Minh):** Tâm có khả năng biết mọi thứ phát sinh trong nó. Đây không phải là cái biết có tính cách khái niệm, mà là sự tỉnh giác trực tiếp về bất cứ cái gì đang xuất hiện.

Như mặt trời, chiếu ra những tia sáng, tỉnh giác soi sáng và tạo hình bất cứ cái gì người ta kinh nghiệm.

Do sự tương tác của hai khía cạnh này của Phật tính, tất cả mọi kinh nghiệm về luân hồi và Niết bàn tự nhiên hòa hợp. Bởi vì vô minh, chúng ta không thể nhận ra bản tính này, do đó không thể kiểm soát được khổ, không thấy thế giới duy nhất, giới hạn tiềm năng nội tại của mình. Thay vì tự do, chúng ta tạo ra ràng buộc.

Mật điển được gọi là con đường kết quả bởi vì nó là phương pháp học chủ yếu giúp nhận ra những phẩm tính thị hiện của Phật tính trong kinh nghiệm hiện tại. Theo viễn tượng Phật tính đã có sẵn mọi thứ chúng ta cần để thị hiện giác ngộ. Chẳng có cái gì mới cần được thêm vào hay sản sinh. Ngay bây giờ, trong chính giây phút này, nó có thể kết nối với chân lý thiêng liêng nhất của chúng ta.

Chìa khóa để làm việc này là trước tiên nhận ra rằng chân lý tối hậu về địa của chúng sinh, chân lý tối hậu của một vị Phật giác ngộ viên mãn không có sự khác nhau nào cả, bản tính này không có khởi đầu và không có kết thúc. Không có gì có thể hủy diệt tâm hay khiến nó dừng lại và do đó nói một cách tương đối, nó là một sự liên tục thường hằng. Trong khi chính Phật tính không có kết thúc, sự tồn sinh luân hồi có kết thúc.

Luân hồi chỉ là một cách trong đó Phật tính có thể hiển hiện. Vì Phật tính có khả năng khởi dậy mọi thứ, nó cũng có khả năng khởi dậy vô minh. Khi vô minh khởi lên, luân hồi sinh ra và đau khổ theo sau. Một khi tâm bị sập bẫy trong một tình trạng như thế, nó không thể chạy trốn cho đến khi rễ của vô minh được nhổ đi.

Theo cách này, Phật tính giống như bầu trời và tâm phiền não vì tham, sân và si, giống như những đám mây phát sinh trong hư không. Trong khi mây còn đó, chúng ngăn chúng ta không thấy bầu trời. Song, dù những đám mây ấy mang hình dáng gì hoặc chúng hiện diện trong thời gian dài hay ngắn, bầu trời vẫn không bị chạm đến và vẫn siêu việt. Cũng vậy, Phật tính của chúng ta xưa nay vẫn Thanh tịnh, không một vết nhơ phiền não.

Vì vậy giác ngộ là hiện hữu. Một cách khác nghĩ về Phật tính là tưởng tượng nó giống như ngọc như ý bị vùi lấp sâu dưới đất. Bên trên viên ngọc quí này một người nghèo sống trong một ngôi nhà lụp xụp, đời sống của anh ta khó nhọc và đầy những hình thức đau khổ khác nhau. Một hôm một người trí tuệ có năng lực thấu thị chú ý đến viên ngọc bị chôn vùi dưới đất. Ông ta nhận thấy rằng người nghèo kia sẽ được lợi ích lớn nếu biết cách tìm viên ngọc này và như thế ông ta bảo người nghèo đào đất bên dưới nhà mình. Người nghèo bắt đầu đào qua bụi bẩn và đá và tìm thấy chỗ giấu bạc, anh ta quá vui vì vận may của mình. Nhưng người trí tuệ bảo anh ta, "Hãy đào tiếp! Đừng thỏa mãn với thứ đá trông giống như bạc đó". Và như thế người nghèo tiếp tục đào. Chẳng bao lâu anh ta đến chỗ giấu vàng, và người trí tuệ lại bảo anh ta, "Hãy tiếp tục đào! Đừng thỏa mãn với thứ đá trông giống như vàng đó". Cuối cùng, người nghèo dẹp sạch những đống bụi bẩn và choáng ngợp vì sự sáng ngời của ánh sáng phát ra từ viên ngọc như ý. Trong giây phút này, tất cả những khó nhọc của người đó đã qua.

Cùng cách ấy, Phật tính của chúng ta bị vùi sâu trong nhiều lớp ám chướng thô và tế của chúng ta và qua tu tập Pháp chúng ta có thể đào xuống qua những tầng lớp này. Dọc theo đường đi, chúng ta có thể gặp nhiều loại khái niệm khác nhau. Có những loại giống như bạc hành tác như những phương thuốc chống độc cho những tâm thái phiền não của chúng ta, nhưng chúng giống như những miếng băng thuốc trợ giúp mà không thể mang đến cho chúng ta sự tự do cuối cùng. Rồi có những khái niệm giống như vàng giúp chúng ta nhận ra bản tính trống không của thế giới bị qui cho của chúng ta, nhưng những ý kiến này cho chúng ta thấy chỉ là một khía cạnh của chân tính chúng ta. Cuối cùng, chúng ta phải vượt qua bên kia tất cả những khái niệm này và để sự tỉnh giác của chúng ta yên nghỉ trong tính không cao cả với đầy tất cả những khả thể. Chỉ bấy giờ chúng ta mới có thể thị hiện tiềm năng vĩ đại nhất của mình, tự tại với tất cả mọi sự giới hạn.

Phân Biệt Rõ Ràng Chân Lý Tối Hậu

Từ tiên đề căn bản này, chúng ta có thể bắt đầu phân biệt một vài khái niệm nòng cốt sẽ giúp cho chúng ta hiểu con đường mật điển hành tác như thế nào để mang lại sự giác ngộ. Những khái niệm này được trình bày một cách rõ ràng nhất trong các kinh của Lần Chuyển Pháp Luân Thứ Ba và các Mật Điển. Vì lý do này, chúng tiêu biểu cho cái hiểu khẳng định về các giáo lý của Đức Phật về chân lý tối hậu.

Hai Loại Quả

Khi chúng ta nói địa thì cũng như nói quả, chúng ta cần nhớ rằng chúng ta đang nói theo viễn tượng chân lý tối hậu. Một cách tối hậu, Phật tính hiện hữu vào thời gian của địa thì giống như Phật tính hiện hữu vào thời gian của quả. Như vậy theo cách này chúng giống nhau. Tuy nhiên điều này không có nghĩa là sự thị hiện của chúng cũng như vậy. Một cách tổng quát, chúng ta có thể nói về hai loại quả như sau:

1. **Ly hệ quả:** Đây là những phẩm tính cố hữu của Phật tính hiển hiện một cách tự nhiên khi các tâm thái phiền não bị loại bỏ. Chúng ta không phải làm bất cứ điều gì để tạo ra những phẩm tính này vì chúng đã hiện diện trong bản tính tối hậu của chúng ta. Một thí dụ về quả phân cách là Chính Biến Tri (có khả năng biết tất cả mọi hiện tượng một cách trực tiếp từ Phật tính không qua sự suy nghĩ của bộ óc) có khả năng biết tất cả mọi hiện tượng một cách trực tiếp.

2. **Đẳng lưu quả:** Đây là những phẩm tính được tạo ra do duyên Phật tính của chúng ta qua sự tu tập Pháp. Những gì chúng ta đang làm một cách hiệu quả là tạo ra những duyên mà trong đó vô minh không thể dấy lên được nữa và do đó ngăn chặn sự thị hiện của luân hồi. Một thí dụ về quả được tạo ra là trí tuệ nhận thức tính không của hiện hữu vốn có.

Hai Loại Dòng Truyền

Trên căn bản hiểu biết của chúng ta về hai loại quả này, câu hỏi phát sinh là tất cả chúng ta có khả năng hiện thực những phẩm tính này không? Khi nhìn vào tiềm năng của những người khác nhau, chúng ta có thể nhận diện hai dòng truyền (hay gia đình) chính mà tất cả chúng ta thuộc về:

1. **Dòng Truyền Tự Nhiên:** Tất cả chúng sinh, bất chấp hình dáng hay kích cỡ, thuộc về cùng gia đình theo nghĩa tất cả chúng ta đều bình đẳng sở hữu những phẩm tính của Phật tính. Mọi sự vật khởi lên trong tâm chỉ là một khía cạnh thị hiện của bản tính đó và do đó chúng ta có thể nghĩ về Phật tính như là một sợi chỉ chung kết hợp nó lại tất cả với nhau. Tất cả chúng ta đều có khả năng đạt giác ngộ bản tính này. Bất cứ ai, sinh ra ở đâu, làm bất cứ việc gì, đang ở bất cứ tình trạng nào đều mang viên ngọc quí này bên trong. Đó là Pháp tính.

2. **Dòng Truyền Phát Triển:** Tất cả chúng ta thuộc về dòng truyền tự nhiên tức là dòng truyền phát triển. Đây là khả năng căn bản của chúng ta để tu luyện tâm qua các pháp tu tinh thần. Qua sự dấn thân vào những loại hoạt động khác nhau có thể loại bỏ những ám chướng bất tịnh và nhờ đó phát hiện những phẩm tính thanh tịnh của dòng truyền tự nhiên. Đây là chân lý tương đối. Từ quan điểm này, có thể nhận diện ba giai đoạn của hành giả: những chúng sinh trải nghiệm những hiện tướng bất tịnh đặt căn bản trên những ám chướng ngẫu nhiên; những Bồ tát kinh nghiệm sự hỗn hợp của những hiện tướng bất tịnh và tịnh; những vị Phật chỉ trải nghiệm những hiện tướng tịnh.

Hai Loại Tính Không

Khi bắt đầu có được cảm giác rõ hơn chân lý tối hậu phân biệt với chân lý tương đối như thế nào, chúng ta đi đến nhận ra rằng trong khi cả hai mô hình kinh nghiệm này đều rỗng không, chúng không rỗng không theo cùng một cách. Ấy là sự khác nhau theo loại tính không thiết lập cách hai chân lý này có khả năng tạo thành phạm vi đầy đủ của các hiện tướng.

1. **Không của Tự (Tự Không):** Đây là hình thức của tính không được nhấn mạnh một cách nặng nề trong lần Chuyển Pháp luân Thứ hai. Ấy là sự nhận ra rằng mọi hiện tượng tùy thuộc phát sinh trong viễn tượng tương đối và do đó thực thể của nó rỗng không. Khi phân tích những hiện tượng như thế, không thể tìm được chúng, mọi sự vật tiêu tan và tâm còn lại với sự tỉnh giác như hư không của duy một sự thiếu vắng.

2. **Không của Tha (Tha Không):** Qua sự làm quen với tính không của tự, một thiền giả có thể cắt đứt tất cả những lớp thô và vi tế của tính khái niệm. Cuối cùng, ngay cả chính những khái niệm nhị nguyên vi tế giống như thực tại khách quan của duy một sự thiếu vắng hay thực tại chủ quan của tâm mà nó ý thức về sự thiếu vắng ấy, cũng tiêu tan. Ở điểm này, có thể kinh nghiệm Phật tính của riêng mình theo cách bất nhị, vô niệm. Tuy nhiên kinh nghiệm này không chỉ là sự thiếu vắng mà sự thật, một kinh nghiệm đầy những hiện tướng thanh tịnh, phát khởi từ tính quang minh nội tại của tâm. Tầng mức thực tại cực kỳ thâm sâu này hoàn toàn không có tất cả những qui ước giới hạn nó ở "cái này" hay "cái kia". Vì lý do này, nó được biết như là *Tính Không của Tha* (là ở bất cứ cái gì khác hơn chính nó) hay như *Tính Không Cao Cả Đầy Tất Cả Những Khả Thể*. Dù bạn gọi nó là gì, đây không gì khác hơn là cảnh giới được thiết lập đầy đủ của Phật tính.

Hai Loại Thanh Tịnh

Theo sự phân tích trên, bây giờ chúng ta có thể thấy rằng căn cứ địa tối hậu của Phật tính có thể được xem là thanh tịnh theo hai cách:

1. **Thanh Tịnh Bản Nhiên:** Mọi sự vật đều phát khởi nơi Tâm tức là đang phát khởi Phật tính là hiện tượng bản nhiên thanh tịnh. Điều này có nghĩa là mọi hiện tượng không thanh tịnh được chúng sinh trải nghiệm. Các hiện tượng thanh tịnh tương ứng được biết bởi một bậc giác ngộ. Chẳng hạn, năm yếu tố mà chúng ta kinh nghiệm như là căn bản của thế giới bên ngoài có thể được kinh nghiệm một cách thanh tịnh như là năm vị Phật hóa thân nữ nhân. Trong khi năm uẩn tạo nên phức thể thân tâm chúng ta, có thể được kinh nghiệm một cách thanh tịnh như là năm vị Phật hóa thân nam nhân. Do đó, mọi khía cạnh của thực tại bất tịnh có thể được chuyển hóa một cách tiềm tàng bằng cách nhận thức tính thanh tịnh bản nhiên của chúng.

2. **Thanh Tịnh của Những Ô Nhiễm Ngẫu Nhiên:** Dù cho một hiện tượng được kinh nghiệm như là không thanh tịnh hay thanh tịnh, hoàn toàn tùy thuộc vào sự hiện diện của vô minh hay bất cứ một tâm thái phiền não do đó mà có. Do đó, để kinh nghiệm sự thanh tịnh tự nhiên của các hiện tượng, chúng ta trước tiên phải loại bỏ những ám chướng. Hình thức thanh tịnh này được sản sinh ra qua sự tu tập một con đường tâm linh. Nó không xảy ra một cách tự nhiên và mang nỗ lực về phần cá nhân.

Tóm lại, nên hiểu Hai Chân Lý phân minh. Chúng không phải là hai mặt của một đồng xu. Trong khi chân lý tương đối tùy thuộc phát sinh và không có sự thực hữu, chân lý tối hậu được tâm bất nhị tự tại với toàn bộ qui ước thiết định một cách đầy đủ. Do nhận nhầm tính không của các chân lý tương đối là chân lý tối hậu, bạn phủ nhận chân lý tối hậu một cách hiệu quả bởi vì chính tự-không là một qui ước và do đó tự nó rỗng không. Không có chân lý tối hậu, bạn chỉ còn lại với viễn tượng tương đối.

CON ĐƯỜNG - HAI GIAI ĐOẠN

Như vậy làm sao tránh được ngộ nhận? Một cách tối hậu, chúng ta phải siêu việt tất cả mọi khái niệm và kinh nghiệm thực tại này qua kinh nghiệm trực tiếp. Vì lý do này, Kim Cương Thừa tập trung chủ yếu vào các pháp tu quán và ít tập trung vào những lý thuyết lý trí và những tranh luận. Khi tâm tự tại với ý nghĩ có tính cách khái niệm, thì nó có thể biết được thực tại. Rồi từ viễn tượng này, sự thanh tịnh nội tại của kinh nghiệm chúng ta có thể thị hiện một cách đầy đủ không có những sự giới hạn.

Quán Đỉnh

Lối vào Kim Cương Thừa là qua một quá trình làm chín muồi được biết như là "Quán đỉnh". Một lễ Quán đỉnh xảy ra khi một vị Đạo sư Phật giáo Kim Cương thừa tạo ra những duyên cho một hành giả cá nhân có được một tuệ kiến nào đó vào bản tính tuyệt đối của hành giả đó. Điều này có thể thực hiện một cách chính thức qua một lễ Quán đỉnh đặc biệt, hay một cách không chính thức qua sự tương tác trực tiếp giữa một đạo sư và đệ tử của mình.

Các Quán đỉnh phục vụ hai mục đích chính. Thứ nhất, chúng cung cấp người đệ tử cơ hội đi vào mối quan hệ Kim cương thừa với một bậc Đạo sư Phật giáo kim cương thừa đủ phẩm hạnh. Mối quan hệ này rất quan trọng đối với người đệ tử để có thể tu tập mật điển có hiệu quả. Căn bản để thiết lập một mối quan hệ như thế là qua lập những thệ nguyện khác nhau.

Thứ nhì, Quán đỉnh cung cấp một nền tảng dựa vào kinh nghiệm cho người đệ tử làm việc. Trong lễ Quán đỉnh thực tế, người đệ tử có thể kinh nghiệm một khía cạnh nào đó của Phật tính.

Kinh nghiệm này giống như thấy phiến mặt trăng đầu tiên vào lúc bắt đầu chu kỳ của mặt trăng. Rồi qua thời gian, khi người đệ tử dấn thân vào tu tập, càng ngày mặt trăng đó càng hiển lộ, cho đến một hôm, nó trở nên thị hiện đầy đủ.

Một cách tổng quát, tất cả những Mật Điển Yoga Cao Nhất dùng bốn Quán đỉnh làm thuần thục đệ tử: các Quán đỉnh cái bình, bí mật, trí tuệ và lời nói. Mỗi Quán đỉnh tiết lộ một khía cạnh sâu và thậm thâm hơn của Phật-Tính, qua đó cung cấp cho người đệ tử căn bản để dấn thân vào những giai đoạn tu tập khác nhau.

Giai Đoạn Khởi Tạo

Trong quá trình quán đỉnh, hành giả được giới thiệu một sự biểu thị đặc biệt của vũ trụ giác ngộ được biết như là *Mạn đà la*. Mạn đà la này là một biểu trưng tính thanh tịnh nội tại của tất cả mọi hiện tượng. Mỗi khía cạnh của Mạn đà la này được thiết kế giúp hành giả tập trung sự chú ý của mình để trở nên ý thức nhiều hơn về tính thanh tịnh ấy. Mục đích chính yếu của giai đoạn tu tập này là thay thế những nhận thức không thanh tịnh về thực tại bằng những nhận thức thanh tịnh. Trong khi những nhận thức thanh tịnh này trong bản tính vẫn còn tính chất khái niệm, chúng phù hợp với bản tính tối hậu của thực tại và do đó vận hành như một cái cầu đưa chúng ta đến gần hơn với thực tại đó. Pháp tu chính của giai đoạn khởi tạo là *Yoga bản tôn*, gồm ba khía cạnh:

1. **Hiện Tướng Rõ Ràng:** Đây là hành động thiết lập sự quán tưởng sinh động và kiên định về vị thần ấy trong tâm. Hành giả phát triển hiện tướng này trong văn mạch trí tuệ hiểu bản tính rỗng không của nó. Trên căn bản hiện tướng này, hành giả đạt cảnh giới định qui nhất được biết như là thiền Shamatha.

2. **Hồi Tưởng Thanh Tịnh:** Mọi khía cạnh của một vị thần được đính vào ý nghĩa phong phú. Bằng cách tự làm quen với ý nghĩa đó, hành giả ấy có thể hồi tưởng tất cả những phẩm tính này cùng một lúc, nhờ đó khởi tạo một lượng công đức lớn.

3. **Niềm Kiêu Hãnh Thần Diệu:** Đây là hành động phát triển sự chắc chắn mạnh mẽ rằng chân tính là vị thần ấy. Trong ba khía cạnh

này, đây là khía cạnh quan trọng nhất của sự tu tập trong giai đoạn khởi tạo. Vì chính khía cạnh này giúp hành giả thay đổi từ gắn bó với những hiện tướng bình thường thay vì gắn bó với những hiện tướng thanh tịnh.

Giai Đoạn Hoàn Thành

Một khi hành giả đã làm mạnh thêm nhận thức thanh tịnh của mình, thì có thể dấn thân vào những tu tập của giai đoạn hoàn thành. Các phương pháp Yoga đầy năng lực này cung cấp nhiều cách làm việc khác nhau với thân năng lượng vi tế của hành giả để sản sinh những cảnh giới thiền định tập trung cực độ. Rồi có thể dùng tâm rất vi tế này làm cho hành giả quen với Phật tính của mình, nhờ đó cắt đứt sự vô minh của những ám chướng cả phiền não lẫn sở tri. Một người có căn cơ lanh lợi đã tích lũy một lượng lớn công đức trong các đời trước có thể dùng những kỹ năng này để đạt cảnh giới Phật trong một đời người duy nhất mà không cần nương tựa vào bất cứ con đường nào khác. Những phương pháp độc đáo của giai đoạn hoàn thành tập trung vận dụng ba khía cạnh của thân vi tế:

1. **Các Kênh Luân xa (Chakras):** Suốt khắp thân chúng ta, có những khoảng trống mà năng lượng có thể đi qua đó. Ở mức thô, chúng ta có thể nói đến hệ thần kinh hộ trợ sự chuyển động của các mạch điện. Ở mức vi tế, chúng ta có thể nói đến ba *kênh* chính: kênh giữa (avadhuti), kênh trái (lalana), và kênh phải (rasana). Ba kênh này phát ra từ những trung khu năng lượng đặc biệt được biết như là *luân xa* (chakras). Cùng nhau, các kênh và Luân xa ấy cung cấp một phương pháp luân chuyển năng lượng vi tế hộ trợ các tâm thái có tính chất khái niệm và không có tính chất khái niệm.

2. **Khí:** Mỗi ngày, chúng ta dấn thân vào đại loại chừng 21.600 hơi thở. Những hơi thở này mang theo chúng những loại năng lượng khác nhau giúp hành động như là những sự hộ trợ cho những vận

hành của thân và những tâm thái khác nhau. Bình thường, những khí này chuyển động qua các kênh trái và phải sản sinh ra tâm nhị nguyên. Nếu những khí này được đưa vào kênh giữa, thì sinh ra tâm bất nhị.

3. **Tinh Chất:** Ở một mức thô, sự chuyển động của khí lèo lái sự luân chuyển các chất lỏng của thân. Bằng cách kiểm soát cách các khí ấy lưu động, bạn kiểm soát sự luân chuyển và nhờ đó có thể hướng dẫn năng lượng vi tế tụ lại ở chỗ nào. Năng lượng vi tế này có khả năng sản sinh sự tỉnh giác cực lạc và tập trung có thể dùng cắt đứt vô minh và nhờ đó phá vỡ vòng luân hồi.

QUẢ – PHẬT QUẢ TRONG MỘT ĐỜI DUY NHẤT

Kim Cương Thừa cũng được biết như là "Con Đường Soi Sáng" bởi vì phạm vi rộng lớn của các kỹ thuật có thể dùng giới thiệu nhanh chóng một cá nhân với Phật tính giác ngộ. Trong khi hành giả mật điển sẽ tiến bộ theo năm con đường và các địa như một hành giả kinh điển, người ấy sẽ làm như thế ở mức nhanh hơn nhiều. Những gì xảy ra ở giai đoạn của quá trình này sẽ tùy thuộc vào hệ thống mật điển được tu tập. Mặc dù một cách tổng quát, chúng ta có thể xem các giai đoạn sau đây đặt căn bản trên các truyền Thống Sarma:

1. **Con Đường Tích Lũy:** Con đường tích lũy có ba mức: ở mức thứ nhất, chúng ta dấn thân vào bốn phép quán về thân, thọ, tâm và pháp, được biết như là bốn niệm xứ. Theo quan điểm kinh, thân được thấy như là đáng kinh tởm để phát triển sự lìa chấp và thức ngộ về vô ngã. Trong mật điển, thay vì thấy thân như đáng kinh tởm, chúng ta tu luyện xem thân mình và môi trường như là hoàn toàn thanh tịnh. Do đó, quán thân có nghĩa là làm mình quen với hình tướng giác ngộ của một vị thần, trong khi tất cả âm thanh là

chân ngôn của vị thần ấy và tất cả ý nghĩ và các pháp là sự phô bày tâm giác ngộ của nó.

Ở mức thứ nhì của con đường tích lũy chúng ta tu tập bốn nhẫn nhục can dự vào sự từ bỏ không đức hạnh và tu dưỡng đức hạnh, song chúng ta thực hiện những hành động đức hạnh theo cái thấy về thế giới của mật điển, và mọi hành động trở thành một biểu hiện của năm trí hay những hoạt động của Ngũ Phương Phật. Chúng ta đến chỗ xem thiền định, sau thiền định và trạng thái mộng như là bình đẳng. Điều này được biết như là giai đoạn giữa của con đường tích lũy. Trong khi con đường kinh điển có sự phân biệt mạnh mẽ giữa thiện và ác, trong mật điển chúng ta tu luyện sống trong một "thế giới thanh tịnh" trong toàn bộ thời gian.

Ở mức vĩ đại của con đường tích lũy, sự tập trung sâu mang lại sự tiến bộ nhanh hơn và chúng ta đạt những cảnh giới định tinh luyện đặt căn bản trên nguyện vọng, tâm, nỗ lực, và phân tích, được biết như là bốn căn bản cho các lực thần thông. Ở mức này chúng ta đạt một ý nghĩa cao vời về sự trong sáng và cực lạc và cũng có thể phát triển khả năng thành tựu nhiều thần thông hay thần lực. Dù cho chưa vào con đường thấy trong mật điển, chúng ta thiền định về tính không bằng cách quán tưởng chân lý tối hậu đúng hơn là cố gắng hiểu thế giới qui ước theo cách phân tích, như trong con đường kinh điển. Điều này cho phép chúng ta đồng hóa với những phẩm tính của một vị thần đặc biệt và thực hiện những hành động tựa như chúng ta là vị thần đó.

2. **Con Đường Chuẩn Bị:** Trong hai giai đoạn đầu của con đường chuẩn bị chúng ta học kinh nghiệm sự an lạc bằng cách tu tập giai đoạn khởi tạo và hoàn thành dùng năm căn: tin, tinh tấn, niệm, định và tuệ. Chúng ta tiếp tục tu tập cho đến khi chúng ta làm chủ thân vật lý và sự chuyển động vi tế của tâm. Ở giai đoạn này chưa phát triển được sắc tướng chân giác ngộ nhưng chúng ta có

thể tự thị hiện trong một sắc thân vi tế phù hợp với vị thần đang được tu tập. Với một thân như thế, chúng ta có khả năng đặc biệt kinh nghiệm những tâm cảnh như là hai mươi bốn Cõi Dakini và chúng ta cũng có thể tu tập với hàng chúng sinh người và không phải người được ba trong bốn hoan hỉ, khi các khí tan vào kênh giữa và nhập vào các luân xa đỉnh đầu, cổ họng, và tim. Ở giai đoạn này tám mươi phiền não phát sinh một cách tự nhiên được loại bỏ khi những tâm thái tương ứng với tham, sân và si tiêu tan, mặc dù những tập khí của chúng vẫn còn.

Rồi chúng ta đi vào giai đoạn thứ ba của con đường chuẩn bị, trong đó chúng ta tu tập sự hợp nhất của các vị phối ngẫu (hoặc có tính chất vật lý hoặc được quán tưởng) với một tâm rỗng không và cực lạc trong các giai đoạn cả thiền định và sau thiền định. Bằng cách tiếp tục sự tu tập này chúng ta có thể phát triển năm lực thần thông đặt căn bản trên năm căn, như khả năng thấy vật từ xa với sự rõ ràng phi thường hay thấu thị. Chúng ta cũng kinh nghiệm hai mức đầu của ba mức định được biết như là hiện tướng màu trắng, tăng dần màu đỏ, và thành đạt màu đen. Những cái này tương ứng với các giai đoạn cuối cùng của sự tiêu tan vào giây phút chết và sự biến mất của các tâm thái liên kết với tham, sân và si.

Nếu bạn tập trung vào những thành đạt thế gian bạn có thể phát triển một cách tiềm tàng năm lực thần thông và tám thần lực: khả năng tạo thuốc viên và thuốc nước cho mắt để tăng thị giác, du hành ở dưới mặt đất [độn thổ], lưỡi kiếm thần diệu, chân đi nhanh chóng [thần túc thông], biến thành vô hình [tàng hình], ngăn ngừa chết và chữa lành bệnh tật [trường sinh]. Như thế bạn có thể kiểm soát năm yếu tố và thực hiện những thuật ảo diệu khác. Tuy nhiên, tập trung vào những thành tựu thế gian sẽ làm trì hoãn sự đạt những phẩm tính giác ngộ và cũng như thế với sự đạt giác ngộ viên mãn trong một đời, dù bạn có thể kéo dài thọ mạng của mình bằng những thần thông thế gian này.

3. **Con Đường Tuệ Kiến:** Khi tu tập mức cuối cùng của con đường chuẩn bị chúng ta loại bỏ tám mươi phiền não phát sinh một cách tự nhiên và kinh nghiệm hai trong ba thứ định, hiện tướng màu trắng và gia tăng màu đỏ. Khi thành tựu sự thành đạt thế gian cuối cùng, chúng ta đi vào con đường tuệ kiến và kinh nghiệm định thứ ba, thành đạt màu đen, mà nó trực tiếp đưa đến kinh nghiệm tâm tịnh quang bản nhiên. Trong định này, làm chủ hai giai đoạn tu tập và chân lý thiêng liêng của chúng ta một cách trực tiếp lần đầu tiên. Loại bỏ tất cả những tập khí cho tám mươi phiền não tự nhiên phát sinh và nhận những khai thị từ các sinh thân của chư Phật. Từ giai đoạn này trở đi, chúng ta tu tập bảy giác chi với trí bất nhị: Chính niệm, Phân biệt, Tinh tấn, Hỷ, Khinh an, Định và Hành xả.

4. **Con Đường Huân Tập:** Khi đã loại bỏ tám mươi phiền não tự nhiên phát sinh, tu tập sự hợp nhất của các quá trình khởi tạo và hoàn thành, chúng ta luôn luôn sống đúng cách và giữ cái thấy, hành động, nhận thức đúng, đem lợi ích cho mọi người. Con đường này chia thành chín giai đoạn, tạo thành ba mức trong mỗi định của ba định hiện tướng, gia tăng và thành đạt. Các giai đoạn này tương tự với các địa của Bồ tát, song trong mật điển có ít sự khác nhau giữa kinh nghiệm trong thời kỳ Thiền định và Sau thiền định, và cũng có những dị biệt nhỏ trong các phương pháp dùng loại bỏ những ám chướng bẩm sinh.

5. **Con Đường Không Còn Học Nữa:** Loại bỏ một cách liên tục những ám chướng bẩm sinh và những tập khí của chúng, như đã miêu tả trên, sẽ đưa đến cảnh giới của ngài Kim Cương Thủ (Vajradhara). Đây được biết như là con đường không còn học nữa và cũng giống như sự giác ngộ viên mãn hay quả Phật. Không còn gì để học nữa.

Bốn Thân của Kim Cương Thủ (Vajradhara)

Theo phương thức tiếp cận có tính cách nguyên nhân của Bồ tát Thừa và phương thức tiếp cận có tính cách kết quả của Phật giáo Kim Cương Thừa, cả hai đều là phần của Phật giáo Đại Thừa, cả hai đều có khả năng sản sinh quả Phật. Điều khác nhau là mức độ vi tế dùng để miêu tả cảnh giới này và những thuật ngữ dùng để miêu tả.

Theo quan điểm mật điển, bản tính của một vị Kim Cương Thủ là thấy được Phật được như là cảnh giới của Kim Cương Thủ. Cảnh giới này là tâm trụ bất khả ly trong sự chứng ngộ trực tiếp về Phật tính riêng của nó.

Cảnh giới này có thể được miêu tả theo nhiều cách khác nhau bằng cách tập trung vào những khía cạnh khác nhau. Chẳng hạn, khi chúng ta nhìn vào những khía cạnh tuyệt đối và tương đối của Phật tính, chúng ta có thể nói về hai thân: pháp thân và sắc thân. Rồi khi chúng ta xem bản tính của các hình tướng khác nhau của sắc thân chúng ta có thể về ba, năm hay hàng trăm khía cạnh khác nhau. Điều chính để nhớ là mặc dù tất cả những cái này đều ám chỉ về địa nguyên thủy của Phật tính. Trong khi sự hiển hiện tương đối của tâm Phật thì vô cùng, không một sự thị hiện nào trong những thị hiện này là một cái gì khác hơn chân lý tuyệt đối.

Hệ thống Pháp Thời Luân Kim Cương được nhấn mạnh bốn khía cạnh sau:

1. **Thân Tự tính (svabhavikakya):** Bản tính tinh yếu của Phật là thanh tịnh của Phật tính. Đây là sự thanh tịnh tự nhiên của hư không căn bản của thực tại và sự thanh tịnh sinh ra của sự không có những ô nhiễm ngẫu nhiên. Nó là yếu tính thị hiện một cách liên tục trong các khía cạnh của các thân khác.

2. **Pháp thân Trí tuệ (dharmakaya):** Đây là khía cạnh của tâm giác ngộ trụ trong cảnh giới tỉnh giác vĩnh viễn về thực tại như thực (thân tự tính). Nó hoàn toàn tự tại với tất cả những ám chướng, tự tại với kinh nghiệm về những tâm thái phiền não và tự tại với

những ám chướng sở tri ngăn chặn tính biết tất cả. Như thế, pháp thân có khả năng biết tất cả mọi hiện tượng một cách trực tiếp không có sự lệch lạc.

3. **Báo thân (sambhogakaya):** Trong khi tâm của đức Phật trụ trong sự tỉnh giác bất nhị về thực tại, ngài thị hiện trong tâm của những người khác căn cứ trên những tập khí cá nhân của họ. Đối với những Bồ tát chứng ngộ cao, Đức Phật thị hiện như là Báo thân. Hình tướng cực kì vi tế này ở bên kia sự nắm bắt nhị nguyên và do đó có thể thị hiện trong số những khả thể nhiều vô cùng.

4. **Hóa thân (nirmanakaya):** Đối với mọi người khác, Đức Phật thị hiện như những gì được biết như là Hóa thân. Những hình tướng này giống như mặt trăng chiếu trong số những ao nước nhiều vô cùng. Hình dáng những sắc tướng này hoàn toàn tùy thuộc vào tâm của chúng sinh nhận thức chúng. Đức Phật lịch sử Thích Ca Mâu Ni là một thí dụ một *Hóa Thân Vô Thượng*, một sắc tướng đặc biệt thanh tịnh đã thị hiện hơn 2.500 năm qua đối với một nhóm đệ tử sống ở Ấn Độ cổ đại. Trong pháp tu của Kim Cương Thừa, vị đạo sư được xem là một hóa thân đặc biệt quí trong đó sư là phương pháp chủ yếu qua đó pháp được truyền thông cho chúng sinh.

TÓM TẮT CHƯƠNG MƯỜI BỐN

- Phật giáo Kim Cương Thừa tiêu biểu cho đỉnh cao nhất của các giáo lý của Đức Phật như đã được trình bày trong cả Kinh điển và Mật điển. Đã qua nhiều thế kỷ trước khi các giáo lý bí mật này được truyền bá một cách rộng rãi hơn ở Ấn Độ. Phần lớn chúng vẫn còn được giữ bí mật, truyền khẩu từ Đạo sư đến đệ tử.

- Sự hệ thống hóa những giáo lý này xảy ra trong các học viện Phật giáo lớn như Nalanda và Vikramashila. Những nơi này là nguồn chủ yếu cho Phật giáo sau này được du nhập vào Tây Tạng.

- Phật giáo Tây Tạng có thể chia thành hai thời kỳ chính căn cứ vào sự lưu thông của các giáo lý Phật giáo vào nước này. Có thời Truyền sớm (Nyingma) và thời Truyền sau (Sarma).

- Căn cứ vào các giáo lý được kết tập trong hai thời kỳ này, có sáu truyền thống tâm linh xuất hiện ở Tây Tạng: Bön, Nyingma, Sakya, Kagyu, Jonang và Geluk.

- Tất cả những truyền thống này đều khuyến khích sự cấu trúc con đường cấp tiến tích hợp những giáo lý từ Thừa Nền Tảng (Hinayana) và Đại Thừa (Mahayana). Theo truyền thống Nyingma, có ba thừa chú trọng nguyên nhân (thừa thanh văn, thừa độc giác và thừa Bồ tát) và sáu thừa chú trọng kết quả. Trong các thừa chú trọng kết quả, có ba ngoại mật điển (mật điển krya, mật điển Charya, và mật điển Yoga), và ba nội mật điển (Mahayoga, Anuyoga và Atiyoga).

- Các truyền thống dựa vào Mật Điển Yoga Cao Nhất thay vì ba nội mật điển của Nyingma. Những mật điển này có thể chia thành các nhóm cha, mẹ và bất nhị.

- Địa của mật điển đặt căn bản trên việc phát triển sự hiểu biết về chân đế của tất cả mọi hiện tượng được biết như là Phật tính. Thuật ngữ này ám chỉ khả năng của tâm sinh hiện tướng và khả năng ý thức về những hiện tướng đó của nó.

- Có hai loại quả có thể nhận diện trong quan hệ với Phật tính: Quả phân cách và quả sản sinh. Quả phân cách là những phẩm tính cố hữu của tâm, trong khi quả sản sinh là những phẩm tính phát sinh đặt căn bản trên sự qui định tâm qua tu tập.

- Tất cả chúng sinh thuộc về hai dòng truyền: Dòng truyền tự nhiên tiêu biểu cho sự kiện tất cả chúng ta đều có Phật tính, nghĩa là tất cả chúng ta có tiềm năng hiển hiện sự giác ngộ; và dòng truyền phát triển tiêu biểu cho khả năng góp phần của chúng ta loại bỏ những ám chướng qua tu tập.

- Có hai loại tính không tương ứng với hai mức độ của thực tại: Tất cả những chân lý tương đối đều không có ngã thực hữu (tự không); trong khi tất cả những chân lý tối hậu đều không có những qui ước tương đối (tha không).

- Chân lý tối hậu thanh tịnh theo hai cách: Thanh tịnh bản nhiên của Phật tính, không bao giờ bị những ám chướng ngẫu nhiên thay đổi và thanh tịnh của những ám chướng ngẫu nhiên khi bị loại bỏ qua tu tập tâm linh.

- Lối vào Kim Cương Thừa là qua thọ nhận lễ quán đỉnh từ một vị Đạo sư kim cương thừa đầy đủ phẩm hạnh.

- Sau khi nhận Quán đỉnh, một hành giả mật điển sẽ dấn thân trước tiên vào sự tu tập của giai đoạn khởi tạo và rồi vào sự tu tập của giai đoạn hoàn thành.

- Sự tu tập của giai đoạn khởi tạo tập trung vào các pháp tu quán tưởng được biết như là Yoga bản tôn giúp hành giả thiết lập sự nhận thức thanh tịnh về những kinh nghiệm của mình. Có ba khía cạnh cho sự tu tập này: Hiện tướng trong sáng, hồi tưởng thanh tịnh và niềm kiêu hãnh thần diệu.

- Những pháp tu của giai đoạn khởi tạo làm việc với những năng lượng vi tế của thân để thiết lập một tâm thái vô niệm và bất nhị có thể dùng trụ trong Phật tính. Thân vi tế này gồm các kênh, khí, và tinh chất.

- Khi một hành giả đạt đến con đường không còn học nữa, hành giả ấy hiện thực cảnh giới của Kim Cương Thủ (Vajaradhara). Cảnh giới này đặc trưng bằng bốn khía cạnh của Phật tính: Thân tự tính (svabhavikakaya), Pháp thân (dharmakaya), Báo thân (sambhogakaya), và Hóa thân (nirmanakaya).

Phụ Lục

Năm Mươi Mốt Tâm Sở Pháp

Sự xếp loại Năm Mươi Mốt Tâm Sở Pháp xuất phát từ sự trình bày của Bồ tát Vô Trước (Asanga) trong quyển *Đại Thừa A Tỳ Đạt Ma Tạp Tập Luận (Mahāyānābhidharma Samuccaya Vyākhyā)*. Bản văn này hình thành một trong những nguồn trọng yếu của nền văn học Kinh Đại Thừa A Tỳ Đạt Ma, cung cấp tin tức chi tiết về con đường Phật giáo đại cương và cái khung tâm lý Phật giáo đặc thù.

Nên nhớ rằng sự xếp loại sau đây không có ý gộp chung kiến thức thuần lý trí. Thay vì, những miêu tả được thiết kế nhằm cung cấp cho bạn có đủ tin tức để có thể nhận diện mỗi tâm thái trong kinh nghiệm hàng ngày. Phát triển sự tỉnh giác lớn hơn về những tâm thái này, cho phép bạn làm việc một cách khéo léo với tâm mình để giảm bớt những tâm thái tiêu cực và tu dưỡng những tâm thái tích cực.

Với mục đích này, tôi giới thiệu bạn dùng bài luyện tập sau đây để làm việc chậm chậm qua mỗi tâm thái.

Bài Luyện Tập – Biết Tâm Mình

- *Trong một tư thế thư giãn, hãy thiết lập một tâm thái trung tính qua thực hành Quán niệm hơi thở.*

- *Hãy cho một tâm pháp để phân tích. Trước hết hãy đọc qua miêu tả về nó như thế những đặc tính của trạng thái này tươi mới trong tâm bạn. Hãy quan sát tâm hiện tại của bạn xem nếu bạn hiểu được Tâm Sở pháp. Dù cho tâm pháp ấy không hiện diện một* cách tự nhiên, hãy tưởng tượng nó sẽ giống cái gì nếu nó xuất hiện ngay bây giờ.

- Một khi bạn đã có cảm giác đại khái về tâm pháp ấy giống cái gì, hãy dùng một chút thời gian rà soát qua trí nhớ của mình để nhận diện các kiểu mẫu khi trạng thái này đã xuất hiện trước. Hãy làm việc qua nhiều hoàn cảnh để có cảm giác về những động lực của tâm thái này.

- Bây giờ hãy xem cường độ của tâm pháp ấy. Nó thị hiện như thế nào khi tâm pháp ấy mạnh? Nó thị hiện như thế nào khi tâm pháp ấy yếu? Hãy nhận diện một vài kiểu mẫu cho bạn một cảm giác trong phạm vi những kinh nghiệm ấy.

- Bây giờ hãy xem các hiệu quả mà pháp này của tâm tác động lên bạn. Có phải nó là một cái gì đó mà bạn thích tăng cường hay bạn thích hơn không có nó? Hãy nghĩ một vài cách bạn có thể làm việc với pháp này.

- Hãy nghỉ ngơi trong bất cứ tuệ kiến nào có thể xuất hiện.

NĂM PHÁP HIỆN TIỀN CỦA TÂM

1. **Cảm giác (tshor-ba):** Cảm giác cung cấp cái căn bản, và tuyệt đối cần thiết, cho tâm kinh nghiệm một đối tượng với sáu giác thức (kể cả ý thức). Khi một giác thức nhận thức một đối tượng qua một giác quan, thì cảm giác phát sinh. Nó không chỉ là cảm giác thô mọi người nhận thức mà còn bao gồm cảm giác vi tế hơn xâm nhập mọi nhận thức. Phẩm tính này của cảm giác cố hữu trong mọi tâm thái và bao gồm tất cả những giao kết tức thời với đối tượng dù nó thích thú, không thích thú hay trung tính, xảy ra trong một sát-na. Điểm chính để hiểu là bất cứ loại thức nào phát sinh, trong mọi thoáng chốc kinh nghiệm, đều chứa một pháp cảm giác. Mọi chúng sinh đều sở hữu loại cảm giác này dù họ là người thường hay bậc Thánh.

2. **Phân biệt ('du-shes):** Phân biệt là khi thức giới của chúng ta nhận một đặc tính bất đồng của một đối tượng hay một khía cạnh khác thường của một đối tượng và qui cho nó một nghĩa qui ước. Nó không làm nhãn hiệu hay đặt tên cho đối tượng nhưng phân biệt nó như là một vật khác hơn một vật khác. Thí dụ, phân biệt ánh sáng và bóng tối, hay phân biệt cái bàn và hậu trường; không đòi hỏi từ ngữ nào hết. Tất cả điều này xảy ra tức khắc, đồng thời và không thay đổi với mọi vật chúng ta kinh nghiệm. Không phân biệt tâm không thể kết nối đối tượng với những quá trình khác của tâm.

3. **Ý định (sems-pa):** Đây là sự thúc giục có ý thức và tự phát khiến cho tâm dấn thân và kinh nghiệm các đối tượng, hay một mục tiêu của ý thức hướng dẫn hành động. Không có ý định, tâm không thể hướng sự chú ý của nó đến một đối tượng. Toàn bộ sự hoạt động của tâm có ý định. Ở đây chúng ta đang ám chỉ tất cả mọi loại ý định kể cả cái phát sinh mọi giây phân chia có thể hay không thể tạo nghiệp một cách cần thiết. Điều này cũng gồm cả ý định chính tạo ra tất cả nghiệp thiện hay bất thiện.

4. **Tiếp xúc (reg-pa):** Tiếp xúc là cách chúng ta kết nối với một đối tượng. Nó xảy ra với sự gặp mặt của ba pháp: giây phút đi trước của thức (có thể là bất cứ thức nào trong các thức), đối tượng, và giác quan với thức kết hợp của nó. Không tiếp xúc, tâm không thể gặp đối tượng và thiết lập mối liên hệ hay tình cảm với nó. Nó phân biệt đối tượng của nhận thức là thích thú, không thích thú, hay trung tính, cung cấp nền tảng cho kinh nghiệm nó với cảm giác hạnh phúc, không hạnh phúc, hay vô cảm.

5. **Sự dấn thân của tâm (yid la byed-pa):** Sự dấn thân của tâm là sự thâm nhập của thức vào một đối tượng qua sự chú ý đối tượng ở một độ nào đó. Bất cứ loại thức nào, dù nó phát sinh ngắn ngủi đến đâu, luôn luôn dấn thân với một đối tượng đặc thù. Sự chú ý hiện

diện trong mọi giây phân chia đối với tất cả chúng sinh, và không có nó, tâm không thể giữ cố định trên một đối tượng được bất cứ thức nào trong sáu thức kinh nghiệm nó; sẽ không có sự ổn định.

NĂM PHÁP QUYẾT ĐỊNH ĐỐI TƯỢNG

1. **Nguyện vọng ('dun-pa):** Nguyện vọng liên hệ với tham hay ý muốn đạt hay có được một cái gì đó, dù có giá trị hay không. Nguyện vọng là cơ sở của tinh tấn và sinh ra nhẫn nhục.

2. **Tin (mos-pa):** Tin là sự nắm giữ một đối tượng hay một chủ thể như nó đang có; Có sự tin chắc kiên định rằng nó là cái này không phải cái kia. Có lẽ có bằng chứng hiển nhiên cái gì được tin thực tế là đúng hay có thể rất có bằng chứng nó là như thế, hoặc qua kinh nghiệm trực tiếp, lý luận hợp lý hay tham chiếu kinh thư. Người ta cũng có thể giả định hay tin "một cách mù quáng" không có bằng chứng gì cả. Trong mỗi trường hợp như thế, niềm tin phát sinh trong mối liên hệ trực tiếp với khách thể hay chủ thể.

3. **Niệm (dran-pa):** Niệm có thể được ám chỉ như là một thứ "keo tinh thần" giữ một đối tượng ở tiêu điểm, giữ nó rõ ràng trong tâm, tựa như một người triệu gọi một hình ảnh qua ám chỉ nó trong cuộc đàm thoại. Điều này có thể qua trải trong một thời kỳ dài hay ngắn, và đối tượng có thể gồm cả giây phút hiện tại. Niệm đạt được bằng cách tu dưỡng sự tỉnh giác về những ý nghĩ, hành động và động cơ của mình.

4. **Định (ting nge-'dzin):** Định có nghĩa là tập trung tâm một cách qui nhất theo một hướng trên một đối tượng duy nhất hay một đề mục phân tích, không có bất cứ sự phân tán nào. Đây là trạng thái

tập trung không phân tán, giống như xe sợi chỉ bông đến một điểm tốt để xỏ nó qua lỗ kim khâu.

5. **Tuệ (shes-rab):** Tuệ là thuốc giải độc trị bệnh nghi ngờ. Nó là sự tỉnh giác phân biệt thêm mức quyết định để phân biệt một đối tượng nhận thức, biết thực tướng của một đối tượng bất kể nó là gì. Hiểu rằng toàn bộ sự hiện hữu có tính qui ước là vô thường trên bình diện vi tế là một ví dụ về tuệ. Chân tuệ luôn luôn đưa đến bình an và tĩnh lặng, vì nó dạy chúng ta rằng mọi sự vật tương tùy và tự nhiên cho chúng ta tuệ kiến vào những gì tốt nhất cho chính mình và người khác. Điều này rất khác với một vài loại kiến thức có thể là có hại và có thể đưa đến rất nhiều đau khổ, như biết cách thiết kế vũ khí. Dĩ nhiên kiến thức tự nó không có hại, nhưng nó không có nền tảng trong chân tuệ.

SÁU PHIỀN NÃO GỐC CỦA TÂM

1. **Chấp trước ('dod-chags):** Chấp trước là khi chúng ta bám vào hay cầm giữ một vật quá thân mật, phóng đại những phẩm tính đáng ham muốn của nó và thấy rất khó buông, bất kể nó là gì. Như dầu trên quần áo rất khó tẩy đi, chấp trước cũng như vậy.

2. **Ghét (khong-khro):** Ghét là sự nhận thức về một vật là không thích thú, có khi phóng đại những phẩm chất đáng ham muốn của nó, dù nó tốt hay xấu. Bất cứ chúng sinh nào có ghét đều chấp chứa sự không thích một vật đặc thù.

3. **Vô minh về Chân Lý (mag-rig-pa):** Vô minh là thiếu sự hiểu biết chân lý về nhân quả và chân lý về sự hiện hữu tùy thuộc. Một cách tối hậu, nó có nghĩa là không nhận ra bản tính giác ngộ của chúng ta. Nó được ví với một người nghèo sống mà không biết trong ngôi nhà mình nổi trên mỏ vàng.

4. **Kiêu mạn (nga-rgyal):** Kiêu mạn là sự phân biệt giữa ta và người khác phát sinh do ngộ nhận một cái ta cố hữu, đưa đến sự thiếu kính trọng và quá tin, xem mình hơn hay kém người khác.

5. **Thấy sai (lta-ba):** Thấy sai (tà kiến) là sự nắm giữ một ý kiến cố định và không đúng về những gì đang được xem xét. Nó gồm cả những cái thấy cực đoan về thường và đoạn. Thường giữ ý kiến rằng một cái gì đó hiện hữu một cách thường hằng, như một Thượng đế sáng tạo, là cái nguồn của mọi vật. Đoạn là cái thấy phủ nhận sự hiện hữu của những hiện tượng vi tế như kẻ sáng tạo hay Niết bàn, và hoặc là từ chối hay không thẩm xét ý kiến về sự sống bên kia cái chết. Nó cũng thiếu sự hiểu biết chính xác về nhân quả. Theo quan điểm Phật giáo, cả hai cái thấy cực đoan này thiếu sự xem xét đầy đủ, hợp lý nên có thể sai so với các lý luận thực tiễn.

6. **Nghi ngờ phiền não (the-tshoms):** Nghi ngờ phiền não là một trạng thái rất tiêu cực. Người ta thường nghĩ rằng nghi ngờ không phải là một phiền não, tuy nhiên, không thể đạt đến giác ngộ khi trong tâm còn nghi ngờ. Để đạt bất cứ điều gì, ngay cả trong đời sống bình thường, cần phải tin rằng có thể thành tựu được nó, nếu hành động do dự thì sẽ yếu ớt và cuối cùng sẽ bỏ cuộc, ngay cả khi thực hiện những hành động nhỏ với những nghi ngờ sẽ làm chúng yếu hơn và ít vững chắc. Sự nghi ngờ đang nói đến ở đây sẽ đưa chúng ta rời xa trí tuệ hay giữ ta trong trạng thái không chắc chắn liên tục. Điều này khác với những nghi ngờ thông minh đưa chúng ta đến trí tuệ.

HAI MƯƠI PHIỀN NÃO CHUYỂN HÓA CỦA TÂM

Chuyển hóa từ Ghét

1. **Cuồng nộ (khro-ba):** Phiền não này sẽ chuyển hóa giận hay oán hận, bởi vì nó là một phản ứng vụt qua gây nguy hại tức thời, nhưng không duy trì lâu.

2. **Phẫn uất (khon du 'dzin-pa):** Là ác cảm và bám vào chủ ý trả thù những người đã làm hại mình. Không muốn tha thứ.

3. **Thù hận ('tshig-pa):** Là muốn gây hại, phẫn nộ hay giận dữ.

4. **Ác hại (rnam-par 'tshe-ba):** Thiếu sự nồng ấm, quan tâm đến chính mình và người khác, là muốn gây điều ác hay có hại cho người khác hay cho chính mình, lấy sự đau khổ của người khác làm khoái lạc cho mình. Nó trái nghịch với từ và bi.

Chuyển hóa từ Chấp Trước

5. **Keo bẩn (ser-sna):** Giữ chặt những sở hữu của mình, không muốn từ bỏ hay chia sẻ cho người khác.

6. **Kích động (rgod-pa):** Sự phù phiếm của tâm đối với vật ưa thích. Nó khác với sự phân tán khi chú ý của chúng ta chuyển đối tượng này đến một cái gì đó hấp dẫn mà chúng ta đã biết trước.

7. **Tự làm rối trí (rgyas-pa):** Là thái độ hão huyền và tự phụ do chấp trước về một vật có trước, như sức khỏe, sự trẻ trung hay con cái. Nó là một kiểu kích động khác biệt với kiêu mạn và kiêu ngạo.

Chuyển hóa từ Ghét và Chấp Trước

8. **Ganh tị (phrag-dog):** Tính không thể chịu đựng được sự thành công hay vận tốt của người khác bởi vì lòng tham muốn nhận lấy cái được và vinh dự cho chính mình.

Chuyển hóa từ Vô Minh

9. **Che đậy ('chab-pa):** Muốn che đậy bất cứ hành vi phi đạo đức, không đức hạnh nào mà bạn hay bất cứ người nào với bạn đã vi phạm hơn là thành thực hối hận.

10. **Lười biếng (le-lo):** Khi tâm không dấn thân vào một điều gì đó có tính cách xây dựng hay không hân hoan trong những hành vi đạo đức vì sự chấp chước vào những khoái lạc nhất thời và những hoạt động không quan trọng như ngủ. Nó trái nghịch với cần mẫn.

11. **Thụy miên (rmugs-pa):** Sự trì trệ của tâm và thân khiến cho tâm không trong sáng và mù mờ.

12. **Bất tín (ma dad-pa):** Thiếu sự tin tưởng nơi chính mình hay bất cứ hiện tượng nào hiện hữu ở bình diện vi tế. Nó cũng ám chỉ thiếu sự quan tâm những gì là thật và đức hạnh hay những phẩm tính tốt của người khác, nó hộ trợ sự lười biếng.

13. **Quên (brjed ngas-pa):** Nguyên nhân khiến chúng ta mất đối tượng tập trung và không nhớ rõ ràng những hành vi đức hạnh. Nó xảy ra khi tâm niệm của một người bị những cảm xúc quấy rầy che mờ và hộ trợ trạng thái phân tán và như thế nó còn hơn là "chỉ quên".

14. **Không chú ý (bag-med):** Tâm không cẩn trọng và lạnh lùng muốn hành động tự do theo cách không bị hạn chế mà không có

tu dưỡng đức hạnh. Sự tìm kiếm không có chủ ý về sự phân tán của tâm như mộng ban ngày. Nó đối nghịch với sự tận tâm hết lòng.

Chuyển hóa từ Chấp Trước và Vô Minh

15. **Lừa gạt (sgyu):** Lừa dối người khác bằng cách giả vờ sở hữu những phẩm tính đức hạnh mà bạn không có để nhận sự được và vinh dự.

16. **Đạo đức giả (gYo):** Một thái độ lừa gạt do lòng tham được và vinh dự thúc đẩy, can dự vào việc tìm cách che giấu lỗi mình, giả vờ sở hữu những phẩm tính mình không có. Nó hơi khác với che đậy là muốn che giấu một vật gì đó, trong khi đạo đức giả can dự vào việc tìm cách che giấu nó.

Bắt nguồn từ Sân hận, Tham luyến và Vô minh

17. **Thiếu lương tâm (khrel med-pa):** Không bỏ những hành động tiêu cực dù cho chúng có thể có hại đối với người khác. Không quan tâm những người khác.

18. **Không xấu hổ (ngo-tsha med-pa):** Không tránh vi phạm những hành vi không đạo đức không quan tâm những hành động ấy phản ánh chính mình như thế nào. Thiếu tự trọng.

19. **Không nội quán (shes-bzhin ma-yin):** Khi tâm không đầy đủ tỉnh giác hay cảnh giác đối với những hành động của thân, ngữ và ý, nó không tiến tới ngăn ngừa sự hành xử không đúng đắn.

20. **Phân tán (rnam-pa gYeng-ba):** Sự lang thang của tâm hướng về một đối tượng, khiến không thể giữ tập trung vào một đối tượng đức hạnh. Đây khác với sự kích động bởi vì nó không nhất thiết hướng về một đối tượng hấp dẫn; phân tán có thể hướng về bất cứ một đối tượng nào.

MƯỜI MỘT PHÁP ĐỨC HẠNH

1. **Tin (dad-pa):** Tin, tin tưởng hay sùng mộ vào sự thật và đức hạnh. Điều này gồm cả thích hay ngưỡng mộ những vật như thế như là những hiện tượng ẩn kín hay những phẩm tính thiện của người khác. Tin sinh ra khi chỉ nghe thôi không được xem là vững chắc, và lại tin đặt căn bản trên trí tuệ có được qua khảo sát và phân tích kinh nghiệm của mình thì không thể lay chuyển và không thể bị mất.

2. **Xấu hổ vì đạo đức (ngo-tsha):** Là sự tự trang nghiêm có tính đạo đức kính trọng những phẩm tính đức hạnh và như thế cảm thấy xấu hổ và hối hận khi vi phạm những hành vi đạo đức. Nó cung cấp căn bản tiết chế những hành động tiêu cực vì quan tâm sự hành xử của chúng ta sẽ phản ánh như thế nào lên chính chúng ta.

3. **Sợ sự bất thiện (khrel-yod-pa):** Tương tự với xấu hổ vì đạo đức, là biết tiết chế những hành động tiêu cực, mà thay vì, do cảm giác bối rối, quan tâm sự hành xử của chúng ta sẽ phản ánh như thế nào về người khác, nhất là các bậc thánh và những hành giả cao quí.

4. **Không chấp trước (ma chags-pa):** Không ham muốn sự tồn sinh thế gian hay những quan tâm thế gian và thỏa mãn với những phương tiện đủ cho sự sống còn, không ham muốn nhiều hơn. Điều này ngăn ngừa người ta không dấn thân vào những hành động tiêu cực.

5. **Không oán hận (zhe-sdang med-pa):** Sự vắng mặt của lòng tham gây hại hay giữ thái độ thù hận với một đối tượng hay một sinh vật khác gây đau đớn. Điều này ngăn chặn người ta không trở nên can dự vào những hành động tiêu cực.

6. **Không vô minh (gti-mug med-pa):** Có sự hiểu biết và tỉnh giác về chân lý hơn là bị những phiền não do mê hoặc và nghi ngờ ám chướng. Nó là sự tỉnh giác phân biệt có được qua đọc và lắng nghe Pháp, và chiêm nghiệm và thiền định về ý nghĩa của nó.

7. **Tinh tấn (brtson-'grus):** Nhiệt tình và vui vẻ cố gắng thành tựu những hành động đức hạnh. Tinh tấn là phương thuốc trị độc lười biếng.

8. **Tâm nhu nhuyến (shin-tu sbyangs-pa):** Là sự uyển chuyển của thân và tâm duy trì dấn thân vào những hành động đức hạnh bao lâu người ta còn ước muốn, mà không có sự làm gián đoạn từ những trạng thái tổn hại thân tâm như sự uể oải hay lang thang của tâm.

9. **Tận tâm (bag yod):** Sự áp dụng tỉnh giác và quan tâm về những gì để theo đuổi và từ bỏ. Điều này giúp thành tựu tĩnh tâm.

10. **Xả (btang-snyoms):** Cái tâm trong sáng, không có sự phân tán của những cảm xúc quấy rầy. Nó cho phép sự sinh hoạt của tâm giữ trạng thái không dụng công và không bị sự phù phiếm hay Hôn trầm quấy rầy.

11. **Bất hại (rnam-par-mi-'tshe-ba):** Thái độ lân mẫn nồng ấm và quan tâm đối với người khác, hiểu nỗi khổ của họ và mong ước họ thoát khỏi khổ và nguyên nhân của nó. Nhiệm vụ của nó là tránh gây hại cho người khác.

BỐN PHÁP CÓ THỂ BIẾN ĐỔI

1. **Ngủ (gnyid):** Ngủ khiến cho các thức kết hợp với năm cửa thức rút vào bên trong. Nếu tâm chứa đức hạnh trước giây phút nó rút vào thì giấc ngủ sẽ hướng đến đức hạnh, trong khi nếu tâm chứa

sự bất thiện thì giấc ngủ sẽ hướng đến phi đức hạnh. Đây là lý do tại sao nó được gọi là có thể biến đổi. Đối với những người tu tập Pháp, giấc ngủ và trạng thái mộng cống hiến những cơ hội có giá trị và quan trọng để tu tập, mà chúng ta nói ở chương 24.

2. **Sám hối ('gyod):** Điều này ám chỉ sự không thích thú của tâm do sự phản chiếu vào hành động trước gây ra, đưa đến sự thay đổi trong tâm thái của bạn và tiềm năng của nghiệp vị lai. Nếu bạn đã làm một điều gì đó sai trong quá khứ hay trong một đời trước, việc này in dấu nghiệp tiêu cực trong dòng tâm của bạn. Tuy nhiên, sự sám hối hay hối hận chân thật sẽ tịnh hóa dòng tâm của bạn và ngăn chặn hậu quả tiêu cực không xảy ra.

3. **Khám xét sơ lược (rtog-pa):** Đây là sự khảo sát khái quát một đối tượng, tìm những ý kiến và chi tiết phỏng chừng và sơ lược. Nó có thể thay đổi bởi vì cái thấy có thể thay đổi qua sự thẩm xét thêm nữa và chính sự thẩm xét có tiềm năng của một bản tính đức hạnh hay không đức hạnh và như thế có thể là rất hữu dụng trong việc thiết lập cái thấy đúng cho sự tu tập Pháp.

4. **Phân minh (pyod-pa):** Đây là sự phân tích chính xác hơn về một đối tượng, xem xét kỹ lưỡng và phân biệt các chi tiết đặc biệt và ý nghĩa. Thí dụ, khi đọc và sửa bản in thử một quyển sách, sự khám xét sơ lược xem có phải tất cả các trang có ở đó hay không, trong khi phân minh khám phá các lỗi chính tả. Sự phân minh của bạn càng lớn, bạn càng có thể thay đổi một cách hiệu quả cái thấy hay nhận thức của bạn, đưa đến động cơ và hành động đúng.

PHỤ LỤC HAI

Thuật Ngữ

– A –

A Di Đà (Phạn: Amitabha): Tên của một vị Phật. Một trong Ngũ phương Phật, tượng trưng cho thọ Uẩn của tất cả các Phật và trí phân biệt của họ.

A-để Yoga (Phạn: Atiyoga): Cao nhất trong ba nội Yoga và là cuối cùng trong chín thừa (yana), theo trường phái Nyingma. Nó gồm hệ thống tu tập được biết như là Dzogchen, Đại Hoàn Thiện.

A La Hán (Phạn: Arhat): Người đã diệt kẻ thù chấp ngã nhị nguyên, và như thế thành tựu được sự Giải thoát khỏi Tồn sinh Luân hồi, cũng được biết như là kẻ diệt thù. Có ba loại A La Hán: Thanh Văn, Độc Giác, Bồ tát.

A Lại Da (Phạn: Alaya): Thức nền tảng, nơi "chứa" tất cả nghiệp (hàm tàng thức). Đây là những khía cạnh cả tịnh và bất tịnh. Xem Tám thức.

A Lê Da (Phạn: Arya): Thượng nhân, Tôn giả, Thánh nhân. Người đã đạt được kinh nghiệm trực tiếp về Tính không, đã đạt đến ít nhất con đường tuệ kiến, một trong Năm Con Đường. Cũng xem như A La Hán.

A Nậu Yoga (Phạn: Anuyoga): Yoga thứ nhì của ba nội Yoga và thừa thứ tám của chín thừa (yana), theo sự xếp loại của trường phái Nyingma. Nó nhấn mạnh Giai đoạn Hoàn thành, nhất là sự thiền định về các kênh, nội khí, và những tinh chất vi tế.

A Tỳ Đạt Ma (Phạn: Abhidharma): Một trong ba tạng giáo lý của Đức Phật, nhấn mạnh tâm lý học và luận lý học Phật giáo. Nó chứa sự miêu tả vũ trụ, những loại chúng sinh khác nhau, những bước trên con đường đến giác ngộ, những cái thấy sai và v.v…

A Tỳ Đạt Ma Câu Xá Luận (Phạn: Abhidharmakosa): Một tác phẩm cổ điển Phật giáo do Bồ tát Thế Thân (Vasubhandu) viết; Cố gắng sớm nhất trình bày có hệ thống về triết học, tâm lý học và vũ trụ học Phật giáo.

Avadhuti (Phạn): Xem Kênh giữa.

Ám chướng: Những quan niệm sai lầm và những tâm thái kết quả phiền não của những quan niệm sai ấy (gồm cả những ám chướng phiền não hay ám chướng đối với Niết bàn) và những ám chướng nhận thức vi tế hơn [sở tri chướng], cũng được biết như là những ám chướng đối với Chính biến tri. Chúng cũng có thể xếp loại theo ám chướng tích tập và bẩm sinh.

Ám chướng bẩm sinh: Những tâm thái lầm lỗi đã hiện diện từ thời vô thủy nơi mọi chúng sinh và hành tác không tùy thuộc vào thánh thư hay lý luận sai lầm. Những ám chướng này khác với những ám chướng tích tập.

Ám chướng phiền não: Đồng nghĩa: ám chướng xúc cảm, ô nhiễm, ám chướng của tâm, cảm xúc phiền não. Những vận hành nhiễm độc của tâm, là những chướng ngại đối với sự Giải thoát và là những nguyên nhân của Khổ. Chúng quấy rầy sự an tâm và buộc chúng ta hành động có hại cho người khác (và chính mình). Những phiền não gốc là: vô minh, tham/chấp trước, giận/oán hận/ghét, kiêu mạn, nghi ngờ và thấy sai (tà kiến). Những ám chướng này cũng gồm cả những ám chướng của nghiệp (những ám chướng gây ra bởi bất cứ loại nghiệp nào không được tịnh hóa, kể cả nghiệp tích cực). Chúng khác biệt với các ám chướng do nhận thức, và tất cả bị bỏ khi đạt Niết bàn. Cũng gọi là ám chướng do cảm xúc.

Ám chướng do nhận thức (sở tri chướng): Những ám chướng này gồm tất cả những khái niệm về chủ, khách và hành động và những cấu uế hay ý kiến vi tế khác ngăn chặn người ta đạt Chính biến tri, hay thấy chân lý tương đối và tối hậu cùng lúc. Thí dụ, người ta có thể có ý kiến về quá khứ, hiện tại và vị lai thực sự hiện hữu hay khổ và Niết bàn (sự chấm dứt khổ) hiện hữu. Tuy nhiên, đây chỉ là những ý kiến, vì sự thật quá khứ, hiện tại và vị lai chỉ hiện hữu trong quan hệ với nhau và khổ chỉ là một ý kiến hiện hữu trong quan hệ với Niết bàn. Tương tự, ý nghĩ rằng cái khổ của chúng ta tách rời với cái khổ của mọi người khác cũng là một ý kiến, và điều này vượt qua được bằng cách tu tập con đường Bồ tát. Những ám chướng này khác biệt với các ám chướng do phiền não.

Ám chướng tích tập: Những tâm thái có được có tính cách lý trí sinh ra do dính mắc vào những hệ thống tín ngưỡng sai hay những cái thấy sai ảnh hưởng qua nhiều đời. Những ám chướng này bị vượt qua trong con đường thấy. Những ám chướng này khác biệt với những ám chướng Bẩm sinh, bị vượt qua trên con đường huân tập.

A Ti Sa (Phạn: Atisha): Nhiên Đăng Cát Tường Trí, được biết như là Dipamkara, một đại học giả Ấn Độ đã đến Tây Tạng vào năm 1042 và tạo nên sự thanh lọc chính của Phật giáo hiện diện vào thời ấy, trong đó Ngài đã sáng lập trường phái Kadampa.

A Tu La (Phạn: Asura): Chúng sinh sống ở cõi A Tu La thuộc Tổn sinh Luân hồi, trong tầm mắt của chư Thiên.

Ấn (Phạn: Mudra): (1) Dáng điệu bàn tay Mật giáo. (2) Vị phối ngẫu Mật giáo.

Ấn Hành động: Một vị phối ngẫu trong Mật Điển Yoga Cao Nhất trợ giúp tạo ra đại cực lạc như thế hành giả có thể hòa tan trong các luồng khí bên trong và thức ngộ tính không. Cũng xem Phối ngẫu.

– B –

Bardo (Tạng): Cảnh giới trung gian của sự tồn sinh, hay bất cứ thời kỳ nào của sự chuyển tiếp. Có Sáu Bardo cùng nhau: trạng thái thức, mộng, thiền định, hấp hối, Dharmata (ánh sáng giác ngộ) và hữu (thời gian giữa chết và tái sinh). Thông thường, chữ Bardo đơn giản ám chỉ cảnh Bardo của hữu.

Ba la đề mộc xoa (Phạn: Pratimoksha): Những lời nguyện về giải thoát cá nhân. Những giới luật do Phật Thích Ca Mâu Ni thiết lập cho Cộng đồng tăng già Phật giáo, nam nữ cư sĩ.

Ba la mật (Phạn: Paramita): Xem Sáu và Mười Ba la mật.

Ba la mật Thừa (Phạn: Paramitayana): Đại Thừa, nhưng không gồm Mật điển Thừa (Tantrayana). Ba la mật: đi qua bên kia, đến bên kia sự giới hạn (Phạn: Paramita). Xem Sáu và Mười Ba la mật.

Ba Tạng (Phạn: Tripitaka): Nghĩa đen: ba cái giỏ chứa. Ba kết tập các thánh thư Phật giáo: (1) **Luật (Phạn: Vinaya):** giới luật/thệ nguyện; (2) **Kinh (Phạn: Sutra):** nhấn mạnh sự tập trung/thiền định; (3) **A-tì-đạt-ma (Phạn: Abhidharma):** tri kiến/trí tuệ/hiện tượng học.

Bản tính qui cho: Những khái niệm, tên và nhãn hiệu chúng ta qui cho sự vật, như "cây", "nhà", "tốt" hay "xấu". Những từ này chỉ là những khái niệm chúng ta dùng miêu tả đối tượng và thông tri ý kiến, không có sự hiện hữu tối hậu nào.

Báo thân (Phạn: Smabhogakaya): Báo/ứng Thân của một vị Phật mà chỉ những Bồ tát đã đạt được địa thứ mười có thể nhận thức được, và từ đó Hóa thân hình thành hóa sinh lợi ích cho người khác. Hình thức vật lý (tâm thần) của Phật Trí. Kết quả sự chuyển hóa của lời nói, truyền thông và nội khí.

Bảo Sinh Như Lai (Phạn: Ratnasambhava): Trong Ngũ Phương Phật, Ngài la vị Như Lai tọa chủ phương Nam cõi Ta Bà, tiêu biểu cho thọ uẩn của tất cả chư Phật và bình đẳng tính trí.

Bất Động Như Lai (Phạn: Akshobya): Tên của một vị Thần (Deity). Một trong Ngũ Phương Phật, tượng trưng cho thức uẩn của tất cả các Phật và trí hư không trùm khắp (trí Pháp giới).

Bất Không Thành Tựu Như Lai (Phạn: Amoghasiddhi): Trong Ngũ Phương Phật, Ngài là vị Như Lai tọa chủ phương Bắc cõi Ta Bà, tượng trưng cho hành Uẩn của tất cả các Phật và trí thành tựu tất cả của họ.

Bồ Đề Tâm (Phạn: Bodhichitta): Tâm giác ngộ, hay của tâm giác ngộ vì người khác, mong đạt được giác ngộ viên mãn. Tâm dâng hiến để đạt cảnh giới Phật để giúp tất cả chúng sinh. "Tâm bồ đề tương đối" là Tâm bồ đề Ứng dụng hay Tâm bồ đề Phát nguyện. "Tâm bồ đề tối hậu" hay "Tâm bồ đề thực tại tự nhiên" là Trí tuệ do Tâm bồ đề tương đối chứng ngộ trực tiếp Tính không điều động.

Bồ đề tâm phát nguyện: Tâm Bồ đề đạt được do tu luyện tâm bằng những pháp tu như Bốn Vô lượng và Tonglen (phân biệt với Bồ đề tâm ứng dụng).

Bồ đề tâm ứng dụng: Tâm Bồ đề được các nguyện của Bồ tát giữ (như đối lại với Tâm Bồ-đề Phát nguyện), gồm cả sự tu tập Sáu Ba la mật.

Bồ tát (Phạn: Bodhisattva; Tạng: Changchup Sempa): Hiện thân của giác ngộ, một người gắng sức vì cảnh giới Phật để lợi ích nhiều nhất cho tất cả chúng sinh. (1) Tổng quát, một người đã phát Bồ tát nguyện. (2) Cụ thể hơn, một người đã phát nguyện và cũng đã đạt Tâm Bồ-đề tự phát.

Bồ tát nguyện (hay Bồ-đề tâm nguyện): Những cam kết thánh thiện làm lợi ích cho mình và người khác, đưa đến giác ngộ, cho những hướng dẫn đặc biệt về làm sao phát triển và duy trì Tâm bồ đề. Có mười tám Bồ tát nguyện căn bản và bốn mươi sáu nguyện thứ yếu.

– C –

Cái bình: Sự hoàn thành của các Thần (Deity), thường tượng trưng cho Quán đỉnh thứ nhất.

Càn-thát-bà (Phạn: Gandharva): Thần ăn mùi hương. Quỉ sống bằng mùi. Cũng có thể ám chỉ chúng sinh ở cõi trung gian.

Chân lý qui ước: Xem Chân lý tương đối. **Chân lý tuyệt đối**: Xem Chân lý tối hậu.

Chân lý tối hậu: (1) Cảnh giới Phật (hay Chính biến tri); (2) bản tính tối hậu của thực tại được biết như là "tính không"; (3) trí trực tiếp nhận ra tính không đó; và (4) Phật tính hay tiềm năng giác ngộ của chúng ta. Đồng nghĩa: Tính Không, không có thực hữu, cái thấy đúng, chân tính nền tảng, không thực sự hiện hữu, không tự hữu, Pháp giới, thực tại tự nhiên, bản tính của tâm, tâm tịnh quang bẩm sinh, tính rỗng không, không có sự tự hữu, chân lý thiêng liêng.

Chân lý tương đối: Chân lý hoàn toàn sai lầm (đối lại với Chân lý tối hậu), sự hiện hữu qui ước (ví dụ, như nó hiện ra đối với sáu giác quan); sự tương tùy của các hiện tượng.

Chân ngôn Một trăm Âm tiết: Chân ngôn (Phạn: Mantra) Kim Cương Tát đỏa (Vajrasattva), tượng trưng cho sự thanh tịnh của tất cả chư Phật và thể tính của trăm gia đình, gồm cả bốn mươi vị thần hiền và năm mươi tám vị thần dữ.

Chấp trước: Sự không thể tách rời một người hay một vật, và tối hậu đưa đến Khổ, hay phóng đại những phẩm tính tốt của đối tượng. Nó là một trong những phiền não lớn nhất của tâm, ngăn chặn sự đạt Giác ngộ.

Chenrezig (Tạng): Xem Quan Thế Âm.

Chúng sinh: Kẻ (chuyển) sinh. Hữu thể sở hữu cái Tâm bị phiền não hay những dấu ấn của chúng ô nhiễm, sống trong vòng luân hồi (như thế thường loại bỏ cây cỏ).

Chuông: Vật dụng dùng tu tập trong Kim Cương Thừa, biểu tượng cho thân và ngữ của đức Phật. Cũng như khía cạnh nữ của giác ngộ, trí tuệ, và tướng không. Cùng với Chày Kim Cương hay Lưỡi Tầm Sét (Vajra), nó tượng trưng cho sự hợp nhất của trí tuệ và phương pháp, tướng không và cực lạc bất biến, hay nữ và nam.

Chứng ngộ hay thức ngộ (Anh: Realisation): Sự hiểu sâu và mạnh/nội tri (ở bên kia cái hiểu lý trí) trở thành phần của chúng ta và thay đổi nhận thức của chúng ta về thế giới.

Cõi dục hay Dục giới: Một trong Ba cõi trong Tồn sinh Luân hồi, nơi các chúng sinh hưởng thụ năm đối tượng cảm giác ngoại giới (sắc, thanh, hương, vị, xúc) và nơi chúng sinh kinh nghiệm Khổ của khổ. Nó gồm có Sáu cõi (kể cả các thần tham dục), và khác với các cõi Sắc và Vô sắc của các thần.

Cõi địa ngục: Cảnh giới hay cõi trong tồn sinh luân hồi trong đó người ta kinh nghiệm đau khổ. Một cách tổng quát, ở đây người ta kinh nghiệm hậu quả của những hành động hơn là tạo ra những nguyên nhân mới cho sự khổ vị lai. Xem Sáu cõi.

Cõi sắc hay Sắc giới: Cảnh giới của tồn sinh luân hồi không có đau khổ. Chúng sinh ở đây đã khước từ sự hưởng thụ những đối tượng giác quan bên ngoài nhưng vẫn còn chấp trước sắc bên trong (thân vi tế và tâm của riêng họ).

Cõi thiên: Cõi trời, Cảnh giới trong tồn sinh luân hồi. Một vài cõi thiên ở Dục giới, những cõi khác ở Sắc giới và Vô sắc giới. Xem Ba cõi và Sáu cõi.

Cõi vô sắc hay Vô sắc giới: Cảnh giới cao nhất của tồn sinh luân hồi. Chúng sinh ở đây đã khước từ sắc và sự chấp trước những khoái lạc của sắc, và chỉ hiện hữu trong dòng tâm thức của họ. Tâm của họ vẫn còn bị ham muốn vi tế và chấp trước vào các tâm thái và ngã ràng buộc. Xem Ba cõi.

Công đức: Đức hạnh, tiềm năng tích cực, công trạng. Những dấu ấn của những hành động tích cực trên dòng tâm thức, đưa tới hạnh phúc vị lai. Sự tích lũy công đức và trí tuệ là hai khía cạnh của con đường đến giác ngộ.

Cúng dàng (Phạn: Puja): Nghi lễ/hành động dâng hiến.

Cúng dàng bên trong: Trong Mật điển Yoga Cao nhất loại cúng dường này sinh ra do chuyển hóa về mặt tâm những bản chất của thân thành để hồ.

Cúng dàng Mạn Đà La: Về mặt tâm, chuyển hóa vũ trụ thành Cõi Thanh Tịnh và cúng dàng nó. "Cúng dàng Mạn Đà La bên trong": cúng dàng thân, của cải và hạnh phúc, v.v...

Cúng dàng thực phẩm (Phạn: Ganachakra, Tạng: Tsok, Anh: Feast Offering): Một nghi thức ban ơn, dâng hiến và tiêu dùng thực phẩm và thức uống như để hồ trí tuệ.

Cư sĩ (Phạn: Upasaka): Người Phật giáo tu tại nhà giữ Tám Giới.

– D –

Dhanyakataka (Phạn): Địa điểm ở Nam Ấn Độ, người ta nói là nơi đức Phật đã dạy Mật điển Pháp Thời Luân Kim Cương.

Dharmogata (Phạn) (Đàm Vô Kiệt): Vị Bồ tát mà Sadapradudita (Tát Đà Ba Luân) đã thọ nhận giáo lý bát nhã từ ngài.

Di Lặc (Phạn: Maitreya): Bậc có lòng Từ. Tên của vị Phật tương lai, cũng là thầy và đệ tử chính của Phật Thích Ca Mâu Ni.

Dạ ma (Phạn: Yama): Tên của Diêm Vương hay Diêm chúa.

Dolpopa Shrab Gyaltsen (Tạng): (1292–1361) Bậc sư thành tựu cao và người sáng lập truyền thống Jonang như được truyền đến ngày nay, kết hợp các dòng truyền Shentong Kinh điển mà Kalachakra Mật điển.

Dòng truyền: Mạch truyền không gián đoạn của các bậc sư Phật giáo đã chứng ngộ các giáo lý (những bậc nắm giữ dòng truyền) Pháp được truyền qua đó, trở về đến thời của Đức Phật. Một dòng truyền chính thống không gián đoạn là thiết yếu để bảo tồn tính thanh tịnh của Pháp.

Duy thức tông (Phạn: Chittamatra): Một hệ thống triết học chủ trương chỉ có tâm thực sự hiện hữu. Xem Bốn Giáo thuyết.

Dzogchen (Tạng): Pháp tu thâm sâu của truyền thống Nyingma, cũng được biết như là Đại hoàn thiện.

– Đ –

Đại thừa (Phạn: Mahayana): (Maha = lớn, yana = chiếc xe, đối lại với Tiểu thừa (Hinayana) Hina = nhỏ, yana = chiếc xe). Con đường Phật giáo đưa đến Phật quả, nhằm hoàn thành cảnh giới Phật vì tất cả chúng sinh. Cũng gọi là Bồ tát thừa. Nó bao gồm cả Kinh thừa (Sutrayana) và Mật thừa (Tantrayana).

Đa-ka (Tạng: Daka): Tương đương nam của Đa-ki-ni.

Đa-ki-ni (Tạng: Dakini): Phật hiện thân nữ của mật điển và những người nữ đạt được sự chứng ngộ tính không với Tâm tịnh quang. Cũng là nguyên lý âm, kết hợp với trí tuệ.

Đạo sư (Phạn: Guru, Tạng: Lama): Nghĩa đen, một người nặng ký về các phẩm tính tốt. Thầy/bạn/cố vấn về tâm linh.

Đâu-suất (Phạn: Tushita): Đất Hỷ túc. Tịnh Địa Bồ tát của 1.000 Phật của đại kiếp này. Người ta nói Phật Thích Ca Mâu Ni đã từ cõi Đâu Suất xuống khi ngài sinh ra ở Ấn Độ.

Đề-bà-đạt-đa (Phạn: Devadatta): Tên của người anh em họ của Phật Thích Ca Mâu Ni, thấy Phật như là đầy sai lầm.

Đế (Anh: Ground): Căn bản cho cái thấy và con đường Phật giáo, chia thành tục đế (tương đương với chân lý tương đối) và chân đế (tương đương với chân lý tối hậu).

Địa (Phạn: Bhumi, Anh: Ground): Giai đoạn. Thường ám chỉ một trong mười giai đoạn trong sự tu luyện của Bồ tát (Bodhisattva-bhumi) trong con đường huân tập, một trong Năm Đường, theo sau con đường tuệ kiến. Trong mỗi giai đoạn nhấn mạnh một trong Mười Ba la mật.

Định (Phạn: Samadhi): Thiền định, tập trung. Sự can dự qui nhất trong Thiền định mà đối tượng thiền định và hành giả kinh nghiệm như là không thể tách rời và không thể phân biệt. Vì có nhiều kiểu Định, thuật ngữ ấy không bao hàm bất cứ điều gì về sự chứng ngộ hay thành tựu của hành giả.

Độc Giác Phật (Phạn: Pratyekabuddha): Còn gọi là Bích chi Phật hay Duyên Giác. Người theo truyền thống Tiểu Thừa đạt được giải thoát (không phải Phật quả) qua công đức của riêng người đó, khám phá những giáo lý Phật giáo như Mười Hai Nhân duyên Tùy Thuộc Phát Sinh.

Đức hạnh: Xem Công đức.

– G –

Giải thoát (giải thoát cá nhân): Cảnh giới sau khi loại bỏ những ám chướng phiền não và nghiệp gây nên sự tái sinh không kiểm soát trong tử sinh luân hồi.

Geluk (pa) (Tạng): Người phái Mũ vàng. Trường phái lớn nhất trong truyền thống Tây Tạng, do Đại sư Tsongkhapa sáng lập. Sự nhấn mạnh chính của nó là về đạo đức và tính cách học giả lành mạnh ưu tiên hơn sự thiền định nghiêm túc.

Geshe (Tạng): (1) Bằng cấp giống như "Tiến sĩ Thần học", được các trường cao đẳng Phật giáo theo truyền thống Gelukpa trao tặng. (2) Danh hiệu của một vài vị sư của truyền thống Kadam cũ.

Giác ngộ: Đồng nghĩa: Thành Phật, giác ngộ viên mãn. Mức phát triển cao nhất, khi đã loại bỏ tất cả những ám chướng và những dấu ấn của nghiệp, và khi đã phát triển tất cả những phẩm tính tốt và trí tuệ đến mức đầy đủ nhất. Giác ngộ thay thế sự giải thoát cá nhân.

Giai đoạn hoàn thành: Giai đoạn cuối cùng trong sự tu tập Mật Điển Yoga Cao Nhất dùng các phương pháp khiến các khí bên trong (Phạn: Prana, Tạng: Lung, Anh: Winds) của thân để vào, trú, và tan trong Kênh Giữa và kết quả trong Phật cảnh. Trong các pháp tu Pháp Thời Luân Kim Cương, quá trình này miêu tả trong sáu giai đoạn.

Giai đoạn khởi tạo: Giai đoạn tu tập trong Mật điển Yoga Cao nhất, trong đó bằng tâm người ta tự tạo mình như là một vị Thần (Deity), và những thứ xung quanh mình như là

Mạn đà la của vị thần ấy. Người ta thiền định về hình tướng, âm thanh và ý nghĩ như là có bản tính của thần, chân ngôn và trí tuệ.

Giọt: Xem Tinh chất.

– H –

Hành động tiêu cực: Hành động không đức hạnh, phá hoại dấu ấn nghiệp đen. Hành động để lại dấu ấn trên dòng tâm thức sẽ đưa đến khổ vị lai.

Hóa thân (Phạn: Nirmanakaya): Của một vị Phật. Kết quả sự chuyển hoá thân người thường và kinh nghiệm về ngã. Nó là sự chuyển hóa của Báo thân (Sambhogakaya) thành sắc tướng bình thường. Một mạng lưới (hệ thống) sắc tướng thô hơn, hóa sinh từ Báo thân, mà đôi khi người thường có thể thấy được. Hóa thân có thể thấy được đối với những người có nghiệp thanh tịnh, những người khác chỉ thấy một người thường. Phật Thích Ca Mâu Ni là một thí dụ của Hóa thân vô thượng.

Hỏa hầu (Phạn: Kundalini, Tạng: Tummo): Nội nhiệt, sức nóng bên trong phát sinh trong các pháp tu thiền định Mật giáo đặc biệt.

Hộ Pháp (Phạn: Dharmapala): Vị Hộ pháp luôn hộ trì Chính pháp của Đức Phật. (1) Những vị bảo trợ thế gian: các Thần tầm thường, các quỉ, v.v..., do bị một Đạo sư Mật giáo nhiếp phục để bảo vệ Phật Pháp và các hành giả. (2) Phi thế gian: những thị hiện của các vị Phật và các vị Bổ tát trong hình tướng hung dữ bảo vệ các hành giả.

– J –

Jhana (Pali): Hình thức tiên tiến của Thiền định tập trung, sau khi chứng ngộ Shamatha. Có bốn jhana hữu tướng và bốn jhana vô tướng, tương ứng với các kinh nghiệm trong thiền định tương đương với tâm thái của những chúng sinh khác nhau ở các cõi trời.

Jonang(pa) (Tạng): Truyền thống thuộc Phật giáo Tây Tạng kết hợp nghiên cứu cái thấy của Trung đạo Shentong với sự tu tập Sáu Yoga Pháp Thời Luân Kim Cương, do Khunphang Thukje Tsondru thiết lập.

– K –

Kadam(pa) (Tạng): Truyền thống thuộc Phật giáo Tây Tạng, do Atisha khởi đầu. Trước Đại sư Tsongkhapa được biết như là "Kadam cổ" về sau được biết như là Gelukpa.

Kagyu (Tạng): Tông phái của Phật giáo Tây Tạng, do Marpa Chökyi và Khyungpo Nyaljor (t.k. 11) sáng lập. Dòng truyền thiền định và triết lý mà pháp tu đặc biệt là Đại ấn (Mahamudra).

Kalachakra (Phạn): Pháp Thời Luân Kim Cương hay Bánh xe Thời gian, tên một vị Thần (deity) đặc biệt của loại Mật Điển Yoga Cao Nhất, tạo thành căn bản của pháp tu chính của truyền thống Jonang, Sáu Yoga Pháp Thời Luân Kim Cương. Loại mật điển này đã được đức Phật dạy và chủ trương xiển dương ở Vương quốc Shambhala, trước khi xuất hiện ở Ấn Độ và Tây Tạng quanh thế kỷ thứ 10. Mặc dù vị thần ấy thường được vẽ như là có hai mươi bốn tay, truyền thống Jonang dùng hình thức Kalachakra hai tay trong giai đoạn khởi tạo, được biết như là Dukor Lhangkye ở Tây Tạng.

Kalagni (Phạn, Tạng: Dume): Trong hệ thống Kalachakra, Kalagni là một "hành tinh" hay thiên thể với ý nghĩa tâm linh, được tượng trưng bằng một cái đĩa màu vàng mà Kalachakra đứng trên đó. Nó được kết hợp với giao điểm phía nam của mặt trăng, các nhật thực và "cái đầu rồng" trong thuật chiêm tinh Trung Hoa.

Kalapa: Thủ đô của nước Shambhala.

Kalki (Phạn): Xem Kulika.

Kangyur (Tạng): Kết tập tất cả Kinh điển và Mật điển dịch từ tiếng Phạn sang tiếng Tây Tạng. Cũng xem Tengyur.

Kaya (Phạn): Thân của một vị Phật. Cũng xem Ba thân.

Kênh (Phạn: Nadi, Tạng: Tsa): Mạch vi tế trong đó năng lượng vi tế hay nội khí lưu chuyển. Các kênh chính trái và phải chạy từ mũi đến ngay dưới rốn, nơi chúng kết hợp với Kênh giữa.

Kênh giữa (Phạn: Avadhuti, Tạng: Uma): Kênh năng lượng chính trong thân, trục giữa của thân vi tế. Nó bắt đầu ở trán khoảng giữa hai lông mày, đi về phía dưới xương sọ và rồi xuống đến mức rốn (hay thấp hơn). Sự miêu tả nó biến đổi theo pháp tu đặc biệt.

Kênh năng lượng: Các tĩnh mạch trong thân qua đó lưu thông luồng khí bên trong (Tạng: Lung, Phạn: Prana).

Khai thị (Anh: Initiation): Xem Quán đỉnh. Khí (Phạn: Prana): Xem Lung.

Khổ hay Đau khổ: Bất cứ tình cảnh không thỏa mãn nào, ám chỉ sự đau đớn của thân và tâm, tất cả những tình thế có vấn đề và sự không thỏa mãn là phần của bản tính thay đổi và bị qui định của tồn sinh luân hồi. Cũng xem Ba loại khổ và Bốn Chân lý Cao quí.

Không bộ phái (Tạng: Rimé): Phong trào toàn giáo hay không bộ phái, nghĩa đen, không thiên lệch. Đặc trưng của nó là thái độ kính trọng tất cả các giáo lý và tông phái Phật giáo.

Khước từ: Quyết định không có hay vượt ra khỏi sự khổ của tồn sinh luân hồi, không còn chấp trước vào những khoái lạc của tồn sinh luân hồi đưa đến đau khổ và phiền não nữa.

Kiếp (Phạn: Kalpa, Anh: Eon): "Đại kiếp": thọ mạng của vũ trụ. "Tiểu kiếp": một phần hai mươi của đại kiếp.

Kiêu hãnh thần diệu: Sự kiêu hãnh không mê hoặc về tự ngã như là một vị Thần (Deity) và những cảnh xung quanh và những sự thụ hưởng như của vị Thần ấy. Nó là một phương thuốc trị độc những quan niệm thông thường.

Kim Cương Thủ (Phạn: Vajradhara): Vị Phật đại diện cho sức mạnh của tất cả chư Phật, có danh hiệu Bồ tát Đại Thế Chí, tượng trưng cho khía cạnh Báo thân của Phật Thích Ca Mâu Ni. Kim Cương Thủ thường được xem như là người sáng lập Phật giáo Kim Cương Thừa.

Kim Cương Chấp (Phạn: Vajrapani): Một trong các đệ tử chính của đức Phật. Vị Thần Hộ pháp do Tâm Bồ đề dũng mãnh của tất cả Như Lai hóa thân, tượng trưng cho quyền lực của tất cả các Phật.

Kim Cương Tát đỏa (Phạn: Vajrasattva): Tên của một vị Thần (Deity), đặc biệt liên quan đến các pháp tu Tịnh Hóa như niệm chân ngôn một trăm âm tiết.

Kim Cương thừa (Phạn: Vajrayana): Đồng nghĩa: Mật điển/kim cương/bí mật/khác thường/mật thừa, một con đường Phật giáo Đại thừa đưa đến giác ngộ. Cũng xem Mật điển.

Kinh (Phạn: Sutra): Bài giảng/thuyết ngữ, v.v... của đức Phật, ngoại trừ các giáo lý Mật điển (Tantra).

Kinh điển thừa (Phạn: Sutrayana): Cũng là: "con đường hiển giáo hay Nhất thừa Chung giáo". Tên của Tiểu thừa và Ba la mật thừa hợp lại, như thế ngoại trừ Mật điển thừa (Tantrayana).

Kulika (Phạn), (Tạng: Rigden): "Thủ lĩnh của các Giai cấp biệt đãi" hay "Người Nắm giữ Tri thức của Shambhala". Danh hiệu của các Vua thứ 8 và thứ 24 của Shambhala.

– L –

Laghutantra (Phạn): "Kalachakra Laghutantra"; đây là hình thức rút ngắn của bản văn nguyên tác; Kalachakra Mulatantra chỉ tồn tại ở Shambhala. Laghutantra do Vua Shambhala Manjushrikirti (hay Manjushri Yashas) viết. Bản văn này làm phận sự mật điển gốc cho chúng ta, khi Mulatantra không khả dụng.

La-hầu (Phạn: Rahu, Tạng: Dachan): Trong hệ thống Pháp Thời Luân Kim Cương, La-hầu là một "hành tinh" hay thiên thể với nghĩa tâm linh, được tượng trưng bằng một đĩa màu đen có Bánh Xe Thời Gian đứng trên đó. Nó được kết hợp với giao điểm phía bắc của mặt trăng, những nguyệt thực và "cái đuôi rồng" trong thuật chiêm tinh Trung Hoa.

Lalana (Phạn), (Tạng: Roma): Kênh chính bên trái của thân vi tế.

Lạt-ma (Tạng: Lama): Nghĩa đen "bậc bề trên". Đồng nghĩa của Đạo sư (Guru).

Lam rim (Tạng): Đèn trên đường Đạo. Những giai đoạn của Con Đường đến Giác ngộ. Sự trình bày có hệ thống tất cả những giáo lý của Phật, trước tiên do Atisha trình bày trong hình thức này và hiện tại được dùng chính trong trường phái Geluk.

Lời thề thất bại: Khi bốn yếu tố đưa đến thất bại có mặt và một lượng thời gian đã qua mà không có cảm giác hối hận.

Luật (Phạn: Vinaya): Kỷ luật. Những luật lệ điều hành sự hành xử của Tăng già (ở đây thường áp dụng cho tăng, ni và cư sĩ).

Lung (Tạng), (Phạn: Prana): Khí, năng lượng. (1) Khí/năng lượng (sống) vi tế. Theo mật điển, các khí này là chiếc xe ý thức khiến cho Tâm Tịnh Quang hiện lên khi chúng tan trong trục giữa. (2) Bệnh, sự quấy rầy/mất thăng bằng năng lượng trong thân. (3) Sự truyền miệng một bản văn Pháp.

Luân xa (Phạn: Chakra): Bánh xe, vòng tròn. Trung tâm tiêu điểm nơi các kênh (năng lượng) thứ yếu phát ra từ Kênh giữa.

– M –

Ma (Phạn: Mara): Quỉ. Bất cứ cái gì can thiệp vào sự đạt Giải thoát hay Giác ngộ. Xem Bốn ma.

Manjushrikirti (Phạn, cũng là Manjushri Yashas): Vị Vua thứ 8 của Shambhala (Vua Kulika đầu tiên), người sáng tác và cô đọng Mật Điển Pháp Thời Luân Kim Cương.

Mạn Đà La (Phạn: Mandala): Tâm điểm và chu vi, vòng tròn hay tinh cầu. (1) Sự tượng trưng có tính biểu tượng của quán tưởng thiền định, thường trong hình thức một lâu đài với một hay nhiều hơn các Thần (Deities) hiện diện. (2) Sự tượng trưng có tính biểu tượng về vũ trụ (xem Cúng dàng Mạn Đà La).

Mạn Đà La Ý: Trong Mật điển Pháp Thời Luân Kim Cương, Các mức độ ở giữa, cao nhất của Mạn Đà La, chứa Mạn Đà La Đại cực lạc, Mạn Đà La Trí tuệ cao vời và Mạn Đà La Tâm xung quanh.

Mantra (Phạn): "Dụng cụ để suy nghĩ". (1) Những âm tiết qui định (bằng tiếng Phạn) để bảo vệ tâm (khỏi phiền não). Chúng diễn đạt tinh chất của các năng lượng đặc biệt. Niệm các mantra này luôn luôn được thực hiện với những quán tưởng đặc biệt. (2) Thường, mantra được dùng như một từ đồng nghĩa với Vajra hay Tantra. [Thường được dịch là Chân ngôn.]

Mạn Đà La Ngữ (Speech Mandala): Trong Mật điển Pháp Thời Luân Kim Cương, vùng giữa Mạn Đà La.

Mạn Đà La Thân (Body Mandala): Trong Mật Điển Pháp Thời Luân Kim Cương, Mạn-đa-la căn bản, xung quanh có bốn lối vào lớn, chứa Mạn Đà La Ngữ và Mạn Đà La Ý ở giữa và Mạn Đà La Thân ở xung quanh.

Mật điển (Phạn: Tantra): Sự miên tục, dòng chảy. Sự miên tục hay đan bện với nhau duy trì qua suốt sự tu tập. (1) Đại cương nó ám chỉ các hệ thống thiền định miêu tả trong các bản văn của Mật thừa; những pháp tu can dự vào Bốn Thanh Tịnh, sự thiền định về các Kênh Năng lượng, các luân xa và các tinh chất trong thân. Các giáo lý Mật giáo này không tìm thấy trong Thừa Kinh điển và đòi hỏi sự Quán đỉnh của một Đạo sư mật điển. (2) Cụ thể hơn, một thánh thư miêu tả một pháp tu của Thừa Mật điển.

Mật điển Kryayoga (Phạn: Kryayoga-Tantra): Loại đầu tiên trong bốn loại yoga, nhấn mạnh sự tịnh hóa và thấy vị thần ấy như bậc trên đối với chính mình.

Mật điển thừa (Phạn: Tantrayana): Thừa hay con đường mật điển; phần của Đại thừa. Cũng xem Kim Cương thừa.

Mật điển Yoga Cao Nhất (Phạn: Anuttarayoga-Tantra): Xem Bốn Loại Mật điển. Loại mật điển chứa phương pháp chuyển hóa kinh nghiệm tình dục thành con đường tâm linh.

Milarepa (Tạng): Đại Hành giả Tây Tạng (1040–1123), nổi tiếng vì đã thành tựu Phật quả của ông trong chỉ một đời và những khó nhọc mà ông đã chịu đựng.

Mulatantra (Phạn): Hay đúng hơn: "Kalachakra Mulatantra"; đây là mật điển gốc Kalachakra nguyên tác. Vua Shambhala là Suchandra viết một bình luận rút gọn cho mật điển này, nhưng bản văn của cả hai đều không thể dùng bên ngoài Shambhala. Hai bản văn căn bản chúng ta dùng là Lughatantra (thực hiện nhiệm vụ của mật điển gốc) của Manjushrikirti và bình luận "Vimalaprabha" của Pundarika.

Munchun (Tạng): Miếng vải dày dùng che mắt trong khi mắt vẫn mở, dùng để thay thế cho một căn phòng tối. Các hành giả thực hành pháp tu "Thiền bóng tối".

– N –

Nadi (Phạn): Xem Kênh khí.

Naga (Phạn): Loại sinh linh sống chính ở các sông, biển lớn hay hồ, nhưng cũng có thể sống ở bất cứ nơi nào. Chúng thường vô hình. Hay được minh họa với thân giống như rắn. (Hán thường dịch là "long", tức "rồng" theo tiếng Việt.)

Nagarjuna (Phạn) (Hán dịch là Long Thọ): Vị Bồ tát đã làm sống lại Đại thừa Phật giáo vào thế kỷ thứ nhất (công nguyên), vị Luận sư vĩ đại nhất của Phật giáo. Sự xuất hiện của Ngài đã chuyển Pháp luân lần thứ hai, sau Đức Phật Thích Ca. Ngài là vị Tổ sư thứ 14 của thiền tông Phật giáo Ấn Độ. Truyền thống Mật giáo Kim Cương thừa đã xếp Ngài vào 84 vị Đại Thành tựu.

Namcu (Tạng:): Mười lực. Biểu tượng hay "vật tượng trưng" tạo bằng mười biểu tượng chân ngôn (mantra).

Ngạ quỉ (Phạn: Preta): Ma đói. Một chúng sinh bị tham và chấp trước ám ảnh, sống trong giới ngạ quỉ ở Dục giới, đau khổ chính vì thiếu thức ăn, đồ uống và chỗ trú.

Nghiệp (Phạn: Karma): Hành động. Hành động có chủ ý, lực đẩy tới. Dấu ấn hành động để lại trên dòng tâm thức của một người và những hậu quả trong đó. "Nghiệp luật": giáo thuyết chủ trương rằng tất cả mọi kinh nghiệm là kết quả của những dấu ấn trên dòng tâm thức chúng ta của các đời trước; những hành động đức hạnh đưa đến hạnh phúc, những hành động tiêu cực đưa đến đau khổ và những trạng thái không thích thú.

Ngoại đạo (Phạn: Tirthika): Người không theo Trung Đạo, không phải Phật giáo, thường ám chỉ một người Ấn Độ giáo (Hindu).

Ngöndro (Tạng): Cái đi trước. Tu tập sơ bộ trong Mật Điển, thường can dự vào Bốn Tin Quyết của Sự Khước Từ và những sơ bộ bên trong về qui y, Tâm Bồ đề, Pháp tu Kim Cương Tát Đỏa, vị Phật chủ về tịnh hóa, cúng dàng Mạn Đà La và yoga đạo sư.

Người chuyển sinh: Xem Chúng sinh.

Nguyện kết: Lời hứa hay lời thề khi dấn thân vào tu tập tâm linh.

Nhận thức thanh tịnh: Pháp tu chính trong Kim Cương Thừa, theo đó hành giả tu luyện nhận thức tất cả thế giới và những nội dung của nó như là cõi Phật thanh tịnh, như là hiện hữu của các Thân và Trí. Đạt pháp tu này bằng cách quán tưởng chính mình như là một vị thần (deity), thế giới bên ngoài như là mạn đà la, tất cả âm thanh như là Chân ngôn và tất cả ý nghĩ như là tâm giác ngộ của vị thần ấy.

Như Lai (Phạn: Tathagata): Danh hiệu của Đức Phật, bản thể của tâm cùng khắp không gian chẳng khứ lai, gọi là Như lai.

Niết bàn (Phạn: Nirvana): Tam độc tham, sân, si đã triệt tiêu, bản thể cùng khắp thời gian không có gián đoạn sinh diệt gọi là Niết bàn. Cảnh giới ở bên ngoài cuộc tồn sinh luân hồi mà một A La Hán đạt được. Niết bàn khác với Cảnh giới Phật, hay Niết bàn vô trụ, miêu tả sự giác ngộ thâm sâu hơn.

Nội khí: Xem Lung.

Núi Tu-di: Núi khổng lồ ở trung tâm vũ trụ theo Vũ trụ học Tây Tạng; thường được dùng trong pháp tu quán chiếu.

Nyingma (Tạng): Truyền thống Phật giáo Tây Tạng xưa nhất, do Bồ tát Padmasambhava (Liên Hoa Sinh) sáng lập. Nhấn mạnh vào sự tu tập Mật điển và Dzogchen.

– P –

Padmasambhava (Phạn): Liên Hoa Sinh. Đạo sư trân quí. Đại sư Mật giáo Ấn Độ đến Tây Tạng năm 817 CN. Với những Lực thần thông (Siddhis) của mình, Ngài đã đuổi đi những ác lực làm chướng ngại Phật giáo ở Tây Tạng.

Phạm thiên (Phạn: Bhrama): Phạm thiên trong Phật giáo không xem như là một vị thần (như trong truyền thống Ấn Độ giáo) mà là người cai trị các trời Cõi Sắc.

Pháp (Phạn: Dharma): Một trong ba ngôi báu (Phật, Pháp Tăng) Pháp này là tập hợp những kim ngôn khẩu ngọc của Đức Phật về đời sống Đạo đức (Sila), Thiền định (Samadhi), Trí tuệ (Panna), Giác ngộ (Bodhi) Giải thoát.

Pháp Cú (Pali): Lời Phật dạy một trong 15 cuốn thuộc Tiểu Bộ Kinh trong tạng Pali. Đây là một cuốn kinh Phật giáo rất phổ thông, được dịch ra nhiều thứ tiếng, được gọi là Thánh thư của đạo Phật.

Pháp giới (Phạn: Dharmadhatu): Không gian thấm nhập tất cả hay căn cứ cho tất cả chúng sinh cũng là nguồn của tất cả mọi hiện tượng. Pháp thân là khía cạnh giác ngộ của Pháp giới và là nguồn của tất cả sự hoạt động giác ngộ.

Pháp thân (Phạn: Dharmakaya): Chân Thân của một vị Phật, Tâm thanh tịnh, biết tất cả của một vị Phật, kết quả chuyển hóa của Tâm người thường. Cũng ám chỉ khía cạnh Tính không của cảnh giới Phật. Xem Ba Thân Phật.

Phật (Phạn: Buddha, Tạng: Sang-gye): Bậc Giác Ngộ/Tỉnh Giác/Biết Tất Cả. Một người đã tịnh hóa tất cả những ám chướng và phát triển tất cả những phẩm tính tốt và hai loại biết tất cả: Biết bản tính tối hậu và tính sai biệt của tất cả mọi hiện tượng. "Đức Phật" thường ám chỉ Phật Thích Ca Mâu Ni, song thực ra có vô số Phật đã đạt hay sẽ đạt giác ngộ.

Phật Pháp (Phạn: Buddha-Dharma): Chữ Phật nghĩa là giác ngộ. Chữ Pháp là bao gồm tất cả hiện tượng vũ trụ, không gian, thời gian, số lượng, từ tất cả những điều con người đã hiểu biết được, cho đến tất cả những điều con người chưa tìm hiểu được (hoặc có, không, chẳng có, chẳng không, cũng có, cũng không), đều được gọi là Pháp. Nghĩa là bất cứ sự vật gì do loài người biết được đều bao gồm trong chữ "PHÁP" nên cũng được gọi là Pháp giới.

Phật cảnh hay Phật quả (Anh: Buddhahood): Sự giác ngộ viên mãn hay toàn tri, tự tại với các cực đoan về cả luân hồi và sự bình an cá nhân của Niết bàn, cũng gọi là vô trụ Niết bàn.

Phật tính (Phạn: Tathagathagarba, Anh: Buddha-Nature): Tiềm năng của tất cả chúng sinh trở thành Phật. [Cũng được dịch là Như Lai Tạng.]

Phật giáo: Một tôn giáo, một hệ thống triết học, bao gồm các giáo lý, tư tưởng triết học, nhân sinh quan, vũ trụ quan, thế giới quan, giải thích hiện tượng tự nhiên, tâm linh, xã hội, bản chất sự vật và sự việc; Các phương pháp thực hành tu tập dựa trên lời dạy của một nhân vật lịch sử Đức Phật Thích Ca Mâu Ni Phật tử: Người qui y Tam bảo và đồng ý về triết lý Tứ Pháp ấn.

Phối ngẫu (Tạng: Yum): Vị thần nữ miêu tả trong sự giao hợp với một vị thần nam (yab). Thần nữ biểu tượng cho trí tuệ không thể tách rời với phương tiện thiện xảo, biểu tượng bằng một vị thần nam. Họ cũng biểu tượng hư không của tính không, không thể tách rời với sự tỉnh giác, hay cực lạc của tính không, không thể tách rời với tướng không. Trong pháp tu Pháp Thời Luân Kim Cương có bốn phối ngẫu, mỗi phối ngẫu có ý nghĩa ở tầng mức vi tế hơn.

Prana (Phạn): Xem Lung.

Pratimoksha (Phạn): Xem Ba la đề mộc xoa. Pratyekabuddha (Phạn): Xem Độc Giác Phật.

Pundarika: Vua Kulika thứ nhì của Shambhala, được biết đến bởi các bình luận nổi tiếng của ông về Kalachakra Tantra (Mật Điển Pháp Thời Luân Kim Cương), gọi là Vimalaprabha (Ánh Sáng Không Tì vết).

– Q –

Quán Thế Âm hay Quan Âm (Phạn: Avalokiteshvara): (1) Tên của một vị Bồ tát, tượng trưng cho tâm bi của tất cả chư Phật; Chenrezig trong tiếng Tây Tạng. (2) Một trong những đại đệ tử của Phật Thích Ca Mâu Ni.

Quán đỉnh (Phạn: Abhisheka): Sự cho phép và tiềm năng đặc biệt để tu tập phần đặc biệt của Mật điển, do một Đạo sư mật điển ban cho bằng phương tiện nghi thức, thường can hệ với lời thề giữ những cam kết đặc biệt theo mật điển.

Qui cho: Dán nhãn/tên/chỉ định hay cho đối tượng một ý nghĩa.

Qui y: Qui y có nghĩa là trao phó sự phát triển tâm linh của mình đến Phật, Pháp và Thánh Tăng già. "Qui y bên trong" ám chỉ sự qui nơi Phật tính của riêng mình: trí tuệ tự nhiên của riêng mình; điều này có thể hiểu ở những mức độ khác nhau.

– R –

Rangtong (Tạng): Tự không, nội tại không (khác với Sentong).

Rasana (Phạn, Tạng: Roma): Kênh chính bên phải của thân vi tế.

Rinpoche (Tạng): Bậc trân quí. Ám chỉ một Tulku, hay đôi khi chỉ là một danh hiệu kính trọng.

Rudra Chakri (Phạn): Rigden Drapo (Tạng) (2327–2427 CN) "Hung Thần với Bánh Xe" vua của Shambhala được tiên đoán là sẽ đánh bại "những người bán khai trong một cuộc chiến tâm linh".

Ruộng công đức (hay Ruộng qui y): Tiêu điểm, hay đối tượng của sự cúng dàng, sự sùng mộ, cầu nguyện, quì lạy, v.v... của một người, qua đó người ta có thực hiện những tích luỹ công đức và trí tuệ cần thiết. Nó thường áp dụng cho một tiêu điểm tu tập quán tưởng như là các thần nương náu, vị thầy trong Yoga Đạo sư, v.v... Hướng hành động của một người hướng về như là sự hiện thân của Tam Bảo cho người ấy một năng lực rất lớn.

– S –

Sadana (Phạn) hay Pháp môn thành tựu: Phương pháp mật điển hiện thực chính mình như là hình tượng Phật để thọ nhận Quán đỉnh; cũng là một bản văn nghi thức của Thừa Mật điển đưa ra một pháp tu thiền định đặc biệt.

Sa đọa (Anh: Downfall): Lỗi lầm vì vi phạm một lời thệ (ở tự viện hay nơi khác).

Sa đọa gốc: Khi Bốn yếu tố đưa đến sự thất bại của một lời thệ có mặt và người ta không thú nhận trước khi một thời khoá đi qua (mỗi hai mươi bốn giờ chia thành sáu thời khóa).

Sakya (Tạng): Trường phái của Phật giáo Tây Tạng, do Khon Könchok Gyelpo (thế kỷ 11) sáng lập. Pháp tu chính của họ là "Lamdré" hay "ba thị kiến". Sakya ngự trị Tây Tạng hơn 100 năm, trước khi quyền lực thế tục đến tay Đạt Lai Lạt Ma của truyền thống Gelukpa.

Samaya (Phạn): Mắt nối hay lời hứa thiêng liêng giữa thầy và trò, cũng như giữa các đệ tử, trong Kim Cương Thừa. Có nhiều nghĩa vụ chi tiết, nhưng thiết yếu nhất là xem thân, ngữ và ý của thầy là thanh tịnh. Cũng xem những Thệ nguyện Mật điển.

Sắc thân (Phạn: Rupakaya): Sắc (Rupa) thân (kaya). Sự thị hiện thân của một vị Phật. Nó cũng có thể được chia nữa thành Báo thân và Hóa thân.

Shambhala (Phạn): Vương quốc huyền thoại, cũng được gọi là tịnh địa của Mật Pháp Pháp Thời Luân Kim Cương. Vua Suchandra của Shambhala thỉnh đức Phật dạy mật điển này; giáo lý Mật Pháp Thời Luân Kim Cương được giữ và tu tập ở đó.

Shamatha (Phạn): Tĩnh định, tập trung. (1) Phương pháp thiền định để đạt tĩnh lặng. (2) Cảnh giới thiền định kết quả tĩnh lặng; khả năng giữ qui nhất vào một đối tượng với tâm nhu nhuyễn và cực lạc. Sự tĩnh lặng của tâm, trạng thái tỉnh giác yên tịnh và ổn định. [Hán dịch: Chỉ.]

Shamatha mật điển: Phép thiền định đặc biệt xảy ra trong một căn phòng tối với mắt mở; phép tu sơ bộ đặc biệt thứ nhì cho Sáu Yoga Pháp Thời Luân Kim Cương theo truyền thống Jonang.

Shentong (Tạng): Tha tính không. Cũng được biết như là Trung Đạo Shentong hay Đại Trung Đạo, đây được xem như là trường phái cao nhất trong tất cả những trường phái triết học Phật giáo. Nó có nghĩa đen là "ở ngoài", hay "ngoại" không, vì tất cả mọi hiện tượng đều không tự có ngoại trừ Phật tính đầy những phẩm tính giác ngộ. Điều này khác với cái thấy của Trung Đạo Rangtong về tính không ("ở trong" hay "nội" không), chủ trương rằng chân lý tối hậu là sự phủ định sự thực hữu của tất cả mọi hiện tượng, ở bên kia tất cả mọi cực đoan của khái niệm.

Shunyata (Phạn): Xem Tính Không.

Siddhi (Phạn): Thành tựu năng lực siêu nhiên/thần lực xác định một thần thông thế gian; Sự chứng ngộ xác định một thần thông lực tối thượng.

Skanda (Phạn): Xem Uẩn.

Suchandra: Vua của Shambhala, người đã thỉnh Mật điển Pháp Thời Luân Kim Cương từ đức Phật.

– T –

Tam muội da Tát đỏa (Phạn: Samayasattva, Anh: Commitment-being): Vị Phật do quán tưởng hay quán tưởng chính mình như là một vị Phật. Một Người Trí Tuệ (Phạn: Jnannasattva) là một vị Phật thực sự được thỉnh hợp nhất với Tam muội da Tát đỏa.

Tara (Phạn): Tên của một vị Nữ Bồ tát thường gặp trong Phật giáo Tây Tạng; tượng trưng cho những hoạt động cứu khổ, giác ngộ của tất cả các Phật.

Taranatha (Tạng): (1575–1635) Một vị Tổ sư thành tựu cao của truyền thống Jonang.

Tăng-già (Phạn: Sangha): Cộng đồng Tăng đoàn Phật giáo. (1) Nghĩa rộng nhất; toàn thể cộng đồng Phật giáo: Tăng, ni, và cư sĩ cho đến chư vị Bồ tát giác ngộ (đây không phải là nghĩa nguyên thủy của Tăng già). (2) Nghĩa hạn chế hơn: Tăng và ni. (3) Đặc biệt nhất: Các bậc Thánh (Arya).

Tâm: "Cái trong sáng và biết", dòng tâm thức. Những hiện tượng phi vật lý nhận thức, suy nghĩ, nhận ra, kinh nghiệm và phản ứng với môi trường một cách xúc cảm. (1) Những cơ năng của tâm (Tạng: thugs). (2) Những cách ý thức, những hiện tượng ý thức (Tạng: shespa).

Tâm bi: Ước mong người khác có thể thoát khỏi khổ và nguyên nhân khổ.

Tâm Tịnh quang: Tâm rất vi tế, khi thị hiện, nó nhận thức mọi vật như là hư không trong sáng, rỗng rang. Là khía cạnh tự phát, quang minh và biết yếu tính của tâm.

Tengyur (Tạng): Kết tập những luận giải về giáo lý của đức Phật dịch từ Phạn ngữ sang Tạng ngữ.

Thanh Văn (Phạn: Sravaka): Người nghe, tu tập, và tuyên bố công khai giáo lý của Phật. Người theo truyền thống Theravada, tập trung vào sự khước từ và làm yên những cảm xúc, để đạt giải thoát.

Tháp hay tháp miếu (Phạn: Stupa): Vật hay nơi chứa thánh tích Phật giáo. Các tháp miếu Phật giáo Ấn Độ là những đài kỷ niệm có hình mái vòm chứa xá lợi của Phật hay của các đệ tử của ngài. Các tháp miếu Tây Tạng thường có tính cách thuần biểu tượng; bất cứ kích cỡ hay vật liệu nào, nhưng có hình dáng được xác định cẩn thận và cân đối, là biểu tượng cho tâm của Phật.

Thân Tự tính (Phạn: Svabhavikakaya): Thân bản tính của một vị Phật. Bản tính không của Chính biến tri của đức Phật; nó ám chỉ Ba Thân cùng nhau.

Thân Vô sắc: Thân vô sắc đặc biệt cho pháp tu Pháp Thời Luân Kim Cương, "thân" vô sắc xuất hiện trong thiền định và phát triển thành Sắc thân (Rupakaya) hay "thân vật chất" của một vị Phật. Đôi khi được so sánh với Thân Cầu Vồng của những pháp tu mật điển khác, nhưng những thân này được miêu tả như là vi vật chất. Tuy nhiên, Thân Vô sắc là sản phẩm của tâm và phi vật chất.

Thần (Anh: Deity): Hình tướng tượng trưng một chúng sinh thanh tịnh, hiển hiện từ trí tuệ của Phật. Hình tướng Phật thiền định hay người trí tuệ. Đôi khi thuật ngữ này ám chỉ một vị thần giàu sang hay một Hộ Pháp.

Theravada (Pali): Truyền thống Trưởng lão bộ. Truyền thống Phật giáo lan rộng ở Đông Nam châu Á và Sri Lanka. Tổng quát, có thể nói các pháp tu là của Tiểu thừa.

Thế Tôn (Phạn: Bhagavan): Một danh hiệu của đức Phật. Một người đã vượt qua Bốn Ma (mara), sở hữu tất cả những phẩm tính tốt của chứng ngộ và ở bên kia Luân hồi và Niết bàn.

Thệ nguyện: Sự cam kết thánh thiện lợi ích mình và người khác, chia thành ba mức độ: Những thệ nguyện Ba la để mộc xoa, Bổ tát và Kim Cương thừa.

Thệ nguyện Mật giáo: Những cam kết thánh linh (Phạn: Samaya) trong Kim Cương thừa lợi ích cho mình và người khác, nhấn mạnh nhận thức thanh tịnh của thầy và các đệ tử. Có nhiều thệ nguyện Mật giáo, nhưng cốt lõi gồm hai mươi lăm chỉ dẫn, lời nguyện khác thường kết nối với Ngũ phương Phật, mười bốn lời nguyện gốc và mười một lời nguyện cành nhánh.

Thích Ca Mâu Ni Phật (Phạn: Shakyamuni Buddha): Tên của vị Phật lịch sử, sống vào thế kỷ thứ sáu trước CN.

Thiên thần (Phạn: Deva, Anh: God): Một chúng sinh trong tôn sinh luân hồi, tạm thời cư trú ở cõi trời vì nghiệp quả đức hạnh (không giống với Thần của Kitô giáo).

Thiên-na (Phạn: Dhyna): Xem Jhana.

Thiền định (Tạng: Gom): Huân tập, làm cho quen. Tự huân tập mình với những tâm thái tích cực và hiện thực, nhất là khám phá tâm giác ngộ. Có thể chia thành thiền chỉ (shamatha), thiền định tĩnh lặng hay ở yên và thiền quán (phân tích).

Thiền định phân tích: Một phương pháp thiền định theo đó người ta lập một câu hỏi (ví dụ "ngã có thường hằng không?") và tập trung vào câu hỏi này cho đến khi đạt được một loại hiểu biết trực tiếp nào đó. Cũng xem Vipashyana.

Thiện tri thức (Phạn: Kalyanamitra, Tạng: Gewi Shinyen): Người bạn đưa bạn đến với Pháp; một người từ một dòng truyền chính tông dạy bạn con đường đến giác ngộ để giải thoát bạn. Cũng xem Đạo sư.

Thời đại hoàng kim của Shambhala: Thời kỳ 1.000 hay 1.800 năm sau "cuộc thất bại của những người bán khai" do Vua Rudra đánh bại, trong đó Pháp và Mật điển Pháp Thời Luân Kim Cương sẽ thịnh phát.

Thời đại thoái hóa: Một thời kỳ với năm sự thoái hóa.

Thực hữu: Đồng nghĩa: Sự hiện hữu đích thực/khách quan/tối hậu/tự lực/tự đủ/độc lập/cố hữu. Sự hiện hữu từ phía đối tượng/ theo tính cách riêng của đối tượng/ từ trong căn bản chỉ định/ như là chân như của riêng nó/ như là thực tướng của riêng nó/ theo cách thực thể của riêng nó. Thực hữu là một ngộ nhận, một phẩm tính không hiện hữu chúng ta dự báo lên người và hiện tượng, và không hiện hữu dù là một cách qui ước. Nó miêu tả sự hiện hữu độc lập của: nhân và duyên, các phần, hay tâm qui cho nó.

Thường hằng: Tin vào một thực thể hiện hữu vĩnh viễn, như linh hồn chẳng hạn. Một trong hai cực đoan. Cũng xem Đoạn diệt.

Tì Lô Xá Na (Phạn: Vairochana): Tên của một vị Phật. Một trong Ngũ phương Phật, tượng trưng cho sắc (hay thân) Uẩn và trí như gương của tất cả các Phật.

Tiểu Thừa hay Thừa Nền tảng, Thừa Căn Bản (Phạn: Hinayana): Đối lại với Đại thừa (Mahayana). Con đường Phật giáo dẫn đến sự giải thoát cá nhân khỏi sự tồn sinh luân hồi (như Thanh Văn hay Phật Độc Giác), tạo căn bản của tất cả các giáo lý của Đức Phật.

Tinh chất (Phạn: Bindu, Tạng: Thiklé): Tinh chất của tinh trùng và máu (trứng), ở trong các kênh năng lượng hay khí (Phạn: Nadi). Trong Mật điển Pháp Thời Luân Kim Cương, những cái này thường ám chỉ bốn tinh chất (của các trạng thái tỉnh, ngủ say, mộng và định cực lạc).

Tinh chất bất hoại: Tinh chất vi tế nhất, ở trái tim, hình thành từ tinh chất của tinh trùng và trứng của cha mẹ. Nó không tan cho đến khi chết, khi nó mở ra và cho phép tâm rất vi tế và khí nhận tái sinh.

Tính bản nhiên: Chân lý tối hậu về sự giác ngộ ở bên kia tất mọi quan niệm cực đoan. Theo trường phái Shentong, tính này thực sự hiện hữu; nó không có chân lý tương đối nhưng nó không có bản tính giác ngộ của riêng nó.

Tính không (Phạn: Shunyata): Diễn tả đầy đủ là: "Tính không của thực hữu". Giáo thuyết nói rằng tất cả mọi khái niệm và hiện tượng đều thiếu sự thực hữu. Xem Chân lý Tối hậu.

Tính tùy thuộc: Đồng nghĩa: tính tha lực. Sự hiện hữu của các vật trong sự quan hệ với nhau, bất chấp những khái niệm hay qui kết của chúng ta. Chúng không thực sự hiện hữu bởi vì chúng tùy thuộc vào nhân duyên, sự kết tập của các phần hay sự sáng tạo các khái niệm cho chúng hiện hữu.

Tịnh Độ: Cõi bên ngoài Tổn sinh Luân hồi, nơi các Phật, Bồ tát và hành giả đủ đức hạnh ở. Tất cả mọi điều kiện đều trợ giúp cho việc tu tập Pháp và đạt giác ngộ. "Tịnh Độ Phật giáo" là truyền thống Đại Thừa nhấn mạnh các phương pháp để được tái sinh ở đó.

Tịnh hóa: Ngăn chặn nghiệp tiêu cực không chín muổi: điều này trái với tác động của những hành vi tiêu cực quá khứ và loại bỏ những ám chướng và chướng ngại đối với sự chứng ngộ tâm linh. Có nhiều phương pháp tịnh hóa nhưng một trong những phương pháp hiệu quả nhất là pháp tu Vajrasattva (Kim Cương Tát đỏa).

Tirthika (Phạn): Xem Ngoại đạo.

Tonglen (Tạng): Là một pháp tu về Cho và nhận. Sự tu luyện tâm để vượt qua sự ích kỷ và phát triển tâm bi đối với người khác; cho sự hạnh phúc của mình và lấy sự khổ của người khác.

Torma (Tạng): Bánh cúng dàng theo nghi thức, dùng trong các nghi thức Mật giáo.

Tổn sinh luân hồi (Phạn: Samsara): Chu kỳ của chết và tái sinh, nhận sự tái sinh không có kiểm soát chịu ảnh hưởng của những tâm thái phiền não và dấu ấn nghiệp. Quá trình này phát sinh từ vô minh và đặc trưng bằng khổ. Xem Ba cõi và Sáu cõi.

Trí tuệ: (1) Prajña (Phạn), sherab (Tạng); tỉnh giác phân biệt. (2) Jñana (Phạn), yeshe (Tạng); tỉnh giác sâu, trí tuệ tri thức, trí tuệ bản nhiên.

Tsok (Tạng): Cúng dàng (thực phẩm) Mật giáo.

Tsongkhapa (Tạng): Đại Học giả Tây Tạng (1357–1419), người sáng lập truyền thống Gelukpa Tây Tạng.

Tulku (Tạng): Thân tái sinh được thừa nhận hay hóa thân của một Đạo sư (Guru) hay một người giác ngộ. Có nhiều mức độ Tulku khác nhau, với mức cao nhất là một hóa thân tối thượng như là Phật Thích Ca Mâu Ni (Choki tulku).

Tùy thuộc phát sinh: Giáo thuyết về sự tương liên của các hiện tượng. Liên hệ chặt chẽ với Tính không. Xem Thập nhị nhân duyên tùy thuộc phát sinh (Thập nhị nhân duyên).

Tư thế kim cương: Tư thế xếp chéo chân với các bàn chân trên các đùi đối diện.

Từ tâm (tình thương): Ước muốn chúng sinh có sự hạnh phúc và những nguyên nhân hạnh phúc.

Tự khởi tạo: Pháp tu trong Mật điển, theo đó người ta tưởng tượng chính mình là vị Thần (Deity) ấy.

Tướng chính và phụ: 32 tướng tốt và 80 vẻ đẹp của một vị Phật – da vàng kim, các ngón tay và ngón chân kết lưới.

Trung đạo (Phạn: Madhyamika): Trường phái Trung đạo. Xem Bốn Giáo Thuyết. Mahamudra (Phạn): Đại ấn. (1) Theo Kinh: Thấy sâu về Tính không. (2) Theo Mật điển: Sự hợp nhất của Cực lạc và Tính không.

– U –

Uẩn: Sự tập hợp của tâm hay thể chất. Xem Năm uẩn. Upayoga (Phạn) (mật điển thực hiện): Loại thứ nhì của Bốn Loại Mật Điển hay thừa, trong đó chân lý tối hậu được tượng trưng bằng một vị thần thanh tịnh tương đương với chính mình, được xem như là một người bạn.

Ushisha (Phạn): Cục thịt nhỏ lên trên đỉnh đầu của một vị Phật.

Utpala (Phạn): Hoa sen xanh.

– V –

Vajra (Phạn): Chày Kim cương. Bất hoại/như kim cương. (1) Lưỡi tầm sét trong nghi thức của Tây Tạng (dorje), biểu tượng cho tâm của Đức Phật, Năm trí (Pháp giới trí, Đại viên cảnh trí, Bình đẳng tính trí, Diệu quan sát trí, Thành sở tác trí), Đại cực lạc và phẩm tính nam của giác ngộ. Cùng với Chuông nó biểu tượng sự hợp nhất của phương pháp và trí tuệ hay sự cực lạc bất biến và tướng không, đực và cái. (2) Bất cứ vật gì dùng trong sự tu tập Mật điển để phân biệt nó với những vật hàng ngày. (3) Được dùng đồng nghĩa với Tantra hay Mantra.

Văn Thù hay Văn Thù Sư Lợi (Phạn: Manjushri): Một trong các đệ tử chính của đức Phật và một trong Tám vị Bồ tát. Tên của vị Bồ tát tượng trưng cho trí tuệ của tất cả chư Phật.

Vimalaprabha (Phạn): "Ánh Sáng Không Tì Vết", một bình luận về Mật điển Pháp Thời Luân Kim Cương của Pundarika (vua Kulika thứ nhì của Shambhala). Cùng với Laghutantra, nó làm căn bản cho tri thức của chúng ta về Mật điển Pháp Thời Luân Kim Cương.

Vipashyana (Phạn): Thấy qua bên kia, thấy hay tầm nhìn thượng đẳng trong sáng. (1) Kỹ thuật thiền định nhận diện và phân tích các mẫu hình của tâm và thế giới nó dự báo. (2) Trí tuệ kết quả hay trí Bát nhã, phân biệt tường tận và rõ ràng các hiện tượng. Cũng xem Thiền định Phân tích.

Vishvamata (Phạn): Phối ngẫu của Kalachakra.

Vô minh: Không tỉnh giác, thiếu nhận thức về bản tính vô ngã, giác ngộ của mình. (1) Thế gian: Không biết những nguyên lý về nghiệp.

Siêu thế gian: Không biết hay không nhận thức Tính không.

Vô ngã: Xem Tính không.

– **X** –

Xả (Anh: Equanimity): Không lệch lạc/không thiên vị. Tâm thái trong đó người ta không phân biệt giữa bạn, thù và người lạ, nhưng không phải là tâm thái lạnh lùng trì trệ.

Xu hướng huân tập: Những kiểu mẫu tư tưởng, ngôn ngữ hay hành động do mình đã tạo ra trong các đời quá khứ; những kiểu mẫu này tồn tại như những dấu ấn vi tế ngay cả sau khi những ám chướng ở mức thô đã diệt, làm chướng ngại sự chứng ngộ Chính biến tri. Chúng là hình thức vi tế nhất của ám chướng đối với Chính biến tri hay ám chướng do sở tri, và bị bỏ trong ba địa thanh tịnh của Bồ tát.

– **Y** –

Yamatanka: Địch thủ của Dạ ma (Yama). Tên của Văn Thù Sư Lợi Bồ tát trong hình tướng phẫn nộ.

Yana (Phạn): Thừa; con đường/hệ thống đặc biệt của pháp tu Phật giáo.

Yidam (Phạn): Là hình tướng giác ngộ của một vị Phật trong thiền định như Pháp Thời Luân Kim Cương hay Quán Thế Âm. Điều này tạo căn bản pháp tu Mật giáo cá nhân của một người. [Bản tôn.]

Yoga (Phạn): Pháp tu, sự gắng sức, sự áp dụng. Trong Phật giáo Tây Tạng đây là một truyền thống tinh thần, mặc dù sáu yoga Pháp Thời Luân Kim Cương có một hệ thống rất chính xác về các tư thế của thân và những kỹ thuật thở.

Yoga-Tantra (Phạn): Loại thứ ba của Bốn Loại Mật Điển, dùng cách tự khởi tạo mình như là một vị thần giác ngộ.

Yoga Đạo sư (Phạn: Guru Yoga): Pháp tu thấy Đạo sư của mình như là Phật, hay hòa tâm mình với tâm thầy.

Yogini (Phạn): Nữ hành giả yoga; trong Mật Điển Pháp Thời Luân Kim Cương thường hay ám chỉ tám mươi Yogini của Mạn Đà La Ngữ.

Yojana (Phạn): Hán dịch âm: Do tuần. Mức đo khoảng cách tương đương một dặm.

- Z -

Zen (Nhật): Âm Nhật chữ "Chan" của chữ Hán. Một truyền thống Phật giáo Đại Thừa phát sinh từ Trung Hoa như là Chan, và phát triển thêm ở Nhật Bản.

XẾP THEO PHÁP SỐ

- HAI -

Hai ám chướng: Ám chướng do phiền não và ám chướng do nhận thức, hay những ám chướng đối với Niết bàn và những ám chướng đối với Chính biến tri. Cũng xem Chín ám chướng.

Hai chân lý hay Hai đế: Chân lý tương đối (hay tục đế) và chân lý tối hậu (hay chân đế).

Hai cực đoan: Hai cái thấy: Thường hằng (vĩnh cửu) và đoạn diệt (hư vô).

Hai giai đoạn Mật điển: Giai đoạn Khởi tạo và Giai đoạn Hoàn thành.

Hai nguyên nhân qui y: Sợ và tin.

Hai phạm trù hiện tượng: Thường và chức năng.

Hai pháp tu sơ bộ độc nhất cho Mật điển Pháp Thời Luân Kim Cương: Tự khởi tạo mình như là hiện thân của Thời Luân Kim Cương; Pháp tu Shamatha Mật giáo trong phòng tối.

Hai thân Phật: Pháp thân và Sắc thân.

Hai tích lũy: Những kết tập công đức (đức hạnh/phương pháp) và trí tuệ.

- BA -

Tam Bảo: Ba đối tượng qui y: Phật, Pháp và Tăng già. Ở vòng ngoài: Phật Thích Ca Mâu Ni, giáo lý và cộng đồng những người thọ giới hay những đạo hữu của ngài. Ở vòng trong: Phật tính của mình, chân lý thấm nhập tất cả các bậc Thánh.

Ba bậc của hành giả Phật giáo: Bậc khai thị/cơ bản: đạt được tái sinh tốt; bậc trung bình/trung gian: đạt được sự giải thoát cá nhân; và bậc cao nhất/rộng lớn: đạt quả Phật vì tất cả chúng sinh.

Ba biệt lập: Biệt lập thân, biệt lập ngữ, biệt lập ý.

Ba cách đạt Tâm Bồ đề: Cách của vua, cách của Thuyền nhân, cách của người chăn cừu.

Ba cách làm hài lòng thầy: Tu tập theo những gì thầy dạy, chăm sóc các nhu cầu của thầy và cúng dàng vật chất.

Ba cõi hay Tam giới: Cõi dục, cõi sắc, cõi vô sắc.

Ba cửa: Thân, khẩu, ý.

Ba độc: Chấp trước, ghét, vô minh (tham, sân, si).

Ba đức: Giữ thệ nguyện, Tích lũy đức hạnh, và Giúp chúng sinh.

Ba hoặc/độc/tiêu cực: Vô minh, ghét/giận, chấp trước/tham.

Ba khí cụ trí tuệ: Trí tuệ nghe, trí tuệ chiêm nghiệm, trí tuệ thiền định.

Ba khía cạnh nguyên lý của con đường: Khước từ, tâm Bồ để và Trí nhận ra Tính không, theo một bản văn của Đại sư Tsongkhapa.

Ba khuyết điểm của cái nồi: Cái nồi lật úp (tượng trưng cho tâm khép kín); cái nồi có lỗ (tượng trưng cho sự hồi tưởng nghèo nàn); cái nồi chứa độc (tượng trưng cho sự ô nhiễm thành kiến và định kiến).

Ba lần chuyển Pháp luân: Lần chuyển Pháp luân thứ nhất nhấn mạnh các giáo lý của Thượng Tọa Bộ, lần chuyển Pháp luân thứ nhì nhấn mạnh giáo lý của Kinh Đại Thừa, lần chuyển Pháp luân thứ ba nhấn mạnh Phật tính và giáo lý Kim Cương Thừa.

Ba loại hành động: Hành động của ý, ngữ và thân.

Ba loại hiện tượng chức năng: Hiện tượng vật lý, hiện tượng tâm trí và những yếu tố phức hợp.

Ba loại khổ: Khổ vì đau, khổ vì thay đổi, và khổ thấm nhập tất cả (tiềm năng khổ).

Ba loại lười biếng: Tự mãn, thiếu tự tin, bận rộn theo thói quen.

Ba loại nhận thức giá trị: Nhận thức giá trị đặt căn bản trên: năm thức và ý thức; lý luận hợp lý; tin vào thẩm quyền.

Ba loại thệ nguyện: Nguyện Ba la để mộc xoa (giải thoát cá nhân), nguyện của Bồ tát, nguyện Mật giáo.

Ba loại tin: Tin tự phát, tin nhiệt tình, tin tưởng.

Ba mức qui y: Qui y Thượng Tọa Bộ (Theravada), qui y Đại Thừa, qui y Kim Cương Thừa.

Ba phạm trù hiện tượng: Hiện tượng hiển nhiên, hiện tượng ẩn tàng, hiện tượng rất ẩn tàng.

Ba phạm trù đức hạnh: Đức hạnh tự nhiên, đức hạnh kết hợp, đức hạnh trung gian.

Ba pháp tu phát tâm Bồ đề: Xem người khác bình đẳng với mình, trao đổi mình với người khác, xem người khác quan trọng hơn mình.

Ba thâm nhập (trong pháp tu Mật giáo): Hiện tướng trắng (Tạng: nangwa), tăng dần đỏ (Tạng: Chedpa), và thành đen (Tạng: Thopa).

Ba thân Phật: Pháp thân hay Chân thân, Báo thân và Hóa thân.

Ba thời: Quá khứ, hiện tại, vị lai.

Ba tính: Tính qui cho, tính tùy thuộc, tính bản nhiên.

Ba tướng của hiện hữu: Vô thường, khổ, vô ngã.

Ba sự tu học (Tam Học): Tu học đạo đức/giới luật, định và tuệ/phân biệt (ba tu học chính của thừa Kinh điển).

Ba yoga bất động: Thân bất động, ngữ bất động, ý bất động (các yếu tố tu tập Shamatha Mật giáo).

– BỐN –

Bốn cách lôi cuốn chúng sinh (đệ tử): Độ lượng, nói cách thích nghe, dạy phù hợp với nhu cầu cá nhân, và hành động hợp với những gì đã dạy.

Bốn cách nhớ sai giáo lý: Nhớ lời tác động mình nhưng quên nghĩa; Nhớ nghĩa nhưng quên lời; Học thuộc lòng chữ và nghĩa nhưng không hiểu; Nhớ chúng sai thứ tự hay không đúng nghĩa.

Bốn căn bản cho các lực thần thông: Tập trung đặt căn bản trên: Thiện chí, tâm, nỗ lực, phân tích.

Bốn chân lý cao quí: Chân lý về: khổ, nguyên nhân của khổ, diệt khổ, tám thánh đạo.

Bốn châu: Đông, châu Thắng thần châu (Phạn: Purvavideha); **Nam,** Nam thiệm bộ châu (Phạn: Jambudvipa), thế giới loài người của chúng ta; **Tây,** châu Ngưu hóa châu (Phạn: Avarogodiniya); **Bắc,** bắc câu lô châu (Phạn: Uttarakuru). Những châu này xuất hiện trong Cúng dàng Mạn Đà La, là biểu tượng của toàn thể vũ trụ theo A tì đạt ma. Miêu tả của Pháp Thời Luân Kim Cương về vũ trụ, tam thiên đại thiên thế giới

Bốn chính tông: Thầy chính tông, bình luận chính tông, lời Phật chính tông, kinh nghiệm chân lý chính tông.

Bốn chủ ý đúng: (1) Muốn những duyên tốt hơn trong đời này và những đời vị lai, với niềm tin Tam Bảo, (2) sự khước từ và ước muốn sự giải thoát cho mình, (3) Tâm Bồ đề, ước muốn đạt giác ngộ viên mãn vì những người khác, (4) nhận thức thanh tịnh, thấy tất cả chúng sinh như đã giác ngộ trong khi được Tâm Bồ đề làm động cơ trên bình diện tương đối.

Bốn chủ ý sai: Tìm lợi lộc từ thầy; nhận những lời dạy để có thêm mục tiêu thế gian; căn cứ vào mối quan hệ với thầy vì những quan tâm ích kỷ; nhận những lời dạy vì sự được cá nhân.

Bốn cửa dẫn đến phá hủy lời thệ nguyện: (1) Cửa vô minh; (2) cửa bất kính; (3) cửa bất cẩn; và (4) cửa bóp méo tâm.

Bốn dấn thân (trong tu tập thiền định): Dấn thân tập trung chặt chẽ; dấn thân bị gián đoạn; dấn thân không bị gián đoạn; dấn thân tự phát.

Bốn dấu ấn: Tất cả những hiện tượng phức hợp đều vô thường; bất cứ cái gì liên kết với phiền não của tâm đều chứa đau khổ do bản tính của nó; ngã và tất cả mọi hiện tượng đều thiếu sự thực hữu; giác ngộ là toàn bộ bình an ở bên kia tất cả mọi cực đoan.

Bốn dòng suối khổ lớn của con người: Khổ của: sinh, già, bệnh và chết.

Bốn giai đoạn của con đường Theravada (Thượng tọa bộ): Nhập dòng, trở lại một lần, không trở lại, A La Hán.

Bốn giáo thuyết: Bốn trường phái triết học Phật giáo, khác nhau trong cái thấy về Tính Không: Tì bà sa (Vaibhasika), Kinh lượng bộ (Sautrantika), Duy thức tông (Chittamatra) và Triết học trung quán là những trường phái Tiểu Thừa (Hinayana), ba và bốn là trường phái Đại Thừa (Mahayana). Trường phái đầu tiên của các trường phái này định đề những vi trần không thành phần thực sự hiện hữu và những sát na thời gian không thể phân chia. Những trường phái sau có cái thấy thâm sâu hơn, với giáo thuyết Trung Đạo chủ trương bác bỏ sự thực hữu của tất cả những hiện tượng tương đối.

Bốn giới luật cao quý: Tránh đáp ứng (1) giận dữ bằng giận dữ, (2) làm hại thân bằng làm hại thân, (3) chỉ trích bằng chỉ trích, (4) tranh cãi bằng sắt tranh cãi. Người ta nói những giới luật này để phân biệt những hành giả chân thật, vì họ kiểm soát những nguyên nhân của giận dữ và thiếu nhẫn nhục. (Đây là phần của Bồ tát nguyện thứ nhì, kết nối với nhẫn nhục Ba la mật.)

Bốn hoạt động phi thường: Xem Bốn hành động cao cả. Bốn khổ tự nhiên khác của con người: cầu bất đắc khổ: tâm tham muốn mà chẳng được toại ý. Ái biệt ly khổ: người mình yêu thương lại chia ly xa cách. Oán ghét hội khổ: ghét nhau mà phải chung sống với nhau, mặt đối mặt. Ngũ ấm xí thịnh khổ: năm nhóm tích hợp; sắc (vật chất, matter, material); thụ (cảm giác, perception); tưởng (tưởng tượng, imagination); hành (chuyển động, motion); thức (nhận thức, phân biệt conciousness, alaya, dicsrimination), nếu không hòa hợp với nhau nhóm nào quá cường thịnh là khổ.

Bốn kiên định: Không tu dưỡng điều không đức hạnh mới, từ bỏ điều không đức hạnh đang có, tu dưỡng đức hạnh, không cho phép đức hạnh suy đồi.

Bốn hay Sáu loại mật điển: Mật điển Kriyayoga (Mật điển hành động), Mật điển Upayoga (Mật điển Thiện hạnh), Mật điển Yoga, Mật điển Annuttarayoga (Mật điển Yoga Cao Nhất). Trong truyền thống Nyingma, Mật điển Yoga Cao Nhất được chia thành Mahayoga, Anuyoga và Atiyoga, vậy có tất cả sáu loại.

Bốn lực (để tịnh hóa): Sám hối, ủng hộ, hành động như là phương thuốc chống độc (chân ngôn, quì lạy, v.v…), quyết tâm không lặp lại những điều tiêu cực.

Bốn ma (Phạn: mara): Các uẩn (căn bản của đau khổ), phiền não, chết (yama) và những đối tượng khoái lạc (nghĩa đen là con của các thiên thần – sự phân tán/ý nghĩ chấp trước ngoại vật).

Bốn năng lực thượng thừa (trong tu tập Mật giáo): Bình định, mở rộng, kiểm soát và khắc phục một cách dữ tợn.

Bốn nhận thức đúng: (1) Chúng ta bị bệnh; (2) đức Phật và các Pháp sư giống như những Bác sĩ; (3) pháp giống như thuốc chữa bệnh; (4) tu tập Pháp giống như uống thuốc.

Bốn nghịch lý của giác ngộ: (1) Phật tính vốn thanh tịnh nhưng đôi khi bị các ô nhiễm che đậy, (2) ô nhiễm không là Phật tính, chúng ta tu tập để loại bỏ các ô nhiễm, (3) những phẩm tính của Phật hiện hữu khắp nhưng chúng ta rất khó thấy chúng (4) tâm từ bi của Phật là hiện tiền và thâm nhập tất cả, nhưng Phật không có bất cứ chủ ý nào.

Bốn niệm xứ: Niệm thân, niệm thọ, niệm tâm, và niệm pháp (hiện tượng).

Bốn phá vỡ: (1) Phá vỡ lời hứa, (2) phá vỡ lời nguyện giữ giới luật, (3) phá vỡ lời nguyện của Bồ tát, (4) phá vỡ lời nguyện Mật giáo.

Bốn pháp khả biến của tâm: Ngủ, hối tiếc, khám phá sơ bộ, phân minh.

Bốn pháp đưa đến sự phá hủy lời thệ nguyện: (1) Nhận thức: một người biết mình trái nghịch với lời thệ nguyện; (2) động cơ: người ấy trái nghịch với lời thệ nguyện một cách có chủ ý; (3) người ấy thực hiện bằng hành động; (4) điều này sinh ra kết quả đặc biệt. Bốn pháp này dùng để phá hủy bất cứ lời thệ nguyện nào, lời thệ nguyện có thể bị phá chỉ bằng một trong bốn pháp ấy.

Bốn pháp ràng buộc: Xem Bốn pháp đưa đến sự phá hủy lời thệ nguyện.

Bốn phối ngẫu: Phối ngẫu vật lý (Tạng: legya), phối ngẫu quán tưởng (Tạng: yega), phối ngẫu nội nhiệt tummo (Tạng: damsik gya) và đại phối ngẫu vô sắc tướng (Tạng: Shagya chenmo).

Bốn quán đỉnh: Quán đỉnh cái bình, Quán đỉnh bí mật, Quán đỉnh trí tuệ, Quán đỉnh Mật ngữ (còn gọi là Quán đỉnh thứ tư).

Bốn qui: Xem Bốn ma.

Bốn sự không sợ của một vị Phật: Không sợ khi khẳng định tri kiến toàn hảo của mình; Không sợ khi khẳng định từ bỏ sự toàn hảo của chính mình; không sợ khi tuyên bố rằng tất cả mọi chướng ngại nhất định sẽ vượt qua; không sợ khi khước từ những thuộc tính thù thắng sẽ nhận được.

Bốn thân Phật: Tự tính thân, Pháp thân, Báo thân và Hóa thân.

Bốn thiền (jhana) hữu sắc: Bốn mức độ của thiền định, quả của nó sinh ra trong bốn loại thiên giới thuộc cõi sắc.

Bốn thiền (jhana) vô sắc (hay Bốn cõi vô sắc): Hư không vô biên xứ, thức vô biên xứ, vô sở hữu xứ, phi tưởng xứ.

Bốn tin quyết của khước từ: Chiêm nghiệm về: nghiệp, khổ, vô thường và giá trị của đời người quí báu.

Bốn tinh chất: Tinh chất của giấc ngủ say (tinh chất của tâm), tinh chất của mộng, tinh chất của tỉnh thức, tinh chất của cực lạc siêu việt (tinh chất của dịp thứ tư).

Bốn thanh tịnh (trong tu tập Mật giáo): Nơi chốn (môi trường được xem như là mạ đà la của Thời luân Kim cương), thân (thân phàm được tưởng tượng như là thân của Thời luân Kim cương), thụ hưởng (thụ hưởng giác quan được xem như là cúng dàng cho Thời luân Kim cương), hành động (tất cả mọi hành động của Thời luân Kim cương).

Bốn tiêu cực nặng: (1) Chấp nhận sự kính lễ của từ một hành giả tiên tiến hơn, (2) chiếm lợi thế về của cải của một hành giả chân thật, (3) ngăn chặn những người sùng mộ tích lũy công đức và (4) lừa dối Pháp sư.

Bốn vô lượng: Từ, Bi, Hỉ, Xả.

Bốn ý nghĩ chuyển tâm hướng về Pháp: Xem Bốn tin quyết của khước từ.

– NĂM –

Năm chướng ngại: Ham muốn tình dục; ác ý; trì độn hay hôn trầm; bất an và hối hận; nghi ngờ.

Năm diệu lực: Tín, tinh tấn, niệm, định và tuệ.

Năm đường hay Năm con đường: Tích lũy, chuẩn bị, tuệ kiến, huân tập, và không còn học nữa. Một người trở thành một bậc Thánh (Arya) khi đạt được con đường tuệ kiến. Định nghĩa về những con đường này khác nhau trong Thượng Tọa Bộ và Đại Thừa.

Ngũ trí Như Lai: Phật A Di Đà, Phật Bất Động, Phật Bảo Sinh, Phật Tỳ Lô Giá Na, Bất Không Thành Tựu.

Năm giai đoạn của thiền định đúng: Cử động, nhận thức, huân tập, ổn định, hoàn thiện (theo chỉ dạy shamatha Mật giáo).

Năm giới: Tránh: sát sinh, trộm cướp, tà dâm, nói dối với chủ ý tiêu cực và say sưa làm mờ tâm trí.

Năm khí gốc và năm khí ngọn: (1) Đi xuống (kiểm soát sự thải và giữ chất thải nơi các lỗ ở phần dưới, nằm ở vùng sinh dục), (2) đi lên (kiểm soát sự nuốt, nói và những hoạt động khác của cổ họng), (3) duy trì sự sống (bảo trì tinh chất của mạng sống, nằm ở trái tim), (4) giữ quân bình (kiểm soát sự tiêu hóa và ly cách các chất thải nằm ở rốn), (5) thấm nhập tất cả (kiểm soát sự vận động, nằm khắp toàn thân). Năm khí ngọn: (1) chuyển động (nằm ở mắt), (2) chuyển động đầy đủ (tai), (3) chuyển động hoàn hảo (mũi), (4) chuyển động nhanh chóng (lưỡi), (5) chuyển động chắc chắn (mặt da).

Năm kho tàng cao cả: Thầy, giáo lý, nơi chốn, đệ tử và thời gian hoàn hảo.

Năm lỗi tập trong trung thiền định (cũng xem Tám phương thức trị độc): Lười biếng, quên lời chỉ dạy, trì độn và dao động, dùng phương thuốc trị độc dưới mức, dùng phương thuốc trị độc quá mức.

Năm lực: Năm năng lực tinh thần của: tín, tinh tấn, niệm, định và tuệ.

Năm môn học: Ngũ minh: năm môn học cổ đại được giảng dạy tại Đại học Phật giáo Nalanda, Ấn Độ gồm, Thanh minh: thuyết minh về ngôn ngữ văn tự; Công Xảo minh: thuyết minh về mọi công nghệ, kỹ thuật, toán pháp, lịch số...; Y Phương minh: thuyết minh về y lý trị liệu tâm, sinh lý; Nhân minh: thuyết minh về chính, tà. Chân, ngụy, luận lý logic học; Nội minh: thuyết minh về tôn chỉ Phật học, Tam tạng Thánh điển, Kinh, Luật, Luận.

Năm pháp hiện tiền của tâm: Cảm nhận, phân biệt, chủ ý, xúc chạm, chú ý.

Năm pháp quyết định đối tượng: Nguyện, tin, niệm, định, tuệ.

Năm pháp tập trung thiền định: Thẩm tra, phân tích, hạnh phúc của tâm, cực lạc và qui nhất.

Năm pháp tu sơ bộ chung của Mật giáo (nội sơ bộ): Qui y, Bồ đề tâm, Kim cương Tát đỏa, Cúng dàng Mạn Đà La, Yoga đạo sư.

Năm sự suy đồi: Suy đồi của: tuổi thọ, thời gian (chiến tranh và nạn đói phát sinh nhanh chóng), chúng sinh (trở nên khó giúp hơn), những cái thấy (niềm tin sai lầm lan rộng), những cảm xúc tiêu cực.

Năm thần thông thế tục: Thần thông tai nghe âm thanh cả gần lẫn xa; thấu thị hay thần thông mắt biết chết tái sinh của tất cả chúng sinh; trí nhớ các đời quá khứ; biết tâm người khác; những năng lực siêu nhiên can dự vào sự kiểm soát bốn đại như là bay qua hư không hay di chuyển xuyên qua vật cứng.

Năm tội nghịch (quả báo trước mắt): Giết cha; giết mẹ; giết A La Hán; cố gây thương tích (hay làm đổ máu) Phật; gây chia rẽ tăng già.

Năm trí: (1) Pháp giới (thể tính) trí: trí siêu việt của pháp giới. (2) Đại viên cảnh trí: trí như gương phản chiếu, giúp người chiếu soi vạn vật với một tâm thức vô ngã. (3) Bình đẳng Tính trí: trí giúp con người quán chiếu sự bình đẳng giữa mình và chúng sinh. (4) Diệu quan sát trí: trí giúp tha nhân chuyển hóa khả năng phân biệt, thị phi bằng tri thức bình thường thành trí tuệ siêu việt. (5) Thành sở tác trí: trí giúp người hoàn thành tất cả mọi việc mà không tạo nghiệp.

Năm uẩn: Năm tích hợp gồm: sắc (vật chất, matter, material); thụ (cảm giác, perception); tưởng (Tưởng tượng, imagination); hành (chuyển động, motion); thức (nhận thức, phân biệt conciousness, alaya, dicsrimination), nếu không hòa hợp với nhau nhóm nào quá cường thịnh là khổ.

Năm luân xa (Phạn: Chakra): Theo Phật giáo khí năng thường hay tập trung ở trán, đỉnh đầu (trung khu đại cực lạc), cổ họng (trung khu thụ hưởng), trái tim (trung khu của Pháp), và chỗ cách bằng bề ngang bốn ngón tay dưới rốn [đan điền]. Sáu trung khu dùng trong hệ thống Pháp Thời Luân Kim Cương.

Năm yếu tố hay đại: Đất, nước, lửa, gió và hư không. Những yếu tố hay đại này có cả những phẩm tính thô và tế quyết định thân và tâm tan rã như thế nào vào lúc chết.

– SÁU –

Sáu Ba la mật hay Sáu hoàn thiện: Bố thí, trì giới, nhẫn nhục, tinh tấn, định và tuệ.

Sáu bardo (Tạng) hay Sáu cảnh giới trung gian: Cảnh giới Thức, mộng, thiền định, hấp hối, Dharmata (ánh sáng giác ngộ), và hữu (thời gian giữa chết và tái sinh).

Sáu cách xếp loại nghiệp: (1) Nghiệp cá nhân và tập thể, (2) nghiệp căn cứ vào chủ ý, (3) nghiệp căn cứ vào độ trọng đại của kết quả, (4) nghiệp trong quan hệ với giây phút chết, (5) nghiệp dự báo và hoàn thành, (6) nghiệp căn cứ vào loại kết quả.

Sáu cõi luân hồi: Các cõi Địa ngục, Ngạ quỉ, Súc sinh, Người, A tu la, và Thiên thần.

Sáu lỗi nên tránh trong khi nghe giáo lý: Kiêu mạn hay kiêu căng của tâm khép kín, thiếu niềm tin hay có thái độ chỉ trích quá đáng, thiếu nỗ lực và thích thú, bị bên ngoài phân tán, bên trong căng thẳng, và nản chí.

Sáu pháp tu nền tảng (sơ bộ vòng ngoài): Chiêm nghiệm về – nghiệp, khổ, lợi ích của giải thoát, giá trị quí báu của đời người, vô thường, tìm và theo một Pháp sư.

Sáu phiền não gốc của tâm: Chấp trước (bám vào), ghét (giận), kiêu mạn, vô minh, thấy sai, nghi.

Sáu năng lực (trong tu tập thiền định): Sức của: lắng nghe, tư duy, niệm, miên mật, cần mẫn nhiệt tình, quen thuộc đầy đủ.

Sáu thần thông: Tai thần nghe âm thanh cả gần và xa, mắt thần thấy sự chết và tái sinh của tất cả chúng sinh, trí nhớ về những đời quá khứ, biết tâm ý của người khác, những khả năng siêu nhiên như bay qua hư không hay đi qua những vật thể rắn, biết giải thoát.

Sáu thời tu tập: Nhóm thiền định hàng ngày của Mật giáo thực hiện sáu lần mỗi ngày chủ ý giữ những cam kết hàng ngày của Mật giáo. Những hành giả giỏi nhất sẽ dấn thân vào pháp tu này sáu lần mỗi ngày, nhưng điểm trọng yếu nhất là nhớ những cam kết này ít nhất sáu lần trong mọi thời kỳ hai bốn giờ. Trong một vài truyền thống, hình thức tu tập này được biết như là sáu thời yoga đạo sư.

Sáu thức: Thấy, nghe, xúc chạm, nếm, ngửi, ý.

Sáu Luân Xa (Phạn: chakra): Thường là: trán, đỉnh đầu, cổ họng, trái tim, rốn, vùng kín (nằm ở căn cứ vùng sinh dục, cũng được biết như là trung khu bảo vệ cực lạc). Đôi khi trán và đỉnh đầu được xem như là một Luân xa (chakra).

Sáu Yoga của Naropa: Hệ thống thiền định của Mật điển thông dụng, chứa trái tim pháp tu Giai đoạn Hoàn thành trong trường phái Kagyu của Phật giáo Tây Tạng.

Sáu Yoga của Niguma: Hệ thống thiền định tương tự với Sáu yoga của Naropa.

Sáu Yoga Pháp Thời Luân Kim Cương: Hệ thống pháp tu Mật điển Yoga Cao Nhất can thiệp vào các kênh năng lượng, các luồng nội khí và tinh chất, là căn bản cho Giai đoạn Hoàn thành Pháp Thời Luân Kim Cương, như được truyền thống Jonang bảo trì. Sáu yoga này gồm sáu pháp tu đặc biệt thực hiện theo trình tự dùng một căn phòng tối vào những giai đoạn khác nhau: nhập thất, thiền định, tự điều, năng lực của lực sống, hồi tưởng và nhập định.

– BẢY –

Bảy chi tu tập: Đỉnh lễ, cúng dàng, sám hối, tùy hỷ công đức, thỉnh chuyển Pháp luân, thỉnh Phật trụ thế, hồi hướng công đức.

Bảy chiêm nghiệm về vô thường: Vô thường của: ngoại giới, chúng sinh thế gian, các bậc Thánh, những nhà cai trị vĩ đại. Những thí dụ nữa về vô thường là chết và nhận thức hằng có về vô thường.

Bảy điểm kim cương (các khía cạnh của giác ngộ): Phật, Pháp, Tăng già, Phật tính (yếu tố), Giác ngộ, Phật phẩm, Phật hạnh.

Bảy điểm nhân quả (Phương pháp): Một phương pháp tu dưỡng Tâm Bồ đề can dự vào bảy sự chiêm nghiệm theo trình tự: (1) nhận thức tất cả chúng sinh như là mẹ của mình, (2) niệm sự từ ái của họ, (3) đền đáp sự từ ái của tình mẫu tử, (4) tâm đại từ, (5) tâm đại bi, (6) quyết tâm phi thường, (7) bồ đề tâm.

Bảy điểm trong tư thế ngồi của Phật Tỳ Lô Giá Na: (1) Chân xếp chéo, (2) bàn tay chống lên nhau, đặt dưới rốn (trái trên phải), (3) lưng thẳng, (4) cùi chỏ và vai hơi kéo lui từ thân, (5) cằm hơi hạ thấp, (6) mặt thư giãn với lưỡi tựa lên hàm ếch, (7) mắt nửa mở nhìn qua chóp mũi.

Bảy món quí: Những sở hữu của bậc Quân chủ (tượng trưng bảy pháp giác ngộ): Quí: Bánh xe (niệm), Voi (trí tuệ), Ngựa (khí, Lung), Ngọc (hoan hỉ), Hoàng hậu (tĩnh lặng), Thượng thư (định), và Tướng quân (xả).

Bảy pháp giác ngộ: Niệm, Trạch pháp, tinh tấn, hoan hỉ, khinh an, định, xả.

– TÁM –

Tám bài kệ luyện tâm: Bản văn toát yếu của sư Ka dampa Langri Thangpa, nhấn mạnh pháp tu Tonglen [cho và nhận].

Tám biểu tượng cát tường: Cái dù, cá vàng, bình quí, hoa sen, tù và vỏ sò, nút (trường thọ), cờ chiến thắng, bánh xe Pháp.

Tám Bồ tát: (Các vị Bồ tát thân cận của Phật Thích Ca Mâu Ni) Văn Thù Sư Lợi, Kim Cương Trì (Vajrapani), Quán Thế Âm, Địa Tạng (Kshitigarbha), Trừ Cái Chướng (Sarvanivarana Viskambhini), Hư Không Tạng (Akashagarbha), Di Lặc, Phổ Hiền.

Tám cách hành xử sai (Tám hành vi điên đảo): (1) Chỉ trích cái tốt, (2) ca ngợi cái xấu, (3) ngăn cản sự tích lũy công đức của người đức hạnh, (4) quấy phá tâm những người sùng mộ, (5) từ bỏ đạo sư, (6) từ bỏ những cam kết với vị thần thủ hộ, (7) từ bỏ anh chị em kim cương, (8) làm mất tính cách thiêng liêng của mạn đà la hay không tuân theo luật lệ trong khi nhập thất ẩn tu.

Tám đặc trưng không phù hợp của tâm trí: Xem Tám hoàn cảnh xâm nhập và Tám đặc trưng không phù hợp của tâm trí.

Tám giới Đại Thừa: Nguyện không: (1) giết hại, (2) trộm cắp, (3) tà dâm, (4) nói láo, (5) say sưa, (6) ăn nhiều hơn một bữa trong hai bốn giờ, (7) ngồi trên giường hay ghế cao hay đắt tiền, (8) đeo đồ trang sức, nhảy múa và chơi nhạc với sự chấp trước. Những thệ nguyện này có thể thọ nhận trong những quãng thời gian khác nhau.

Tám giới luật: Không: (1) giết hại sinh mạng, (2) lấy cái không được cho, (3) tà dâm, (4) nói láo hay dùng lời nói làm tổn thương một cách có chủ ý, (5) những chất làm say khiến tâm mê mờ, (6) ăn sai giờ (đúng giờ là một lần, sau khi mặt trời mọc và trước trưa), (7) ca hát, nhảy múa hay mang đồ trang sức, (8) ngủ ở nơi cao sang hay quá chìm đắm trong giấc ngủ.

Tám hành vi điên đảo: Xem Tám cách hành xử sai.

Tám hoàn cảnh xâm nhập và tám đặc trưng tâm trí không thích hợp: Tám hoàn cảnh xâm nhập: (1) những phiền não mạnh của tâm, (2) lý trí giới hạn, (3) theo một đạo hữu sai lầm, lười biếng và tự mãn, (4) bị nghiệp tiêu cực nặng nề tràn ngập, (5) làm nô lệ cho những theo đuổi thế gian hay những cam kết không thể phá vỡ được, (6) tu tập vì sợ hay muốn chạy trốn, (7) do những mối quan tâm thế gian làm động cơ, (8). Tám đặc trưng tâm trí không thích hợp: (1) bị những cam kết thế gian giam hãm, (2) thiếu khiêm tốn, (3) thiếu sự hiểu biết chân thực hay sự quyết định đạt tự do, (4) thiếu niềm tin nơi thầy hay giáo lý, (5) lấy làm khoái lạc trong những điều không đức hạnh, (6) vô cảm đối với sự tu tập Pháp, (7) phá giới Ba la đề mộc xoa hay Bồ tát nguyện, (8) phá các thệ nguyện Mật giáo.

Tám loại thức chính: Xem Tám thức.

Tám nữ thần cúng dường: Nữ thần Sắc đẹp, Vòng hoa, Ca, Vũ, Hoa, Hương, Đèn, và Mùi thơm.

Tám pháp thế gian: Ham muốn: danh vọng, khoái lạc thế gian, được vật chất và sự ca ngợi. Cảm thấy không hạnh phúc khi: mất danh vọng, khoái lạc thế gian, không được vật chất và khi nghe sự chỉ trích thô bạo hay không thích thú về phía mình.

Tám phẩm tính của giác ngộ: Ba phẩm tính lợi ích người giác ngộ (không phức tạp, ý thức tự phát, tự tỉnh giác), ba phẩm tính lợi ích cho người khác (đại trí tuệ, bi tâm và năng lực làm lợi ích), phẩm tính lợi mình và lợi người.

Tám phép thần thông (Phạn: Siddhi): Khả năng làm thuốc viên và thuốc nước cho mắt tăng sức thấy, đi dưới mặt đất (độn thổ), lưỡi kiếm thần kỳ, chân đi nhanh chóng, tàng hình, ngăn ngừa cái chết và chữa lành bệnh.

Tám phương thuốc trị độc trong tu tập thiền định: Nguyện, tín, tinh tấn, nhu nhuyến, niệm, cảnh giác, dùng thuốc, xả.

Tám thánh đạo: Thấy đúng, chủ ý đúng, nói đúng, hành động đúng, sống đúng, nỗ lực đúng, niệm đúng và định đúng.

Tám thệ nguyện chi nhánh: Xem Quyển Ba (cũng đề cập thêm ba thệ nguyện chi nhánh của Mật giáo).

Tám thức: Thức chính của: Mắt, tai, mũi, lưỡi, thân, ý, ngã, và hàm tàng.

Tám tự tại và mười lợi thế: Tám Tự tại: Tự tại với sinh: (1) làm địa ngục, (2) làm ngạ quỉ, (3) làm súc sinh, (4) làm A tu la, (5) làm người không thích những giá trị tinh thần và đạo đức, (6) nơi xa xôi về mặt tinh thần, (7) với sự bất toàn về giác quan hay nhận thức hay (8) nơi đại kiếp u tối Phật không đến. Mười Lợi thế: (1) Sinh làm người, (2) sinh nơi trung tâm về mặt tinh thần, (3) các căn nguyên vẹn, (4) không có lối sống mâu thuẫn, (5) có niềm tin nơi Pháp, (6) Phật có đến, (7) ngài có dạy Pháp, (8) Pháp vẫn hiện hữu ngày nay, (9) Pháp được xem là quí báu, (10) được đạo sư chấp nhận.

– CHÍN –

Chín ám chướng: Bảy ám chướng phiền não [(1–3) Ba độc trong trạng thái tiềm tàng; (4) sáu phiền não thứ yếu phát sinh từ ba độc; (5) mức độ bản năng của vô minh; (6) những cái bỏ lại trên con đường thấy của Trưởng lão bộ (Theravada); (7) những cái bỏ lại trên con đường huân tập của Trưởng lão bộ)], và hai ám chướng do sở tri (1) những cái bỏ lại của bảy mức độ bất tịnh của Bồ tát, (2) những cái bỏ lại của các mức độ thanh tịnh của Bồ tát, hay các khuynh hướng huân tập.

Chín giai đoạn thiền định: Đặt tâm, đặt liên tục, đặt đắp vá, đặt gần, huấn luyện tâm, làm bình an, làm bình an hoàn toàn, qui nhất, xả.

Chín phép quán mộ địa: (1) Một cái xác chết một, hai hay ba ngày sình lên, tái mét, rỉn ra chất mủ; (2) một cái xác bị quạ, diều hâu, kênh kênh, chó, chó rừng hay sâu dòi cắn xé; (3) một bộ xương với thịt và máu được gân giữ lại với nhau; (4) một bộ xương không thịt có máu được gân giữ lại với nhau; (5) một bộ xương không thịt và máu được gân giữ lại với nhau; (6) những cái xương không kết nối rời rạc khắp mọi hướng; (7) những cái xương trắng hếu, màu vỏ ốc; (8) những cái xương chồng chất; (9) những cái xương đã hơn một năm, mục và nát thành bụi.

Chín thừa (Phạn: yana): Các tiến bộ của đạo Phật theo truyền thống Nyingma của Phật giáo Tây Tạng. Gồm có: Thừa Thanh Văn, Thừa Độc Giác, Đại Thừa, Kriyayoga, Upayoga, Yogatantra, Mahayoga, Anuyoga, và Atiyoga.

– MƯỜI –

Mười Ba la mật hay mười hoàn thiện: Sáu ba-ba-mật cộng thêm: phương tiện thiện xảo, phát nguyện, năng lực và trí tuệ cao.

Mười dấu hiệu (trong tu tập Pháp Thời Luân Kim Cương ở giai đoạn hoàn thành): Mười dấu hiệu này là: khói, ảo cảnh, mây, đom đóm, ánh sáng mặt trời, ánh sáng mặt trăng, ngọc thạch lấp lánh, nhật thực, ánh sáng sao, hào quang.

Mười địa hay giai đoạn (Phạn: Bhumi): Những giai đoạn tu chứng của các vị Bồ tát trên con đường đến cảnh giới Phật sau khi đã thành tựu con đường tuệ kiến. Đây là (thứ tự bắt đầu với địa thứ nhất): Hoan hỉ, Ly cấu, Phát quang, Diệm tuệ, Cực nan thắng, Hiện tiền, Viễn hành, Bất động, Thiện tuệ, Pháp vân. "Địa thứ mười một" là Phật quả.

Mười đức hạnh: Ba của thân: cứu mạng người khác, thực hành bố thí, phát triển kỷ luật đạo đức và khuyến khích người khác cũng làm như vậy; Bốn của ngữ: nói sự thật, hòa giải những tranh chấp, nói chuyện dịu dàng và bình tĩnh, nói một cách có ý nghĩa (như cầu nguyện hay dạy); Ba của ý: có ít ham muốn, có thiện chí đối với người khác, và giữ những cái thấy đúng.

Mười kết sử (Phạn: Samyojana, Anh: Fetters): Thấy có thân (thân kiến), nghi, giữ sai giới luật (giới cấm thủ), tham dục, oán hận (sân khuể), yêu cõi sắc (sắc ái), yêu cõi vô sắc (vô sắc ái), kiêu căng (mạn), bất an (trạo cử), vô minh.

Mười lợi thế (của nhân sinh quí báu): Xem Tám tự tại và Mười lợi thế.

Mười lực của một vị Phật: Mười Trí lực của Đức Phật: (1) được Trí tuệ thấy rõ việc thị, phi; (2) được Trí tuệ thấu rõ nghiệp báo ba đời; (3) được Trí tuệ về các pháp tu Thiền định Giải thoát; (4) được Trí tuệ biết rõ căn cơ của chúng sinh cao hay thấp; (5) được Trí tuệ về mọi Kiến giải; (6) được Trí tuệ biết rõ hoàn cảnh thực tế của tất cả chúng sinh; (7) rõ biết được phương hướng và kết quả bởi tác động của mọi quy luật; (8) có Thiên nhãn vô ngại; (9) rõ biết kiếp sống quá khứ của tất cả chúng sinh; (10) đoạn trừ tất cả tập khí vô minh.

Mười niệm hay mười tưởng niệm: Phật, Pháp, Tăng già, đức hạnh, bố thí, chư thần, niệm chết, niệm thân, niệm hơi thở, niệm bình an.

Mười phương: Tám phương chính và hai phương lên và xuống.

Mười vô đức hạnh: Ba của thân: sát sinh, trộm cướp, tà dâm, bốn của ngữ: nói dối, nói lời gây chia rẽ, nói lời thô bạo, nói chuyện tầm phào, ba của ý: tham lam, oán hận, cái thấy không đúng.

– MƯỜI MỘT –

Mười một cách giúp chúng sinh: Giúp những ai đang khổ; vô minh về nghiệp; đã giúp mình trước kia; trong giận dữ; đầy lo âu; nghèo; không nhà cửa; đã nổi trên đường đúng; hay ở trên đường sai; giúp đỡ một cách khéo léo và giúp bằng cách dùng bất cứ thành tựu nào bạn sở hữu.

Mười một tâm pháp đức hạnh: Tin, xấu hổ, sợ điều bất thiện, không chấp trước, không giận dữ, không vô minh, tâm nhu nhuyến, tận tâm, xả, bất hại.

– MƯỜI HAI –

Mười hai hành động của một vị Phật: Trú ở cung Đâu suất, xuống và nhập vào thai cung, thiện nghệ trong các nghệ thuật, thụ hưởng các dục lạc, khước từ thế gian, tu tập khổ hạnh, đạt điểm giác ngộ, chiến thắng các ma lực, đạt giác ngộ viên mãn, chuyển bánh xe Pháp và nhập Niết bàn tối hậu.

Mười hai nhân duyên tùy thuộc phát sinh hay mười hai nhân duyên: Vô minh, nghiệp hành, thức, danh sắc, sáu cửa, xúc, thọ, ái, thủ, hữu, (tái) sinh, già và chết.

– MƯỜI BA –

Mười ba món trang nghiêm của một Phật Báo thân: Năm y phục bằng lụa: (1) băng quấn đầu, (2) y trên, (3) khăn choàng dài, (4) dây thắt lưng, (5) y dưới. Tám món trang nghiêm bằng ngọc: (1) mũ miện, (2) bông tai, (3) vòng đeo cổ ngắn, (4) vòng đeo tay trên mỗi cánh tay, (5) hai vòng đeo cổ dài, một vòng dài hơn vòng kia, (6) một vòng xuyến trên mỗi cổ tay, (7) nhẫn trên mỗi bàn tay, (8) vòng đeo ở mắt cá chân trên mỗi chân.

– MƯỜI SÁU –

Mười sáu khía cạnh của Bốn Chân Lý Cao Quí: Vô thường, khổ, không, vô ngã, nguồn, nhân, duyên, quả, diệt, bình an, thù thắng, khước từ, con đường, lý luận, thành tựu, hoàn toàn tự do.

Mười sáu niệm hơi thở: Sự tỉnh giác về: hơi thở dài, hơi thở ngắn, toàn thân, tĩnh thân, thọ cảm, tĩnh thọ cảm, hoan hỉ, hạnh phúc, tâm, mừng tâm, tập trung tâm, giải thoát tâm, vô thường, tàn lụi (khổ), giải thoát, buông xả.

– MƯỜI TÁM –

Mười tám bản nguyện của Bồ tát: Sáu nguyện cho những người cai trị và điều hành (bốn nguyện đầu được tính hai lần), tám nguyện cho thường dân. Đôi khi bốn bản nguyện của truyền thống Vô Trước cũng được bao gồm. Xem chi tiết của các nguyện đặc biệt ở Quyển Hai.

– HAI MƯƠI –

Hai mươi phiền não chuyển biến của tâm: Phẫn nộ, phẫn uất, che giấu, thù hằn, ganh tị, bủn xỉn, lừa gạt, đạo đức giả, tự mê đắm, có hại, thiếu lương tâm, không xấu hổ, hôn trầm, kích động, thiếu niềm tin, lười biếng, không chú ý, hay quên, không nội quán, phân tán.

– HAI LĂM –

Hai mươi lăm pháp chi phối bất thường: Năm hành động bỏ; năm hành động tránh; năm sự giết hại bị cấm; năm kính trọng; năm nhóm không kính trọng; năm không chấp trước.

– BA MỐT –

Ba mươi mốt khía cạnh không hấp dẫn của thân người: Tóc trên đầu, lông trên thân, móng, răng, da, thịt, gân, tủy, thận, tim, gan, hoành cách mạc, lá lách, phổi, ruột non, màng ruột, dạ dày, phân người, nước mật, đờm, mủ, máu, mồ hôi, mỡ, nước mắt, chất nhờn, nước miếng, sổ mũi, chất nhờn của các khớp xương, nước tiểu.

– BA HAI –

Ba mươi hai tướng chính của một vị Phật: (1) Lòng bàn chân bằng phẳng và có dấu bánh xe, (2) bàn chân rộng và mắt cá ẩn tàng, (3) ngón tay và ngón chân dài, (4) các ngón tay, chân đan bện vào nhau bằng một mạng lưới tinh xảo, (5) da mềm và thịt trẻ, (6) thân với bảy bộ phận nhô lên và tròn trịa (lòng bàn tay, lòng bàn chân, vai và cổ), (7) bắp chân giống như sơn dương, (8) bộ phận sinh dục ẩn kín như của voi, (9) thân trên giống như thân sư tử, (10) chỗ hổng giữa các xương đòn đầy đặn, (11) đường cong của vai hoàn hảo và đẹp, (12) bàn tay, và cánh tay tròn mềm và đều đặn, (13) cánh tay dài, (14) thân được vầng hào quang bao quanh, (15) cổ giống vỏ sò, màu sắc không tì vết, (16) má giống như má sư tử, (17) bốn mươi cái răng có số bằng nhau ở hàm trên và hàm dưới (hai mươi cái mỗi hàm), (18) răng trong sạch vô thượng và mọc đẹp, (19) răng không tì vết, có chiều dài tương tự và thẳng hàng đều nhau, (20) răng nanh trắng vô thượng và bén, (21) lưỡi dài, lời nói không giới hạn và ý nghĩa không thể nghĩ bàn, (22) vị giác vô thượng, (23) lời nói thân thiện như âm điệu của Phạm thiên, (24) mắt thanh tịnh như hoa sen xanh uptala, (25) lông mi dày và chiếu sáng như lông mi bò đực, (26) lông bạch khổ (urna) tinh khiết tô điểm mặt ngài, (27) một khối u (ushnishha) ở đỉnh đầu, (28) da thanh khiết và tinh xảo, (29) da màu vàng kim, (30) lông trên thân đẹp và mềm mại, (31) mỗi cái xoắn từ một lỗ chân lông bên phải và lên đến đỉnh đầu, (31) lông không tì vết có màu giống như ngọc xanh thâm, (32) vóc người cân đối như cây nyagrodha (không có đốt) và thân cứng chắc và không thể phá vỡ với sức mạnh của [lực sĩ] Narayana. Cũng có tám mươi tướng phụ của một vị Phật như là phẩm tính của móng tay ngài và v. v…

– BA BẢY –

Ba mươi bảy pháp tu của một Bồ tát: Nhóm pháp tu theo trình tự bao trùm tất cả mọi khía cạnh của con đường đến giác ngộ của vị Bồ tát (cũng được biết như là ba mươi bảy giác chi, các pháp tu này cũng áp dụng cho con đường Thượng Tọa bộ. Chúng gồm có: bốn niệm xứ, bốn chính cần, bốn như ý túc, năm căn, năm lực, bảy giác chi, và tám chính đạo.

– BỐN MƯƠI –

Bốn mươi đối tượng thiền định (theo Thượng Tọa bộ): Mười kasina (biến xứ: những đối tượng tiêu biểu cho các đại, màu sắc, ánh sáng, hư không), mười loại xú uế (các giai đoạn hư hoại của hài cốt người), mười niệm, bốn vô lượng, bốn thiền vô sắc, một tưởng (sự cự tuyệt thực phẩm và dưỡng chất), một xác định (bốn đại).

– BỐN SÁU –

Bốn mươi sáu thệ nguyện chi nhánh của Bồ tát: 1–6: bố thí Ba la mật; 7–16: trì giới Ba la mật; 17–20: nhẫn nhục Ba la mật; 21–23: tinh tấn Ba la mật; 24–26: định Ba la mật; 27–34: tuệ Ba la mật; 35–46: đạo đức thành tựu điều tốt cho người khác.

– NĂM MƯƠI –

Năm mươi bài kệ sùng mộ đạo sư: Bản văn quan trọng của Mã Minh (Ashvagosha) miêu tả thái độ đúng đối với vị thầy Mật giáo của mình.

– NĂM MỐT –

Năm mươi mốt pháp chuyển biến của tâm: Năm pháp hiện tiền của tâm, năm pháp quyết định đối tượng, sáu phiền não gốc của tâm, hai mươi phiền não chuyển biến của tâm, mười một pháp, đức hạnh của tâm, bốn pháp biến đổi của tâm.

– TÁM MƯƠI –

Tám mươi phiền não phát sinh tự nhiên (theo Mật Điển): Ba mươi ba phiền não phát sinh từ ghét, bốn mươi phiền não phát sinh từ chấp trước, bảy phiền não phát sinh từ vô minh. (Những pháp này biến mất khi các luồng khí bên trong tan biến, tương ứng với ba thấm nhập của hiện tướng trắng, gia tăng đỏ và thành đen.)

Về Tác Giả

Khentrul Rinpoche Jamphel Lodrö là người sáng lập và giám đốc tinh thần của Dzokden. Rinpoche là tác giả của nhiều cuốn sách, bao gồm Khám Phá Sự Thật Thiêng Liêng của Bạn, Con Đường Trung Đạo Vĩ Đại: Làm sáng tỏ quan điểm của Jonang về Tha-Không Tánh, Một Cuộc Sống Hạnh Phúc Hơn, và Kho Tàng Ẩn Giấu của Đạo Lộ Thâm Sâu.

Rinpoche đã dành 20 năm đầu đời để chăn bò yak và trì tụng thần chú trên cao nguyên Tây Tạng. Được truyền cảm hứng từ các vị Bồ Tát, ngài rời gia đình để tu học ở nhiều tu viện khác nhau dưới sự hướng dẫn của hơn 25 đạo sư trong tất cả các truyền thống Phật giáo Tây Tạng. Bởi cách tiếp cận bất bộ phái của mình, ngài đã đạt được danh hiệu Đạo sư Rimé (không thiên vị) và được xác định là hóa thân của Đạo sư Kalachakra nổi tiếng Ngawang Chözin Gyatso. Trong khi cốt lõi của những lời dạy của ngài là sự thừa nhận rằng có giá trị to lớn trong sự đa dạng của tất cả các truyền thống tâm linh được tìm thấy trên thế giới này; ngài tập trung vào truyền thống Jonang-Shambhala. Giáo lý Kalachakra (Bánh xe Thời gian) chứa đựng những phương pháp sâu sắc để hòa hợp môi trường bên ngoài của chúng ta với thế giới bên trong của cơ thể và tâm trí, cuối cùng mang lại Thời đại Hoàng kim của hòa bình và hòa hợp (Dzokden). Khentrul Rinpoche đã thực hiện sứ mệnh cuộc đời mình là truyền bá những giáo lý quý giá này bằng càng nhiều ngôn ngữ càng tốt trên toàn cầu để chúng ta có thể thực sự chuyển hóa thế giới của mình, từng người một từ trong ra ngoài.

TRI KIẾN CỦA RINPOCHE

Dzokden được thành lập với mục đích rõ ràng là hỗ trợ Khentrul Rinpoche thực hiện tầm nhìn của ngài nhằm mang lại Thời đại Hoàng kim của hòa bình và hòa hợp trên thế giới này. Khi cộng đồng của chúng tôi tiếp tục tăng trưởng và phát triển, ngày càng có nhiều người tham gia vào nỗ lực phi thường này.

Để giúp bạn hiểu được phạm vi tầm nhìn của Rinpoche, chúng tôi có thể nói về tám mục tiêu phản ánh những ưu tiên ngắn hạn và dài hạn của Rinpoche:

Mục tiêu trước mắt

Nói cho cùng, hạnh phúc đích thực, lâu dài chỉ có thể đạt được thông qua sự chuyển hóa cá nhân sâu sắc. Hơn bao giờ hết, chúng ta cần những phương pháp để phát triển trí tuệ và hiện thực hóa tiềm năng lớn nhất của mình. Vì lý do này mà Rinpoche đặt ưu tiên lớn cho việc bảo tồn Dòng Jonang Kalachakra. Có bốn cách mà Rinpoche đề xuất để thực hiện điều này:

1. **Tạo cơ hội kết nối với dòng truyền thừa Kalachakra đích thực và đầy đủ với sự cộng tác chặt chẽ với các thiền giả tận tâm hết lòng ở Tây Tạng xa xôi.** Mục tiêu của chúng tôi là tạo ra tất cả sự hỗ trợ cho việc thực hành Kalachakra phù hợp với các đạo sư truyền thừa đích thực đã duy trì truyền thống này trong hàng ngàn năm. Chúng tôi thực hiện điều này bằng cách đặt làm tượng và tranh vẽ, viết sách và giảng dạy trên khắp thế giới. Chúng tôi đặc biệt chú trọng đến việc bảo đảm tính xác thực của tài liệu, dựa trên kinh nghiệm sâu sắc của những thiền giả có chứng ngộ cao đang cống hiến cả cuộc đời cho những thực hành này.

2. **Thành lập các trung tâm nhập thất quốc tế để nghiên cứu và thực hành Kalachakra.** Để tích hợp giáo lý vào tâm thức, điều

quan trọng là có cơ hội tham gia vào các giai đoạn thực hành chuyên sâu. Vì vậy, chúng tôi đang nỗ lực tạo ra cơ sở hạ tầng cần thiết để hỗ trợ và nuôi dưỡng các thành viên trong cộng đồng của chúng tôi tham gia vào các khóa tu ngắn hạn và dài hạn. Điều này bao gồm việc mua đất và xây dựng mọi thứ cần thiết để tiến hành các khóa tu tập thể và biệt tu. Mục tiêu lâu dài của chúng tôi là phát triển mạng lưới các trung tâm như vậy trên khắp thế giới, hình thành một cộng đồng toàn cầu hỗ trợ nhiều học viên khác nhau.

3. **Dịch và xuất bản các văn bản độc đáo và hiếm có của các bậc thầy Kalachakra.** Hệ thống Kalachakra đã là chủ đề của vô số kinh điển trong suốt lịch sử lâu dài của Tây Tạng. Cho đến nay, chỉ một phần nhỏ những văn bản này được dịch và có thể tiếp cận được ở phương Tây. Mặc dù các văn bản lý thuyết rất quan trọng nhưng chúng tôi muốn tập trung đặc biệt vào những hướng dẫn cốt tủy để hướng dẫn những hành giả tận tâm đạt được trải nghiệm sâu sắc hơn về những giáo lý sâu sắc này.

4. **Phát triển các công cụ và chương trình cho trải nghiệm học tập có cấu trúc.** Với các nhóm học viên phân bổ trên khắp thế giới, chúng tôi tin rằng điều quan trọng là tận dụng tối đa các công nghệ hiện đại để tạo điều kiện thuận lợi cho quá trình học tập của học viên. Mục tiêu của chúng tôi là phát triển một nền tảng giáo dục trực tuyến mạnh mẽ cho phép cộng đồng quốc tế của chúng tôi tiếp cận các chương trình học tập chất lượng, trực quan, có cấu trúc và hấp dẫn.

Mục tiêu dài hạn

Trong khi mỗi chúng ta nỗ lực hướng tới việc đạt được sự bình yên và hòa hợp tối thượng trong tâm trí mình, chúng ta không được đánh mất sự thật rằng chúng ta tồn tại trong bối cảnh của một thế giới tràn ngập sự đa dạng lớn về các cá nhân. Những cá nhân này tạo ra nhiều niềm tin và thực hành khác nhau, từ đó định hình cách chúng ta liên hệ và tương tác với nhau. Trong thực tế phụ thuộc lẫn nhau này, điều quan trọng là tìm ra các chiến lược khả thi để thúc đẩy sự khoan dung và tôn trọng nhiều hơn. Để đạt được mục tiêu này, Rinpoche đề xuất bốn lĩnh vực hoạt động cụ thể:

1. **Thúc đẩy sự phát triển của Triết lý Rimé thông qua đối thoại với các truyền thống khác.** Với mong muốn trở thành thành viên mang tính xây dựng của một xã hội đa nguyên, chúng ta cần học cách dung hòa những khác biệt của mình. Để đạt được mục tiêu này, chúng tôi mong muốn giúp mọi người phát triển những phẩm chất tích cực nhằm thúc đẩy thái độ tôn trọng lẫn nhau, cởi mở với những ý tưởng mới và mong muốn ham học hỏi để vượt qua sự thiếu hiểu biết của mình.

2. **Phát triển những người kiểu mẫu có uy tín cao bằng cách cung cấp hỗ trợ tài chính cho những hành giả thật tâm.** Để đảm bảo tính xác thực của các truyền thống tâm linh của chúng ta, điều bắt buộc là phải có những người hiện thực hóa những nhận thức cao nhất. Vì vậy, chúng tôi mong muốn tạo ra một chương trình học bổng tài chính nhằm tạo điều kiện cho những học viên chân chính mong muốn cống hiến cuộc đời mình cho sự phát triển tâm linh, bất kể hệ thống thực hành của họ là gì. Bằng cách giúp mọi người hiện thực hóa những lời dạy, họ trở thành những tấm gương tích cực cho những người xung quanh, truyền cảm hứng và hướng dẫn các thế hệ mai sau.

3. **Hiện thực hóa tiềm năng to lớn của các học viên nữ bằng cách phát triển các chương trình đào tạo chuyên biệt.** Văn hóa Tây Tạng có một lịch sử lâu dài trong việc đào tạo những bậc thầy có chứng ngộ cao thông qua việc đào tạo chuyên sâu những người được công nhận là có tiềm năng to lớn. Thật không may, việc tìm

kiếm tiềm năng thường chỉ tập trung vào các ứng cử viên nam. Rinpoche tin rằng việc có những người phụ nữ kiểu mẫu mạnh mẽ, có nhận thức cao, có thể giúp mang lại sự cân bằng hơn cho thế giới của chúng ta ngày càng trở nên quan trọng. Vì lý do này, chúng tôi đang nỗ lực phát triển một chương trình đào tạo độc đáo nhằm mang đến cho phụ nữ cơ hội phát huy tiềm năng tâm linh của họ. Mục đích của chúng tôi là thiết kế một chương trình giảng dạy chuyên biệt cũng như cơ sở hạ tầng tài chính để hỗ trợ đầy đủ mọi khía cạnh giáo dục của họ.

4. **Thúc đẩy sự linh hoạt hơn của tâm trí và sự hiểu biết rộng hơn về thực tế thông qua các chương trình giáo dục hiện đại.** Trong một thế giới đang phát triển nhanh chóng, chúng ta cần suy nghĩ lại về các loại kỹ năng mà chúng ta đang dạy con mình. Những cấu trúc cứng nhắc trong quá khứ thường không được trang bị đầy đủ để chuẩn bị cho học sinh những thách thức mà họ sẽ gặp phải trong cuộc đời. Vì vậy, chúng tôi mong muốn phát triển nhiều chương trình giáo dục khác nhau có thể giúp trẻ em trở nên linh hoạt hơn và có khả năng thích ứng tốt hơn với bối cảnh của chúng. Một phần quan trọng của các chương trình này là phát triển nhận thức sâu sắc hơn về vai trò của tâm trí chúng ta trong trải nghiệm hàng ngày của chúng ta. Chúng tôi cũng mong muốn mang lại những cải cách trong hệ thống giáo dục tu viện để giúp chúng phù hợp hơn với thế giới hiện đại này.

LÀM THẾ NÀO BẠN CÓ THỂ CỐNG HIẾN HỖ TRỢ CỦA BẠN?

Những điều trên sẽ không thể thực hiện được nếu không có sự hỗ trợ và tham gia của các bạn. Tầm nhìn tầm cỡ này đòi hỏi rất nhiều công đức và sự hào phóng từ nhiều nhà hảo tâm trong nhiều năm. Nếu bạn muốn đề nghị hỗ trợ, xin vui lòng liên lạc với chúng tôi.

Dzokden
3436 Divisadero Street
San Francisco, California 94123
United States of America
www.dzokden.org

www.ingramcontent.com/pod-product-compliance
Lightning Source LLC
Chambersburg PA
CBHW081651120626
46550CB00010B/2858